நியமம்

சிவபுராணம்

# நியமம்

லக்ஷ்மி சிவக்குமார்

எதிர்
வெளியீடு

நியமம்
லக்ஷ்மி சிவக்குமார்

எதிர் முதல் பதிப்பு: ஜூலை 2024

எதிர் வெளியீடு,
96, நியூ ஸ்கீம் ரோடு, பொள்ளாச்சி - 642 002
தொலைபேசி: 04259 - 226012, 99425 11302

விலை: ரூ. 375

Niyamam
Lakshmi Sivakumar

Copyright © Lakshmi Sivakumar
Ethir First Edition: July 2024

Published by
Ethir Veliyeedu, 96, New Scheme Road, Pollachi - 2
Email: ethirveliyedu@gmail.com
www.ethirveliyeedu.com

ISBN: 978-81-19576-53-1
Cover Design: Lark Bhaskaran
Printed at Jothy Enterprises, Chennai.

All rights reserved. No part of this book may be reprinted or reproduced or utilised in any form or by any electronic, mechanical or other means, now known or hereafter invented, including Photocopying and recording, or in any information storage or retrieval system, without permission in writing from the Publisher.

எங்களைப் பெற்றெடுத்த
**திருநாவுக்கரசு**
**சுப்புலட்சுமி**

நன்றி

என் இருப்பைச் சாத்தியப்படுத்திக்கொண்டே இருக்கும்
அத்தனை பேருக்கும்

# பகுதி 1

# 01

மறுபடியும் எனக்குத் தூக்கம் கலைந்ததை உணரத்தொடங்கிய போது, அழிக்க முடியாத நோய்க் கிருமிகள் என் உடலெங்கும் ஊறிப் பெருக்கெடுத்து ரசவாதம் செய்வதைப்போலக் குடைந்தெடுத்தன. பூமிக் கோலத்தின் மேலடுக்கில் வெப்பமேறுவதை வியர்வைச் சுரப்பிகள் எனக்கு அறிவுறுத்தத் தொடங்கியதும் கம்பளிப் பூச்சியாய் போர்வைக்குள் நெளிந்தேன். காதுக்கு வெளியே என் தூக்கத்தைக் கலைப்பதற்கான அத்தனை தில்லுமுல்லு வேலைகளும் சன்னமாக அரங்கேறிக் கொண்டிருந்தன. குறிப்பாக, பால் வண்டிக்காரரின் பாத்திரம் அவரது வாகனத்தில் மோதக்கூடியதைச் சொல்வேன். என் வீட்டிற்கு மிக அருகாமையிலுள்ள மாட்டுக் கொட்டகையிலிருந்து கேட்கக்கூடிய எருதுகளின் எக்காளத்தையும் பசுக்களின் கதறலையும் சொல்வேன். கூடவே, அவ்வப்போது நான் கேட்கக்கூடிய இன்னும்சில உருட்டல் சத்தங்களைச் சொல்வேன். இன்னொரு பக்கம் என் வாயில் நாற்றமெடுக்கும் உமிழ்நீர்ப் பெருக்கத்தை வெகுநேரமாக அடக்கியிருந்தது என்னை முற்றிலுமாக எரிச்சலூட்டியது. எப்படியும் பத்து நிமிடத்திற்குமேல் இப்படி நெளிவதற்கு முடியாதென உணர்ந்தபோது சட்டென எழுந்து சன்னலைத் திறந்து எச்சிலைத் துப்பிவிட்டுவந்து படுத்தேன்.

வழக்கம்போல என் மூளை வேலை குறித்துச் சிந்திக்கத் தொடங்கியது. நிதானமான என் பொழுதுகளையெல்லாம் துன்புறுத்தக்கூடிய இந்த அழுத்தம் தாங்காதவனாய் மண்டையை உலுக்கிக் கொண்டேன்.

தனிமனித வாழ்வைத் தீர்மானிக்கக்கூடிய அத்தனை சாத்தியங் களையும் இன்றைக்குப் பெருநிறுவனங்களின் கையில் கொடுத்துவிட்ட பிறகு இந்த அழுத்தத்திலிருந்து நான் மட்டும் எங்கே தப்பித்து ஓடுவது?

நான் இந்த நேரத்தைக் கடப்பதற்குக் கதியற்றவனாய் தலைமாட்டிலிருந்த மேசைக்குக் கைநீட்டி மொபைலை எடுத்துக் கொண்டேன். அதிலிருந்த *'03:53, TUE: 15th MARCH:2016'* என்கிற டிஜிட்டல் எழுத்துகளை வெகு இயல்பாக என் ஒற்றை விரலால் ஒதுக்கினேன். இத்தனை எளிதாக என்னால் ஒரு நாள் பொழுதைத் தள்ளுவதற்கு முடியாது.

பிறகு எந்த யோசிப்புமின்றி மொபைலிலுள்ள இணையத்தைத் திறந்துவிட்டேன். எனக்கான தகவல்கள் அருவிபோலக் கொட்டத் தொடங்கியது. இன்னொருபுறம், வேறுவேறு அத்தியாவசியத் தரவிறக்கங்கள் என் அனுமதியின்றி நிறைவேறிக்கொண்டிருந்தன. அனுமதியற்று இயங்கக்கூடிய இந்தப் பேசக்கூடிய கருவி சமநிலை அடையும்வரை காத்திருந்துவிட்டு, என் வழக்கத்திற்கு உட்பட்டது சிலவற்றை மேயத்தொடங்கினேன். என் கண்கள் வறண்டுபோகையில் இமைகளைக் கசக்கிவிட்டு கொண்டாலும் ஈரம் ஊறவில்லை. இந்த இக்கட்டான நேரத்திலும்கூட குறைந்தது பத்து நிமிடமாவது சமூக வலைதளத்தில் திரியநினைத்து உலாவிக்கொண்டிருந்தேன். அப்போது முக்கியச் செய்தியொன்றின் இணைப்பைக் காண நேரிட்டதும் எழுந்து உட்கார்ந்தேன். தடித்த எழுத்திலிருந்த அச்செய்தியின் தலைப்பானது என்னுடைய வேலைசார்ந்து நான் அவசியம் வாசிக்கத்தக்க ஒன்றெனஅதைச் சொடுக்கினேன். பிறகு, அதன் நீண்ட பத்திகளைக் கண்டதும் மூடிவிட்டேன்.

நிச்சயமாக என்னால் இப்போது அதை வாசித்து உள்வாங்க முடியாது. அந்த நிதானம் என்னிடமில்லை. காரணம், முந்தைய இரவில் தூங்குவதற்கென எடுத்துக்கொண்டிருந்த மாத்திரையின் வீரியம் என்னை முறுக்கியது. என் பார்வையின் காட்சித் தரம் நீருக்கு அடியிலிருந்து ஏதோ ஒன்றைப் பார்ப்பதைப் போலிருந்தது. ஆகவே தற்சமயம் வாசிக்க ஏதுவானதற்றதை நூலகத்தில் வாசிக்கலாமென மொபைலை ஓரமாக வைத்துவிட்டுச் சாய்ந்தேன்.

என்னை விடுவேனா என்றபடி என் பார்வைக்கு எதிரேயிருந்த மருந்துப்-பை என்னை எரிச்சலூட்டியது. சட்டெனத் திரும்பிப்படுத்துக் கொண்டேன். மாத்திரையின் வீரியம் என்னைக் கொஞ்சம் கொஞ்சமாக அழுத்தத்தொடங்கிவிட்டது. என் காதுக்கு வெளியே நிகழ்ந்த சதிவேலை இப்போது எடுபடவில்லை.

ஆமாம். நான் தூங்கியிருக்கக்கூடும்.

# 02

## (i)

நான் என்னுடைய அறையிலிருந்து கூடத்திற்கு வந்தபோது என் அம்மா, சப்பாத்திகளை ஒரு வாராந்திர ஏட்டுக்குள் அடுக்கிக் கொண்டிருந்தார்.

“இதுக்கு என்ன தொட்டுக்கம்மா?” என்றேன்.

“தேங்காய் சட்டினிடா” என்றார்.

இந்தக் கூட்டு நான் விரும்பிச் சுவைக்கக்கூடியவொன்று. என்னையும் மீறி என் முகம் விருப்பத்தை வெளிப்படுத்தியது. அங்கிருந்து குளியலறைக்குப் போன நான், திருப்தியான குளியலுக்குப் பின்னர்க் காதைக் குடைந்தபடி வெளியே வந்து அலமாரியிலுள்ள இசைத்தட்டுகளைக் கலைத்துப் போட்டுத் தேடிக்கொண்டிருந்தேன். என் விருப்பத்தில் உட்கார்ந்திருந்தது என் கையில் கிடைத்ததும் அதை இசைக்கவிட்டேன். ராகேஷ் சௌராஷ்யாவின் புல்லாங்குழலும் ஜாகீர் உசேனின் தபேலாவும் அடர்ந்ததொரு காட்டின் அமைதிக்கு உணர்வு வயப்பட்ட, அதேபோது நிதானமானதொரு பங்கத்தை விளைவிக்கத் தொடங்கியது. என்னுடைய இறுக்கமான பொழுதுகளை இப்படி எப்போதாவது தளர்த்திக்கொள்வதுண்டு. இசைக்கூட்டில் இந்தபோது சற்றுக்கூடுதலான சத்தம் ஏற்றினேன். வெளியேயிருந்து அப்பா குரல் கொடுத்தார். “டேய்...”

எட்டிப்பார்த்தேன். வீட்டிற்கு வந்த யாருடனோ பேசிக் கொண்டிருந்தார். சட்டென அவர் குரலுக்கு மதிப்பளித்துச் சத்தத்தைக் குறைத்தேன். பிறகு, சாப்பாட்டு மேசையில் உட்கார்ந்து அங்கிருந்த சப்பாத்தியை எனக்குள் அடுக்க ஆரம்பித்தேன்.

நான் அசமந்தமாகக் கிளம்புவதைப்பார்த்து அம்மா கேட்டார். “வேலைக்கு லீவெடுத்துட்டியாடா இன்னிக்கு?” ஆமாம் என்றேன்.

சட்டென அவரது முகம் மாறியது. “அடேய்... நேத்தே சொன்னா என்ன? குலதெய்வம் கோயிலுக்குப்போயி ரொம்பநாளாச்சே. போயிட்டு வந்துருக்கலாமே?” என்றார். நான் கம்மென்று இருந்தேன்.

எதையோ முணுமுணுத்துக்கொண்டவாறு சமையலறையை நோக்கி நடந்தார். நான் இசைக் கூட்டினை அணைத்துப்போட்டுவிட்டு வெளியே கிளம்பினேன்.

திண்ணையில் அப்பாவுடன் அவரது நண்பர் பேசிக் கொண்டிருந்தார். கும்பகோணத்துக்காரர். ராமன்&ராமன் நிறுவனத்தில் வேலையிலிருந்ததிலிருந்தே பழக்கம். முறுக்கேறிய சாட்டையைப் போல உறுதியான நட்பு. நான் அவருக்குச் சிரித்தேன். அவரும் அப்படியே. இதைத்தவிர எங்களுக்குள் அநாவசிய உரையாடல்கள் இருந்ததில்லை. காரணம், என் ஜாதகம் அவருக்கு அத்துப்படி. அதோடு, சம்பிரதாயக் கேள்விகளுக்கு இடமளிக்காதவர் என்பதால் எனக்கும் அவரிடம் பிரியமுண்டு.

திண்ணையிலிருந்து நடந்த நான், மாடிப்படியின் கைப்பிடிச் சுவரில் ஒழுகியிருந்த மழைநீரைப் பார்த்துக்கொண்டபடி வெளிக் கேட்டைத் திறந்தேன். அப்போது எனக்கு உள்ளேயிருந்து அம்மா அழைத்ததுபோல இருந்தது. வீட்டிற்குள் நுழைந்து அம்மாவிடம் கேட்டேன். அவர் என்னை அழைக்கவில்லை என்றார்.

மறுபடியும் நான் தெருவை நோக்கி நடந்தேன். சுள்ளென இறங்கிய வெயில், பருவம் தப்பிப்பெய்திருந்த மழைநீரை பூமியிலிருந்து உறிஞ்சத் தொடங்கியதைப் பார்த்தபடி நடந்தேன்.

சுமார் நாற்பது வயது மதிக்கத்தக்க ஒருத்தி தலையில் மூங்கில் கூடையுடன் ரயில் பெட்டிபோல என்னை முந்திச்சென்றாள். அந்த நடையின் வேகம் எனக்கு வழக்கமான ஆச்சர்யம்தான். அவள் பின்னால் செந்நிற நாயொன்று அரை வட்டமாகவும் முக்கால் வட்டமாகவும் சுற்றிக்கொண்டே போனது. அவள் தன் கையிலிருந்த ரொட்டிப் பிசிறினைக் கடித்துவிட்டு மீதத்தை விட்டெறிந்ததும் அதைக் கவ்விக்கொண்டு எதிர் திசையில், அதாவது என்னைக் கடந்து ஓடியது. எதையோ நினைத்தவாறு திரும்பிப் பார்த்துக் கொண்டே நடந்தேன்.

எனக்கு, தூரத்தில் ஒலிபெருக்கியில் யாரோ எதையோ அறிவிப்பதைப் போலிருந்தது. நான் அதற்குக் கூர்மையாகக் காதுகொடுத்தேன். இரண்டொருமுறை கேட்டவகையில் எனக்கு அறிமுகமில்லாத ஒருவரின் இரங்கல் அறிவிப்பாக இருக்கவே, அலட்சியம் செய்துவிட்டுப் பாக்கெட்டிலிருந்த மொபைலை எடுத்தேன். யமுனாவிடமிருந்து புதிய செய்திகள் எதுவுமில்லை. அவளுக்கு 'குட் மார்னிங்' அனுப்பியிருந்தேன். பதிலனுப்பியிருக்காத

அவளுக்கொரு மிஸ்டுகால் கொடுத்துவிட்டு மொபைலை பாக்கெட்டில் போட்டுக் கொண்டேன்.

என் வீதியின் ஓடிப்பில் நான் திரும்பியபோது எதிரே வந்த அழகு, எனக்கான பிரத்தியேகச் சிரிப்புடன் கடந்தார். அவரது வாயில் புகையிலை எச்சில் இல்லையென்றால், 'அப்பா வூட்ல இருக்கா...' என்றிருப்பார். எனக்கு அவரைப் பார்க்கும்போதெல்லாம் எதற்காகச் சலூனை மூடிவிட்டு சமையல் தொழிலில் இறங்கினாரென்று தோன்றும். அவரது அந்த முடிவினை நான் பைத்தியக்காரத் தனமென்றும் நினைத்ததுண்டு. பெரிய அளவில் முதலீட்டைக் கொட்டி கைநிறைய பணம் பார்ப்பதைக் காட்டிலும், கொஞ்சம் கையைக் கடித்தாலும் வயிறு நிறையச் சோறு போடுவதில் அவருக்கு நிம்மதி இருக்கலாம். அது அவர்பாடு என்று கடந்துவிடுவேன். இந்தபோதும் அப்படித்தான்.

யமுனாவிடமிருந்து மெசேஜ் வராத யோசனையில் பாக்கெட்டிலிருந்த மொபைலை எடுத்துத் துழாவிக்கொண்டே நடந்தேன். எனக்குப் பரிச்சயப்பட்ட அத்தனை பேரும் எண்களாக என் கையிலிருந்தனர். நான் யாரொருவரைப் பார்த்தும் ஒப்புக்காகக்கூடச் சிரிக்கவேண்டிய அவசியமற்ற சூழலில் காலத்தைக் கடத்திக் கொண்டிருக்கிறேன். அவர்களுக்கெல்லாம் ஸ்மைலியை அனுப்பிக்கொண்டே தெருவிலிருந்து நான்கைந்து தெருவை இணைக்கக்கூடிய ஒரு குறுக்குவெட்டு பிரதானச் சாலையில் நடந்து, பரபரப்புடன் இயங்கக்கூடிய முக்கியச் சாலையை அடைந்தேன். அந்தச் சாலையைக் கடந்து வலதுபக்கமாகத் திரும்பி, சில தப்படிகள் நடந்தால் கூட்டுறவு வங்கியின் மாடியிலிருக்கக்கூடிய நூலகத்திற்கு ஏறிவிடலாம். ஆக... என் வீட்டிலிருந்து நூலகத்திற்கான தூரமென்பது ஆங்கில 'Z' கோட்டின்மீது நடக்கக்கூடியது.

அந்த முக்கியச் சாலையின் ஓரத்தில் நின்றுகொண்டிருந்த நான் காலை நேரத்தின் அளவுக்கதிகமான பரபரப்பை வேடிக்கைப் பார்த்துக் கொண்டிருந்தேன். வாகனங்களிலிருந்து வெளியேறிய புகை வாடை என் நுரையீரலை அடைத்தது. நான் இரண்டொருமுறை செருமிக் கொண்டவாறு நூலகப் படியில் ஏறிக்கொண்டிருந்தேன். மிகவும் குறுகலான, செங்குத்தான அந்தப் படிக்கட்டில் முதியவரொருவர் இறங்கிவந்தார். அவர் என்னைக் கடந்து இறங்கும்வரை என் உடலை பக்கவாட்டாகத் திருப்பிக் கொண்டேன்.

13 | நியமம்

நூலகத்திற்குள் நுழைவதற்கு முன்னதாக அதன் வாசலிலேயே இரண்டு வேலைகளைச் செய்யவேண்டும். முதலில் என் மொபைலை சைலெண்ட்டுக்கு மாற்றிக்கொண்டேன். இரண்டாவதாக முகப்பிலுள்ள வருகைப் பதிவேட்டில் கையெழுத்திடவேண்டும். நான் கையெழுத்திட பார்த்தபோது அந்த ஏட்டில் மேற்கொண்டு தாள்கள் இல்லை. எனக்கு முன்னதாக அந்தக் கடைசித் தாளின் இறுதிக் கோட்டில் 'பூங்கோதை' என்று திருத்தமாக எழுதியிருந்தது. நான் நூலகத்திற்குள் மேய்ந்தபோது பனிரெண்டு வயது மதிக்கத்தக்கவளொருத்தி அமர்ந்திருந்தாள். நான் ஆச்சரியத்தில் புருவமேட்டை உயர்த்திக்கொண்டபடி பக்கம் தீர்ந்து போயிருந்த ஏட்டை எடுத்துக்கொண்டு நூலகரிடம் நீட்டினேன். தலையை உயர்த்தி என்னைப் பார்த்துவிட்டு எதையோ நினைத்துச் சிரித்துக்கொண்டபடி என் கையிலிருந்த ஏட்டை வாங்கித் தன் மேசைக்குக் கீழே வைத்துவிட்டு புதிய ஏடொன்றை எடுத்து எதையோ குறித்துவைத்துக்கொண்டு ஏட்டின் முகப்புப் பக்கத்தில் எதையோ எழுதிக்கொடுத்தார். அங்கேயே என் கையெழுத்தைக் கிறுக்கிவிட்டு அந்த ஏட்டை வாசலிலுள்ள மேசையில் வைத்துவிட்டு நூலகத்திலுள்ள மனிதர்களை மேய்ந்தபடி நுழைந்தேன்.

நீள அகலத்தில் பரந்துவிரிந்த விசாலமான கூடம் அது. சுற்றிலும் சன்னல்கள். காற்று உள்ளே நுழைவதற்கு எந்தத்தடையும் கிடையாது. ஓதுக்குப்புறமாகக் கிடந்த மிகப்பெரிய கருந்தேக்கு மேசையில், தினசரி, வாராந்திர, மற்றும் மாதாந்திர ஏடுகள் கிடந்தன. அந்த மேசையை நோட்டமிட்டவாறு சுற்றிவந்தேன். சில வாராந்திர ஏடுகளை எடுத்துப் புரட்டிய நான், அதிலொன்றின் நடுப்பக்கத்தி லிருந்த மினிமலிச ஓவியத்தைக்கண்டு வியந்தேன். அந்தக் கலை வேலைப்பாடு என்னை வெகுவாகக் கவர்ந்துவிட்டது. அதைக் கூர்மையுடன் பார்த்துக்கொண்டே இருந்தேன். அந்த ஓவியமானது ஒரு கட்டுரைக்கென வரையப்பட்டிருந்தது. அந்தக் கட்டுரையை நான் முழுமையாகவும் ஆழமாகவும் உழுதேன். என் வாசிப்புக்கு உட்பட்ட வகையில் அதன் நான்கு பக்க சாராம்சத்தையும் அதற்கென வரையப்பட்டிருந்த அந்த ஓவியம் உள் வாங்கியிருந்தது. ஆரம்பத்தில் நான் வியந்ததற்குக் காரணம், இந்த உள்ளடக்கத்தின் கலைவடிவமாகத்தான் இருக்கமுடியும். மறுபடியும் நான் அந்த வியப்பிலிருந்து மீள்வதற்குள் கட்டுரையானது என்னை வேறு பக்கமாக இழுத்துக் கொண்டுவிட்டது. இன்னொரு வகையில் சொல்வதானால் எனக்கு வேலை சார்ந்த அழுத்தத்தையும் அது

கொடுக்கத்தவறவில்லை. அதாவது 344 வகையிலான மருந்துகளுக்கு அரசாங்கம் தடையாணையை உறுதிப்படுத்தியிருந்தது.

## (ii)

எங்களுடைய மருந்துக் கம்பெனியின் அத்தனை விற்பனைப் பிரதிநிதிகளிலும் ஆகக் கெட்டிக்காரன்களில் நானும் ஒருவன்தான். இந்தப்பட்டத்தை எனக்கு நானே கட்டிக்கொள்ளவில்லை. என்னுடைய ஏ.எஸ்.எம்.தான் இப்படியொரு நல்ல பெயரை எனக்களித்தார். என்னுடைய நிறுவனத்தில் எனக்களிக்கப்பட்டிருந்த மாதாந்திர விற்பனை இலக்கைக் காட்டிலும் நான் ஒருபோது மிகக் கம்மியான இலக்கில் நின்றிருந்தேன். அப்போதுதான் என் திறமையை அவர் சுட்டிக்காட்டி இப்படியொரு பட்டத்தைக்கொடுத்தார். அதாவது நான் கடந்த மாதங்களிலெல்லாம் மற்ற யாவரைக் காட்டிலும் என் மொத்த சாமர்த்தியத்தையும் காட்டியிருக்கிறேன் என்றார்.

இந்த 344 மருந்துகளுக்கான தடையாணை என்பது எனக்கு மன உளைச்சலையும் வேலைச் சுமையையும் தரத்தக்கதுதான். போதாக் குறைக்கு என்னுடைய கம்பெனி நிர்வாகம் அடுத்தக்கட்ட வளர்ச்சிக் கான முனைப்பில்வேறு இருக்கிறது. ஆகவே இந்தச்செய்தியானது என்னுடைய அடுத்தடுத்த நாட்களின் நிம்மதியைக் காவுவாங்கிவிடும் என்கிற அழுத்தம் என் மண்டைக்குள் ஏறியது. சட்டென நான் இதிலிருந்து வெளியேறவேண்டுமெனத் தீர்மானித்தேன்.

உடனடியாக எனக்கு, சென்ற வாரத்தில் வாசிக்க விட்டுப் போயிருந்த வாராந்திர ஏடு குறித்த அட்டைப்படம் நினைவிற்கு வந்தது. அந்த ஏடானது மாநிலத்தில் லட்சம் பிரதிகளைத்தாண்டி விற்கக்கூடியது. அதை அந்த மேசையின்மீது தேடினேன். என் கண்ணில் சிக்காத அது ஒரு விவகாரம் பிடித்த முதியவரின் கையில் இருந்தது. அதைக் கண்டதும் எனக்கு எரிச்சலானது. வேறு வழியின்றி நூலகத்தின் சதுரமான கடிகாரத்தைப் பார்த்தபடி கீழே இறங்கி எதிரேயுள்ள தேநீர்க்கடையில் ஒதுங்கினேன்.

மாநகராட்சி பள்ளியை ஒட்டிதான் பேருந்து நிறுத்தம். அங்கே பார்வையை மேயவிட்டபடி பையிலிருந்த மொபைலை எடுத்து மறுபடியும் நேரத்தைப் பார்த்துவிட்டு, சைலெண்ட் மோடிலிருந்து நார்மல் மோடுக்கு மாற்றிக்கொண்டேன். பிறகு, நான் நின்று கொண்டிருந்த கடையில் ஒரு டீயைச் சொல்லி

உறிஞ்சிக்கொண்டவாறு இடப்புறமாகத் திரும்பிப்பார்த்தேன். யமுனா வரக்கூடிய அறிகுறிகள் ஏதுமில்லை. அவள் வழக்கமாகச் செல்லக்கூடிய மாநகரப்பேருந்துகூட அதன் நிறுத்தத்திலிருந்து நகர்ந்தது.

நான் தாறுமாறாக யோசித்தபடி வீடுநோக்கி நடந்தேன். எனக்கு எதிரே அவளது அப்பா வருவதைக்கண்டு நின்றுவிட்டேன். ஒன்பது மணிக்குப் பிறபாடு நான் அவரைப் பார்த்ததில்லை. அதிலும் இன்று தன்னுடைய காவலாளி உடுப்பைக்கூட மாற்றிக்கொள்ளாமல் வியர்க்க விறுவிறுக்கக் காணப்பட்டார். அவரது சைக்கிள் என்னைக் கடந்து போனதும் நான் ஓட்டமும் நடையுமாகப் பின்தொடர்ந்தேன். அவர் தன் சைக்கிளை மருந்துக்கடையொன்றின்முன் நிறுத்தியதும் எனக்குப் பதற்றம் அதிகமாகிவிட்டது. என்னுடைய யோசனை கண்ணாடி தெரிப்பைப்போலத் தாறுமாறாக ஓடியது.

ஒருகால் யமுனாவுக்கான மாதாந்திரப் பிரச்சினையினால் வயிற்றைச் சுருட்டிக்கொண்டு படுத்திருப்பாளோ என யோசிக்கையில் சென்ற வாரத்தில்தான் அவளொரு மூன்று நாட்களுக்கு விடுப்பெடுத் திருந்தது நினைவுக்கு வந்தது. மேலும் வேறு என்னவாக இருக்கு மென்கிற பரபரப்புடன், மருந்துக்கடையை நோக்கி நடந்தேன். அதற்குள்ளாக அவர் அந்தக் கடையிலிருந்து ஒரு மாத்திரைக் கவருடன் வெளியில் வந்தார். அப்போது நான் அவரருகில்தான் நின்றேன். அவர் அந்த மாத்திரைக் கவரை தன் கையில்கொட்டி புரட்டிப்புரட்டிப் பார்த்துக்கொண்டிருந்தார். நான் மொபைலைத் துழாவுவதைப்போல அந்த மாத்திரைகளை நோட்டமிட்டேன். காய்ச்சல், தலைவலி, சளித் தொல்லைக்கான மாத்திரைகளுடன் ஒரு சத்து மாத்திரையும் இருந்தது. இப்போதைக்கு நான் நிம்மதியடைந்தாலும் செய்தியில் படித்த வகையில் தடை செய்யப்பட்ட மாத்திரையில் ஒன்றும் அவரது கையில் இருந்ததால் நான் அர்த்தமற்று யோசிக்கத் தொடங்கினேன். அதாவது, அவள், தற்போது தடைசெய்யப்பட்டிருக்கும் பட்டியலில் இருக்கக் கூடிய மாத்திரையை உட்கொள்வதனால் ஏதேனும் விபரீதமாகி விடுமோ என்கிற கவலை எனக்கு வந்துவிட்டது. திடீரென என்னால் ஒன்றும் செய்வதற்கில்லை. அவர் கையிலிருப்பதற்கு ஈடான வேறொரு மாத்திரையை வாங்கிக்கொடுக்கலாமென்றால் எனக்கு அது சாத்தியமே இல்லாத ஒன்று. கடைக்காரன் எனக்கு நண்பனென்றாலும் அவன் வியாபாரத்தில் நான் தலையிடவும் முடியாது. மூன்றாவது யமுனா அளவிற்கு அவளது

அப்பாவும் எனக்குப் பரிச்சயமில்லாதவர். நாங்கள் ஒரே பகுதியைச் சார்ந்தவர்கள் என்பதால் வேண்டுமானால் சிலமுறை அவர் என்னைப் பார்த்திருக்கக்கூடும்.

உடனடியாக யமுனாவிற்கு அழைத்தேன். மூன்றாவது முறை எடுத்தாள்.

“என்னாச்சி...”

மறுமுனையில் அவள் எதையோ கேட்டாள். நான் வாகனங்கள் நெருதுளியாகும் முக்கியச் சாலையில் நின்றதால் அவள் கேட்டது எனக்குக் கேட்கவில்லை. மறுபடியும் அவளிடம் நான் என்னவென்று கேட்கவில்லை. நான் முதலில் கேட்டதையே கேட்டேன்.

“என்ன... என்னாச்சி?”

“உங்கப்பாவ மெடிக்கல் ஷாப்ல பாத்தேனே”

“அதற்கென்ன இப்போ” அதட்டலாகக் கேட்டாள்.

உதறலெடுத்த நான் “இல்ல... மாத்தர வாங்கிட்டு வந்தாரே... உனக்கா”

“ஆமா. எனக்குத்தான்”

நான் அவள் அப்பாவின் கையிலிருந்த ஒரு மாத்திரையின் பெயரைச்சொல்லி அதற்கு நிகரான வேறொரு மாத்திரையைக் குறிப்பிட்டு உன்னிடம் இருக்கிறதா என்றேன்.

“ஏன்...?”

நான் அந்த மாத்திரை தடைசெய்யப்பட்டிருக்கும் விசயத்தைச் சொன்னேன்.

“ஆமா... இவ்ளோ நாளா சாப்ட்டுட்டுத்தான இருந்தோம். திடீர்னு தடையாம். ரெண்டு வேள சாப்ட்டா செத்துப் போயிற மாட்டோம். என்ட்ட வேற மாத்தர இல்ல. என்ன மாத்தர அது?” என்றாள். நான் சொன்னேன்.

“ஏன்...? உனக்கு அந்த மாத்தரையின் கெடுதல் தெரியாமலா நீ ரெப்-பா இருக்க? இந்தக் காம்பினேஷன்ல உங்க கம்பெனி மாத்தர இருக்கே... அதுக்கு நீ டாக்டர்ட்ட எழுதச்சொல்லி நிக்கமாட்டியா இனி? ஹோல்சேலர்ட்டையும் ரீட்டைலர்ட்டையும் டீல்

பேசமாட்டியா இனி? இல்ல... இன்னியிலேருந்து நீ வேலைக்குப் போகப் போறதில்லையா? என்னதாம்ப்பா சொல்ல வர்ற? அதெல்லாம் எனக்குத் தெரியாதுன்னா?”

அவள் இப்படிக் கேட்டதற்குப் பிற்பாடு இந்த மாத்திரை விசயத்தில் நான் ஏன் இத்தனை மிகையுணர்ச்சிக்கு ஆளானேனென்பது புரியவில்லை. இரண்டு காரணங்களுக்காக நான் வெட்கப்பட்டேன். ஒன்று, மிகையுணர்ச்சிக்கு உட்பட்டது. இன்னொன்று, அவள் பேசிய அறம் குறித்துச் சிந்திக்கத் தகுந்தவனல்லாத நான், வெறும் ஊதியத்திற்காக மட்டும்தான் இந்த வேலையில் இருக்கிறேன் என்பதற்காக.

ஊதியம் குறித்த காரணத்திற்காக, சந்தைப்படுத்துதல் குறித்து அவள் சொன்ன விசயங்களை, அதாவது டீல் பேசக்கூடிய விசயங்களை என்னால் கணக்கிலெடுத்துக்கொள்ளமுடியவில்லை. இந்த விசயத்தில் நான் எல்லோரையும்போலச் சமரசமடைந்தேன். பிறகு மொபைலை இன்னொரு காதிற்கு மாற்றிக்கொண்டே அவளிடம் சொல்வதற்குக் காரணங்களற்று நடந்தேன்.

யமுனா எப்போது இணைப்பைத் துண்டித்தாளென தெரியவந்த போது நான் எங்கே செல்கிறேனென்று புரியாமல் அங்கும் இங்குமாகத் திரும்பிப் பார்த்தேன். பிறகு வந்தவழியே திரும்பினேன்.

மருந்துக்கடை முதலாளியான எனது நண்பரும் நானும் வியாபாரம் சார்ந்து பேசத் தொடங்கினோம். D.C.G.I-யால் தடை செய்யப்பட்ட மருந்துகள் குறித்த விவாதம் எங்களுக்குள் சூடு பிடித்தது. ஃபிக்ஸட் டோஸ் காம்பினேசனை மருத்துவர்கள் பரிந்துரைப்பது பற்றிக் கலந்துரையாடினோம். ஃபார்மா கம்பெனிகள் இணைந்து இதற்குத் தடைவாங்குவதற்காக வலுவான முன்னெடுப்புகளை மேற்கொள்ளக்கூடும் என்றார் அவர். நான் அவருடைய கருத்தை ஆமோதித்தேன். அவர் சொன்ன கருத்துப்படி விற்பனைக்கான இந்தத் தடை நீடிக்காது என்றார். நான் ஆமாம் என்றேன். விரைவிலேயே ஸ்டேட்டஸ் க்வோ (*status quo*) முறையில் விற்பனைசெய்ய நீதிமன்றம் அறிவுறுத்தலாம் என்றேன். அதாவது, இந்தத் தடையாணை குறித்து இறுதியான முடிவு வரும்வரையில் தற்போதைய நிலையே தொடர நீதிமன்றம் அறிவுறுத்தலாம் என்றேன். இதையும் நண்பர் ஆமோதித்தவாறு அவரது வியாபாரத்தில் பரபரப்பாக இயங்கினார்.

இவ்வாறு எங்களுக்குள் உரையாடல் தொடர்ந்தது. அந்தபோது நான் கட்டுரையில் வாசித்த வகையில் அதில் பட்டியலிடப்பட்டிருந்த தடைசெய்யப்பட்ட இருமல் மருந்து, எப்படியும் பத்து பன்னிரண்டு பாட்டில்களுக்குமேல் விற்றுத்தீர்ந்தது. அதை வாங்கிச் சென்றவர்கள் பள்ளிக்கூட மாணவர்களும் உடலுழைப்புத் தொழிலாளர்களும்தான். குறிப்பிட்ட தேவை கருதிய பயன்பாட்டிற்கென அவர்கள் அதை வாங்கியிருக்கவில்லையென்று மிகத்தெளிவாகவே தெரிந்தது. இது குறித்த சந்தேகத்தை நண்பரிடம், "போதைக்கு வாங்குகிறார்களா" என்று திட்டவட்டமாகக் கேட்டேன். "ஏன்... உனக்குத் தெரியாதா" என்றார். சிரித்துக்கொண்டேன். அவர் தன் வியாபாரத்தில் மிகப் பரபரப்பாக இயங்கத் துவங்கியதும் எங்களுக்குள் உரையாட ஏதுமற்ற சூழல் இயல்பாகவே உருவானது. நான் அவரிடம் சொல்லிக்கொண்டு கிளம்பினேன்.

## 03

அன்றைக்குக் காலையில் ரொசாரியோ தன் வீட்டுத் திண்ணையின் இடப்புறமாகப் படுத்திருந்தார். நீள அகலத்தில் ஆறுக்கு நான்கு அளவிலிருந்த அந்தத் திண்ணையிலிருந்து நீட்டுவதற்கு இடமின்றி காலைத் தொங்கப்போட்டிருந்தார். அப்போது அவர் தன்னுடைய காவலாளி உடுப்பின் மேல்சட்டையைக்கூடக் கழற்றியிருக்கவில்லை. வேலைமுடிந்து வந்ததும் அப்படியே சாய்ந்திருக்கக்கூடும். எண்ணெய் வழிந்த அவரது முகத்தில் ஓட்டை ஓட்டையான சூரியப் புள்ளிகள் பக்கவாட்டாக இறங்கிக் கொண்டிருந்தது. அதன் இடையூறு தாங்காமல் சட்டென எழுந்தவர், சீக்கிரமே கீற்று வேய்ந்துவிட வேண்டும். திடீர் திடீரென மழைவேறு பெய்கிறதென முணுமுணுத்தவாறு, தான் படுத்திருந்த நீலநிற விரிப்பை மடிப்பிற்கு மடிப்பாக உதறிக்கொண்டிருந்தார். மடித்துவிட்ட விரிப்பைக் கொடியில் தொங்கப்போட்டவர், சந்துப்பாதை வழியாக வீட்டின் பின்புறத்திற்குச்சென்று, கையில் பிளாஸ்டிக் குடத்துடன் தெருவிலுள்ள பொதுக் குழாயடியை நோக்கி நடந்தார்.

மறுபடியும் அவர் வீட்டிற்குப் பின்புறம் போகையில் கதவைத் திறந்துகொண்டு வெளியே வந்த யமுனா, ஒரு கையால் கண்ணைக் கசக்கிக்கொண்டபடி மறுகையால் கொடியில்

கிடந்த போர்வையை ஒதுக்கிவிட்டாள். வலப்புறமுள்ள சிறிய திண்ணையை ஒட்டி ரொசாரியோவின் சைக்கிள் நின்றது. அதன் சீட்டில் கைவைத்தவாறு சந்துப் பக்கமாகத் திரும்பினாள்.

அங்கே ரொசாரியோ கரிபிடித்த பாத்திரத்தின் கீழ் அடுப்பை மூட்டிக் கொண்டிருந்தார். அவரை நோக்கி நடந்தவளிடம் மகளின் காய்ச்சல் குறித்து விசாரித்தார். வியர்வையில் தொப்பலாக நனைந்திருந்த யமுனா, இருமியபடி "முன்னைக்கு இப்போ தேவலாம்" என்றாள்.

இன்றைக்குக் குளிக்க வேண்டாம். நாளை குளித்துக் கொள்ளலாம் என்றார் ரொசாரியோ. மறுத்தவள் குளித்துவிட்டு வேலைக்குக் கிளம்பவேண்டும் என்றாள். வேலைக்கும் இன்றைக்கு ஒருநாள் பார்த்துக்கொண்டு நாளை போகலாமே என்றார். அவரது கோரிக்கையை மறுத்த யமுனா, இம் மாதத்தில் இதுவரையில் மூன்று நாட்கள் விடுப்பு எடுத்துவிட்டதைச் சொன்னாள். அதனாலென்ன? என்றார். மாதத்தில், ஞாயிற்றுக்கிழமை நீங்கலாக அவசியப்பட்டால் நான்கு நாட்கள் வரை விடுப்பெடுக்கமுடியும். அதற்குமேல் முடியாது. சம்பளத்தில் கைவைத்து விடுவார்கள் என்றாள். சம்பளத்தில் பிடித்தால் பிடித்துக்கொள்ளட்டும். பரவாயில்லை என்றார். யமுனா கேட்பதாக இல்லை. போயே ஆகவேண்டுமென்று குளிப்பதற்கு இறங்கினாள். மேற்கொண்டு இழுத்துக்கொண்டால் யாரால் பார்க்கமுடியும்? கவலையாகச் சொல்லிக்கொண்ட ரொசாரியோ வாசலுக்கு நடந்தார். யமுனா அவரிடம் கடைத்தெருவில் ஏதாவது சாப்பிட வாங்கிவரச் சொன்னாள். என்ன வேண்டுமெனக்கேட்டவரிடம், எனக்கு இட்லி. உனக்கு எதுவோ அது என்றாள். தலையாட்டியவாறு வீட்டிற்குள் நுழைந்தவர், உடையை மாற்றிக்கொண்டு கிளம்பினார்.

எனக்குத் தெரிந்தவரையில் யமுனா, கல்லூரி முடித்ததற்குப் பிற்பாடு ஒருவருடம் வரையிலும் தொடக்கப்பள்ளிக் குழந்தைகளுக்கு மாலைநேரத்தில் வகுப்பெடுத்தாள். எதனாலோ மறுவருடத்திற்குப் போதுமான அளவில் பிள்ளைகள் வரவில்லை. அதன்பிறகுதான் இந்த ஏஜென்ஸியில் சேர்ந்தாள்.

பழைய பேருந்து நிலையத்தில் இறங்கி தெற்கு வீதியில் அரைப் பர்லாங்கு நடந்தால் அந்த ஏஜென்ஸி. மிகவும் பரபரப்பான வீதி. இரண்டு வருடமாகப் போகிறாள். நாலாயிரம் சம்பளம். சேர்ந்த புதிதில் மூவாயிரமாக இருந்தது, ஆண்டொன்றுக்கு ஐநூறு வீதம் உயர்ந்திருந்தது. தினப்படி இருபதும், நாளொன்றுக்கு இரண்டு நேரம்

தேநீரும் எப்போதைக்குமானது. பத்து பண்ணிரண்டு பெண்களும், இருபதுக்கும் மேற்பட்ட ஆண்களும் வேலையிலிருக்கின்றனர். அவரவரின் திறமைக்குத்தக்கபடி அங்கே சம்பளத்திலும் தினப் படியிலும் ஆதாயமடையலாம்.

முதலாளி தினமும் காலையில் ஒன்பது மணிக்கெல்லாம் ஏஜென்ஸியைத் திறந்துவிடுவார். அவர் வரக்கூடிய நேரத்திற்கு ஏஜென்ஸியின் மேலாளரும் இன்னும் சிலரும் வந்திருக்கவேண்டும். ஏனைய ஆட்கள் பத்து மணிக்குள்ளாக வந்துவிடவேண்டும். கிராமத்திலிருந்து வரக்கூடிய சிலருக்கு மட்டும் பத்துப்பதினைந்து நிமிடம் வரையிலும் தாமதமாக வர சலுகை உண்டு.

நான் என் வேலை நிமித்தம் அத்தனை ஏஜென்ஸிகளுக்கும் செல்லவேண்டியதென்பது கட்டாயமாதலால் யமுனாவின் ஏஜென்ஸி குறித்த விபரங்கள் எனக்குத் தெரியும்.

ஆனால் அவளுடைய வேலை என்னவென்று சேர்ந்த புதிதில் என்னிடமவள் சொன்னபோது நான் சிரித்துவிட்டேன். சில்லரை மருந்துக்கடைகளிலிருந்து வரக்கூடிய ஆர்டருக்கு இன்வாய்ஸ் பிரகாரம் மருந்து எடுத்து வைக்கவேண்டுமாம்... அதை இன்னொரு பெண் சரிபார்த்து அட்டைப்பெட்டியில் அடுக்கி டெலிவரி ஏரியாவிற்குத் தள்ளிவிடுவாளாம்... அன்றைக்கு நான் அவள் முன்னாள் ஓயாமல் சிரித்துக்கொண்டே இருந்தேன். பிறகு அவள் என் சிரிப்பில் நக்கல் தொனி இருந்ததைப் புரிந்துகொண்டதற்குப் பிறகு கம்மென்றாகி விட்டாள்.

சுமார் நாற்பது ஐம்பதுக்கு மேற்பட்ட முன்னணி மருந்துக் கம்பெனிகளின் ஸ்டாக்கிஸ்ட் என்பதாலும் நகரத்தின் மத்தியில் இயங்கக்கூடியது என்பதாலும், ஆர்டர் வந்து குவிந்தபடியே இருக்கும். தினம் ஒரு கம்பெனியிலிருந்தாவது லாரி வரும். அதைச் சரிபார்த்து இறக்கவேண்டும். ஏறத்தாழ ஒரு தொழிற்சாலையைப்போல இயங்கக்கூடிய இடத்தில், கணினியானது, பலரது வேலையைப் பார்த்துக் கொண்டாலும், யாராவதொருவர் விடுப்பெடுக்கநேரிட்டால்கூட ஏனையோரது மூட்டு நழுவக்கூடிய வேலைப் பளு இருக்கும்.

ரொசாரியோவிற்குத் தன் மகள் இன்றைக்கு வேலைக்குச் செல்வதில் கொஞ்சமும் விருப்பமில்லை. காலையுணவு வாங்கிக் கொண்டு திரும்பியிருந்தவர் மறுமுறை சொல்லிப்பார்த்தார்.

யமுனா தன் அப்பாவிடம், கடந்த மாதத்தில் திடீரென ஒருத்தி வேலையிலிருந்து நின்றுவிட்டிருந்ததையும், அந்த இடத்திற்குப் புதிதாக ஒரு ஆளைச் சேர்ப்பதற்கு ஏழெட்டு நாட்கள் ஆகிப்போயிருந்ததையும், அந்த நாட்களில் தானும் ஏனையோரும் அதிக வேலைப்பளுவில் அல்லாடிப் போனதையும் சொன்னாள். போகவும், வீட்டில் தனியாக இருந்தால் நேரத்தை ஓட்டுவதற்குப் பெரும்பாடாகிவிடும் என்றாள். ரொசாரியோ எதையோ சொல்லமுற்பட்டார். பிறகு, எதுவும் பேசாமல் வாங்கி வந்திருந்த உணவுப் பொட்டலத்தைக் கொடுத்தார்.

அடுத்த அரைமணி நேரத்தில் பேக்கை எடுத்துக்கொண்டு கிளம்பிவிட்ட யமுனா, சாப்பாட்டுப் பொட்டலத்தைப் பிரித்துக் கொண்டிருந்த தன் அப்பாவிடம் "பணம் இருந்தா குடு. பவுடர் டப்பா, டூத் பேஸ்ட், கடிகாரத்துக்குப் பேட்டரியெல்லாம் வாங்கணும்" என்றாள்.

தன்சட்டைப் பையில் இருப்பதாகச் சொன்னவர், "மதியத்திற்குச் சாதம் வடித்துக் கொண்டுவருகிறேன்" என்றார்.

அவரது சட்டைப் பையைத் துழாவிக்கொண்டிருந்தவள், "வேண்டாம். காபி பேலஸில் சாம்பார் சாதம் வாங்கிக்கிறேன். நீ தூங்கி ரெஸ்ட் எடு" என்றபடி இரண்டொரு அடுக்குத் தும்மலுடன் இருமவும் செய்தாள். இன்னிக்கு ஒருநாள் லீவெடுத்தாத்தான் என்ன என்ற தன் அப்பாவிடம் சொல்லிக்கொண்டுவிட்டு நடந்தாள்.

வெயில் சுள்ளென இறங்கியது. வாசலுக்கு முன்னால் தொங்கிய கிரேந்திப் பூச்செடியின் இலையை இழுத்துவிட்டபடி படலைத் திறந்துகொண்டு வெளியே வந்தாள். எதிரே தோள்பட்டையில் வெள்ளை முடிச்சுகளுடன் காரியப் படித்துறைக்கு வந்தவர்களைக் கண்டு அந்தச் சாலையின் ஓரமாக நடந்தபடி தன் தோள்பையிலிருந்த மொபைலை எடுத்துத் துழாவத் தொடங்கினாள். குறிப்பாக அவள், '*paracetamol B+*' என்கிற பெயரிலிருந்த செய்திகளையெல்லாம் ஆராய்ந்தாள்.

அவளது மொபைலில் எனக்கு '*paracetamol B+*' என்பதுதான் பெயர்.

நான் மிகநீண்ட செய்தியாக எதையும் அனுப்பியிருக்கவில்லை. 'குட் மார்னிங். ஹேவ் அ நைஸ் டே' என்றுதான் அனுப்பியிருந்தேன். ஆனாலும் இறுதியாக, 'வணக்கம் பெண்ணே. அத்தனை மெசேஜ் அனுப்பியிருக்கிறேன். ஒன்றிற்குக்கூடவா பதில் அனுப்பக்கூடாது?'

என்றும் அனுப்பியிருந்தேன். அதை வாசித்தவள், தன்னை மீறியச் சிரிப்பைக் கட்டுப்படுத்தமுடியாமல் தடுமாறினாள். பிறகு, திடீரென எதையோ நினைத்துக் கொண்டபடியும், முகத்தை இயல்பாக்கிக் கொண்டபடியும் நடந்தாள்.

யமுனாவிற்குச் சம்பிரதாய விசாரிப்புகள் என்பது அறவே பிடிக்காத ஒன்று. 'குட்-மார்னிங். ஹேவ்-அ-நைஸ்-டே. டேக்-கேர்' என்பதெல்லாம் எந்த வகையிலும் அடுத்தவர்களை ஊக்கப்படுத்துவதற்கான வார்த்தைகள் அல்ல என்கிற எண்ணம் கொண்டவள். பணி இடங்களிலும், பழக்கவழக்கம் சார்ந்தும், பதில் மரியாதைக்காகச் சொல்லவேண்டி வந்தாலும், மேம்போக்காகச் சொல்லிவிட்டு, 'ஆமா... குட்மார்னிங். குட் நைட்டு... மண்ணாங்கட்டி. போவியா...' என்று முணுமுணுத்துத் தீர்ப்பாள். இதை நான் பலமுறை கேட்டிருக்கிறேன். ஆனாலும்கூட 'paracetamol-B+'வாகிய என்னிடமிருந்து இப்படியான சம்பிரதாய விசாரிப்புகள் வருவதை அவள் விரும்பக்கூடியவளாக இருந்தாலும் பதில் மரியாதையெல்லாம் செய்யமாட்டாள். இப்போது நான் மெசேஜில் கேட்டிருந்ததைப்போல அவளை நேரில் பார்க்கும்போது கேட்டேனென்றால் 'மண்ணாங்கட்டி... போவியா...' என்று வெளிப்படையாகவே சொல்வாள்.

# 04

என் தெருவின் ஒடிப்பில் யமுனா திரும்பியதைக்கண்ட நான், மருந்துப்பையை முதுகில் மாட்டிக்கொண்டு வேகமாக வண்டியைக் கிளப்பினேன்.

எதிரே ராமலதா தன் கணவனுடன் வந்தாள். எனக்கும் அவளுக்கும் பார்வையால் மட்டும் பகிரப்பட்ட காதலொன்று இருந்தது. எங்கள் இருவருக்குமே ஒரே வீதிதான். சில மாதங்களுக்கு முன்னர்தான் அவள் திருமணமாகிப் போயிருந்தாள். எனக்கும் அவளுக்குமான ஒரு பிரத்தியேக சந்திப்பை நாங்கள் எப்போதும் மறப்பதற்கு முடியாது.

அது அத்தனை சுவாரஸ்யமான ஒன்று. இன்று போலவே தெருவின் ஒடிப்பில் நாங்கள் இருவரும் அன்றைக்குச் சந்திக்க நேர்ந்தது. அப்போது எங்களது தட்டச்சுக் கூடத்தின் நிர்வாகியானவர்

தன்னுடைய கறுப்புநிற பைக்கில் பிரதானச் சாலையை நோக்கிய மிதவேகப் பயணத்தில் இருந்தார். நாங்கள் மூவரும் சந்தித்துக் கொண்ட இடமானது வீடுகள் நிறைந்த மூன்று நான்கு சிறிய வீதிகளை இணைக்கக்கூடிய ஒரு சந்திப்பு.

அவரது மனதில் எங்களைப்பற்றிய ஏதோ கருத்துருவாக்கம் இருந்திருக்க வேண்டும். அல்லது எங்களைப்பற்றி அவருக்குத் தீர்மானமாக எதுவோ தெரிந்திருக்கவேண்டும். அந்த வகையில் அவர் எங்களிருவரையும் ஆழமாக ஊடுருவிப்பார்த்தபடியே வந்தார். அப்போது நாங்கள் யாராலும் மொழிபெயர்க்கமுடியாத மொழியில் பேசிக்கொண்டே அவரவர் பாதையில் நடந்து கொண்டிருந்தோம். வசீகரமான அவளது கண்கள் என்னை எப்போதுமே வலிமையாகச் சிறைபிடித்துக்கொள்ளும் அதிலிருந்து நான் விடுபடுவதற்குச் சிலமணி நேரங்களாவது எடுக்கும். ஆனால் இன்றைக்கு அப்படியில்லை.

நாங்கள் சற்றும் எதிர்பாராத நேரத்தில் அந்த ஓடிப்பில் தட்டச்சுக் கூடத்தின் நிர்வாகி பைக்கிலிருந்து சறுக்கி விழுந்தார். அந்தபோது நாங்களிருவரும் குபுக்கெனச் சிரித்துவிட்டோம். ஆமாம். நான் நிச்சயமாகச் சொல்வேன். அவர் ரோட்டைப் பார்த்துப் போயிருந்தாரானால் அவருக்கு இந்தச் சறுக்கல் நிகழ்ந்திருக்காது. நல்லவேளையாக அவர் முழுக்கைச் சட்டை அணியக்கூடியவர் என்பதால் சிறு சிராய்ப்புக்கூட இல்லாமல் தப்பித்துக்கொண்டார். முறையாக நாங்கள் இருவருமே மனிதாபிமான அடிப்படையில் பதறியிருக்கவேண்டும். இல்லையேல் அவரது தட்டச்சுக் கூடத்தில் பயின்றவர்கள் என்கிற முறையிலாவது நாங்கள் பதற்றமடைந்திருக்க வேண்டும். அல்லாது போனால் நாங்கள் முகத்தையாவது பாவமாக்கிக் கொண்டிருக்கலாம். அன்றைக்கு நாங்கள் அவரை நையாண்டி செய்யவில்லையென்றாலும் எங்களது அந்தச் செயல் தவிர்க்க முடியாததாக அமைந்துவிட்டிருந்தது.

அதன் பிறகு நானும் ராமலதாவும் எப்போது பார்த்துக் கொண்டாலும் அந்தச் சம்பவம் எங்களுக்குள் தன்னெழுச்சியாகிவிடும். அச்சமயங்களில் நாங்கள் கட்டுப்படுத்த முடியாத வகையில் குபீரெனச் சிரிக்கத்தான் வேண்டியிருந்தது. இறுதியாக நான் அவளது திருமணத்திற்குப் போயிருந்தபோதுகூட மணக்கோலத்தில் இருந்தவள் என்னைக்கண்ட மாத்திரத்தில் அப்படியொரு சிரிப்பைத்தான் வெளிப்படுத்தினாள்.

தூரத்தில் கணவருடன் வரக்கூடிய இந்த நேரத்தில் நான் அவளது முகத்தை எதிர்கொள்வதா வேண்டாமா என்கிற குழப்பத்தில் போய்க்கொண்டிருந்தேன். அவள் வருவதை நான் கண்டுகொண்டதைப் போலவே, என்னையும் அவள் கவனித்தாள். கணவனுடன் பேசிச் சிரிக்கும் சாக்கில் எனக்கான தலையசைப்பில் புருவமேட்டை உயர்த்தி வழக்கமான புன்னகையை எனக்குக் கடத்தினாள். நான் பதிலுக்குச் சிரிப்பதா வேண்டாமா என்று தடுமாறினாலும் என்னைப் பழைய நினைவுகள் கட்டிப் போட்டன. அப்போது என்னை மீறிய உணர்ச்சியை நான் வெளிப்படுத்தினேன். அதேபோது என்னுடைய ஒரு கனவில் அவள் மூளைக்கட்டி வந்து இறந்துபோனது எனக்கு நினைவிற்கு வந்தது. நான் அதை யோசித்துக்கொண்டே தூரத்தில் நடந்து கொண்டிருந்த யமுனாவை நோக்கி விரைந்தேன். ஏறத்தாழ அவள், போக்குவரத்தால் சிக்கித்தவிக்கக்கூடிய முக்கியச்சாலையை நெருங்கிவிட்டிருந்தாள். எதேச்சையாக நான் அந்தப் பிரதானச் சாலையைப் பார்த்தபோது அவள் வழக்கமாகச் செல்லக்கூடிய மாநகரப்பேருந்து கடந்துபோனது. அவள் தன் மணிக்கட்டை வெளிப்பக்கமாகப் புரட்டி நேரத்தைப் பார்த்துவிட்டு நடையின் வேகத்தைக் கூட்டினாள்.

பேருந்து நிறுத்தமானது வழக்கத்திற்கு மாறான கூட்டத்தில் வழிந்தது. இவள் செல்லக்கூடிய பேருந்துமேகூட அப்படியொரு கும்பலால் பிதுங்கியதால் இந்த முக்கியப் பேருந்துநிறுத்தத்தில்கூட அது நிற்காமல் கடந்தது. அதைக்கண்டவள், நடையின் வேகத்தைக் குறைத்து வழக்கமாக நடக்கத் தொடங்கினாள்.

வாய்ப்பிற்காகக் காத்திருந்தவன்போல நான் சட்டென அவளை யொட்டி பைக்கை நிறுத்தினேன். அவள் என்னை நோக்கி மூக்கை விடைத்தாள். பைக்கைத் தள்ளிக்கொண்டு நான் கூடவே நடந்தேன். மறுபடியும் அவள் என்னை முறைப்பாகப் பார்த்தாள். நான் கண்டுகொள்ளாதவனாய் அவளது காய்ச்சல் குறித்து விசாரித்தேன். அவள் அலட்சியமாக “தேவலை” என்றுவிட்டு நடந்தாள். நான் தொடர்ச்சியாகப் பேச்சுக் கொடுத்தேன். யமுனாவிற்குச் சம்பிரதாய விசாரிப்புகளைப் போலவே இப்படி வழியில் நிறுத்திப்பேசுவதென்பதும் அறவே பிடிக்காத வேலை.

சட்டென அவள் என்னிடம் “நீ கௌம்பு. இப்டி வழியில நின்னெல்லாம் பேசற வேல வச்சுக்காதே” என்றாள். நான் கம்மென்று நடந்தேன். அவள் அங்கும் இங்குமாகத் திரும்பிப்

பார்த்துவிட்டு "ப்ச்... எத்தன தடவ சொல்லிருக்கேன். போயா" என்றாள். எனக்கு அவளது குணம் தெரியும். நான் உம்மணா மூஞ்சியாகப் பைக்கில் ஏறினேன்.

பிறகு அவள் என்ன யோசித்தாளோ தெரியாது. திடீரென என்னைப் பார்த்து "இரு இரு. என்னைய எங்க ஆபீஸ்ல எறக்கிவுடு" என்று பைக்கைச் சுற்றிவந்தாள். எனக்குள் ஓடிக்கொண்டிருந்த இரத்த ஆறு உடைப்பெடுத்தது. அவள் பேருந்து நிறுத்தத்திலிருந்த கூட்டத்தைக் கணக்கிலெடுத்துக் கொண்டுதான் இப்படிச் சமரசத்துக்கு வந்திருக்கிறாளென்றாலும் எனக்கு லாட்டரி அடித்திருக்கையில் நான் கண்டபடி யோசிக்கவில்லை. யமுனா, இதுபோல வெட்டவெளியில் தவிர்க்க முடியாதபோது இரண்டொருமுறை என்னுடைய பைக்கில் ஏறியிருக்கிறாள்தான். ஆயினும்கூட அவள் இந்தபோது எதற்கு வம்பென்று துப்பட்டாவால் முக்காடு போட்டு கடித்துக்கொண்டாள்.

அவளை என் பைக்கில் ஏற்றிக்கொண்டதும் நேர்கோட்டு பயணத்தில் '+' வடிவ சாலையின் கீழ்க்கோட்டில் ஏறிக் கொண்டிருந்தேன்.

எனக்கும் ராமலதாவிற்குமானதை நான் யமுனாவிடம் ஒருபோது சொல்லியிருந்தேன். அந்த வகையில் அவள் போனதைப் பார்த்தவள் என்னிடம் கேட்டாள்.

"ராமலதா வந்துருக்காங்க போல"

நான் அந்தபோது பெட்ரோல் பேங்கை நெருங்கிக் கொண்டிருந்தேன். என் பைக்கின் பெட்ரோல் நிலைமை என்னவென்று என்னால் அப்போது யூகிக்கமுடியவில்லை. ஒரு குழப்பமான மனநிலையில் அவளுக்கு நான் "ம்ம்" என்று பதிலளித்தேன். சில இக்கட்டான நேரங்களில் இந்தக் குழப்பத்தை வைத்துக்கொண்டு எதையும் சமாளிக்க முடியுமென்கிறதை நான் பல நேரங்களிலும் உணர்ந்திருந்தேன். அவள் மறுகேள்வியைக் கேட்டாள்.

"அவங்க உன்னப் பார்த்தாங்களா" அதற்கும் நான் "ம்" என்றதோடு சரி. அத்தோடு அவளும் கேள்வியை நிறுத்திக்கொண்டாள்.

நான் அந்த '+' வடிவ சாலையின் மையத்திற்குச் சென்றதும் இடப் புறமாகத் தப்பித் தவறியும் திருப்புவதற்கில்லை. யமுனாவை அவளுடைய ஏஜென்ஸியில் இறக்கிவிடவேண்டுமானால் நான் வலப்புறமாகத் திரும்பி, அரை பர்லாங்கு தூரத்தில் இடது

ஒடிக்கவேண்டும். இல்லையேல் இந்த நேர் சாலையிலேயே சென்று வலது ஒடிக்க வேண்டும். என்னுடைய நோக்கமெல்லாம் நேராகச்சென்று வலது ஒடித்துப் போகவேண்டும் என்பதுதான். காரணம், அவளை ஒரு கால் பர்லாங்குக்கும் மேலாக என்னுடைய பைக்கில் வைத்துச் சுற்றமுடியும் என்பதுதான்.

ஆனால் என் அமுக்குனித்தனம் அவளிடம் எடுபடவில்லை. அவள் சுதாரித்துக் கொண்டுவிட்டாள். நான் சுற்றுவதை அவள் மிச்சப்படுத்திவிட்டபிறகு இனி நான் எந்தச் சாக்குப்போக்கும் சொல்வதற்கில்லாமல் அந்த வடக்கு வீதியில் திரும்பினேன்.

நான் அவளது ஏஜென்ஸியை நெருங்கியபோது நான்கைந்து கட்டிடத்திற்கு முன்னாலேயே என்னை நிறுத்தச்சொல்லி இறங்கிக்கொண்டாள். என் ஆசையில் நான்கைந்து கட்டிடத்து மண்ணள்ளிப் போட்டுவிட்டாளே என்று நான் முணுமுணுத்துக் கொண்டிருந்தேன். என் வாயசைவைப் பார்த்தவள் “என்ன என்னமோ சொல்லிக்கிட்ருக்க” என்றாள். தோள்பட்டையைக் உலுக்கி உதட்டைப் பிதுக்கினேன்.

பிறகு அவள் தன்னுடைய பர்ஸை துழாவிக்கொண்டபடி “வர்ற வழியில ஒரு பரதேசிப்பய கட்டடிச்சப்ப திட்டிக் கிட்டே பிரேக் அடிச்ச பாரு...? அதுபோலக் காசுக்கடைத் தெருவுக்கும் முன்னாடியுள்ள பள்ளத்திலேயோ அடுத்தாப்ல இருந்த திருப்பத்திலயோ பிரேக் அடிச்சிருந்தேன்னு வச்சுக்கோ... அங்கேயே எறங்கியிருப்பேன்” என்றாள். என்னிடம் பேசுவதற்கு எதுவுமில்லை. எதுவோ புரிந்தும் புரியாததுமாய்த் திருதிருவென விழித்தேன். சிறிய மௌனத்திற்குப் பிற்பாடு அவள் என்னைச் சாடையாகப் பார்த்தபடி “என்னோட நம்பருக்கு மொபைல் டேட்டா ரீசார்ஜ் பண்ணிவிடுறியா? கடையில போயி நிக்க முடியாது” என்றாள். சரி என்றேன். “இந்தா... முழு நோட்டா இருக்கு. பாக்கிக் குடு. வேற பணமில்ல என்ட்ட. ஜாமான் கொஞ்சம் வாங்கணும்” என்றாள். நான் எப்படி அவளிடம் பணம் வாங்குவது? என்னிடமும் சில்லரை இல்லை என்றேன்.

# 05

## (i)

என் நிறுவனத்தின் அட்டவணைப்படி இன்றைக்கு எனக்கு வெளியூர் மார்க்கெட்தான். ஆனால் காலையிலேயே என்னுடைய ஏ.எஸ்.எம். எனக்கழைத்துத் தடைசெய்யப்பட்ட மருந்துகளுக்கான விற்பனையைத் தொடர்வதில் சிக்கலில்லை என்கிற விழிப்புணர்வு வேலைக்குப் பணித்திருந்ததால், இன்றைக்கு அட்டவணைப்படி பணியாற்றவேண்டிய அவசியமில்லை. இந்தச் சலுகையை உள்ளூர் மார்க்கெட் பார்ப்பதற்காகப் பயன்படுத்திக்கொள்ளத் திட்டமிட்டேன். அதுநிமித்தம் அவரிடம் உள்ளூர் வேலைகள் நிலுவையில் கிடப்பதைப் பட்டியலிட்டு அதை முடிக்கிறேனே என்றேன். அவரிடமிருந்து மறுப்பில்லை. யமுனாவை ஏற்றிக்கொண்டு வந்தபோது இதை அவளிடம் சொல்வதற்கான அவசியத்தை ஏற்படுத்திக்கொள்ளவில்லை. அவளை இறக்கிவிடும்போதுகூட அதை அவசியமாகக் கருதவில்லை. அல்லது நான் காரணமாகத் தவிர்த்ததாகக்கூட நினைக்கிறேன்.

எனக்கு மற்றபிற ஏஜென்ஸியில் பார்க்கவேண்டிய வேலைகள் இருந்ததால் அவை முடித்ததும் பதினொரு மணி வாக்கில் யமுனாவின் ஏஜென்ஸிக்குச் சென்றேன். அங்கே சாதாரண நாட்களிலேயே அத்தனை பேரையும் துவைத்துப் பிழியக்கூடிய வேலை இருக்கும். நான் அங்குச் சென்ற சிறிது நேரத்திற்கெல்லாம் யாரோ இருவர் விடுப்பெடுத்து விட்டார்களென்று புரிந்துவிட்டது.

ஆர்டருக்கு மருந்து எடுத்துக்கொடுக்கும் வேலையுடன் இன்றைக்கு, முந்தைய தேதியில் தடைசெய்யப்பட்ட மருந்து வகையறாக்களைச் சில்லறை விற்பனைக் கடைகளிலிருந்து திரும்ப எடுத்துக்கொள்ளச்சொல்லி கொண்டுவந்து குவித்தனர்.

பிந்தைய நாட்களில் சம்பந்தப்பட்ட தடை உடைவதற்கான சாத்தியங்கள் உண்டென்று சொன்ன ஏஜென்ஸியின் குரல்தான் எங்கள் தரப்பிலிருந்தும் சொல்லப்பட்டது. நானும் அது நிமித்தம்தான் எங்கள் தரப்பிலிருந்து சில புரிதல்களை உணர்த்தவேண்டி ரீட்டெய்லர், ஏஜென்ஸியென அலைந்து கொண்டிருந்தேன்.

நானும் அந்த ஏஜென்ஸி தரப்பினருடன் கூட்டாகச்சேர்ந்து சில்லரை வியாபாரிகளிடம் வியாபாரத்தைத் தொடருமாறு அவர்களது அச்சத்தைப் போக்கினேன். அதில் ஓரளவுதான் பலன் கிடைத்தது.

அதற்குமேல் வற்புறுத்த வழியில்லாத ஏஜென்ஸி முதலாளி என்னிடம், ரீடெய்லர்களிடமிருந்து வந்து குவிந்தவைகளைக் கண்ணால் காட்டியவாறு, தன் வேலையாட்களிடம் பேட்ச் நம்பர், இன்வாய்ஸ் சரிபார்த்து எடுத்துக்கொள்ளச் சொன்னார்.

அதன் நிமித்தம் அங்கே வேலைபார்த்துக்கொண்டிருந்த யமுனாவைப் பார்த்தேன். புருவத்தையும் கண்களையும் விரித்து விரித்துச் சுருக்கிக் கொண்டிருந்தாள். அசதியை வெளிப்படுத்தக்கூடிய சைகை அது. எனக்கு அவளது சிரமம் கவலையைக் கொடுத்தது. நான் வந்தமர்ந்த இந்த அரைமணி நேரத்தில் அவள் அரைக் கிலோமீட்டர் தூரத்திற்கு அந்த விசாலமான கட்டிடத்திற்குள்ளேயே நடந்திருப்பாள். சராசரியாக அவள் தூக்கியிருந்த எடையைக் கணக்கிட்டால் கால் டன்னுக்குக் குறையாது. அவளால் முடியாவிட்டாலும் சுறுசுறுப்பிற்குக் குறைவைக்கக்கூடாத அவசரமானக் குரல் அவள் காதுகளில் ஒலித்துக்கொண்டே இருந்தன. அவள் பம்பரமாகச் சுழன்றாள். எத்தனை நேரத்திற்குத்தான் இப்படிப் சுழழுவாளென நான் வேதனையுற்றேன். அவளது கை காலெல்லாம் கீரைக் கட்டைப் போலத் துவண்டுவிட்டதை உணரமுடிந்தது. இன்றைக்கு ஒருநாள் பார்த்துக்கொண்டு நாளை போகலாமென அவளுடைய அப்பா சொன்னதையாவது அவள் கேட்டிருக்கலாமென்று நான் நினைத்துக்கொள்வதைத் தவிர என்னால் எதுவும் செய்வதற்கில்லை.

ஆனாலும் அவள் தன்னாலான வேலைகளைச்செய்ததைக்கண்டு நான் வியந்தேன். அவள் எப்போதாவது அசந்து உட்கார்ந்தால்கூடப் பேரைச் சொல்லிக் கூப்பிடுவதற்குத் தவறாத, முன்மண்டை வழுக்கை விழுந்த, கொஞ்சமும் ஈவிரக்கமில்லாத அந்த மேனேஜரை நான் என்னால் முடிந்தமட்டுமான கெட்டவார்த்தைகளால் முணுமுணுத்தவாறு அர்ச்சனை செய்துகொண்டிருந்தேன். என் எதிரிலே அமர்ந்திருந்த அவரது பட்டையான கிருதாவை வெடுக்கென இழுத்துவிடக்கூடிய அளவிற்கு நான் விபரீதமாகவெல்லாம் யோசித்தேன். அடர்த்தியான மீசையுடன் ஐம்பது வயதுக்குக் குறையாத அவரைப் பார்க்கையில் இன்னும் பத்து வயதாவது குறைத்துத்தான் கணக்கிடமுடியும். சில்லரை

மருந்துக்கடைகளிலிருந்து வரக்கூடிய ஆர்டர் தாளை, அங்கே வேலைபார்க்கக்கூடிய பெண்களிடம் நீட்டும்போது கையையோ, விரல்களையோ தொட்டுப் பார்க்கக்கூடிய அந்த ஆள், இவ்வளவு நாள் வெளிநாட்டில் இருந்ததாகவும், முதலாளிக்கு தூரத்து உறவுக்காரரென்றும் சொன்னார்கள். எனக்கு எந்தக் காரணமுமின்றிச் சிலரைப் பார்க்கையிலேயே பிடிக்காது. அந்த ரகமான ஆள் இவர்.

அவரது சில்லறைத் தனமான சீண்டலையெல்லாம் சகித்துக் கொண்டு ஏன் கம்மென்று இருக்கிறீர்கள். அப்படி இங்கே ஏன் வேலை செய்யவேண்டுமென நான் யமுனாவிடம் ஒருபோது கேட்டேன். அவள் சொன்னாள். மற்ற இடங்களைக் காட்டிலும் இங்கே சம்பளம் அதிகம் என்பதற்காக நாங்கள் மழுங்கத்தனமாகச் சகித்துக்கொண்டெல்லாம் கிடையாது. உரியநேரத்தில் நாங்கள் அவரைத் தாக்குவதுண்டு. முடிந்தால் அவரது கையில் குண்டூசி ஓட்டையைக் கணக்குப் பார் என்றவள், எங்கேதான் நீங்கள் எங்களை நிம்மதியாக வேலைசெய்ய விடுகிறீர்கள் என்றாள். என்னிடம் பதில் இல்லை.

மேலும் அவளது தோழியான வளர்மதி அடிக்கடி சொல்லி ஆதங்கப்படக்கூடிய துயரத்தை அப்போது என்னிடம் சொன்னாள். 'எவனுக்காவது வாக்கப்பட்டுப் போய்விட்டாலாவது அவன் கொண்டுவந்து கொடுப்பதை வைத்துக்கொண்டு நிம்மதியாகக் காலத்தை ஓட்டிவிடலாம்' இந்த வரிகளை என்னால் ஒரு கட்டுரையில் படித்த வரிகளுடன் ஒப்பிட்டுப்பார்க்க முடிந்தது. அதாவது, 'இந்த எல்லைக் கோட்டிற்குள் வாழக்கூடிய பெண்களுக்கு இறுதியில் இப்படியொரு சிந்தனைவயப்படக்கூடிய இக்கட்டான நிலைமையை ஆண்களாகிய நாம் மிகச் சாதூர்யமாகத் திணிக்கக் கூடியவர்கள். இடஒதுக்கீட்டுச் சதவிகிதமெல்லாம் எதார்த்த நடைமுறைக்கு ஒத்துவர மறுக்கும் எண்கள்தான்' என்பதுதான் அந்த வரி.

வேலைக்குச் சேர்ந்ததிலிருந்தே வளர்மதி மட்டும்தான் யமுனாவிற்கு நெருக்கம். ஏனையோரிடம் அவளுக்கு ஒட்டவில்லை. கல்பனாவிடம் கொஞ்சம் ஈடுபாடுகாட்ட முடிவதாகச் சொல்லி யிருக்கிறாள். இன்றைக்கு விடுப்பு எடுத்திருந்த இருவரில் அவளும் ஒருத்தி என்பதை நான் கவனித்துவிட்டேன். இப்படியான சூழலில் அவள்மட்டும் இருந்திருந்தால் தன்னுடைய வேலைகளையும் கொஞ்சம் இழுத்துப்போட்டுச்செய்து கொடுத்திருப்பாளென்று

யமுனாவிற்கு ஓடாமல் இருக்காது. முன்னமே லீவென்று ஃபோனில் அவள் சொல்லியிருந்தால்கூடத் தானும் வராமல் இருந்திருக்கலாமெனவும் நினைத்துக் கொண்டிருப்பாள்.

சர்க்யூட்டிடம் கொஞ்சம் உதவி கேட்டால் செய்வான்தான். இப்போதெல்லாம் எத்தனை இக்கட்டிலும் அவனிடம் உதவி கேட்பதில்லை. அவனை ஏஜென்ஸியே துவைத்துப் பிழிகிறது. இதில் நாம்வேறு எதற்காக அவனைச் சிரமப்படுத்த வேண்டுமெனச் சில நாட்களாக அவன் உதவியை நாடுவதில்லையெனச்சொல்லி யிருந்தாள். ஆனாலும் இன்றைக்கு மதிய சாப்பாடு வாங்க அவனைத்தான் பிடிக்கவேண்டுமென பைக்கிலிருந்து இறங்கும்போது சொன்னாள்.

சர்க்யூட்டை நான் பதினொண்ணரை மணிக்கு டீ நேரத்தில் பார்த்தேன். பிறகு அவன் கண்ணில் படவே இல்லை. இரண்டாவது தளத்தில் ஏஜென்ஸியின் தணிக்கை அலுவலகம் இருக்கிறது.

யமுனா மாடிக்குப் போனாள். பிறகு கீழே வந்தாள். அவள் சர்க்கியூட்டைத் தான் தேடுகிறாளென எனக்குப் புரிந்துவிட்டது. சர்க்யூட் கடுமையான வேலைக்காரன். சுற்றிக்கொண்டே இருப்பான். அதனால்தான் அவனுக்கு இந்தப் பெயரே. அவன் தன் கையில் கத்தையான கம்ப்யூட்டர் இன்வாய்ஸ் தாள்களுடன் பல இடங்களுக்கும் சென்றுவருவதாக எனக்கும் முன்னேயுள்ள ஒரு எழுத்தரிடம் சொல்லிக்கொண்டு மாடிக்கு ஓடியிருந்தான்.

சர்க்யூட் ஏறத்தாழ பத்துப் பதினைந்து வருடத்திற்கும் மேலாக இங்கே வேலையில் இருப்பதாகப் பேசிக்கொள்வார்கள். படிக்காதவன். எட்டாம் வகுப்பில் இரண்டு வருடம் மட்டம் போட்டதைப் பெருமையாகச் சொல்லிக்கொள்வான். அந்த உண்மையைச் சொல்வதில் அவனால் மட்டும் எப்படி இப்படிச் சிரிக்க முடிகிறதென ஏஜென்ஸியில் கூடக்கூடிய நாங்கள் வியந்து சிரித்துக்கொண்டதுண்டு. வெகுளியான ஆளென்றாலும் அவனுடன் வேலை பார்க்கக்கூடிய ஒரு பெண்ணுடன் அவனைச் சேர்த்துப் பேசுவார்கள். எங்களில் யாராவது அவனிடம் இதுகுறித்துக் கேட்டால் வெட்கமாகப் பல்லிளிப்பான்.

நான் அவனிடம் ஒருபோது கேட்டேன். யார் அந்தப் பெண என்று. அதற்கும் மழுப்பிவிட்டான். எனக்கு இவன் சரியான ஆள் என்று புரிந்துவிட்டது. பிறகு எங்கிருந்து வேலைக்கு வருகிறாய் என்று கேட்டேன். அவன் கணபதி அக்ரஹாரத்திலிருந்து

வருவதாகவும் வேலைக்குச் சேர்ந்த புதிதிலிருந்தே ஏறத்தாழ இருபது கிலோமீட்டர் மாங்கு மாங்கெனச் சைக்கிளை மிதித்துக்கொண்டே வந்ததாகவும் சொன்னான். இப்போது அவன் பைக்கில் சுற்றுவது குறித்துக்கேட்ட என்னிடம், தன்னுடைய கடுமையான உழைப்பைக்கண்டும் விசுவாசத்தைக்கண்டும் ஒரு கட்டத்தில் இரக்கப்பட்ட முதலாளி ஏஜென்ஸியின் பழைய பைக்கைக் கொடுத்துவிட்டதாகச் சொன்னான். போகவும், அவன் அலுவலகவேலை, சொந்தவேலை எதுவாயிருந்தாலும் அதில்தான் இப்பொழுது சுற்றுகிறேன் என்றான்.

யமுனா அவனைத் தேடிவிட்டு மாடிப் படியில் இறங்கியபோது வாசலில் வண்டியை நிறுத்திக்கொண்டிருந்தான். எனக்கே ஆச்சர்யம்! மாடிக்குச் சென்றவன் எப்போது இறங்கினான் என்று.

மாடிக்குச் செல்லக்கூடிய அல்லது மாடியிலிருந்து இறங்கக்கூடிய யாராயிருந்தாலும் ஏஜென்ஸி கட்டிடத்தை ஒட்டிய வலது ஓரத்தில் வெளியே நீட்டிக்கொண்டிருக்கும் நவீன வேலைப்பாடுகளைக் கொண்ட ஒரு முக்கால் வட்ட போர்டிகோவைச் சுற்றத்தான் வேண்டும். இந்தப் போர்டிகோ நான்கு மாடிக்கும் உண்டு. அதாவது மாடிப் படிக்கட்டுகளை இணைக்கக்கூடியது. சர்க்யூட்டைத் தேடிவிட்டு யமுனா இறங்கியபோது கழுகுப்பார்வை கோணத்தில் சர்க்யூட்டின் மண்டையை எளிதில் அடையாளம் கண்டிருக்கமுடியும். ஏனோ அவள் கவனிக்கவில்லைபோல. அவள் பரபரப்பும் வருத்தமும் கலந்த முகமாக உள்ளே போனாள்.

யமுனாவிற்கு வேண்டுமான உதவியை இந்த இடத்தில் நான் செய்வதற்கில்லை. சர்க்யூட் என் இருக்கையைக் கடந்துபோகையில் நான் அவனை அழைத்தேன். அவசரகதியில் இயங்கிய அவன் எனக்குக் காதுகொடுத்தான். நான் அவனிடம், யமுனா தேடக்கூடிய செய்தியைச் சொன்னேன். சரி என்றுவிட்டு உள்ளே ஓடினான்.

சற்றுநேரத்திற்கெல்லாம் என்னைக் கடந்து வாசல்வரை சென்று விட்டவன் திரும்பிவந்தான். நான் ஆவலுடன் அவனைக் கவனித்தேன். அவன் விரலிடுக்கில் ஒரு ஐம்பது ரூபாய் தாளை இரண்டாக மடித்து வைத்துக்கொண்டு சரசரசரவென உராய்த்துக்கொண்டே யமுனா சாப்பாடு வாங்கிவரச்சொன்ன செய்தியைச் சொன்னான். எனக்கு நிம்மதியானது. ஆனாலும்கூட என்னிடம் யமுனா, பணமில்லை என்று சொன்னது நினைவுக்கு வந்தது. இது அவளுடைய பணம்தான் என்பதற்கு என்னிடம் முகாந்திரம் கிடையாது. அதோடு போக, இந்தச் சிறிய தொகை

அவள் என்னை ரீசார்ஜ் செய்யச்சொன்ன ரூபாய்க்கு கம்மியானது என்பதையும் நான் கருத்தில்கொண்டேன். உடனடியாக நான் அந்த முந்தைய எண்ணத்தை அலட்சியப் படுத்திவிட்டேன்.

(ii)

திட்டமிட்டபடி யமுனாவின் ஏஜென்ஸியில் சில வேலைகளைத் கிடப்பில் போட்டவாறு வேறுசில ஏஜென்ஸிகளுக்குப் போவதும் வருவதுமாக இருந்தேன். மதிய உணவு இடைவேளைக்கு முன்னதாக நான் இரண்டு முறை அவளுடைய ஏஜென்ஸிக்குப் போயிருந்தேன்.

பிறகு நான் மதிய சாப்பாட்டிற்கு என் வீட்டிற்குச்சென்று திரும்பியபோது யமுனா தெம்பாகத் திரிந்துகொண்டிருந்தாள். எனக்கு ஆச்சர்யம். விடுவிடுவென இரண்டு ஆள் வேலையை இழுத்துப்போட்டு செய்துகொண்டிருந்தாள். இன்றைக்கு அப்படிச் செய்யவேண்டிய நிர்பந்தம்தான் என்றாலும் வழக்கமான யமுனாவின் வேகத்தைச் சந்தேகிக்கக் கூடியதாகவே இருந்தது. நான் நினைத்துக் கொண்டேன். அவள் எடுத்துக் கொண்டிருக்கும் மாத்திரை அந்த ஊக்கத்தைக் தந்திருக்குமென.

சுமாராக மூணுமணி வாக்கில் என் வேலையை விரைந்து முடித்துக் கொண்டிருந்தேன். அப்போது ஏஜென்ஸியின் உள்ளே ஏதோ விபரீதமான உருட்டல் சத்தம் கேட்டது. நூறு எலிகள் ஒன்றாய் சேர்ந்து பத்துப் பதினைந்து பெண்களைச் சூரையாடக்கூடிய சத்தம் அது. வரவேற்பறையிலிருந்த சிலர் தங்களது வேலைகளை அப்படியே போட்டுவிட்டு ஓடினர்.

மிரண்டுபோகும் பெண்களின் குரல் எனக்கும் உதறலைக் கொடுத்தது. கடைசி ஆளாக நானும் எட்டிப்பார்த்தேன். முழு வட்டமாக மனிதத் தலை. என்னவோ விபரீதமென நான் முன்னேறிச் சென்றேன். அங்கே யமுனா தரையில் கிடந்தாள். அவள் தலையை ஒருத்தி தன் மடியில் கிடந்தியிருந்தாள். மேலே மின்விசிறி ஓடிக்கொண்டிருந்தாலும் இரண்டு மருந்து பெட்டியின் கனமான காக்கி அட்டை அவளை விசிறிக் கொண்டிருந்தது. மயங்கியவளை மடியில் கிடத்தியிருந்தவள், வாடிக் கசங்கிய அவளின் முகத்தில் தெளிக்கப்பட்ட தண்ணீரை யமுனாவின் பச்சைநிற சில்க் துணியால் ஒத்தி எடுத்துக் கொண்டிருந்தாள். அந்தத் துப்பட்டாவின் நிறத்திற்குக் கொஞ்சமும் பொருத்தமற்ற நிறத்தில் அவள் அணிந்திருந்த மஞ்சள் டாப்-ஸில் நெஞ்சுக்கும்

கீழ்வரை நனைந்திருந்தது. அவளுக்கும் பக்கத்தில் உட்கார்ந்திருந்த இன்னொருத்தி எஞ்சியிருந்த துப்பட்டா ஓரத்தை யமுனாவின்மேல் விரித்துச் சரிபடுத்திக்கொண்டிருந்தாள். மயங்கியவளின் தாடையை உலுக்கி எழுப்பிய ஒருத்திக்கு அந்த வேலை அலுத்துப்போக, செய்வதறியாது அங்கும் இங்குமாகப் பார்த்துக் கொண்டிருந்தாள்.

நானும் சொல்வதற்கு ஒன்றுமில்லாத பதற்றத்திலிருந்தேன். என் தொண்டைக் குழியில் நின்ற வார்த்தையானது, 'அவளை ஆஸ்பத்திரிக்குத் தூக்குங்கள்' அது வெளிவரவில்லை. வேறு யாராவது சொல்லக் காத்திருந்தேன். காரணம், எனக்கும் யமுனாவிற்குமானதை நானே போட்டுடைத்துவிடுவேனோ என்கிற மலினமான மனநிலையிலிருந்ததுதான். ஆபத்திற்கு யார் குரலெழுப்பினாலென்ன என்கிற புத்தி என்னிடம் அப்போது இல்லை.

அந்தபோது திடீரெனக்கேட்ட முதலாளியின் குரல் அந்தக் கூட்டத்தைச் சிதறடித்தது. யமுனாவின் நிலையைப்பார்த்த அவர் சற்றும் யோசிக்கவில்லை. உடனடியாக மருத்துவமனைக்குக் கொண்டு போகச்சொல்லி உத்தரவிட்டார். அந்தக் கூட்டத்திலிருந்து ஓடிய யாரோ, எதிரே வந்த சர்க்யூட்டிடம் ஆட்டோ கொண்டுவரச் சொன்னார். சர்க்யூட், பேங்க் வாசலில் நின்ற ஆட்டோவிற்குக் கையாட்டினான்.

யமுனாவிற்குத் துணையாக இரண்டு பெண்களைப் போகச் சொன்னார் முதலாளி. அவர்களில் ஒருத்தி யமுனாவின் அப்பாவிற்கு ஃபோன் செய்தாள். காதில் வைத்திருந்துவிட்டு சற்று நேரத்திற்கெல்லாம் அலுத்துக்கொண்டு மறுபடியும் முயற்சித்தாள். எனக்குப் புரிந்துவிட்டது. அவர் ஃபோனை சைலெண்ட்டில் போட்டுவிட்டுத் தூங்குகிறாரென.

மறுபடி மறுபடி அவள் முயற்சித்துக்கொண்டே இருந்தாள். ஏஜென்ஸியிலுள்ள இன்னொருத்தி தன்னிடம் யமுனாவின் பக்கத்துவீட்டு செண்பகத்தின் எண் தன்னிடம் இருப்பதாகச்சொல்லி அந்த எண்ணிற்கு முயற்சித்தாள்.

ஏஜென்ஸி கட்டிடமே அமைதியின் அடியாழத்திற்குப் போயிருந்தது. செண்பகத்தின் எண்ணிற்கு அழைத்தவளின் மறுமுனையில் தப்பு மேளமும் விசில் சத்தமும் அவளுடைய ஃபோனைக் கிழித்துக்கொண்டு வெளியே பரவியது. மயானத்தை நோக்கி ஏதோ சவம் போகிறதென நினைத்துக்கொண்டேன். இவள்

ஹலோ ஹலோ என்றாள். அங்கிருந்து யாரும் பேசவில்லை. சிறிது நேரம் கழித்து ஃபோன் செய்தவள், செண்பகத்திடம் செய்தியைச் சொன்னாள்.

அடுத்தச் சில நிமிடங்களில் சர்க்யூட், ஆட்டோ வந்துவிட்டது என்றான்.

யமுனாவை ஏஜென்ஸிக்கென வைத்திருந்த ஸ்ட்ரெச்சரில் தூக்கிவைத்து ஆட்டோவில் ஏற்றினர்.

எனக்கொரு பெருமூச்சு வாங்கியது. பின்னர் அடுத்தடுத்த பெருமூச்சு என்னிடமிருந்து தடுமாற்றத்துடன் வெளியேறியது.

# 06

## (i)

தன் கையிலிருந்த அப்பளக் குழவியை அப்படியே போட்ட செண்பகம், லபோதிபோவெனக் கத்திகொண்டு வெளியே ஓடினார். அவர் பின்னால் மணி தாவிக்கொண்டு ஓடியது. தூரத்தில் காய்கறிப் பையுடன் வந்துகொண்டிருந்த செண்பகத்தின் மருமகள், தன் மாமியாரின் வேகத்தைக்கண்டு சாலையிலிருந்த ஒரு பள்ளத்தைத் தாண்டிக் குதித்து வந்தாள்.

ரொசாரியோவின் வீட்டுக்கதவை உடைக்காத குறையாகத் தட்டிய செண்பகத்திடம் வார்த்தைகளில்லை. ரொசாரியோ கதவைத் திறந்ததும் அபாயகரமான மூச்சிரைப்புக்கு மத்தியில் ஃபோனில் வந்த தகவலைச் சொன்னார்.

பதறிய ரொசாரியோ, நழுவிய இடுப்புத் துணியைச் சுருட்டிக் கட்டிக்கொண்டபடி, ஆணியில் தொங்கிய சட்டையை எடுத்து மாட்டிக்கொண்டு வெளியிலிருந்த சைக்கிளை நகர்த்தினார். பிறகு அதைத் திண்ணையில் சாய்த்தபடி வைத்துவிட்டு வீட்டிற்குள் நுழைந்தவர் பீரோவைத் திறந்து கையில் வந்த பணத்தை எடுத்துக்கொண்டு மறுபடியும் சைக்கிளை நகர்த்தினார். செண்பகம் தானும் வருவதாகச் சொல்லிக்கொண்டே பாலத்திலிருந்து வந்த ஆட்டோவை நிறுத்திவிட்டு, பையுடன் நின்ற தன் மருமகளுக்குச் செய்தியைச் சொன்னபடி ஆட்டோவில் ஏறினார்.

கொஞ்சம் சீக்கிரம் போங்கண்ணே என்றபடி ரொசாரியோவும் ஏறிக்கொண்டார்.

ஆட்டோவை நகர்த்திக்கொண்டே தலையை பின்னால் திருப்பிய காக்கி உடுப்புக்காரர் எங்கே போகவேண்டும் என்றார். செண்பகம், பதற்றத்தில் எதையோ உளறியபடி ரொசாரியோவின் முகத்தைப் பார்த்தார். அவர் சற்றும் யோசிக்காமல் மகளின் எண்ணிற்கு அழைத்தார். சற்று நேரத்திற்கெல்லாம் காதிலிருந்த மொபைலை எடுத்து மறுபடியும் அழைத்துப்பார்த்துவிட்டு அலுத்துக்கொண்டவராய், "சுட்ச்-ஆஃப்" என்றார். ஆட்டோக்காரர் திரும்பித் திரும்பிப் பார்த்துக்கொண்டே ஓட்டினார். ரொசாரியோ யமுனாவின் ஏஜென்ஸி இருக்கும் இடத்தைச் சொல்லி அங்கே விடச்சொன்னார்.

"ஒடம்புக்கு முடியாத புள்ள லீவு போட்டுட்டு வூட்ல இருந்தா என்ன" செண்பகம் முணுமுணுத்தார். கம்மென்றிருந்த ரொசாரியோ, அந்த வழியிலிருந்த தேவாலயத்திற்குக் குனிந்து கண்ணை மூடியவாறு உடலில் அறைந்து கொண்ட சிலுவையில் ஏதோ பிரார்த்தனையைக் கடத்தினார்.

அவர் உருகியது என் உள்ளுணர்வை கலைத்துப் போட்டுத் துன்புறுத்தியது. அனிச்சையாக நான் புரண்டுபடுத்துக்கொண்டேன்.

## (ii)

தேவாலய கோபுரத்தை நோக்கி ரொசாரியோ வேண்டிக் கொண்டது அவருடைய மகளுக்கானதுதான். வேறுயாருக்கானதாகவும் இருக்கமுடியாது. அந்தப் பிரார்த்தனைக்கு நானும் வலு சேர்த்தேன். மேற்கொண்டு ஆழ்ந்த யோசனையிலிருந்தவர் "யமுனாவுக்கு ஏதேனுமென்றால் தான் இருக்கப்போவதில்லை" என்றார் செண்பகத்திடம். சேலைத்தலைப்பால் கழுத்தையும் நெற்றியையும் துடைத்துக்கொண்டபடி, "இருய்யா... சும்மா. நீ வேற" என்றார் செண்பகம்.

பத்தாவது நிமிடத்தில் ஆட்டோ ஏஜென்ஸி கட்டிடத்திற்கு முன்பாக நின்றது. தன் சட்டைப் பித்தானை அவிழ்த்துச் சரியாக பூட்டிக் கொண்டபடி ஏஜென்ஸியின் படிக்கட்டுகளை ஏறினார் ரொசாரியோ. ஏஜென்ஸி வழக்கம்போல பரபரப்பாக இயங்கத் தொடங்கியிருந்தது. முகப்பிலுள்ள அலுவலக ஊழியர்களிடம்

தன் மகளது பெயரைச் சொன்னார். ஓ நீங்கதான் யமுனாவின் அப்பாவா என்றபடி அவருக்கு ஆறுதலான வார்த்தைகள் சிலவற்றைச் சொல்லிவிட்டு, மருத்துவமனையொன்றின் பெயரைச் சொன்னார்கள். அந்த மருத்துவமனை ரொம்ப தூரமா? பக்கத்திலா என்றார். அவருடனிருந்த செண்பகமும் விழித்தார். ஏஜென்ஸியில் உள்ள ஒரு ஆள் ஆட்டோக்காரரிடம் மருத்துவமனைக்கு வழி சொன்னார்.

மருத்துவமனை வளாகத்திற்குள் நுழையும்போது நவீனக் கிருமி நாசினிகளின் பிரதான வாடை எங்களை வரவேற்றது. ரொசாரியோ வரவேற்புத் தடுப்பில் உட்கார்ந்திருந்த ஒரு பெண்ணிடம் தன் மகள் குறித்து விசாரித்தார். எதையோ எழுதிக்கொண்டபடி நிமிர்ந்த அவள், உதடுகள் அசையக்கூடிய சத்தத்தில், கையிலுள்ள பேனாவால் காற்றில் கோடு கிழித்தாள். முதலில் வலது புறமாக நீட்டிய கோட்டை பிறகு இடது புறமாக ஒடித்து நிறுத்தினாள். ரொசாரியோவும் செண்பகமும் அவள் காட்டிய பாதையில் ஓடினர்.

மருத்துவமனையின் அறைகளை இணைக்கக்கூடிய நீண்ட ஓட்டத்தில் ஐம்பது வயதைக் கடந்த, தடித்த உடல்வாகுகொண்ட இரண்டு முதிய பெண்கள், தங்களுக்கான பிரத்தியேக சீருடைப் புடவையுடன் தரையை சுத்தம் செய்து கொண்டிருந்தனர். ரொசாரியோ ஒவ்வொரு அறைக் கதவின் எண்களையும் பார்த்துக்கொண்டே அடுத்தடுத்ததிற்குத் தாவிக்கொண்டிருந்தார். இறுதியாக எண்: 234-ல் எட்டிப் பார்த்தார். யமுனா கட்டிலில் படுத்திருந்தாள். அப்போது அவளது முகம் தெளிவடைந்திருந்தது.

நான் நிம்மதியாகவும் இன்னொருபுறம் கவலையுமடைந்தேன். என்னுடைய மன ஓட்டத்தைப்போல மருந்துகள் கலவையான நிறத்தில் சலைனில் இறங்கிக் கொண்டிருந்தது. துணைக்கு வந்திருந்த இரண்டு பெண்களும் அவளது அருகில் அமர்ந்திருந்தனர். உள்ளே நுழைந்த ரொசாரியோ பாறையைப்போல நின்றார். செண்பகம் கொஞ்சம் கலங்கியபடி அந்தப் பெண்களிடம் எதையோ கிசுகிசுத்தார். பதிலுக்கு அவர்களும் நிம்மதியாக எதையோ கிசுகிசுத்தனர்.

அப்போது அறைக்குள் நுழைந்த செவிலியர், “யாராவது ஒருத்தர் மட்டும் இருங்க. மத்தவங்க வெளீல இருங்க” என்றபடி ஆவேசமாக வாசலை நோக்கிக் கையை நீட்டினார். நான் மட்டும் வெளியில் வந்து ஜன்னல் வழியாக யமுனாவையே

பார்த்துக்கொண்டிருந்தேன். அவளுடைய கையில் ஊசியைக் குத்தி இரத்தத்தை எடுத்துக்கொண்டு திரும்பிய செவிலியர், மறுபடியும் ஆவேசமாகக் கத்தியவாறு ரொசாரியோ மற்றும் செண்பகம் நீங்கலாக ஏனையோரை வெளியில் அனுப்பினார்.

அப்போது யாரோ என் தோள்மீது கை வைப்பதை உணர்ந்தபடி திரும்பினேன். என் பக்கவாட்டில் நின்றவாறு வார்டுக்குள் எட்டிப் பார்த்துக்கொண்டிருந்தார் ஏஜென்ஸியின் மேனேஜர். அவர், எனக்கும், அங்கிருந்த இன்னும் வேறு யாருக்குமோ சிரித்துக்கொண்டவாறு உள்ளே நுழைந்தார். யமுனாவின் அப்பா வந்துவிட்டதை அறிந்த அவர், அவளுக்கென ஏஜென்ஸியிலிருந்து துணைக்கு வந்த இருவரையும் அங்கிருந்து விடுவித்தார்.

தூரத்திலுள்ள ஒரு வார்டை நோக்கி வந்த மருத்துவர் இப்ராஹீம் எனக்கு நல்ல பரிச்சயம். நான் அவருக்குக் கையை உயர்த்தினேன். அவர் எனக்குச் சிரித்தார். சற்று நேரத்திற்கெல்லாம் யமுனாவின் வார்டுக்கு மறுமுறை வந்த செவிலியர், ரொசாரியோவிடம் மருந்துச் சீட்டை நீட்டி மருந்துகள் வாங்கிவரச் சொல்லியும் மற்றொரு துண்டுச் சீட்டை நீட்டி மருத்துவமனைக்கு முன்பணம் கட்டுமாறும் சொன்னார். அந்தப்பொறுப்பை ஏஜென்ஸியின் மேனேஜர் ஏற்றுக்கொள்வதுதான் முறையென நினைத்தேன். முதலாளியின் அறிவுறுத்தலின்படி அதைத் தான் ஏற்றுக்கொள்வதாகச் சொன்னார்.

நான் யமுனாவின் வார்டுடன் சம்பந்தப்பட்டிருந்த சன்னலை ஒட்டியேதான் நின்றுகொண்டிருந்தேன். ஏழுமணி சுமாருக்கு ரவுண்ட்ஸ் வந்த மருத்துவர், யமுனாவின் அறைக்குள் நுழைந்தார். அவளுக்கு முன்னமே எடுக்கப்பட்டிருந்த பரிசோதனைத் தாள்களையெல்லாம் படித்துப் பார்த்தார். பிறகு, சாதாரண வைரல் காய்ச்சல்தான் என்றார். ஆனாலும் நீர் சத்தும் இரத்தமும் கம்மியாயிருக்கிறதென ஒரு யூனிட் இரத்தம் ஏற்றுவது அவசியம் என்றார்.

இவளுக்கு ‘O-‘வகை. கிடைப்பதற்கு அரிதான வகை என்பதால், செவிலியர், ரொசாரியோவிடம் இரத்தத்திற்கு ஏற்பாடு செய்யச் சொன்னார். அவர் தடுமாறினார். மருத்துவர் போனதும் யமுனா எனக்கு ஃபோன் செய்து விபரத்தைச் சொல்லச்சொல்லி தன் அப்பாவிடம் மொபைலை நீட்டினாள்.

சட்டென என் மொபைலை பையிலிருந்து எடுத்தேன். என் மொபைலின் ரிங்டோன் அவளுக்குப் பரிச்சயம். அதிலும்,

அவளது எண்ணிற்கென நான் அசைன்-டோன் வைத்திருப்பேன். ‘பம்ச்சிக்கு பம்ச்சிக்கு பம்ப்ப பம்பம்பம் பம்ச்சிக்கு பம்ம்சிக்குப் பம்பபம்’ பாடக் கேட்டால் எத்தனை கூட்டத்திலும் சட்டென நான்தானென அவள் முடிவுசெய்துவிடுவாள்.

இப்போது நான் இங்கு இருப்பதைப்பற்றி ஒன்றுமில்லைதான். ஆனாலும் அவள் தன்னைக் கண்டுகொள்ளவில்லையேயெனக் குறைபட்டுக்கொள்வாள்.

ஆகையால் யமுனாவின் அப்பா எனக்கு அழைப்பதற்கு முன்னதாக மருத்துவமனையிலிருந்து நான் வெளியேறி, கூட்டத்தால் சிக்கித் திணறக்கூடிய அந்தப் பரபரப்பான சாலையில் என்னுடைய மொபைலை துழாவிக்கொண்டு எதிர்ப்புறத்திற்கு நடந்தேன். அங்கே ஒரு ஸ்டேஷனரி கடையில் எதேச்சையாக நுழைந்தேன். எதற்காக அப்படி நுழைந்தேனென்று எனக்குத் தெரியாது. அந்தக் கடையில் வேலை பார்க்கும் பெண்கள் சிலர் என் முகத்தையே பார்த்தனர். பிறகு அதிலொருத்தி முந்திக்கொண்டு என் தேவையைக் கேட்டாள். நான் ஒரு மார்க்கர் வேண்டுமென்றேன். யமுனாவின் மொபைலிலிருந்து எனக்குக் கால் வந்தது. ‘ஹலோ’ என்றேன். கடைக்காரப்பெண் எனக்கு என்ன கலர் மார்க்கர் வேண்டும் என்றாள். அவளுக்குப் பதிலளித்துவிட்டு மறுபடியும் மொபைலுக்குக் காதுகொடுத்தேன். யமுனாவே பேசினாள். என்ன என்றேன். அவள் தன் தற்போதைய நிலையைச் சொன்னாள். நான் தெரியாததுபோலக் கேட்டுக்கொண்டேன். பிறகு அவளிடம் இரத்தத்திற்கு மிக விரைவிலேயே நான் ஏற்பாடு செய்வதாகவும், தைரியமாக இருக்கும்படியும் சொல்லிவிட்டு மிகவிரைவிலேயே மருத்துவமனைக்கு வருகிறேன் என்றேன். கடைக்காரப் பெண் எனக்கு மார்க்கரைக் கொடுத்து விலையைச் சொன்னாள். எனக்குத் தேவையே இல்லாத ஒரு பச்சைநிற மார்க்கருக்கான விலையைக்கொடுத்து வாங்கிக்கொண்டு வெளியே வந்தேன்.

நான் ஸ்டேஷனரியில் நுழைவதற்கு முன்னதாகவே குமாருக்கு அழைத்து விவரத்தைச் சொல்லியிருந்தேன். அவனுடைய இரத்தம் ‘O-‘ வகைதான். அரைமணி நேரத்தில் மருத்துவமனைக்கு வருவதாகச் சொன்னான்.

## (iii)

நான் 234-க்குச் சென்று யமுனாவைப் பார்த்தேன். சற்றுமுன் பார்த்ததைக் காட்டிலும் இன்னும் திருத்தமாக இருந்தது அவளது முகம். அவளது அப்பாவிற்கும் செண்பகத்திற்கும் ஆறுதல் சொல்லிவிட்டு அறைக்கு வெளியிலிருந்த மரப்பெஞ்சில் அமர்ந்தேன். எனக்கு அந்த மருத்துவமனையின் இயக்கம் இறுக்கத்தைக் கொடுத்தது. நான் இந்த மரப்பெஞ்சில் அமர்ந்த அரைமணி நேரமாக மொபைலை பார்ப்பதும் உள்ளே வைத்துக்கொள்வதுமாகவுமே இருந்தேன். அப்போது எனக்கு ஒரு அழைப்பு வந்தது. என்னால் அழைத்தது யாரென்று கவனிக்க முடியவில்லை.

சற்றுநேரத்திற்கு முன்னர்தான் நான் மொபைலில் பேட்டர்ன்-லாக் கோட்டை மறந்து போயிருந்தேன். நான் அதைத் திறக்க முயற்சித்துக் கொண்டிருந்தபோதுதான் அந்த மிஸ்டு கால் வந்தது. அது யாருடையதென்றோ நான் வேறு யாருக்குமோ அழைக்கமுடியாத நிலையோதான் எனக்குத் தொடர்ந்தது.

அடுத்தச் சில நிமிடங்களில் மற்றறொரு மிஸ்டுகால் வந்தது. இந்தமுறை பெயரைப் பார்த்துவிட்டேன். குமார் அழைத்திருந்தான். அவன் அநாவசியமாகக் காசை தொலைக்கமாட்டான். ஆகையால்தான் மறுபடி மறுபடி மிஸ்டுகால் கொடுத்துக் கொண்டிருந்தான். வேண்டுமானால் இன்னொருமுறையும் தருவான். நான் அவனை அழைக்கும் வரையிலும்கூடக் கொடுப்பானே ஒழிய அவன் காசில் பேசமாட்டான்.

நானிருந்த மன உளைச்சலையெல்லாம் மீறி நிதானமாக யோசித்தால்தான் இந்தச் சூழலை சமாளிக்கமுடியும். அதாவது பேட்டர்ன் லாக்-கை என் நினைவிலிருந்து மீட்டெடுக்கமுடியும். மிக நிதானமாக யோசித்தேன். இந்தமுறை பேட்டர்ன்-லாக் கோட்டை சரியாக என் மொபைலின் மீது கிறுக்கித் திறந்தேன். உடனடியாகக் குமாருக்கு அழைத்தபோது அவன், தான் வரவேண்டிய மருத்துவமனையைக் கேட்டான். சொன்னேன். அவன் அந்தப் பிரதானச் சாலையில் ஒரு முக்கிய வேலையாக நிற்பதாகச் சொல்லிவிட்டுப் பத்து நிமிடத்தில் வந்துவிடுவதாகச் சொன்னான். அவனை அழைப்பதற்காக வெளியே நடந்தேன்.

மருத்துவமனையின் வளாகத்திற்கு வெளியே நின்றவாறு அந்தப் பரபரப்பான சாலையை அங்கும் இங்குமாக மேய்ந்து

கொண்டிருந்தேன். என் இடதில் இருந்து மிகவும் கம்மியான வேகத்தில் வந்த கரும்பச்சைநிற டவேரா கார், எனக்கு நேரெதிரே கடக்கையில் குலுங்கி நின்றது. அதை ஓட்டிக்கொண்டு வந்தவர், பைக்கில் குறுக்கே நுழைந்துவிட்ட ஒருவரிடம் வாய்த்தகராறில் இறங்கியிருந்தார். நேரம் போகப் போக அது முற்றி கைகலப்புவரை போய்க் கொண்டிருந்தது. பைக்-காரர் டவேரா டிரைவரின் முகத்தில் ஓங்கி ஒரு குத்து விட்டார். அவர் வாய் பீடா போட்டது போலச் சிவந்துவிட்டது. சுமார் அறுபது வயது மதிக்கத்தக்க அவரும் தன் பங்கிற்கு எகிறிக்குதித்தார். இரு புறத்திலும் வண்டிகள் நீர்ப்பெருக்கு போலப் பெருகிக்கொண்டே இருந்தது. பிறகு நடுவாந்திரமாக ஒரு வெள்ளைச்சட்டைக்காரன் பஞ்சாயத்து செய்துவிட்டான். தடைபட்டுப்போன போக்குவரத்துச் சீரடைந்தது.

நான் குமாருக்காகக் காத்துக்கொண்டிருந்தேன் சற்றுநேரத்திற்கெல்லாம் குமார் ஒரு விலையுயர்ந்த பைக்கில் வந்து இறங்கினான். தலைக்கவசத்தைக் கையில் பிடித்துக்கொண்டு வந்தவனுக்கு நான் கையசைத்தேன். குமார் ஆதாயமில்லாமல் கையைக்கூட அசைக்க மாட்டான். பேச்சில் கரைகண்டவன். பகட்டாக ஆடை உடுத்தக் கூடியவன். எனக்குத் தெரிந்த வரையில் அவன் விலையுயர்ந்த 'ஓட்டோ' ஷர்ட் மட்டும்தான் எடுத்திருக்கிறான். இந்தபோதும் மிடுக்கானதொரு ஆடையைத்தான் உடுத்தியிருந்தான். மொத்தமாகக் காசு கிடைக்கிறதென்றால் சில வேலைகளைத் தவிர அத்தனை வேலைகளையும் செய்துபார்க்கக்கூடியவன். முதலீடுகள் இல்லாமல் லாபம் பார்க்கக்கூடிய தொழில்களைச் செய்வதில் தேர்ந்தவன். இரத்தம் கொடுத்ததும் என்னிடம் அவனது எதிர்பார்ப்பு எதுவென்று எனக்கே தெரியாது. அவனை உள்ளே அழைத்துக்கொண்டு போனேன். "யாருக்கு ரெத்தம்?" என்றான். நான் அவனை அதிகப்படியான கற்பனைக்குள்ளும் யோசனைக்குள்ளும் மூழ்கவிடாத அளவிற்கு மேலோட்டமாகச் சொன்னேன். அவனும் அதன்பிறகு பெரிதாக என்னிடம் எதுவும் கேட்கவில்லை.

சோதனைக்கூடத்தில் சில முக்கியப் பரிசோதனைகளுக்கு ஒத்துழைத்தவன் இரத்தம் கொடுத்துவிட்டு கையை மடக்கிக் கொண்டு வெளியில் வந்தான்.

சில எதிர்பார்ப்புகளை மனதில் வைத்தேதான் அவன் இப்படியானதொரு தானத்தைச் செய்கிறான் என்கிற என்னுடைய தவறான எண்ணம் சுக்குநூறாகத் தகர்ந்துவிட்டது. காரணம்,

அவனது இந்தச் செயலானது ஓர் உயிரைக் காப்பாற்றக்கூடிய வேலையாக இருந்தது. என் சிந்தனைக்கு நேரெதிர்வேலை என்றுகூட நான் நினைத்துக்கொண்டேன். ஆகையால் அவனுடைய எதிர்பார்ப்பு எதுவாயிருந்தாலும் தவறில்லை என்கிற முடிவிற்கு வந்தேன். அவன் மிகவும் சோர்வுடன் இருந்ததைக்கண்டு நான் வேதனையுற்றேன். பிறகு அவனை என்னுடன் கெட்டியாக அணைத்துக்கொண்டேன். அவன் இயல்பாக என்னிடம் பேசினான். என்னால் ஏனோ அவனைப்போல முடியவில்லை. பிறகு அவனைப் பழச்சாறு கடைக்குக் கூட்டிச் சென்றேன். முதலில் நாங்கள் ஆளுக்கொரு குவளை மாதுளைச்சாறு உறிஞ்சினோம். பிறகு அவன் தனக்கொரு ஸ்ட்ராபெரி சொல்லிக்கொண்டான். நாங்கள் வெளியில் வந்தோம். "காஃபி பேலஸ் போகலாமா" என்றான். நான் தயக்கமின்றி சம்மதித்தேன். அங்கே அவன் விரும்பிச் சாப்பிட்டதை ரசித்தேன். அவன் எனக்கு நன்றி தெரிவித்தான். என்னால் மிகையுணர்ச்சிகளைக்கொட்ட முடியாது. பதிலுக்கு அவன் கையைப் பிடித்துக்கொண்டு தலையாட்டினேன். அவன் வண்டியில் ஏறியதும் நான் மருத்துவமனை வளாகத்திற்குள் நுழைந்தேன்.

அதன்பின் நான் ஒருமணி நேரத்திற்கும் மேலாக யமுனாவின் அப்பாவுடன் பேசிக்கொண்டிருந்தேன். அப்போது ரவுண்ட்ஸ் வந்த மருத்துவர் யமுனா குறித்துச் சொன்னதையும், அவளுக்கு சலைன் போடவந்த செவிலியர் சொன்ன செய்தியையும் நானே பொறுப்பெடுத்துக் கேட்டுக்கொண்டேன். யமுனாவின் அப்பா, அவர் தன் குடும்பம் பற்றிய அடிப்படைத் தகவல்களை எனக்குச் சொன்னார். அவர் சொன்ன அத்தனை விசயங்களும் யமுனா எனக்குச் சொல்லியிருந்தவைதான். புதிதாக எதுவுமில்லை. குடும்ப விசயத்தை மற்றவர்களிடம் சொல்லும்போது அவசியமானதை மட்டும் சொன்னால் போதுமென்ற உடன்பாடு அவர்களுக்குள் உண்டென நான் நினைத்துக்கொண்டேன். நேரம் நதிபோல ஓடிக் கொண்டிருந்தது.

யமுனா ஆழ்ந்த உறக்கத்திலிருந்தாள். நான் அவள் அப்பாவிடம் நாளை வருவதாகச் சொல்லிவிட்டுக் கிளம்பினேன். அவர் சுவரிலிருந்த கடிகாரத்தைப் பார்த்தார். அந்தப் பார்வையில் அவரது வழக்கமான இரவு காவலுக்குக்கான நேரம் விரட்டுகிறது என்பதை எனக்குச் சொல்வதாக நான் புரிந்துகொண்டேன். ஆனாலும் நான் என்ன செய்யமுடியும்? நான் நினைத்ததுபோலவே அவர் சொன்னார். "தம்பி. நான் ஒன்பதரைக்கெல்லாம் காவலுக்குப்

போகவேண்டும். தாமதமானால் நகைக்கடை முதலாளி அத்தனை பேருக்கும் முன்பாகத் திட்டித் தீர்ப்பார். அவருக்கு நேர ஒழுங்கு முக்கியம். நான்தான் என்றில்லை. கடையிலுள்ள அத்தனை பேருக்கும் ஒரே மாதிரிதான். திடீரென லீவெடுக்கவும் முடியாது. வேலை போய்விடும்” என்றார். நான் செய்வதறியாது நின்றேன்.

செண்பகம், யமுனா படுத்திருந்த கட்டிலின் கால்மாட்டில் உட்கார்ந்திருந்தார். தனக்கு எந்த நேரத்தில் எதைச் செய்யவேண்டு மெனச் செண்பகத்திற்குத் தெரியுமென யமுனா ஒருபோது என்னிடம் சொல்லியிருந்தாள். பன்னிரண்டு வருடமாக இக்கட்டான அத்தனை சூழலிலும் யமுனாவுடன் கூடவே நின்றவர் என்பது எனக்குத் தெரிந்த ஒன்று.

ரொசாரியோவிற்கும் செண்பகத்திற்கும் ஏறத்தாழ ஒரே வயதுதான். அவர்களது வீட்டுப்பக்கம் சிலர் செண்பகத்துடன் இவரைச் சேர்த்துப்பேசியதுண்டு. என் காதுபடவே சிலர் அப்படிப் பேசிக் கொண்டதுமுண்டு. அவர்களது வயதுக்கும் சூழலுக்கும் அடுக்காத புரளி அது.

செண்பகம் தன்னைப்பற்றி இப்படிக் கேள்விப்பட்ட ஒருபோது குழாயடியில் ‘எந்தச் செறிக்கி, எந்தக் கம்மனாட்டி என்னோட ஒழுக்கத்தப்பத்தி பேசினது... அவ அவ யோக்கிதை எனக்குத் தெரியாதா?’ என்று கடுமையாகச் சண்டைக்குப் போய் விட்டாராம்.

ஊர் எதைப் பேசினாலும் யமுனாவிற்குத் தாயைப்போன்றவள். இந்தபோது அவளை மருத்துவமனையில் தனியாக விட்டுப் போகக் கூடியவரல்ல என்கிற நம்பிக்கையும் எனக்கிருந்தது. உடனடியாகச் செண்பகம் தன்னுடைய வீட்டிற்கு ஃபோன் செய்தார். வேலைக்குச் சென்ற மகன் வீடு திரும்பிவிட்டானா என்றார். இன்னும் திரும்ப வில்லை என்றுகூட அவரது மருமகள் சொல்லியிருக்கக்கூடும். யமுனாவுடன் இந்த இரவு மருத்துவமனையில் தங்கிவிட்டுக் காலையில் வருவதாகச் சொன்னார். செண்பகம் இந்தச் செய்தியை அந்த முனைக்கு உறுதியாகவே சொன்னார். ரொசாரியோ இறுக்கம் தளர்ந்தவராய் மறுபடியும் கடிகாரத்தைப் பார்த்தார். ஆளைவிட்டால் போதுமென்கிற பரபரப்பு அவரிடமிருந்தது. இப்போது கிளம்பினால்தான் வீட்டிற்குச் சென்று உடுப்பு மாற்றிக்கொண்டு ஒன்பதரைக்குள்ளாக முதலாளிக்குச் சலாம் போடமுடியுமென்றார். அவருடைய அவசரம் எனக்குப் புரிந்தது. நான் என்னுடன் அழைத்துக்கொண்டுபோகிறேன் என்றேன். சரி என்றார்.

செண்பகம் ரொசாரியோவிடம் வீட்டிலிருந்து வரும்போது மாத்திரை டப்பாவை வாங்கிக்கொண்டு வரச்சொன்னார். நான் அவரிடம் இயல்பாக விசாரித்தேன். "என்ன மாத்திரை?"

"சுகர், பிரஷர், கொலஸ்ட்ரால் பிரச்சனைகள் உண்டு தம்பி எனக்கு. ஐம்பதை நெருங்கிவிட்டால் அதில்லாமல் எப்படி? ரெண்டு வருசத்துக்கும் முன்னாடி ஸ்டோக் வந்ததுலேருந்து மருந்து இல்லாம இருக்கறதில்லபா" என்றார்.

## (iv)

நான் சாப்பாட்டிற்கு அமர்ந்தபோது என் அம்மா தனக்குச் செய்திருந்த கேழ்வரகு உப்புமாவை எனக்கொரு கரண்டி வைத்துவிட்டு தோசையை வார்த்துக் கொண்டிருந்தார். நான் ஏதோ யோசனையில் உப்புமாவிலுள்ள பருப்புகளோடு அவற்றைக் கொரித்துக் கொண்டிருந்தேன். திடீரெனப் பக்கத்து வீட்டு பாட்டி கத்த ஆரம்பித்துவிட்டது. இது வழக்கமான ஒன்றுதான் என்றாலும் இந்தபோது நான் எதிர்பார்க்கவில்லை. பாட்டி வித்தியாசமான குரலில் பேசும். பேசும் என்பதைவிட வெடிக்கும் என்பதுதான் சரியான சொல்லாக இருக்கமுடியும். மூன்றெழுத்தில் ஒரு பெயரைச் சொல்லி யாரையாவது அழைக்கவேண்டுமானால் அது இருபதுக்கும் மேற்பட்ட குண்டுகளை ஒரேநேரத்தில் சிதறடிக்கக்கூடிய சத்தத்தைப் பாய்ச்சும். பாட்டிக்கு நான் ஏ.கே-47 என்று பெயர் வைத்திருக்கிறேன்.

என் வீட்டின் சமையலறை சன்னலைத்தாண்டி ஒரு இரண்டடி சந்துதான் ஏ.கே-47 என்னைத் துளைக்கும் தூரம். பாட்டியின் குரல் ஏனோ எனக்கு ஆத்திரத்தைக் கிளப்பிவிடும். சமயங்களில் நானும் பதிலுக்கு வெடித்துப் பார்த்திருக்கிறேன். அந்தபோதெல்லாம் என் அம்மாவும் அப்பாவும் என்னை விசித்திரமாகப் பார்த்திருக்கின்றனர்.

பாட்டி அந்த வீட்டிற்குக் குடிவந்து இப்பொழுதுதான் ஒரு ஆறு மாதத்திற்குள் இருக்கும். ஏறத்தாழ அது என்னைப் பைத்தியமாக்காமல் வீட்டைக் காலி செய்யாது என்று இந்தபோதும் என் தட்டைத் தூக்கிக்கொண்டு அறைக்குள் நுழைந்தேன்.

நான் சாப்பிட்டதற்குப் பின்னர் எனக்கொரு தேவையற்ற எண்ணம் தோன்றியது.

ரொசாரியோவின் ஒருநாள் இரவு எப்படிக் கழியும்? எனக்குத் தெரியவேண்டும் இன்றைக்கு.

# 7

## (i)

வீட்டிற்குச் சென்று திரும்பிய ரொசாரியோ சரியாக ஒன்பதரைக்கெல்லாம் முதலாளிக்குச் சலாம் போட்டார். முதலாளியானவர் கடிகாரத்தைப் பார்த்துவிட்டுப் புருவமேட்டை உயர்த்தியபடி தலையாட்டினார். கண்ணாடிக் கதவை திறந்துவிட்ட கடைக்கான பிரதான காவலாளியிடம் எதையோ சொல்லிக்கொண்டே ரொசாரியோ வெளியில் வந்து நின்றுகொண்டார். நேரம் ஆக ஆக நகைக்கடைக்கு நுகர்வோர் வரத்துக் கம்மியாகிக்கொண்டே இருந்தது. பளபளப்பான வடநாட்டு நகைவியாபாரிகள் கையில் பெட்டியுடன் வந்து போனார்கள். ரொசாரியோ வெளியில் நடந்துகொண்டே கடை முதலாளியை நோட்டமிட்டார். இன்னொருபுறம் மணிக்கட்டைத் திருப்பி நேரத்தையும் பார்த்துக் கொண்டிருந்தார். முதலாளி கொஞ்சம் அசந்தால் மருத்துவமனைக்குச் சென்று மகளைப் பார்த்துவிட்டுச் செண்பகத்திடம் மாத்திரை டப்பாவைக் கொடுத்துவிட்டு வரலா மென்கிற அவரது எண்ணத்தை நான் உள்வாங்கிக்கொண்டேன். அவருக்கான சமயம் வாய்க்காதது எனக்கு வருத்தம்தான் என்றாலும் என்னால் இப்போது ஒன்றும் செய்வதற்கில்லை.

'உள்ளதைச்சொல்லி அனுமதி கேட்கலாமென்றால் அப்படியே போய்விடு. நான் வேறு ஆள் போட்டுக்கொள்கிறேன் என்பானே இந்த முதலாளி...? கொஞ்சமும் ஈவிரக்கமே இல்லாத பயல்' என்று கடுகடுத்துக் கொண்டார் பிறகு கையை ஆட்டிக்கொண்டே இன்னொன்றையும் சொன்னார். 'பத்தரைக்குக் கடை சாத்தியதும் ஓடிப்போய்ப் பார்த்துவிட்டு வரலாம்'

இதற்கிடையில் செண்பகம் இரண்டுமுறை அழைத்திருந்தார். கேண்டினில் டிஃபன் சாப்பிட்டுவிட்டதாகவும் மாத்திரையைப் போட்டுக்கொண்டு தூங்கவேண்டுமெனவும் அவர் சொல்லியிருக்க வேண்டும். ரொசாரியோ அவரிடம் பேசியதை வைத்து நான் இப்படித்தான் புரிந்துகொண்டேன். இவர், மாத்திரைக்காகச் சற்றுப்

பொறுத்திருக்குமாறு சொன்னார். கடை சாத்திய பின்பும் இவரால் போகமுடியவில்லை. கடைவீதி அடங்கிக்கொண்டிருந்தது. சமீப நாட்களாக நூதன முறையிலான திருட்டுச் சம்பவங்கள் அரங்கேறிய வண்ணம் இருப்பதை இவருடைய சக காவலாளிகள் பேசிக் கொண்டனர். அதைக் காதில் வாங்கிய ரொசாரியோ, 'கடையில் மாட்டிக்கிடக்கும் பூட்டை நம்பியெல்லாம் போவதற்கில்லை. கடையிலிருந்து கால் பர்லாங் தாண்டிய தூரம்தான் ஆஸ்பத்திரி. ஜன நெருக்கடியான இந்தப் பஜாரில் எத்தனை வேகுவேகென! சைக்கிளை மிதித்துக்கொண்டு போனாலுமேகூடப் போகவர பதினைந்து நிமிடத்திற்குக் குறையாமல் ஆகும். அதற்கிடையில் பூட்டு அறுக்கப்பட்டிருந்த தடயம் இருந்தால்கூட நம் தலைதான் உருளும். ஏற்கெனவே ஒருமுறை சந்தேகத்தின் அடிப்படையில் காவல் நிலையம் சென்றுவந்த அனுபவம்வேறு நமக்கிருக்கிறது...' என்றார். அவர் அந்த வீதியின் மெர்குரி விளக்கொளியில் நனைந்துக்கிடந்த, துருப்பிடித்த பெயர்ப் பலகையையே வெறித்துப்பார்த்துக் கொண்டிருந்தார். செண்பகத்திடமிருந்து அழைப்பில்லை. மாத்திரை டப்பாவிடம் மன்னிப்புக் கோரினார்.

(ii)

ரொசாரியோ, அவர் வேலைபார்க்கும் நகைக்கடையின் பிரத்தியேக இரவு காவலாளி என்பது எனக்குத் தெரியும். ஆகவே அவர் ரோந்து நடை போகவேண்டிய அவசியமெதுவும் கிடையாது. கடை சாத்தியதும் எப்போது தூக்கம் வருகிறதோ அப்போது கடையின் ஷட்டரை ஒட்டிய அகலப் படியில் பூட்டுக்குப் பாதுகாப்பாகப் படுத்துக் கொள்ளலாம். நான் என் உள்ளூர் வேலையைப் பார்த்ததுபோக வார இறுதி நாட்களில் மது விடுதிகளுக்கோ, இன்னபிற என் வேலையின் காரணமாகத் தாமதமாக வீடு திரும்பக்கூடிய அநேக இரவுகளிலும் அவர் அப்படிப் படுத்திருந்து நான் பார்த்திருக்கிறேன்.

சகலப் பொருட்களும் விற்பனையாகக்கூடிய அந்த பஜாரின் பெருவாரியான கடைகளுக்குப் பிரத்தியேக இரவு காவலாளிகள் உண்டு. ஒருசில சிறிய கடைகள் மட்டும் நான்கைந்து கடைகளுக்கு ஒரு காவலாளியை நியமித்திருந்தனர். அந்தக் காவலாளிகள் ஒவ்வொருவரும் வேறுசில கடைகளுக்குக் காவலாளிகளாகவும் இருந்தனர். அவர்கள் தங்களுக்கான பொறுப்புகளைச்

சுமந்தபடி உலாத்துவதை வைத்து என்னால் இப்படித்தான் புரிந்துகொள்ளமுடிந்தது.

இரவு நேரங்களில் அந்தக் காவலாளிகள் கடைத்தெருவிற்கு மையமான ஓரிடத்தில் கூடியவாறு அவர்களுக்குள் சகலத்தையும் பேசிக்கொண்டிருந்தனர். என்னால் வெகுநாட்களுக்குப் பிறகு சுத்தமான சுருட்டு மற்றும் பீடி வாடையை நுகர முடிந்தது. காற்றில் கலந்தடிக்கும் அந்த வாடை எப்போதாவது நான் விரும்பக் கூடியதாக இருந்திருக்கிறது. அவர்கள் தங்களது கண்காணிப்பிற்கு உட்பட்ட கடையின் வாசலை அடைந்ததும் படுப்பதற்கு ஆயத்தமாகிக் கொண்டிருந்தனர். அப்போது நேரம் இரண்டைத் தொட்டுவிட்டது.

திடீரென அங்கிருந்த ஒரு பலசரக்குக் கடைக்குள்ளிருந்து பலமான உருட்டல் சத்தம் கேட்டது. காவலாளிகள் அத்தனை பேரும் சுதாரித்தனர். அவர்களில் ஒருவர் தன் கையிலிருந்த டார்ச்லைட்டைக்கொண்டு கடையின் மரக் கதவிடுக்கில் வெளிச்சம் பாய்ச்சினார். உருட்டல் சத்தம் நீடித்துக்கொண்டிருந்தது. அடித்தவர் ஊடுருவிப் பார்த்த வகையில் அதைப் பெரிச்சாளி என்றுவிட்டு நகர்ந்தார்.

நான் அந்த இரவின் விசித்திரமான கொட்டாவிச் சத்தங்களைக் கேட்டேன். அந்தச் சத்தம் யாருக்கும் துயரத்தைக்கொடுக்கும் வல்லமை வாய்ந்ததாகத்தான் இருக்கமுடியும்.

எப்போதாவது எங்கிருந்தோ நாய்கள் ஊளையிடுவதையும் ஒன்றோடொன்று குதறிக்கொள்வதையும், பெருச்சாளிகளின் அக்கிரமச் சத்தங்களையும்கூடக் கேட்டேன். காவலாளிகளில் சிலர் அந்தச் சத்தத்திற்கு அவ்வப்போது அசைந்து கொடுத்தபடியோ தூக்கத்திலிருந்து எழுந்து ரோந்து நடை போய்வந்தபடியோ இருந்தனர்.

பிறகு, அந்த இரவு மெல்ல தான் புறப்பட்ட இடத்திற்குத் திரும்பிக் கொண்டிருந்தது. எனக்குப் பரிச்சயமில்லாத விசித்திரமான பரபரப்பை நான் அந்தக் காலை நேரத்தில் பார்த்தேன்.

ஆறுமணி சுமாருக்கு அந்தக் காவலாளிகள் தங்களது மூட்டையைச் சுருட்டிக்கொண்டு கிளம்பிக்கொண்டிருந்தனர். ரொசாரியோ மருத்துவமனையை நோக்கி சைக்கிளை மிதித்தார்.

# 8

எனக்கு வியாழக்கிழமையில் கும்பகோணம் மற்றும் மயிலாடுதுறை ஊர்களைச் சுற்றியுள்ள கடைகளைப் பார்த்தாக வேண்டும். மிகப்பெரிய எல்லை. ஆறேழு சதங்களுக்குக் குறையாத கடைகளுண்டு. இரண்டு நாள் சுற்றினாலும் பார்த்துமுடியாது. அத்தனையும் பார்ப்பதற்குத் தேவையில்லையென்பதால் சில ஒப்பேற்று வேலைகளைச் செய்துகொள்ளலாம். எனக்கு நிர்வாகத்தரப் பிலிருந்து 'ஒரேநாளில் முடித்துவிடக்கூடிய வேலைக்காரன்' என்று பொய்யான பட்டத்தைக் கட்டியிருக்கின்றனர். இப்படியொரு பட்டம் எனக்குத் தேவையில்லையென்றாலும் அவர்களே கொடுத்ததை நான் மறுப்பதற்கில்லை. பின்னால் எனக்கு இது பதவி உயர்வுக்கும் சம்பள உயர்வுக்கும் இன்னும்சில பணப் பலன்களையும் உறுதிசெய்யும் என்பதால் நான் அதை ஆதாயமாகக் கருதினேன்.

நான் கம்பெனியின் நேரத்தையோ நாட்களையோ களவாடுவது உண்டு. சென்ற வாரத்தில்கூட உடல்நிலை சரியில்லையென இரண்டு நாட்கள் முழுமையாக வேலைக்கு மட்டம் போட்டுவிட்டு சினிமாவுக்குப் போயிருந்தேன். வேலை சார்ந்து எனக்குட்பட்ட எல்லையைப் பார்க்காத அந்த நாட்களில் கம்பெனியின் விற்பனை பாதாளத்துக்குப் போய்விட்டதாக இன்ஃபினிட்டி ஃபார்மா என்மீது குற்றச்சாட்டை வாசிக்க ஆரம்பித்துவிட்டிருந்தது.

என் மேலதிகாரிகள் என்மீது போர்ப் பிரகடனம் செய்யாத குறைதான். இதுமாதிரியான நேரங்களில் அவர்கள் வார்த்தைகளில் ஏவுகணைத் தாக்குதல் நிகழ்த்துவார்கள். இவை நான் அவ்வப்போது எதிர்கொள்ளக்கூடிய ஒன்றுதான். அதன் விளைவால் மேனேஜர் தன் பங்குக்கு ஒரு கொரில்லாத் தாக்குதலை என்மீது தொடுத்தார். இதுவும் நான் எதிர்கொள்ளக் கூடியதெனக் கடந்தேன்.

நான் இன்ஃபினிட்டி ஃபார்மாவில் சேர்ந்து மூன்றாண்டுகள் முடிந்துவிட்டன. நிர்வாகத் தரப்பின் அத்தனை தாக்குதல்களையும் பொறுத்துக்கொண்டுதான் இங்கே என் இருப்புச் சாத்தியமாகி யிருக்கிறது. எந்த நிறுவனத்திற்கு மாறினாலும் இதே கதிதான். ஆகையால் நான் இந்தத் தாக்குதலை மேலென்று கருதியிருக்கலாம். இதைச் சிலபோது நக்கலாக எதிர்கொள்வதுமுண்டு. இன்னொரு வகையில் பார்த்தால் நான் விரும்பிய வேலையும்தான். இனி வேறு

வேலைக்கோ வேறொரு துறைக்கோ நான் செல்வதற்கில்லை. இந்த வட்டத்திற்குள்தான் என் ஆட்டத்தை ஆடியாக வேண்டும்.

இன்றைக்குக் கொஞ்சம் பொறுமையாக மார்க்கெட் பார்க்க வேண்டுமென்று ஏ.எஸ்.எம். (Area Sales Manager) என்னை அழைத்துச் சீக்கிரமே வரச்சொல்லியிருந்தார். அது நிமித்தம் நான் நேரத்தோடு கிளம்பிக்கொண்டிருந்தேன். இடையில் எனக்கு இன்னபிற வேலைகளுடன் அம்மாவும் அப்பாவும் ஆளுக்கொரு வேலையைக் கொடுத்தனர். எத்தனை வேலையிலும் நான் யமுனாவைப் பார்க்காமல் போவது முடியாது. ஆகவே நான் அம்மாவிடமும் அப்பாவிடமும் அவர்களது வேலையைக் கொஞ்சம் நிதானமாகப் பார்ப்பதாகச் சொல்லிவிட்டுக் கடிகாரத்தைப் பார்த்துக்கொண்டே பைக்கை வெளியில் எடுத்தேன். 8:45 ஆனது.

ஒன்பது மணி சுமாருக்கு 234-க்குள் நுழைந்தேன். அப்போது ரவுண்ட்ஸ் வந்து கொண்டிருந்த மருத்துவர்களுக்கு முன்னே வந்த செவிலியர், என்னை நோக்கிக் கைநீட்டி வெளியில் காத்திருக்கச் சொன்னார். நான் சட்டென வெளியில் வந்து சன்னலை ஒட்டி நின்றுகொண்டேன். ரவுண்ட்ஸ் வந்த மருத்துவரில் ஒருவர் ஜாவேத். வார்டுக்குள் நடக்கும் வழக்கமான பரிசோதனைகளை முடித்த மருத்துவர் ஜாவேத்தும் 'பயப்படும்படி ஒன்றுமில்லை. சாதாரண வைரல் காய்ச்சல்தான்' என்றார். எனக்கு நிம்மதியானது. மேலும் அவர் அங்கிருந்த செவிலியரிடம் எதையோ கிசுகிசுத்துக்கொண்டிருந்தார். எனக்குக் காதில் விழாததால் நான் அதைக் கிசுகிசுப்பாகத்தான் எடுத்துக்கொண்டேன். பிறகு ரொசாரியோவைப் பார்த்துச் சொன்னார். 'ஒரு வாரத்திற்கு மாத்திரை மருந்துகள் எழுதிக் கொடுத்திருக்கிறேன். இன்றைக்கே டிஸ்சார்ஜும் செய்துகொள்ளலாம்' என்று.

ரொசாரியோ என்னைப் பார்த்தபடியே மருத்துவரின் முன்னால் பணிவாக நின்றுகொண்டிருந்தார். அவர் என்னைப் பார்த்ததை நான் இப்படிப் புரிந்து கொண்டேன். நான் மருத்துவரிடம் யமுனா குறித்து எதையோ விசேசமாகக் கேட்கவேண்டும் என்று நினைத்திருப்பாரோ என்று. எனக்கு அப்படித்தான் தோன்றியது. என்னால் அவர் நினைத்ததைச் செய்யமுடியாது.

மருத்துவர் ஜாவேத் M.D. எனக்கு மிகப் பரிச்சயமானவர்தான். நாளொன்றுக்கு காலை மாலையென நூறு பேருக்குக் குறையாமல் பார்க்கக்கூடியவர். அவருடைய சொந்த மருத்துவமனையில் மருந்துக்கடையும் வைத்திருக்கிறார். அத்தனையும் அவருடைய

நிர்வாகக்கட்டுப்பாட்டில்தான் வருகிறது. எனக்கு ஒரு ஆர்டர் கொடுத்தாலும் மொத்தமாகக் கொடுத்துவிடுவார். என் கம்பெனி மருந்துகளைப் பரிந்துரைக்கச்சொல்லி நிறையமுறை அவரைப் பார்த்திருக்கிறேன்.

ஒருபோது அவரிடம் எனக்கொரு விசித்திர அனுபவம் நிகழ்ந்து போனது. வழக்கமாக அவரிடம் மருந்துகளின் காம்பினேஷனைச் சொல்லிவிட்டுக் கம்மென்று இருந்துவிடவேண்டும். அன்றைக்கு நான் கூடுதலாக இரண்டொரு வார்த்தைகளைப் பேசி விளக்கமளித்து விட்டேன். அது அவருக்கு மிகவும் எரிச்சலூட்டிவிட்டதுபோல. அதை நான் செய்திருக்கக்கூடாதுதான். அன்றைக்கு அவர் தன் கை கடிகாரத்தைப் பார்த்தவாறு என்னிடம், 'சிறிதுநேரம் காத்திருக்க முடியுமா?' என்று மிகப் பணிவாகக் கேட்டார். எனக்குக் குதூகலமாகி விட்டது. நான் சாடையாக என் கடிகாரத்தைப் பார்த்தேன். நேரம் எட்டாவதற்கு இன்னும் பத்து நிமிடங்கள் இருந்தன.

வழக்கமாக அவர் எங்களைப்போன்ற மருந்துப் பிரதிநிதிகளைப் பார்த்த பிறகுதான் நோயாளிகளைப் பார்ப்பார். அவர் கேட்டதற்கு நான் எப்படி மறுப்புச்சொல்ல முடியும்? அதிலும் பணிவாகக் கேட்டார். நான் அந்தக் காத்திருப்பில் என் விற்பனை இலக்கின் எட்டமுடியாத இலக்கில் மையம் கொண்டிருந்தேன். அதற்காக என்னிடம் அவர் சில ஒப்பந்தங்கள் பேசக்கூடுமென நினைத்தேன். அப்படிப் பேச்சுவார்த்தை மசிந்துவிட்டால் என் வேலை எளிதாகிவிடும். நான் அந்த மாதத்தின் தொய்வான என் இலக்கை நேர்செய்துவிடலாம் என்கிற மிதமிஞ்சிய கற்பனையில் இருந்தேன். மருந்துப் பிரதிநிதிகளுக்கான பிரத்தியேக வரவேற்பறையில் மருத்துவர் ஜாவேத் என்னை அன்றைக்கு வெகுநேரம் காக்கவைத்தார். இரவு பத்து மணியையும் கடந்துவிட்டிருந்தது. அன்றைக்கு நான் போகவேண்டிய மற்ற மருத்துவமனைகளுக்கும் மருந்துக் கடைகளுக்கும், மருத்துவர்களையும் பார்ப்பதைக் கைவிடவேண்டியிருந்தது. அவர் தன்னுடைய நோயாளிகளைப் பார்த்து முடியும்வரை நான் காத்திருந்தேன்.

அவரது வீட்டிற்கு முன் பகுதியில்தான் மருத்துவமனை. அன்றைக்கு அவர் என்னை உள்ளே வைத்துப்பூட்டிவிட்டு வேறொரு ரகசிய வழியாக வீட்டிற்குச் சென்றுவிட்டிருந்தார். லைட்டெல்லாம் எரிந்து கொண்டிருந்தன. மருத்துவமனை ஊழியர்கள் சிலர் நான் காத்திருப்பது குறித்துக் கேட்டனர். ஒவ்வொருவருக்கும் நான்

உரிய பதிலைச் சொன்னதும் அவர்கள் ஆமோதித்துச் சென்றனர். நான் பதினொரு மணிவரை அவர் வருவாரெனக் காத்திருந்தேன். மருத்துவர் ஜாவேத் அன்றைக்குப் பதினொன்னரை மணியைக் கடந்ததும் வேஷ்டியும் பனியனுமாக வந்தார். வயிற்றைத் தடவிக்கொண்டே ஏப்பம் விட்டவாறு வெகு இயல்பாக என்னிடம், 'என்னப்பா... நீ இங்க உக்காந்துருக்க? போகலையா இன்னும்? நா கவனிக்கலையே... உன்ன' என்றார். எனக்கு ஆத்திரமும் எரிச்சலுமாக வந்தது. பெரு நிறுவனங்களுக்காக ஷூ-வும் டை-யும் கட்டிவிட்டால் மனிதனுக்குண்டானதையெல்லாம் மழுங்கடித்துக் கொள்ளவேண்டும். ஒன்றைத் தவிர. அதாவது, இப்போது நான் எதுவுமே நடக்காதது போல அல்லது நான் சாதகம் அடைந்துவிட்டதுபோலப் பணிவாகச் சிரிக்கவேண்டும். அதுதான் பெருநிறுவனங்கள் எங்களுக்களித்திருக்கும் பயிற்சி. அந்த ஒன்றுக்கு நான் என்னைப் பழக்கிக்கொண்டிருந்ததால் 'சார்... இருக்கச் சொன்னிங்க' என்றேன். 'ஓ... அப்படியா. நான் மறந்துவிட்டேனப்பா. சரி நீ கிளம்பு. நாளை வா. பார்க்கலாம்' என்றுவிட்டுப் போய்விட்டார்.

நான் கொலைவெறியுடன் வெளியில் வந்தேன். அவர் எனக்குத் தண்டனை கொடுத்துவிட்டார் என்பது எனக்குப் பின்னொரு நாளில்தான் தெரியவந்தது.

அப்போதிலிருந்து அவரைக் கண்டால் நான் மிகக் கவனமாக இருந்து விடுவேன். இந்த அவமானத்தை என் வேலை சார்ந்து என்னுடன் நெருக்கமாகப் பழகியவர்களைத் தவிர்த்து நான் யாரிடம் சொல்லமுடியும்? கூடவும், நான் இதை ரொசாரியோவிற்குச் சொல்ல வேண்டிய அவசியமில்லை. ஆகவே அவரது பார்வையிலிருந்த கோரிக்கையை நான் புரிந்துகொள்ளவில்லை எனபதைப்போல இருந்துவிட்டேன்.

பிறகு அந்த அறையைவிட்டு வெளியில் வந்த மருத்துவர் ஜாவேத்தின் உடல்மொழியானது வெளிப்புறத்தை மிகவும் மரியாதை நிமித்தமாகக் கட்டமைத்தது. அவரது கண்கள் எதையும் பொருட்படுத்தாத வகையில் முக்கால் வட்டத்திற்கு மேய்ந்தது. இந்தப் பார்வையை நான் அலட்சியப்படுத்துவதற்கில்லை. பணிவாகக் கையைத் தூக்கினேன். அவருக்கு நான் மரியாதை செலுத்தியதை ஏற்றுக்கொண்ட உடல்மொழியுடன் நடந்து போனார்.

அதன்பிறகு யமுனா இருந்த அறைக்குள் நுழைந்த நான் உடனடியாக அங்கிருந்து கிளம்புவதற்கில்லாமல் வழக்கமான விசாரிப்புகளுக்குப் பின்னர்க் கிளம்பக்கூடிய ஆயத்தத்தில் இருந்தேன். அப்போது எனது மொபைலை எடுத்துப் பார்த்தேன். நேரம் பத்தை நெருங்கியது. இரண்டுமுறை ஏ.எஸ்.எம். அழைத்திருந்தது மிஸ்டு-கால் ஆகியிருந்தது.

அந்த நேரத்திற்கு மருத்துவமனைக்கு வந்த ஏஜென்ஸியின் முதலாளி, ரொசாரியோ, செண்பகம் உள்ளிட்டோரிடமும் பலவாறாகப் பேசிக்கொண்டிருந்தார். என் வேலை நிமித்தமாகவும் நான் சிலவற்றை அவரிடம் பேசவேண்டியும் இருந்தது. பிறகு அவர் யமுனாவிடம் காய்ச்சல் சரியானதும் வேலைக்கு வந்தால் போதும் என்றார். என் பார்வைக்கு அவள் இதுவரையிலிருந்த ஒரு இறுக்கத்திலிருந்து வெளியேறியவளாய்த் தெரிந்தாள். அல்லது ஆதரவாக உணர்ந்திருக்கக்கூடும். மேலும் யமுனாவின் முதலாளி, மருத்துவர் எழுதிக்கொடுத்த சீட்டை வாங்கிப்பார்த்தபடி தேவையான மருந்துகளை ஏஜென்ஸி யிலிருந்து கொடுத்தனுப்புவதாகவும் மருத்துவமனைக்குக் கட்ட வேண்டிய மீதத்தொகையைத் தன்னுடைய மேனேஜரிடம் சொல்லிக் கட்டச்சொல்வதாகவும் சொல்லிவிட்டுக் பையிலிருந்த கொஞ்ச பணத்தை ரொசாரியோவின் கையில் திணித்துவிட்டுப் போனார்.

அவர் சென்றதிலிருந்து இருபதாவது நிமிடத்தில் கிளம்பவிருந்த என்னை ஏஜென்ஸி மேனேஜரின் வருகை தடுத்துநிறுத்திவிட்டது. கையில் மாத்திரைப் பையுடன் உள்ளே நுழைந்தவரிடமிருந்து நான் தப்பிப்பதற்கில்லாமல் நின்றுகொண்டேன். அந்த இடத்தில் என்னைக் கண்டு வியப்பாகப் புருவமேட்டை உயர்த்தியவர் “நீங்க எங்க இங்க?” என்றார். முதலாளி கேட்காத கேள்வியை இவர் எதற்காகக் கேட்கிறார் என்றபடி நான் அவரிடம் “யமுனா எங்களுடைய ஏரியாவைச் சேர்ந்த பெண தான் சார்” என்றேன். மேற்கொண்டு அவர் எதையும் என்னிடம் கேட்கவில்லை. யமுனாவின் அப்பாவிடம் மாத்திரைப் பையையும் மருத்துவமனைக்குக் கட்டிய ரசீதையும் கொடுத்துவிட்டுப் பேசிக் கொண்டிருந்தார். எனக்கு அவருடைய பட்டைக் கிருதாவை வெடுக் கென இழுத்துவிடக்கூடிய ஆத்திரம். காரணம், என்னுடைய ஏ.எஸ்.எம். என்னை அப்படி விரட்டிக்கொண்டிருந்தார். யமுனாவின் முகத்தைப் பார்க்கையில் அவளும் மேனேஜரின் மேல் ஏகக்கடுப்பில் இருப்பது தெரிந்தது. நான் போகலாமெனக்

கிளம்ப எத்தனிக்கையில் 'வெயிட் பண்ணு ப்ளீஸ்' என்று எனக்கு வாயசைத்துக் காட்டினாள். நான் மறுப்புச் சொல்லிவிட்டுக் கிளம்புவதற்கில்லை. கூடவும், அவளுடைய அப்போதைய நடவடிக்கையைப் பார்க்கையில் இதுநாள் வரையிலும் இல்லாத நெருக்கத்தை என்னால் உணரமுடிந்தது. இந்த உணர்வை என்னால் எப்படி உதறித்தள்ளமுடியும்? நான் கொஞ்சம் அதை அனுபவித்தேன்.

அப்போது பட்டைக் கிருதா மேனேஜருக்கு யாரோ அழைத்தனர். நாங்களிருவரும் அவர் தொலைந்தால் தேவலை என்கிற எண்ணத்தில் அவரைப் பார்த்தோம். அவர் மொபைலில் பேசியபடி எங்களுக்குத் தலையசைத்துவிட்டுப் போனார். எங்களுக்கு நிம்மதியானது.

சட்டென நானும் சொல்லிக்கொண்டு கிளம்பினேன். யமுனாவிற்கு இரத்தம் ஏற்பாடு செய்ததிலிருந்து அவளின் அப்பாவிற்கும் செண்பகத்தம்மாவிற்கும் என்மீது பிரியம் ஏற்பட்டுவிட்டது. எனக்குப் பலமுறை நன்றி சொல்லிக்கொண்டே இருந்தனர். கூடவே குமாருக்கும் நன்றி சொல்லிவிடுமாறு என்னிடம் கேட்டுக்கொண்டனர். சரி என்றேன்.

யமுனாவிற்கு நான் எந்த வகையில் பழக்கம் என்றெல்லாம் அவர்கள் எங்களில் யாரையும் விசாரிக்கவில்லை. நாங்கள் ஒரே பகுதி என்பதால் இருக்கலாம். அல்லது யமுனாவிற்கு வேலை மெடிக்கல் ஏஜென்ஸியில் என்பதாலும், நான் மருந்துப்பிரதிநிதி என்பதாலும் பழக்கமாக இருக்குமென அவர்கள் நினைத்திருக்கக்கூடும்.

அவர்கள் என்னிடம் தக்க சமயத்தில் இரத்தம் கொடுத்த குமாருக்கு மறுபடியும் நன்றி சொல்லக் கேட்டுக்கொண்டனர். நான் குமாருடன் பாலிடெக்னிக்கில் சேர்ந்து படித்தவன். அவனிடம் அதிகம் வைத்துக்கொண்டதில்லை. எங்கேயாவது பார்க்க நேரிட்டால் சிரித்துக் கொள்வோம். இன்னும் அதிகமாகப் போனால் வழக்கமான சில விசாரிப்புகளுடன் நிறுத்திக்கொள்வோம். குறிப்பாகச் சொல்லப் போனால் நான்தான் அவனைக்கண்டு விலகியிருக்கிறேன். அதற்கான முக்கியக்காரணம் அவன் செய்யக்கூடிய தொழில்தான். அவையனைத்தும் அதிருப்தி ரகமானது. இப்பொழுது யமுனாவின் அப்பாவும் செண்பகமும் மறுபடி மறுபடி கேட்டுக்கொண்டதற்காக வேண்டியே அவனுக்கு நன்றி தெரிவிப்பதாக உறுதியளித்துவிட்டு நகர்ந்தேன்.

அப்போது பார்த்து ஒரு செவிலியர் அறைக்குள் வந்தார். எனக்கு மறுபடியும் ஒரு தடங்கல். நான் சலித்துக்கொண்டு, அதேபோது அதைச் சிறிதும் காட்டிக் கொள்ளாமல் நிற்கவேண்டியதாயிற்று. "எத்தனை மணிக்கு நாங்கள் கிளம்புவது" நயந்த தொனியில் செண்பகம் அந்தச் செவிலியரிடம் கேட்டார்.

"டிஸ்சார்ஜ் சம்மரி இன்னும் ரெடியாகல. ரெண்டு மணிக்கு மேல ஆகும்" என்றார் செவிலியர். செண்பகம் விழித்தார். செவிலியர் சொன்னதில் டிஸ்சார்ஜ் புரிந்திருக்கும். 'சம்மரி' என்பது செண்பகத்திற்குப் புரியவில்லையென நேரத்தைப் பார்த்துக் கொண்டேன். யமுனாவின் வாயிலிருந்த வெப்பமானியை எடுத்துப் பார்த்த செவிலியர், அங்கிருந்த அட்டையில் எதையோ எழுதிவிட்டுப் போனார்.

யமுனா, தன் அப்பாவிடம் கடைக்குச் சென்றுவருமாறு சொன்னாள். ரொசாரியோ எதற்கு என்றார். வீட்டில் பவுடர் டப்பா, பேஸ்ட், கடிகாரத்திற்குப் பேட்டரி உள்ளிட்டவை இல்லை என்றாள். அவர் வாங்கிவருவதாகச் சொல்லிவிட்டு வெளியே நடந்தார்.

நானும் சொல்லிக்கொண்டு நகர்ந்தேன்.

மறுபடியும் எனக்கொரு குறுக்கீடு. இப்போது செண்பகம். "போற வழியில என்னக் கொஞ்சம் வீட்டில எறக்கிவிடுறியா தம்பி" என்றார். நான் யமுனாவைப் பார்த்துவிட்டு அவரைப் பார்த்தேன். யமுனாவும் அவரையே பார்த்தாள். பிறகு, செண்பகம், எங்கள் இருவரையும் மாறி மாறிப் பார்த்தபடி, "கம்பேனிலேருந்து வாங்கிட்டு வந்த ஒருகிலோ மாவுல பத்துப் பதினஞ்சி அப்பளம் தேச்சதோட சரி. அதுக்குள்ளே போன் வந்து ஆஸ்பத்திரி வந்துட்டேன... மிச்சமிருக்கறத மருமக தேச்சாளா இல்லையா தெரியில. எங்க தேச்சிருக்கப் போவுது. வீட்டு வேலையே முடியாது. போன்ல கேட்டா சிடுசிடுன்னு விழும். அப்பாதான் இப்ப வந்துருமுள்ள. நீங்க வாங்க நா முன்னாடி போறேன்" என்றார். யமுனா சரி என்றாள். நாங்கள் அங்கிருந்து கிளம்பினோம்.

## 09

நான் கிளம்பிய நேரத்திலிருந்து சரியாக ஐம்பதாவது நிமிடத்தில் ஏ.எஸ்.எம். முன்னால் நின்றேன். அவர் எனக்காகக்

காத்திருந்தது ஒரு சாலையோர தேநீர் கடையில். அப்போது அவர் கையில் சிகரெட் புகைந்துகொண்டிருந்தது. முகத்தை நிதானமாக வைத்திருந்தார். இந்த நிதானம் என்ன எதிர்வினையால் என்று என்னால் கணிப்பதற்கில்லை. என்றாலும்கூட அவர் என்னைத் திட்டப் போகிறாரென்றுதான் நினைத்தேன். பார்த்தால், அந்தக் கடையில் எனக்கும் தேநீருக்குப் பணம் கொடுத்தார். நான் பதற்றம் தனிந்தவாறு என் தாமதத்திற்கான காரணங்கள் சிலவற்றைச் சொன்னேன். அவர் சிகரெட் புகையை இழுத்துக்கொண்டபடி என் காரணத்தை ஏற்றுக்கொள்வது போலவோ பொருட்டில்லை என்பது போலவோ அலட்சியப்படுத்தினார். அதை நான் எனக்குச் சாதகமாகத்தான் கருதினேன்.

தேநீரை முடித்துவிட்ட நான் பக்கத்திலிருந்த கடையில் சிகரெட்டுக்காகப் பணத்தை நீட்டினேன். அவர் நான் கொடுத்த இருபது ரூபாய்க்கு வழக்கமான மீதச் சில்லரையைக் காட்டிலும் கம்மியாகத் தந்தார். நான் சில்லரை குறைகிறதென்று அவரிடம் நீட்டினேன். அவர் விலையேற்றத்தைச் சொன்னார். நேற்றைய தினம் செய்தியில் கேட்டது என் நினைவில் தட்டியது. விலையேற்றத்தை மறந்துவிட்ட தொனியில் நான் அவருக்குச் சிரித்தவாறு என் கையிலிருந்ததைப் பற்றவைத்துத் திரும்பினேன்.

என் பார்வைக்கு ஏ.எஸ்.எம். ஏனோ சுணக்கமாகவே தெரிந்தார். காரணம் எதுவென்று தெரியவில்லை. ஆனாலும் இன்ஃபினிட்டியின் அழுத்தத்தினால் இருக்கலாமென்பதுதான் என் யூகம். அதை நான் அவரிடம் கேட்பதற்கில்லாமல் சிகரெட்டின் கடைசி இழுப்பை ஊதிக் கொண்டவாறு “சௌம்பலாமா சார்” என்றேன். எதையோ ஆழ்ந்து யோசித்தபடி தலையசைத்தாரே ஒழிய, அவரிடம் நகர்வதற்கான யோசனையில்லை. எதற்கான தலையசைப்பு என்பதையும் என்னால் கணிப்பதற்கு முடியவில்லை. மேலதிகாரியிடம் வசமாக வாங்கிக் கட்டிக் கொண்டிருப்பாரென நினைத்துக்கொண்டேன்.

அந்தபோது அங்கு வந்த குள்ளமான ஒரு ஆள் எங்களிரு வரையும் பார்த்து “சாமி. தேன் வேண்மா சாமி. மலத்தேன் சாமி” என்றார். அவர் உடலில் சட்டையில்லை. அழுக்கடைந்த செம்பட்டைக் குடுமியும் கழுத்தில் பல்வேறு நிறத்திலுமான மணிமாலையும் அணிந்திருந்தார். அவரது செந்தூர நிறக் கைலியை பச்சைநிற இடுப்புப் பட்டி இறுக்கிக் கொண்டிருந்தது. பார்ப்பதற்கு வேடிக்கையான ஆளாகத் தெரிந்தார். மதிப்பளிக்கக்கூடிய

வகையில் இல்லாத அவரை “வேணாம்யா. நீ கெளம்பு” என்றேன் நான்.

“ஓரிஜினல் சாமி. வெல்லப்பாவு இல்ல. நக்கிப் பாத்து வாங்கு சாமி” என்றபடி கண்களை உருட்டினார்.

நாங்கள் அதீத வேலை அழுத்தத்தில் இருந்ததால் என்னுடைய ஏ.எஸ்.எம்.மின் பங்கையும் எடுத்துக்கொண்டு அந்தக் குள்ளமான முதியவரிடம், “யோவ்... வேணாங்றேன்ல. போமாட்டியா” என்றேன்.

ஏ.எஸ்.எம். என்னை விநோதமாகப் பார்த்தார். பிறகு அந்த முதியவரிடம் “வேணாம் பெரியவரே. நீங்க கெளம்புங்க” என்றார். அவரது நிதானத்தைப் பார்த்ததும் நான்தான் தேவையில்லாமல் கத்திவிட்டேனோ என வெட்கப்பட்டேன்.

ஆனால் அந்த முதியவர் எங்களை விடுவதாயில்லாமல் தன் தோளில் மாட்டியிருந்த தோல் பையினை இறக்கிவைத்து அதிலிருந்த சிறிய சிறிய டப்பாக்கள் சிலவற்றை உருட்டி ஆராய்ந்தார். பிறகு அதிலிருந்த ஒன்றை எடுத்து என்னிடம் நீட்டினார். மறுபடியும் அவரது செயல் என்னை ஆத்திரப்படுத்தியது. யாரும் பார்ப்பதற்குச் சகிக்காத என் முகத்தை ஏ.எஸ்.எம். பக்கமாகத் திருப்பிக்கொண்டேன். ஏ.எஸ்.எம். அம்முதியவரிடம், “இது என்ன” என்றார். “மூலக்கடுப்புக்கு நம்மகிட்ட மருந்து இருக்கு சாமி” என்றார் அவர்.

அப்பாவித்தனமான அந்த முதியவரிடமிருந்த குத்தல் பேச்சையும் நையாண்டித் தனத்தையும் கொஞ்சமும் எதிர்பாராத நாங்கள் ஒருவரையொருவர் பார்த்துக்கொண்டபடி, கபகபவெனச் சிரித்தோம்.

இந்த நேரத்திற்கான எங்களது மன இறுக்கத்தை வேட்டையாடி விட்ட ஆகச்சிறந்த இந்த வேடனை நாங்கள் கொண்டாடக் கடமைப்பட்டவர்கள் என்கிற எண்ணம் எங்களுக்குள் வந்துவிட்டது. நாங்கள் மிக இயல்பான நிலைக்கு வந்தோம். இன்னும் எத்தனை வியாதிக்கு மருந்து வைத்திருக்கிறாய் உன்னுடைய பையில் என்கிற உரையாடலுக்கு அவரை நாங்கள் இழுத்தோம்.

அவர் தனது சிக்கலான மொழியில் எங்களுக்கு நீட்டி முழக்கினார். சில தீரா வியாதிகளுக்கெல்லாம் ஒரே ஒருமுறை உட்கொண்டால் போதுமென்கிற மருந்துகளெல்லாம் தன்னிடம் இருப்பதாகச்

சொன்னார். நாங்கள் வியப்பில் வாயடைத்து நின்றோம். அதேபோது நாங்கள் சிலவற்றை நம்புவதாகவும் இல்லை. ஆனால் இத்தனை வயதிலும் அவரது ஆரோக்கியமான உடற்கட்டையும் மூலச்சூட்டுக்கெனத் தங்களுக்கு மருந்து டப்பாவை நீட்டிய மனநிலையையும் ஒப்பிட்டுப் பார்க்கையில் நாங்கள் நம்பத்தான் வேண்டியிருந்தது. எங்களுக்கான சாதாரணமான உடல் பிரச்சனைகளுக்கு அந்த முதியவரிடம் மருந்து வாங்கிக்கொண்டு பைக்கில் ஏறினோம். கிக்கரை மிதிப்பதற்கு முன்னதாக ஏ.எஸ். எம். என்னிடம், “இப்படியான மருந்துகள் நம்முடைய பைகளில் ஒன்றாவது உண்டா?” என்றார் நான் சிரித்துக் கொண்டேன்.

அறுவை சிகிச்சை நீங்கலாக அத்தனைக்கும் வைத்தியம் தருவிக்கும் இந்த ஆதி மருத்துவனை மலையிலிருந்து கீழே இறக்கியது எது...? என்கிற கேள்வியின் பதிலாக நான் எனது மருந்துப் பையைப் பார்த்தேன். அந்தபோது ஏ.எஸ்.எம்.மின் மொபைல் அலறியது. எடுத்துப் பார்த்துவிட்டு என்னிடம் “ஆர்.எஸ்.எம்.” என்றார். நாங்கள் அங்கிருந்து கிளம்பினோம்.

நிதானமாக மார்க்கெட் பார்க்கவேண்டுமெனக் கிளம்பிய எங்களால் அன்றைக்கு அப்படிப் பார்க்கமுடியவில்லை. பம்பரமாகச் சுழலவேண்டியிருந்தது. சில இடங்களை நாங்கள் ஏனோ தானோவென்றுகூடப் பார்த்தோம். இறுதியாக ஒரேயொரு மருத்துவமனை மட்டும்தான் பாக்கியிருந்தது. போனால் மணிக் கணக்கில்கூடத் தாமதப்படலாமென மதிய உணவிற்குப் பின்னராகப் பார்க்கலாமென விட்டுவைத்திருந்தோம்.

சுமார் மூன்றுமணி வாக்கில் நாங்கள் அந்த மருத்துவமனையின் வாசலில் பைக்கை நிறுத்தினோம். அங்கிருக்கும் வேப்பமரம் அகலத்துக்குக் கிளைப்பரப்பி நின்றது. இன்னொருபுறம் புங்கை மரம். சகல வாகனங்களும் நிறுத்துவதற்குத் தோதான நிழல். அந்த நிழலில் பழைய பைக்கில் ஒருவர் கம்பங்கூழ் விற்பனையில் முழுவேகத்துடன் இயங்கிக்கொண்டிருந்தார். அதனையொட்டி அமர்ந்திருந்த முதியவரொருவர் கடுமையான இருமலில் அவதியுற்றார். பார்க்க வேதனையான தோற்றம். நெஞ்சுக் கூடுகள் ஒட்டியிருந்தன. ஏறத்தாழ அவர், மனிதர்களால் கை விடப்பட்டவராக இருக்கக்கூடுமென நினைத்தேன். ஏ.எஸ். எம்.-மினால் அவரைக் கடந்து உள்ளே நுழைய முடியவில்லை. என்ன ஏதென என்னிடம் விசாரிக்கச் சொன்னார். நான் அவரருகில் சென்றேன். கையில் மூக்குக் கண்ணாடியை மடித்து

வைத்திருந்தார். அதன் வில்லைகள் சிலந்தி வலை போலத் தெரிப்பு விட்டிருந்தன. எப்போதோ இருமியபோது முகத்திலிருந்து நழுவி கீழேவிழுந்த தெரிப்பாக இருக்குமென நினைத்தேன். அவருடைய இன்னொரு கையில் சிறிய பாட்டிலொன்று இருந்தது. தன் வியாதியின் வீரியத்துடன் போராடிக் கொண்டிருந்தவரிடம் என்ன கேட்பதென்று எனக்குத் தெரியவில்லை. ஒருவழியாக "உடம்புக்கு என்ன?" என்றேன். தொடர்ச்சியான இருமல்களுக்கிடையில் ஏதேதோ சொன்னவர், தன் கையிலுள்ளதை என் கையில் திணித்தார். நான் அவரை ஆழமாக ஊடுருவிய வரையில் பிரச்சினையை ஓரளவு புரிந்துகொண்டேன். பிறகு, அவர் கொடுத்த ஒரு காலி மருந்துப் பாட்டிலையும் கொஞ்சம் பணத்தையும் சோதித்த வகையில் மருந்து விலையைக் காட்டிலும் கம்மியான பணம் இருந்ததைக்கண்ட நான், விசயத்தை ஏ.எஸ்.எம்.மிடம் சொன்னேன். அவர் என்னிடமுள்ளதைக் கொடு என்றார். நான் என் மருந்துப் பையிலுள்ள ஒரு சாம்பிள் பாட்டிலை அந்த முதியவரிடம் கொடுத்து அவரது பணத்தையும் கொடுத்தேன். இருமிக் கொண்டபடியே அந்த முதியவர் பணத்தை என்னிடம் திருப்பிக்கொடுத்தார். ஏ.எஸ்.எம், குறிக்கிட்டு அவரிடம், 'வச்சுக்கோங்க' என்றார். அதோடு அவரை, புகையும் புழுதியும் இல்லாத இடமாகப் பார்த்து உட்கார்ந்து கொள்ளுங்கள் என்றார். பின்னர் நாங்கள் வந்தவேலையைப் பார்ப்பதற்காக நடந்தோம்.

நாங்கள் அந்த மருத்துவமனையின் கண்ணாடிக் கதவைத் தள்ளிக்கொண்டு உள்ளே நுழைந்ததுமே ஏ.சி. குளுகுளுப்புடன் நன்னாரியும் எலுமிச்சையும் கலந்த நறுமணம் எங்களைக் குதூகலப் படுத்தியது. மருத்துவமனைக்கான பிரத்தியேக நாற்றமென்பது அறவே இல்லை. வரவேற்பறையின் விதானம் வண்ண வண்ண காகித பட்டிகளாலும் பலூன்களாலும் அலங்கரிக்கப்பட்டிருந்தன. மருத்துவமனைக்குக் கொஞ்சமும் பொருத்தமில்லாத இந்த அலங்கரிப்பை வைத்து நான் இன்றைக்கு ஏதோ விசேசமான நாளென யோசித்துக் கொண்டிருந்தேன்.

அங்கே ஒரு கால்வட்டத் துண்டிப்பாக இருந்த வரவேற்பாளியின் சலவைக்கல் திட்டிற்குச்சென்று மருத்துவரைப் பார்க்க அனுமதி வாங்கியபிறகு அங்கிருந்த இருக்கையில் காத்திருந்த ஏ.எஸ்.எம். மிற்குப் பக்கத்தில் அமர்ந்தேன். அவர் இந்த அலங்கரிப்பிற்கான காரணத்தை என்னிடம் சொன்னார். முன்னமே அந்தக் காரணத்தை என்னால் யூகிக்க முடியவில்லை. நான் பார்வையை மேயவிட்டேன். எதிரேயுள்ள சுவரில் விலையுயர்ந்த அகண்ட தொலைக்காட்சி

ஓடிக்கொண்டிருந்தது. ஒரு பிரத்தியேக மேடையிலிருந்த கண்ணாடித் தொட்டியில் வண்ண வண்ண மீன்கள் மேல்தட்டு ஒய்யாரத்துடன் நீந்திக் கொண்டிருந்தன. அதனருகில் போன்சாய் தொட்டியொன்று இருந்தது. நோயாளிகளின் வரத்துக் கம்மியாக இருந்ததால் மருத்துவர் எங்களுக்குச் சீக்கிரமே பார்க்கக் கிடைத்தார்.

நாங்கள் அவரது அறைக்குள் நுழைந்தோம். அவருக்கு அன்றைக்குப் பிறந்தநாள். இன்ஃபினிட்டி அவருக்கான பரிசைக் கொடுத்தனுப்பியிருந்தது. இது வழக்கமான கவனிப்புதான். இங்கே வாழ்த்துகள் என்பது வார்த்தைகளுக்குள் அடங்குவதில்லை. எதிர் பார்ப்புகளாக இருந்தன. பணத்தால் பணம் சம்பாதிக்கத் தெரிந்த பெருமுதலாளிகளுக்கு யாருக்கு எதைச் செய்யவேண்டுமென்பது அத்துப்படி. இல்லையென்றால் தொழிலில் நிற்கமுடியாது. ஒரு பெரிய பார்சலும் ஃபௌண்டைன் பேனா டப்பாவையும் அந்த மருத்துவருக்குப் பரிசாகக் கொடுத்த என்னுடைய ஏ.எஸ்.எம். ப்ராடக்ட் ரிமைண்டர் கார்டை பையிலிருந்து எடுத்தார். அந்த மருத்துவரோ, கொடுத்து வாங்கலுக்கு ஒத்துழைப்பது போலத் தலையாட்டினார். நாங்கள் வெளியே வந்தோம்.

ஏறத்தாழ அன்றைக்கு நாங்கள் கும்பகோணம் மார்க்கெட்டை முடித்த பின்னர், மிச்சத்தை அடுத்த வாரம் பார்க்கலாம் என்றார் ஏ.எஸ்.எம். எனக்கு விடுதலையுணர்வு ஏற்பட்டது. காரணம், எப்போதைக்கும் இல்லாமல் இன்று யமுனாவிடமிருந்து எனக்கு ஒரேயொரு மிஸ்டுகால் வந்திருந்தது. இரண்டுமணி நேரங்களுக்கும் முந்தைய நேரத்தில் வந்திருந்தது. இடையில் நான் ஒருமுறை அவளது அழைப்பைப் பார்த்திருந்தேன். என்றாலும் என்னால் அவளுக்குக் கூப்பிட்டுப் பேசுவதற்கு நேரம் வாய்க்கவில்லை. ஏ.எஸ்.எம். எப்போது விடுவாரெனக் காத்திருந்தேன். இப்போது அவர், மிச்சத்தை அடுத்த வாரம் பார்க்கலாம் என்றதும், நான் நிம்மதியாகச் சரி என்றேன். பிறகு எதையோ ஆழமாக யோசித்தவர், மயிலாடுதுறை மார்க்கெட்டை இன்றைக்கே பார்க்கவேண்டும் என்றார். என்னால் மறுப்பதற்கில்லை. “சார். பெர்சனல் கால் ஒன்று பேசிவிட்டு வருகிறேன்” என்றுவிட்டு அவரிடமிருந்து விலகி நடந்தபடி யமுனாவிற்கு அழைத்தேன். அவள் எடுக்கவில்லை. இரண்டொருமுறை தொடர்ச்சியாக முயற்சித்தும் பலனில்லை. எனக்கு, அவள் உடலுக்கு எதுவுமோ என்கிற யோசனை ஓடியது. இருந்தும் இது வழக்கமான நிராகரிப்பாகக்கூட இருக்கலாமென ஏ.எஸ்.எம்.மை நோக்கி நடந்தேன்.

# பகுதி 2

பகுதி 2

# 01

## (i)

டிஸ்சார்ஜ் ஆகியிருந்த அன்றைய மாலையில் செண்பகம், யமுனாவை ரெட்டை மஸ்தானுக்கு அழைத்தார். ஆரம்பத்தில் மறுத்த யமுனாவை செண்பகம் விடவில்லை. சின்னதிலிருந்தே உனக்கு முடியாதபோதெல்லாம் இப்படி அழைத்துப் போயிருக்கிறேன் தானே. இன்றைக்கு மட்டும் வரமுடியாது என்கிறாயே ஏன்? அந்த தர்ஹாவில் மந்திரித்துவிட்டு வந்தால் எப்படியான கோளாறும் சரியாகிவிடுமென்று உனக்குத் தெரியாதா? என்றார். உங்களுக்காக வருகிறேன் என்று யமுனா ஒத்துக்கொண்டாள்.

ரொசாரியோ, அன்றைக்கு இரவு உணவைக் கடையில் வாங்கி வைத்துவிட்டுக் காவலுக்குப் போயிருந்தார். தூக்கமில்லாத யமுனா புரண்டு புரண்டு படுத்துக் கொண்டிருந்தாள். பிறகு, மருத்துவர் எழுதிக் கொடுத்திருந்த மாத்திரையைப் போட்டுக் கொள்ளப்போனவள் எதையோ நினைத்துக்கொண்டு நெஞ்சில் கை வைத்துப் பார்த்துவிட்டு நெற்றியையும் தொட்டுப் பார்த்தாள். சட்டென எந்த யோசனையுமின்றிக் கையிலிருந்த மாத்திரையை மேசையில் வைத்துவிட்டு படுத்துக்கொண்டாள். அவள் தன்னை ஆரோக்கியமாக உணர்ந்திருக்கலாம். இனியும் மாத்திரை எடுக்கத்தான் வேண்டுமா என்கிற எண்ணம் அவளுக்குள் வந்திருக்கவேண்டும். பிறகு அடுத்த அரைமணி நேரத்தில் தன் நெற்றியில் கைவைத்தவள், மாத்திரையை எடுத்துப் போட்டுக்கொண்டுவிட்டு மொபைலை எடுத்துத் துழாவிக் கொண்டிருந்தாள். பாக்கெட்டிலிருந்த என்னுடைய மொபைலின் உதிரி பாகங்களெல்லாம் இறுக்கம் தளர்வதைப்போன்ற உதறலெடுத்தது. எடுத்துப்பார்த்தேன். யமுனா எனக்கொரு வாட்ஸ்-ஆப் செய்திருந்தாள். சத்தத்தை அடக்கி அதை ஓடவிட்டுப் பார்த்தேன். முக்கியமான எதையும் அவள் அனுப்பியிருக்கவில்லையென்றாலும் அதை நான்

அலட்சியப்படுத்துவதற்கு முடியாது. காரணம், அவளுடனான இந்த மூன்று வருடங்களைத் தாண்டிய பரிச்சயத்தில் இப்படி எதையும் எனக்கு அனுப்பியிருக்கவில்லை.

ஃபோன் செய்திருந்ததுகூட அவசரமென இரண்டுமுறைக்குமேல் இருக்காது. நான் வேலையிலிருந்தபோது இன்றைய மதியப் பொழுதில் ஒரு மிஸ்டுகாலும், இந்தபோது மெசேஜ் ஃபார்வேர்டு செய்ததும் ஏன் என்று எனக்கு விளங்கவில்லை. விளங்காமலும் இல்லை. நான் ஆழ்ந்த யோசனைக்குப் போனேன்.

அவள் மொபைலைப் பார்த்துக்கொண்டே பன்னிரண்டிற்கும் மேல் ஒரு நேரத்தைச் சொல்லி முனகியபடி படுத்துக்கொண்டாள்.

(ii)

நான் மிதப்பான தொனியில் அவள் வீட்டுத் திண்ணையில் காலாட்டிக் கொண்டபடி உட்கார்ந்திருந்தேன். இந்த நேரத்திற்கு என்னை அவள் எதிர்பார்த்திருக்க முடியாது. வாயடைத்து உட்கார்ந்திருந்தாள். நான் வேண்டுமான மனநிலையில் அவள் இருந்ததை எப்படி உணர்ந்து வந்திருக்கிறேன் என்கிற பூரிப்பு அவளிடம் இருந்தது. அதே உற்சாகத்தில் "ஏய்...!" என்றாள். நான் திமிரான சிரிப்புடன் அவளைப்பார்த்து கழுத்தை ஒடித்தேன். என் உடல்மொழியில் ஒருவித நையாண்டித்தனம் இருந்தது. அப்போது அவள் தன் திமிரையும் சுயத்தையும் சாகடித்திருந்தாள். அவளுடைய இந்த நிலை எனக்கு விருப்பமாக இருந்தது. நான் அதை ஆழ்ந்து ரசித்தேன். இந்த உணர்வை வெளியேற்ற நான் விரும்பவில்லை. அவள் அங்கும் இங்குமாகப் பார்த்தாள். கால்களை மடக்கி உடலைச் சாய்வாக வைத்துக்கொண்டு உட்கார்ந்திருந்தவள் சட்டென எழுந்து என்னிடம் வந்து, "ஏய்... என்னைய எங்கியாவது தூரமா கூட்டிட்டுப் போறியா?" என்றாள். அவளிடமிருந்து இப்படியானதொரு எதிர்பார்ப்பு எப்போதுமே என்னுடைய கணிப்பிற்கு உட்பட்டதாக இருந்திருக்க வில்லை. சாதாரண வார்த்தையில் சொல்வதானால் நான் எல்லை மீறி வியந்தேன். ஆனாலும்கூட நான் எந்த உணர்ச்சியையும் காட்டாமல் 'ஓ.எஸ்' என்பதுவாகப் புருவமேட்டை உயர்த்தினேன். துள்ளிக்குதித்து உள்ளே ஓடியவள், தூரத்தில் கேட்ட மணியோசை அடங்குவதற்குள்ளாகச் சுடிதாருடன் வந்து நின்றாள்.

நான் வந்ததிலிருந்து மணி குரைப்பொலியை நிறுத்தவே இல்லை. யமுனா அதை நோக்கிக் கையை வீசினாள். அது நகரவே இல்லை. பிறகு எனக்குக் கையை வீசினாள். நான் வண்டியை சத்தமில்லாமல் நகர்த்திக்கொண்டு பாலத்தை நோக்கி நடந்தேன். மணி என் பின்னால் குரைத்துக்கொண்டே வந்தது. நான் யமுனாவை திரும்பிப்பார்த்தேன். அவள் வீட்டைப் பூட்டி சாவியை உத்தரத்தில் வைத்துக்கொண்டபடி மறுபடியும் என்னை விரட்டினாள். இருட்டெங்கும் பரவிய மணியின் அராஜகத்தைக் கடுமையாகத் திட்டியபடி என் பின்னால் வேகுவேகென நடந்தபடி பைக்கில் ஏறிக்கொண்டே, "ச்சை. செண்பகம்மா திண்ணையிலிருந்து எட்டிப்பார்த்துவிட்டால் வம்பாகிவிடும். இந்த மணி வேற இப்புடி ஓவர் அராஜகம் பண்ணுது. சீக்கிரம் போ" என்றாள்.

வழக்கமாக யமுனா என்ன பேசுகிறாளோ அதை அனுசரித்தே தான் நான் பேசவேண்டியிருக்கும். அல்லது அவள் எதைச் சொன்னாலும் ஆமோதித்துக் கொள்வேன். வாய் தவறிகூட நான் எதுவும் பேசுவதற்கில்லை. இதுநாள் வரையில் இதுதான் நிலை. அவளைப் பொறுத்தவரையில் நான் இதைச் சகித்துக்கொள்வேன். எனக்கு உகந்த வகையில் அவள் பேசுவது நம்பிக்கையளித்தது. விருட்டென வண்டியைக் கிளப்பினேன். தூரமாக எங்கேயாவது கூட்டிப்போ என்றாலே தவிர எங்கேயென்று உறுதியாகச் சொல்லவில்லை. பேருந்து நிலையத்தை நெருங்கியதும்,

"இந்த நேரத்துல எங்க போறது? நீ சொன்னியேன்னு நானும் லூசு மாதிரி கூட்டிட்டு வந்துட்டேன்" என்றேன்.

"சென்னைக்குப் போகலாமா...?" என்றாள்.

எனக்குத் தூக்கிவாரிப் போட்டது.

நான் கம்பெனிக்கு முன்கூட்டியே லீவு சொல்லாததைப் பற்றி யெல்லாம் அந்த நேரத்திற்கு யோசிக்கவில்லை. இந்த முசுடுவிடம் இனி இப்படியொரு சந்தர்ப்பத்திற்காகக் காத்திருக்க முடியாதென அடுத்த கட்ட நகர்வுக்காக யோசித்துக் கொண்டிருந்தேன். அவளும், நான் என்ன சொல்லப்போகிறேனென என்னையே கூர்மையாகப் பார்த்துக் கொண்டிருந்தாள். அந்த நேரத்தில் எனக்கொரு அழைப்பு வந்தது. எடுத்துப் பார்த்தேன். என் அம்மா அழைத்திருந்தார். என்னம்மா? என்றேன். எங்கே இருக்கிறாய்? இன்னும் வீட்டிற்கு வரவில்லையே என்றார். நான் கம்பெனி வேலையாகத் திடீரெனச்

சென்னைக்குப் போகவிருப்பதாகச் சொன்னேன். முன்கூட்டியே வீட்டில் சொல்லாதது குறித்துக் கேட்டார். அதை இதைச் சொல்லி அந்தச் சூழலை நான் சமாளித்தேன்.

நேரம், பத்து அல்லது அதற்கு மேலும் ஆனது. என்னுடைய பைக்கை அங்கிருக்கக்கூடிய மாநகராட்சிக்கு சொந்தமான வாடகைக் கொட்டகையில் நிறுத்திவிட்டு அரசாங்க மருத்துவமனையை ஒட்டிய அந்த முக்கியச் சாலையை நோக்கி நடந்தேன். யமுனா தண்ணீர் வேண்டுமென்றாள். என்னிடம் கையில் ரொக்கமில்லை. என்னுடைய வங்கி அட்டையைத் தேய்த்து தாராளமான தொகையை எடுத்துக்கொண்டு தண்ணீர் பாட்டிலுடன் நாங்கள் அங்கிருந்த ஒரு சொகுசுப் பேருந்தில் ஏறிக்கொண்டோம். பதினொரு மணி சுமாருக்கு அந்தப் பேருந்து கிளம்பியது. மெல்ல நான் அவளிடம் பேச்சுக்கொடுக்க ஆரம்பித்தேன்.

“நைட் டியூட்டி முடிச்சு காலைல உங்க அப்பா ஆறரைக்கெல்லாம் வீட்டுக்கு வந்துருவாரே” என்றேன்.

“ஆமா...” என்றாள்.

“நீ ஏங்கூட வர்ற...?”

“ஆமா...” தோள்பட்டையை உலுக்கிக்கொண்டாள்.

“தேடுவாரே உன்ன”

“ம்...” மறுபடியும் தோள்பட்டையை உலுக்கினாள்.

இது என்னடா வம்பு...? எதைக்கேட்டாலும் இப்படியா? மேற்கொண்டு நான் எதையும் கேட்கவில்லை. கம்மென்று உட்கார்ந்து கொண்டேன். பேருந்து, நதிநீரின் கீழடுக்குப் பாய்ச்சலைப் போலச் சத்தமின்றிச் சீறியது.

“காலைல டியூட்டி முடிஞ்சதும் ஓனர் வீட்டுக்கு மீன் வாங்கிக் குடுத்துட்டுதான் வீட்டுக்குப் போவார்” என்றாள்.

என்னிடம் இன்னும் கேள்விகள் இருந்தது. ஆனாலும் அவள் சொன்னதற்குக் கம்மென்று இருந்துகொண்டேன். மறுபடியும் அவளே தொடர்ந்தாள்.

“வாங்கிக் குடுத்துட்டு வீட்டுக்குப் போகப் பத்துமணி ஆகும்” என்றாள்.

இவள் வேலைக்குக் கிளம்பக்கூடிய நேரமென்பது ஒன்பதிலிருந்து ஒன்பதரைக்குள் என்பது எனக்குத் தெரியும். ஆகையால் தன் மகள் வழக்கம் போல வேலைக்குச் சென்றுவிட்டதாக அவளது அப்பா எண்ணிக்கொள்வாரெனப் புரிந்துகொண்டேன். ஆனால் அன்றைய இரவிற்குள் தஞ்சைக்குத் திரும்பிவிடவேண்டுமா என்கிற தவிப்பும் கேள்வியுமாக இருந்தேன். இதை அவளிடம் கேட்கக்கூடிய ஒன்றெென நான் நினைக்கவில்லை. ஆனாலும் இந்தப் பயணத்தின்போது வேறு எதையாவது பேசிக்கொண்டுவரக்கூடிய ஆர்வமும் தவிப்பும் என்னை வாட்டியது. குணம் கெட்டவள் சிடுசிடுவென விழுவாளென அமைதியாக இருந்தேன். ஓரிரு வார்த்தைப் பேசினாள். நான் ஒற்றை வார்த்தையில் பதிலளித்தேன். என்னுடைய இந்தச் சிக்கனமான பதிலுக்குக் காரணம் அவள்தான். என்மீது அவள் நிகழ்த்தக்கூடிய அடாவடியான குணம்தான். இதை அவளுக்கு உணர்த்தக்கூடிய தக்க தருணமாக இதை நான் கருதினேன். எங்களுக்குள் இப்படியொரு ஒட்டாதநிலை இருக்கவேண்டுமென்பது அவள் முடிவாகவும் இருக்கக்கூடும். ஆனாலும் அவளைப் பற்றிய என்னுடைய இந்தக் கணிப்பை சற்றுநேரத்திற்கெல்லாம் உடைக்கத் தொடங்கினாள்.

முதலில் என்னைக் கையால் இடித்தாள். பிறகு, பார்த்தும் பார்க்காததுமாய் இருக்கையின் கைப்பிடியில் தன்னுடைய கையை ஏற்றிக்கொண்டாள். நான் ஒதுங்கிப் பார்த்தேன். என்னை மறுபடியும் இடித்தாள். அவள் பக்கம் திரும்பினேன். அவளும் பார்த்தாள். கண்கள் பேசும் என்பதை அந்த இருட்டிலும் அப்போது நான் நம்பினேன்.

பேருந்து அத்துவான காட்டுப்பாதைக்குள் சீறிக்கொண்டிருந்தது. உள்ளே விளக்குகள் அத்தனையும் அணைக்கப்பட்டிருந்தன. என் விரல்களைத் தன் விரல்களுக்குள் நுழைத்துக்கொண்டு என் தோளில் சாய்ந்தாள். நான் சிறிதுகூட நம்புவதற்கில்லாத இந்த நேரத்தை எப்படி அனுபவிப்பது? ஆனாலும் விடவா முடியும்? என் ஒரு கையால் அவளது தலையை அணைத்துக்கொண்டு கிசுகிசுவென பேசிக்கொண்டே வந்தேன். கெஞ்சலும் கொஞ்சலுமாக ஆமோதித்தவாறு தலையசைத்தபடியே இருந்தாள். அந்த இருட்டில் எங்களுக்குள் சத்தமில்லாத முத்தங்கள் சாத்தியமாகி நீண்டன.

# 02

## (i)

ஆழ்ந்த உறக்கத்திலிருந்த நான் எழுந்து உட்கார்ந்தபடி ஒரு தெளிவற்ற பார்வையுடன் என் அறையின் ஏதோ ஓரிடத்தைப் பார்த்தவாறு யமுனாவுடனான அந்த ஊடலை நினைத்துக் கொண்டிருந்தேன். யாரோ எனக்குச் சிரிப்பு மூட்டியது போல இருந்தது. மத்திமமாகப் போதை ஏறிய ஒரு குடிகாரனைப்போலச் சிரித்துக் கொண்டேன். விடிவிளக்கின் வெளிச்சம் என் மீது விழுந்து அதன் நிழல் சுவற்றின் ஓடிப்பிலுள்ள 'ட' வடிவத்தில் விழுந்து வினோதமானதொரு உருவத்தைக் காட்டியது. நான் என் உடலை அசைந்து கொடுத்தபடி அந்த நிழலிடம் வேடிக்கை காட்டினேன். பிறகு, இந்தப் பாதி ராத்திரியில் என்னிடமிருந்து தொலைந்துபோன கனவிற்கு ஏன் இத்தனை அவசரம் அல்லது வஞ்சனையென்று நினைத்தேன். இந்தக் கனவு தொடரக்கூடியதா என்று அற்பமான சிந்தனை ஒருபக்கம். மொபைலை எடுத்துப் பார்த்தேன். 04:36 TUE 15th MARCH 2016 காட்டியது. மேற்கொண்டு என்னால் வேறு எதையும் சிந்திக்க முடியவில்லை. என் கண்கள் அனிச்சையாகவே மூடியது. நான் படுத்துக் கொண்டேன்.

## (ii)

முழங்காலுக்கு மேலே புடவையைத் தூக்கிக்கொண்டு குத்துக்காலிட்டவாறு செண்பகம் குழாயடியில் பாத்திரம் தேய்த்துக் கொண்டிருந்தார். ரொசாரியோ குடம் நிறைவதற்காகக் காத்திருந்தார். பள்ளிக் குழந்தைகளுக்கான ஆட்டோவும் வேனும் புழுதியைக் கிளப்பிக்கொண்டு விரைந்தன. மரப் பலகையாலான தட்டுவண்டியொன்றில் ராட்டியும் விறகும் மயான பாதைக்குள் நுழைந்தது. தூரத்திலிருந்து இரண்டு பைக்கில் மூன்று காவலர்கள் குழாயடியை நோக்கி வந்து கொண்டிருந்தனர். குடத்திலிருந்த பார்வையை எதேச்சையாக நிமிர்த்தினார் ரொசாரியோ. கறுப்புக் கண்ணாடி அணிந்திருந்த காவலரில் ஒருவர், தனக்கு முன்னாலுள்ளவரிடம் ரகசியமாக எதையோ சொல்லிக்கொண்டு வந்தார். காலை வெய்யில் சுள்ளென இறங்கியதுதான். கண்களைச் சுருக்கிப் பார்வையைக் கூர்மையாக்கிய ரொசாரியோவின்

தற்போதைய வியர்வைக்குக் காரணம் அதுவல்ல. அவரது வீட்டிற்கும் குழாயடிக்குமான தூரமென்பது சுமாராக முப்பது மீட்டருக்கும் குறைவுதான். ரொசாரியோ தன்னைக் கடந்துபோன காவலர்களைக் கவனிக்காததுபோல, அதேபோது ஓரக்கண்ணால் மேய்ந்தவாறு தண்ணீர்க் குடத்தை ஒழுங்குபடுத்தும் சாக்கில் மறுபடியும் குனிந்தார்.

கறுப்புக் கண்ணாடி அணிந்திருந்த அந்தக் காவலர்கள் மூவருமே தங்களது பிரத்தியேகப் பார்வையால் ரொசாரியோவின் குழாயடி இருப்பை நோட்டமிட்டபடிதான் வந்திருக்கமுடியும். ஆயினும்கூட அவர்கள் தங்களது பைக்கை பாதியில் நிறுத்தவில்லை. அவரது வீட்டின் முன்னதாக நிறுத்திவிட்டு இறங்கிக்கொண்டிருந்தனர். இடுப்பைச் சரிசெய்துகொண்டிருந்த ஒரு காவலர், இன்னொருவரிடம் எதையோ சொன்னார்.

கரிச்சட்டி கையோடு ரொசாரியோவை அண்ணாந்து பார்த்த செண்பகம், “என்னய்யா... மறுபடியும் வந்துருக்கானுங்க” என்று கையைக் கழுவிக்கொண்டவாறு வாயில் வந்ததைத் திட்டிக்கொண்டே எழுந்தார். நிறைந்திருந்த குடத்தைத் தூக்கிக் கொண்டுபோகும் தெம்பில்லை ரொசாரியோவுக்கு. நடுக்கத்துடன் வீட்டை நோக்கி நடந்தார்.

வீட்டின் பின்புறம் குளித்துக்கொண்டிருந்த யமுனா, வாசலில் பைக் சத்தம் கேட்டதும் இரவு உடையுடன் வந்தாள்.

வயிறு பெருத்த காவலரொருவர் தன் தொப்பியை விரலுக்குள் மாட்டிகொண்டு சுழற்றியபடி ரொசாரியோவிடம் எதையோ கேட்டுக் கொண்டிருந்தார். செண்பகமும் யமுனாவும் பேசுவதற்கு எதுவுமில்லாத தவிப்பிலிருந்தனர். ரொசாரியோ அந்தக் காக்கிகளின் விசாரணைக்குத் தன்னாலியன்றவரை, ஏறத்தாழ முழுமையாகவே ஒத்துழைத்தார். என்றாலும்கூட காவலர்களின் நோக்கம் வேறாக இருந்தது. அதாவது ரொசாரியோவை தங்களுடன் காவல்நிலையத்திற்கு அழைத்துக்கொண்டு போகவேண்டும் என்பதாக.

அவர்களுடைய நோக்கத்தைப் புரிந்துகொண்ட யமுனாவிற்கோ செண்பகத்திற்கோ அதிகாரத்திலிருக்கக்கூடிய காவலர்களிடம் வாதிடக்கூடிய தைரியமோ சட்டம் பேசவோ முடியாத சூழலில் அவர்களிடம் மன்றாடத்தான் வேண்டியிருந்தது. ஆனால் ஈவிரக்கமில்லாத அவர்கள், இது தங்களுக்குக் கொடுக்கப்பட்ட

வேலை என்றனர். தெருவில் கூட்டம் கூடத் தொடங்கியது. ஆனாலும் ரொசாரியோவிற்காகப் பேச யாரும் முன்வரவில்லை. யமுனாவும் செண்பகமும் தொடர்ந்து மன்றாடினர். காவலர்களோ இதில் தாங்கள் சலுகைசெய்ய ஒன்றுமில்லையென்ற தங்களது நிலைப்பாட்டில் உறுதியாயிருந்தனர்.

"போலாமா. கௌம்புங்க" என்றார் ஒரு காவலர். ரொசாரியோ நனைந்திருந்த தன்னுடைய பிரத்தியேகச் சீருடையைக்கூட மாற்றிக் கொண்டிருக்கவில்லை. போகவும், அது எளிதில் உலரக்கூடியதாகவும் இல்லை. நின்றவாக்கில் காவலர்களுடன் பைக்கில் ஏறப்போனவரிடம் வேறு உடை மாற்றிக்கொண்டு போகச் சொன்னார் செண்பகம். ஆனால் அதற்கு இடமளிக்கவில்லை காவலர்கள்.

யமுனா செய்வதறியாது வீட்டிற்குள் நுழைந்தாள். அவள் பின்னாலேயே நடந்த செண்பகம் காவலர்களைத் திட்டித் தீர்த்தபடி நகைக்கடை முதலாளிக்கு ஃபோன் போடு என்றார். இவளோ, என்னை அழைப்பதற்கு எண்ணைத் தேடினாள். செண்பகம் சொன்னதற்குப் பிறகு அந்த யோசனைதான் சரியானது என்றவாறு அவரது எண்ணைத் தேடினாள். அவளது கைகள் நடுங்கின. அப்போது மொபைல், இவளது கையிலிருந்து நழுவி கீழே விழுந்து சிதறியது. அதைக்கண்டு பதறிய செண்பகம், சட்டென வெளியில் ஓடினார்.

கீழே விழுந்ததைச் சரிசெய்துவிட்ட யமுனா, எனக்கு அழைத்தாள். நான் என்னுடைய மொபைலை அணைத்து வைத்திருந்தேன்.

சற்றுநேரத்திற்கெல்லாம் கையில் மொபைலுடன் ஓடிவந்த செண்பகம் கேட்டார். "என்ன கண்ணு. ஃபோன் சரியாயிருச்சா" யமுனா "ம்" என்றபடி நகைக்கடை முதலாளிக்கு அழைத்தாள். அவர் எடுக்கவில்லை. அலுத்துக்கொண்டபடி மறுமுறையும் முயற்சித்தாள். அவளது முகத்தையே ஆர்வமாகப் பார்த்துக் கொண்டிருந்த செண்பகம், "என்ன எடுக்கலையா" என்றார். யமுனா ஆமாம் என்றதும், "கவுன்சிலருக்கு ஃபோன போடு" என்றார். இவள் தன்னிடம் "வார்டு கவுன்சிலர் நம்பர் இல்லையே" என்றாள். செண்பகம் தன்னிடம் இருப்பதாகக் கொடுத்தார். இரண்டொருமுறை முயற்சி செய்தவள் "கால் வெயிட்டிங் வருது" என்றாள். "சரி... அவன் திரும்பக் கூப்புடுவான். நீ டிரெஸ்ஸ மாத்திக்கிட்டுக் கௌம்பு" என்றார்.

யமுனா தயாராகிவிட்ட ஐந்து நிமிடங்கள் வரையிலும் வார்டு கவுன்சிலரிடமிருந்து அழைப்பேதும் இல்லை. செண்பகம் சொடுக்குப் போட்டபடி சொன்னார். “ஓட்டு கேட்டு வரட்டும் அவனுக்கு இருக்கு கச்சேரி. நீ வீட்டப் பூட்டிட்டு வா. நா ரோட்ல ஆட்டோ எதும் வந்தா நிறுத்துறேன்” யமுனாவிடம் சொல்லிவிட்டு ஓடினார். தூரத்தில் ஆட்டோ ஒன்று வந்தது. அதை நிறுத்தி இருவரும் ஏறிக்கொண்டனர்.

ஆட்டோக்காரர் போகுமிடம் கேட்டார். யமுனா, செண்பகத்தைப் பார்த்தாள். “போலீஸ் ஸ்டேஷன்” என்றார் செண்பகம். சட்டெனத் திரும்பிய ஆட்டோ டிரைவர், அசாதாரணப் பார்வையுடன் “எந்த ஸ்டேஷன்” என்றார். தயங்கிய இருவரும் கிசுகிசுத்துக் கொண்டனர். பிறகு, தாங்கள் போகவேண்டிய காவல் நிலையத்தைச் சொன்னார் செண்பகம்.

தன் மகன் இருந்திருந்தாலாவது துணைக்கு அழைத்துக்கொண்டு வந்திருக்கலாமென சொல்லிக்கொண்டே வந்த செண்பகம், அலுத்துக் கொண்டபடி, அவன் வழக்கமாகக் காலை எட்டுமணிக் கெல்லாம் கட்டுநர் சங்க கட்டிடத்திற்குக் கிளம்பிவிடுவான். அந்த நேரத்திற்குத் தலையைக் காட்டினால்தான் அன்றைக்கான வேலை எங்கேயென முடிவாகும். எத்தனை மணிக்குச் சென்றாலும் வேலை இருக்கும்தான். என்றாலும்கூட எட்டு மணிக்குச் செல்வதை வாடிக்கையாகக் கொண்டவன் அவன். அந்த நேரத்திற்குப் போகக்கூடியவன் மாலை ஆறு மணிக்கு மேல்தான் வீடு திரும்புவான். என்றபடி அவனுக்கு அழைத்தார். பிறகு எடுக்கவில்லையென மறுபடியும் கவுன்சிலருக்கு அடிக்கலாமா என்றார் யமுனாவிடம். அவள் கம்மென்றே இருந்தாள்.

மறுமுறையும் தன் மகனுக்கு முயற்சித்தபடி என் பெயரைச் சொல்லி “அந்தத் தம்பிய கூப்ட்டுப் பாரேன்” என்றார். மறுபடியும் யமுனா எனக்கு அழைத்துப் பார்த்துவிட்டு உதட்டைப் பிதுக்கினாள்.

யமுனாவிற்கு இதுதான் முதல்முறை. ரொசாரியோவை சந்தேகத்தின் பேரில் கைது செய்திருந்த போனமுறைகூட இங்கே வந்திருக்கவில்லை. நகைக்கடை முதலாளியே அத்தனை விவகாரங்களையும் பார்த்துக்கொண்டிருந்தார்.

செண்பகம், தன் மகனுக்கு நேர்ந்த இதேபோன்ற சம்பவம் ஒன்றிற்காக ஒருமுறை காவல்நிலையம் வந்திருந்தார்.

ஆட்டோ, காவல்நிலைய வாசலில் நின்றதும் செண்பகமும் யமுனாவும் இறங்கி வேகு வேகென நடந்தனர். ஆட்டோக்காரர் "ந்தாம்மா... பணம்" என்றார். யமுனாவின் கையைப் பார்த்த செண்பகம், எப்போதும்போலத் தன் நெஞ்சைத் தொட்டுப்பார்த்து விட்டு "அவசரத்துல பணம் எடுத்துக்காம வந்தாச்சு... ஏறுன எடந்தான் வூடு. அந்தப் பக்கம் எப்ப வந்தாலும் நிறுத்தி வாங்கிட்டுப் போ. இல்லீனா வெயிட் பண்ணு" என்றார். செண்பகத்தின் குரலில் உத்தரவு மேலோங்கியிருந்தது. ஆட்டோக்காரர் திரும்பிக் கொண்டார்.

அந்த வளாகத்திற்குள் காவல் துறைக்குச் சொந்தமான வாகனங்கள் வாசலை மறித்துக்கொண்டு நின்றன. ஓரத்திலுள்ள சிமெண்ட்டு கொட்டகையிலும், மரத்தடியிலும் பறிமுதல் செய்யப்பட்ட வாகனங்கள் மதிப்பற்ற நிலையிலும் ஒழுங்கற்ற நிலையிலும் நின்றன. முகமறியாத ஆட்கள் தத்தமது வழக்குத் தொடர்பான குழு விவாதத்தில் அல்லது ஆலோசனையில் தீவிரமாயிருந்தனர். சைக்கிளின் பின் பக்கமாக வைத்துக் கட்டப்பட்ட தேநீர் பீப்பாயுடன் ஒரு மெலிந்த ஆள் திரிந்து கொண்டிருந்தார்.

வளாகத்தின் வெளிச்சுவருடன் சம்பந்தப்பட்டிருந்த ஒரு தடுப்பில் பெட்டிக் கடையென வரையறுக்கவியலாத சொற்ப பொருட்கள் அடங்கிய கடையொன்று இருந்தது. அதில் பெரும்பாலும் எழுது பொருட்கள், வெற்றுத்தாள், சிகரெட், வெற்றிலைப் பாக்கு இவைதான் இருந்தன. அந்தக் கடை, தியாகிகளுக்கான ஓய்வூதியம் பெறக்கூடிய ஒருவருக்கென முன்னாள் காவலதிகாரி ஒதுக்கிக் கொடுத்ததெனப் பேசிக்கொண்டனர்.

யமுனாவின் முகத்தில் நான் இதுவரையில் கண்டிராத அச்ச உணர்வைப் பார்த்தேன். இங்கே ஒரு புதிய உலகம் இயங்கிக் கொண்டிருப்பது அவளுக்கு அனுபவிக்க முடியாத வியப்பைக் கொடுத்திருக்கலாம்.

நிர்வாகம் மற்றும் விசாரணைக்கென்றிருந்த அந்தக் காவல் நிலையத்தின் கட்டமைப்பானது வரிசை வீடுகளை நினைவு படுத்தக்கூடிய மூன்று தடுப்புகளைக் கொண்டிருந்தது. அதன் பிரதானப் படிக்கட்டில் ஏறி அந்த நீண்ட ஓட்டத்தில் தயக்கத்துடன் யமுனாவும் செண்பகமும் ஒவ்வொரு தடுப்பாகப் பார்த்துக்கொண்டே போனார்கள். மூன்றாவதாக இருந்த இறுதிக் கட்டிடத்தில் விசாரணைக் குற்றவாளிகளைச் சிறப்பாகவும் தற்காலிகமாகவும் கவனிப்பதற்கென்று ஒரு கம்பிச் சிறை இருந்தது.

அதைக் கண்டதும் யமுனா தன் உடலை ஓரடி பின்னால் இழுத்துக் கொண்டாள். அங்கே அள்ளிக் கொண்டுவரப்பட்டவர்கள் அந்தக் கதவையொட்டிய சுவற்றில் சாய்ந்தபடி உட்கார்ந்திருந்தனர். அதில் அநேகமானோர் தங்களது பிரத்தியேக சீருடையுடனிருந்தனர். அதாவது, ரொசாரியோவின் சீருடையைப் போன்றே. எனக்கு, அவர்களும் இரவு காவலாளிகள் என்பதை எளிதில் அடையாளப் படுத்திக்கொள்ள முடிந்தது.

செண்பகமும், யமுனாவும் அந்த வரிசையில் ரொசாரியோவைத் தேடினர். சுவற்றில் சாய்ந்தபடி வலது காலை குத்துக்காலிட்டவாறு ஒரு மூலையில் அமர்ந்திருந்தவர், புருவ மேடுகளுக்கு மத்தியிலுள்ள தோலினை அதக்கிக்கொண்டிருந்தார். அவர் மனதில் என்னவெல்லாம் ஓடுமென்று என்னால் ஓரளவிற்குக் கணிக்கமுடிந்தது. அறைக் கதவிற்கு நேரெதிரே அமர்ந்திருந்த வழுக்கை மண்டையாக இருந்த ஒரு அதிகாரி, கழுத்தைச் சாய்த்தவாறு மேசையிலிருந்த பெரிய நோட்டில் எதையோ எழுதிக் கொண்டிருந்தார். தெனாவட்டான தொனியில் அசைபோட்டுக் கொண்டிருந்த அவர், திடீரென எழுதுவதை நிறுத்திவிட்டு தனக்கு முன்னாலுள்ள யமுனாவையும் செண்பகத்தையும் பார்த்து “என்ன” என்றார். அந்த அதிகாரத்தின் குரலைக்கேட்ட ரொசாரியோ, நெற்றியிலுள்ள விரலை எடுத்தவாறு வெளியே பார்த்துவிட்டு அவர்கள் தன்னைப் பார்க்க வந்திருப்பதாகச் சொன்னார். அந்த அதிகாரி வந்திருந்தவர்களை வெளியில் இருக்கச் சொல்லிவிட்டு மறுபடியும் எழுதத்தொடங்கினார்.

யமுனா, தன் அப்பாவின் இந்த நிலையைப் பரிதாபமாகப் பார்த்துக் கொண்டே நகர்ந்தாள். ரொசாரியோ தன் மகளிடம் பயப்பட வேண்டாமெனச் சைகையால் பணிந்து கேட்டுக்கொண்டார். அவரது முகத்தில் கவலை சூழ்ந்திருந்ததே தவிர எவ்வித அச்சமோ, பரிதாபமோ அண்டியிருக்கவில்லை. அதிகாரி வெளியே போகச் சொன்னதற்குப் பிற்பாடு அங்கே நிற்பது அத்தனை மரியாதை இல்லையென்பதை உணர்ந்தவர்கள்போல வெளியே வந்தனர்.

வெளியில் காத்திருந்த ஆட்டோக்காரர் வீட்டுப்பக்கம் வரும்போது பணம் வாங்கிக்கொள்வதாகச் சொல்லிவிட்டு இடத்தைக் காலி செய்தார்.

காவல் நிலைய வளாகத்திற்குள்ளேயே பழைமையான அரசமரம் ஒன்று முரட்டுத்தனமாக நின்றுகொண்டிருந்தது. அதைச் சுற்றிலும் உட்காருவதற்கு ஏதுவாக வட்டத்திட்டுக் கட்டப்பட்டிருந்தது.

அந்த சிமெண்ட்டு திட்டு முழுக்கப் பறவைகளின் எச்சமும் கழிவுகளுமாகக் காய்ந்து கிடந்தன. அதை ஒரு பொருட்டாகவே கருதாத பலரும் சுற்றியமர்ந்தவாறு தத்தமது வருத்தங்களைப் பேசிக்கொண்டிருந்தனர். அதில் ரொசாரியோவைப் போல இரவு காவலாளிகளின் குடும்பத்தினர் சிலரும் இருந்தனர். செண்பகம் அவர்களிடம் பேச்சுக் கொடுத்தார். ஆறுதலுக்காக ஆரம்பிக்கப்பட்ட அந்த உரையாடலில் அவர்களுக்குச் சில புரிதல்களைக் கொடுத்திருக்கவேண்டும். அவர்களில் ஒருவர் சொன்னார். “போலீசை பகைத்துக்கொண்டால் மர்மம் விலகாத கொடிய குற்ற வழக்கில்கூடச் சேர்த்துவிடுவார்கள்” அவர் சொன்னதைக் கேட்டதற்குப் பின்னர் இவர்களது முகம் சற்றே ஒரு மாற்றத்தை வெளிப்படுத்தியது. அந்த நேரத்திற்குக் கரும்புகையைக் கக்கியபடி வளாகத்தினுள்ளே நுழைந்த காவல் வாகனத்தைக்கண்ட சிலர் அந்த சிமெண்ட்டு திட்டிலிருந்து எதன் நிமித்தமாகவோ எழுந்தனர். இன்னும் சிலர் தங்களை அசைத்துக்கொண்டதோடு சரி. காவல் நிலையத்தின் பிரதான வாசலில் அந்த வாகனம் நின்றதும் அதிலிருந்து இறங்கிய மிடுக்கான சீருடையணிந்த அந்தக் காவலதிகாரி உள்ளே நுழைந்ததும், அங்கிருந்த அத்தனைக் காவலர்களும் தங்களது உடலை விரைப்பாக்கி, கையை நெற்றிக்கு உயர்த்திக் கீழே போட்டுக் கொண்டனர்.

நிலையத்தின் இன்னொருபுறமாகப் பணக்காரத் தோற்றமுள்ள சிலர் தங்களுக்குள் பேசிக்கொண்டபடி நின்றுகொண்டிருந்தனர். எனக்கு அவர்களெல்லாம் கடைத்தெருவிலுள்ள கடைமுதலாளிகள் என்று புரிந்தது. ஆனால் ரொசாரியோவின் முதலாளி வந்ததாகத் தெரியவில்லை. யமுனா ஃபோனை காதில் வைத்துப் பேசுவதற்காகக் காத்துக்கொண்டிருந்தாள்.

பிறகு என்னுடைய எண்ணிற்கு அழைத்தாள். பலனில்லை. ரொசாரியோ தன் மகளிடம் தன்னுடைய முதலாளியின் மேட்டிமைத் தனம் குறித்தும், வேலையாட்களை அவர் நடத்தும் தரமற்ற விதம் குறித்தும் பலமுறை சொல்லியிருக்கிறார். அந்தத் தகவலை என்னிடமும் சிலபோது சொன்னதுண்டு. இப்போது அவர் ஃபோன் எடுக்காததைக் கண்டு அவரைக் கருக்கிக் கொட்டினாள்.

அப்போது நிலையத்தின் உள்ளேயிருந்து தலைகாட்டிய காவலரொருவர் கடைத்தெருவின் முதலாளிகளை நோக்கி சாடை காட்டினார். மேலதிகாரியைப் பார்ப்பதற்கான ஏதுவான

நேரமிது என்பதையும் அவரது மனநிலை குறித்தும் ரகசிய அறிவுறுத்தலென எனக்குப் புரிந்தது. தகுந்த சன்மானத்திற்கு உட்பட்ட இந்தச் செயலுக்குப் பின்னர் அவர்களில் சிலரும், கைது செய்யப்பட்டவர்களது உறவினர்கள் சிலரும் உள்ளே நுழைந்தனர்.

விசாரணை வளையத்திற்குள் வந்துவிட்டவர்களை அந்த உயரதிகாரி தனக்கேயுரிய பாணியில் விசாரித்துக்கொண்டிருந்தார். அந்தப் பாணியில் லத்தியானது காற்றில் குறுக்குவெட்டுக் கோடுகளையும், நீள்சதுர, வட்ட, முக்கோணங்களையும் இன்னும்சில கணிதக் குறியீடுகளையும் கிழித்துக் கொண்டிருந்தன. அன்றைக்கு அது யாருடைய சதையையும் பதம் பார்த்திருக்கவில்லை. காரணம், இது ஒரு சந்தேகத்தின் அடிப்படையிலான வழக்கமான விசாரணைதான் என்பதால்! ஆனாலும்கூட மிரட்டல்தொனி இருக்கத்தான் செய்தது.

பிறகு, அந்த அதிகாரியின் நடைமுறை கேள்விகளுக்குப் பின்னர் அவர்களுடைய தொடர்பு எண் உள்ளிட்ட அடிப்படை தகவல்களை இன்னொரு காவலதிகாரி எழுதி வாங்கிக்கொண்டிருந்தார். ஏறத்தாழ அவர்கள் விடுவிக்கப்பட்டதும் காவல்நிலைய எழுத்தரிடம் அவர்களுடைய தொடர்பு எண்களையெல்லாம் தனிப் பிரிவிற்கு அனுப்பி சி.டி..ஆர். (Call Detail Register) வாங்கச் சொன்னார்.

## 03

ரொசாரியோ காவல்நிலையக் கட்டிடத்திலிருந்து வெளியே வந்தபோது யமுனா அவரை நோக்கி ஓடினாள். பிறகு அங்கும் இங்குமாகத் திரும்பிப் பார்த்துவிட்டு நடையின் வேகத்தைக் குறைத்தாள். பேரிடியையும் தாங்கக்கூடியவளின் கண்கள் குளம் கட்டி நின்றது. தன் அப்பாவின் கைகளை இறுகப் பற்றிக் கொண்டபடி வளாகத்தைவிட்டு வெளியே வந்தாள்.

வீட்டிற்கு வந்தபோது நேரம் பன்னிரண்டைத் தாண்டி யிருந்தது. பசியானது எத்தனை பெரிய சிரமத்தையும் சிதைத்துப் போடக்கூடியது. அல்லது மழுங்கடித்து விடும். ரொசாரியோ தன் வயிற்றில் ஒரு நீள்வட்ட வரைதலை போட்டுக்கொண்டே முதலில் தன் கோரிக்கையை வைத்தார்.

மதியச் சாப்பாட்டினை முடித்துவிட்டு சிறிய தூக்கத்திற்குப் பிறகு யமுனா தன் மொபைலை துழாவிக்கொண்டபடி வாசல் பக்கமாகத் திரும்பினாள். சற்றுநேரத்திற்கெல்லாம் கதவைத் தட்டும் சத்தம்வேறு. எழுந்துவந்து திறந்தாள். இதயம் நின்றுவிடக்கூடிய அதிர்ச்சியை அவளது முகம் உள்வாங்கியிருந்தது.

வெளியில் நின்றது, காலையில் வந்திருந்த காவலரில் ஒருவர். அவர், யமுனாவிடம், "உங்கப்பாவ கூப்டுமா. ஸ்டேஷனுக்கு வர வேண்டியிருக்கு" என்றார். பேச்சு சத்தத்தைக்கேட்ட ரொசாரியோ வாரிச் சுருட்டி எழுந்தார். வந்திருந்த அந்தச் சீருடைக்காரரிடம் எதற்கு வரவேண்டும்? காலையில் எல்லாம் முடிந்துவிட்டதே? என்றார். தனக்குத் தற்போதைய காரணமெதுவும் தெரியாதென்ற அந்தக் காவலர், தனது மேலதிகாரியின் உத்தரவு என்றார். ரொசாரியோ, தனக்குத் தெரிந்தவரையில் தன் பக்க நியாயத்தைப் பேசி மறுத்தார். ஆனால் அந்தக் காவலர், தன் மேலதிகாரியின் உத்தரவை நிறைவேற்றுவதற்கு நீங்கள் ஒத்துழைக்க வேண்டுமென்றார். ரொசாரியோவுக்குப் போவதைத்தவிர வழியில்லை.

யமுனா தடுமாறினாள். தலையை விரித்துப்போட்டுக்கொண்டு ஆங்காரமாய் கத்தி அழக்கூடிய முகத்துடனிருந்தாள். ஆனாலும் அது தற்போதைய சூழலுக்கு உதவாத ஆயுதமென அவளுக்குத் தெரியும். உடனே செண்பகத்தை அழைத்தாள். பிறகு என்னையும் அழைத்தாள். இந்தமுறை நான் எடுத்துப்பேசினேன். காலையிலிருந்து எனக்கு அழைத்ததைச் சொன்னாள். என் மொபைலை அணைத்து வைத்து விட்டதற்கான தகுந்த காரணத்தைச் சொன்னேன். என்னுடைய காரணங்கள் எதையும் அவள் காதில் போட்டுக்கொள்ளவில்லை. அவள் தான் சொல்லவந்த செய்தியைச் சொன்னாள். நான் இன்றைக்கு வெளியூரில் இருப்பதாகவும், எப்படியும் ஒருமணி நேரத்திற்குள்ளாக வந்துவிடுவதாகவும் சொன்னேன். படக்கென்று இணைப்பைத் துண்டித்துக் கொண்டாள்.

யமுனா கொஞ்சம் வம்படியானவள். சிலவற்றை விட்டுவைக்க மாட்டாள். அவள் அப்பாவின் முதலாளிக்கு அழைத்தாள். காலையில் அழைத்ததற்கே அவர் திரும்பவும் அழைத்து என்ன ஏதெனக் கேட்டிருக்கவில்லை. 'எந்த வகையில் அவருக்கு இதில் பொறுப்பில்லாமல் இருக்கமுடியும்?' என்று கடுகடுத்தபடியே மொபைலை காதில் வைத்திருந்தாள்.

இன்னொருபுறம் உக்கிரமாகிவிட்ட செண்பகம், "ஏரியா மக்களுக்கு ஒரு அவசர ஆத்தரத்துக்கு உதவி பண்ணாதவன் எதுக்குக்

கவுன்சிலரா இருக்கான். போக்கத்த பய... காலைல அத்தன தடவ கூப்ட்ருக்கேன்! நம்பர் போயிருக்குமில்ல அவனோட செல்லுக்கு... இப்பவர கூப்ட்டானா பாத்தியா..." திட்டிக்கொண்டே வார்டு கவுன்சிலருக்கு அழைத்தார்.

யமுனா தன் இணைப்பில் சிக்கிய நகைக்கடை முதலாளியிடம் விவரத்தைச் சொல்லிக் கொண்டிருந்தாள்.

செண்பகம், கவுன்சிலரை மடக்கி அவரது காரிலேயே யமுனாவுடன் காவல் நிலையத்திற்கு வந்தார். சற்றுநேரத்திற்கெல்லாம் நகைக்கடை முதலாளியும் அங்கே வந்தார். அவர், யமுனாவிடம் பேசிக் கொண்டிருந்த பின்னர் தனக்கு இதுகுறித்த தகவலெதுவும் தெரியாதென்றார். யமுனா தான் காலையில் அழைத்ததாகச் சொன்னாள். அதற்கு அவர், தான் காலையிலிருந்து எந்த அழைப்புகளையும் ஏற்காததற்கான காரணத்தைச் சொன்னார். அவரது காரணத்தை ஏற்றுக்கொண்டவள், தனக்கு நேரெதிரே நின்ற செண்பகத்தையே பார்த்துக் கொண்டிருந்தாள். அவர், கவுன்சிலரிடம், காலையில் தன்னுடைய அழைப்பை அலட்சியப்படுத்தியதற்கான காரணத்தைக் கேட்டு ஆவேசமாகக் குடைந்தெடுத்துக் கொண்டிருந்தார். அதைக் கண்ட நகைக்கடை முதலாளி, மரியாதைக் குறைவான பார்வையால் செண்பகத்தைப் பார்த்தார். அதன் பிறகு கவுன்சிலரும் நகைக்கடை முதலாளியும் தங்களுக்குள் அறிமுகப்படுத்திக்கொண்டனர். அவர்கள் ரொசாரியோவின் வழக்கு குறித்து எதையோ தீவிரமாக ஆலோசித்துக் கொண்டபடி காவல்நிலைய மேலதிகாரியிடம் பேசுவதென உள்ளே சென்றனர்.

அந்த அதிகாரி அவரது அறையிலிருந்த சுழல் இருக்கையில் அமர்ந்தவாறு அரைவட்டமாகச் சுற்றிக்கொண்டிருந்தார். இவர்களிருவரும் அவருக்கு மரியாதை நிமித்தமாக நெற்றிக்கு கையை உயர்த்தினர். தலையாட்டிக்கொண்டவர், எதிரிலிருந்த இருக்கைக்குக் கையை நீட்டினார். அமர்ந்துகொண்டவர்கள் தங்களால் இயன்ற வரையில் ரொசாரியோவிற்காகப் பேசினர். அந்தக் காவலதிகாரி வளைக்க முடியாத கோடாக இருந்ததோடல்லாமல் இடையில் அழிக்க முடியாத கோடாகவும் இருந்தார். இறுதிவரையில் எதற்கும் அவர் மசிவதாயில்லாமல் ரொசாரியோவை வெளியில் விடுவதற்கில்லை என்பதை உறுதியாகச் சொல்லிவிட்டார்.

ஒரு கட்டத்தில் பொறுமையிழந்த கவுன்சிலரும் நகைக்கடை முதலாளியும் தங்களது முழுச் செல்வாக்கையும் பயன்படுத்தினர்.

அதில் எதுவும் நடக்கவில்லை. பிறகு, அரசியல் புள்ளிகளின் உதவியை நாடப்போவதாகக் கூச்சலிட்டனர். எதற்கும் மசியாத, பொறுமையிழந்த காவலதிகாரி, "இதோ பாருங்கள் மிஸ்டர். நேற்றைய இரவில் பஜாரில் நடந்த கொள்ளைச் சம்பவத்திற்கும் இந்த ரொசாரியோவுக்கும் சம்பந்தமிருப்பதாக நாங்கள் உறுதியாகச் சந்தேகிக்கிறோம். அதற்கான அடிப்படை ஆதாரம் எங்களிடம் இருப்பதன் அடிப்படையில்தான் இந்தக் கைது. காலையில் விடுவித்த இவர் உள்ளிட்ட ஏனையோரைத் தவிர்த்து எதற்காக நாங்கள் மறுபடியும் இவரை மட்டும் குறிப்பாகக் கைது செய்திருக்கிறோமென்று நீங்கள் புரிந்துகொள்ளவேண்டும். காலையில் விடுவித்த அத்தனை பேரையுமா இப்போது நாங்கள் அழைத்து வந்திருக்கிறோம்...? நீங்கள் யோசிக்க வேண்டாமா? எங்களுக்கு இவரைப் பலிவாங்கும் எண்ணமில்லை. அதற்கு எந்த உள்நோக்கமும் எங்களுக்குக் கிடையாது. நாங்கள் இங்கே கொலு வைத்தும் விளையாடவில்லை. உங்களால் இயன்றதைப் பாருங்கள்" என்றார்.

காவலதிகாரியின் இந்த நீண்ட விளக்கத்தைக் கேட்டதற்குப் பிற்பாடு, கவுன்சிலரும் நகைக்கடை முதலாளியும் வாயடைத்து மேற்கொண்டு எதுவும் பேசுவதற்கில்லாமல் வெளியே வந்தனர்.

நகைக்கடை முதலாளிக்கு இத்தனை நாள் யாரை காவலுக்கு வைத்திருந்தோம் என்கிற பீதி கிளம்பியிருக்கவேண்டும். அவரது அமைதியைக் கணக்கிட்ட வகையில் இனி இந்த வழக்குச் சம்பந்தமாகத் தலையிடமாட்டாரெனத் தோன்றியது. அவருடைய கருத்தை ஒட்டியேதான் கவுன்சிலரும் சிந்திக்கக்கூடுமென்றும் நினைத்தேன்.

யமுனாவும் செண்பகமும் காவல்நிலைய வளாகத்திற்குள்ளிருந்த மரத்தடியில் நின்றுகொண்டிருந்தனர். அவர்களுக்கு ஆதரவான வார்த்தைகளைச் சொன்ன கவுன்சிலரும் நகைக்கடை முதலாளியும், இந்த வழக்கு இன்றைக்குள் முடிவதாகத் தெரியவில்லையெனச் சொன்னார்கள். இதைக் கேட்டதும் யமுனாவின் முகம் மாறியது. ஏறத்தாழ அவள் அழுவதற்குத் துடித்தாள். வழக்கம்போலப் பொதுவெளி அவளுக்கு இடமளிக்கவில்லை.

இனி இங்கே நிற்பது அநாவசியமென யமுனாவையும் செண்பகத்தையும் வீட்டிற்குக் கிளம்பச்சொன்ன நகைக்கடை முதலாளி, நாளை சனி. மறுநாள் ஞாயிற்றுக்கிழமை. இரண்டு நாளிலும் ஒன்றும் செய்வதற்கில்லை. திங்கள் காலையில் நீதிமன்றம்

மூலமாக வெளியிலெடுக்கலாம் என்றார். கவுன்சிலரும் அவரது கருத்தை ஆமோதித்தார். பிறகு, நகைக்கடை முதலாளி தனக்கு வேலையிருப்பதாகச் சொல்லிவிட்டுக் கிளம்பினார்.

யமுனா செய்வதறியாது தவித்தாள். அந்த நேரம் பார்த்து நான் வண்டியைக் கொண்டுவந்து நிறுத்தினேன். என்னைக் கண்டதும் யமுனா, கவுன்சிலரைக் கிளம்பச் சொல்லிவிட்டாள். கவுன்சிலர் என் வருகையைச் சந்தேகமாகப் பார்த்தார். அதைவிடவும் அந்தப் பார்வையில் அவர் என்னை பழிவாங்கக்கூடிய நோக்கமிருப்பதாக நான் நினைத்தேன்.

நாங்கள் ஒரே பகுதியைச் சார்ந்தவர்கள் என்பது உங்களுக்குத் தெரியும். ஆகையால் எங்களுக்குள் பரிச்சயம் இல்லையென்று நான் சொல்வதற்கு முடியாது. நாங்கள் வாரத்தில் மூன்று நான்கு முறையோ, அல்லது ஒரே நாளில் ஏழெட்டு முறையோ பார்த்துக் கொள்ளக்கூடியவர்கள்தான். அப்பொழுதெல்லாம் வார்டுக்கான அவரது செயல்பாடுகளினால் எனக்குள் அவரைப் பற்றிய சச்சரவுகளுக்கு நான் புரதம் புகட்டிக்கொண்டே இருந்தேன். என்றாலும் குறிப்பிடும்படியான எங்களது முதல் சந்திப்பே விவகாரமாக அமைந்துவிட்டிருந்தது.

அவர் தொகுதிக்கு உட்பட்ட பாதாள சாக்கடை வேலை நடந்த போது மிக மட்டமான முறையில், தரமற்ற பொருட்களைக்கொண்டு வேலையைச் செய்து கொண்டிருந்தார். அதுகுறித்து அப்போது நான் கலகம் செய்துவிட்டேன். என்னிடம் நண்பர்கள் கூடிநின்றதால் ஒருகட்டத்தில் அவருடன் நான் மூர்க்கமாக மோதியுமிருந்தேன். பிறகு என் வீட்டில், பெருங்-கைகளுடன் வம்பு வழக்குகள் வேண்டாமென என்னை சாந்தப்படுத்திவிட்டனர். அதன் பிறகு நானும் என் வேலையைப் பார்க்க ஆரம்பித்து விட்டிருந்தேன். இறுதியில் அவர் நோக்கம் போலவே தரக்குறைவான முறையில்தான் அந்த வேலையைச் செய்தும் முடித்தார். அவரைப் பொருத்தவரையில் என்னை தோற்கடித்து விட்டார். அந்தக் களிப்பில்தான் இப்போது அவர் இங்கிருந்து விடைபெறுகிறார். இல்லையென்றால் இப்போதுகூட அவர் என்னிடம் கலகம் செய்யச் சந்தர்ப்பங்களுண்டு. இப்போது எனக்கு வழக்குகளும் வாழ்க்கையும் மிச்சம். அதுபோகட்டும்.

ஏனோ தெரியவில்லை என்னைக் கண்டதும் இந்தமுறை யமுனா சிரித்தாள். இந்த இக்கட்டான தருணத்தில் எப்படி அவளால் இது முடிந்ததென நான் குழம்பினேன். நான் என் முகத்தில்

சோகத்தை அப்பிக்கொள்ள வேண்டுமென்ற முன்முடிவுடன்தான் இங்கே வந்தேன். இப்பொழுது பதிலுக்கு நான் என்ன வினையாற்றுவதெனத் தெரியாமல் தடுமாற்றமடைந்தேன். அவளுடைய இந்த முகமாற்றத்தை செண்பகம் கவனித்தாரானால் எதையோ முடிவுசெய்துகொள்வாரென்ற அச்சம்வேறு எனக்கு. ஒருபக்கம் வெளிச்சம் வற்றிக் கொண்டிருந்தது. நான் செண்பகத்தை உற்றுநோக்கினேன். அவர் வேறொரு திசையில் நடந்து கொண்டிருந்த ஒரு குடும்பக் கலவரத்தைப் பார்த்துக் கொண்டிருந்தார். என் தடுமாற்றத்தைப் புரிந்துகொண்ட யமுனா, சட்டென அந்தச் சூழலுக்கான முகத்தை மாற்றிக்கொண்டாள். யமுனாவிற்கு இருண்மை என்பது தலையில் எழுதப்பட்டுவிட்ட ஒன்று. அவள் தன் முகத்தைச் சோகமாக வைத்துக்கொள்ளவேண்டுமென்றால் பெரிய பிரயத்தனமெல்லாம் செய்யவேண்டியில்லை. ஒருவகையில் இந்த இக்கட்டான நேரத்தைக் கடந்து இயல்புநிலைக்குத் திரும்பக்கூடிய பின்னரொரு நாளில் இச்சம்பவத்தை நினைவுகூற நேரிட்டால் இந்த நேரத்தை எத்தனை மகிழ்ச்சியான நேரத்தோடும் அவளால் ஒப்பிடவே முடியாதென நினைத்துக் கொண்டேன். யமுனா என்னிடம் காலையிலிருந்து நடந்தேறிப்போன அத்தனை கூத்தையும் கொட்டினாள்.

பிறகு நான், என் பங்குக்கு யார்யாரையோ உதவிகோரி அழைத்தேன். தொடர்ச்சியாக யாருடனாவது பேசிக்கொண்டே இருந்தேன். என்னுடைய உரையாடலை யமுனா உற்று நோக்கினாள். எதிர்முனையில் யார் என்ன பேசியிருப்பார்கள் என்பதுவரை அவளால் யூகித்திருக்க முடியும். எப்படியும் நான் ஒரு நான்கைந்து பேரிடமாவது பேசியிருப்பேன். அவர்கள் அத்தனை பேரும் காவல் நிலையத்திற்குப் பேசிவிட்டு மறுபடியும் தொடர்பில் வருவதாகச் சொன்னது வரையில் யமுனா யூகித்திருப்பாள். என் கோரிக்கைகளை வைத்ததற்குப் பின்னர் ஒரு அரைமணிநேரம் வரையிலும் என்னை யாரும் அழைத்திருக்கவில்லை. நான் எதுவும் பேசாமல் நின்றுகொண்டிருந்தேன். என் வேலை சார்ந்துகூட எனக்கு ஒருவரும் அழைக்கவில்லை. ஒருவகையில் எனக்கே கடந்துகொண்டிருக்கும் நிமிடங்களின் மீது நம்பிக்கையில்லை தான். இரண்டொருமுறை மொபைலில் சார்ஜ் இருக்கிறதா என்கிற சந்தேகம்கூட எழுந்து, எடுத்துப் பார்த்துக்கொண்டேன்.

பின்னர் நான் உதவி கோரியவரில் ஒருவர் என்னை அழைத்தார். சமூகத்தில் பல மட்டங்களிலும் செல்வாக்கானவர். அவரிடமிருந்து சாதகமான செய்தியைத்தான் நான் எதிர்பார்த்தேன். ஆனால்

அவரது பதில் என்னை ஏமாற்றிவிட்டது. பிறகு நான் உதவி கேட்டவர்களில் ஒவ்வொருவராக என்னை அழைத்தனர். அவர்கள் அத்தனை பேருமே உதட்டைப் பிதுக்கிவிட்டனர். அது யமுனாவிற்கும் புரிந்துவிட்டது.

சட்டென அவள் தன்னுடைய ஏஜென்ஸி முதலாளிக்குச் சொன்னாள். இயல்பிலேயே அவர் நல்ல மனிதர். சாப்பாட்டிற்கு இல்லாமல் சிரமப்பட்டு முன்னுக்கு வந்ததாக அடிக்கடி தங்களது ஏஜென்ஸியில் வேலைபார்க்கும் அத்தனை பேரிடமும் சொல்வார். அவருக்குச் சில முக்கியமான அரசியல் புள்ளிகள் பழக்கமுண்டு. இதுநேரம் வரையிலும் யமுனா அவருக்குச் சொல்லாமல் இருந்ததற்கான காரணம் எதுவாக வேண்டுமானாலும் இருக்கலாம். அதை நான் கிளறமுடியாது. யமுனா, எப்படியும் தன் அப்பாவை இன்றைக்கு இரவே வீட்டிற்கு அழைத்துப்போய் விடக்கூடிய தைரியத்துடன் அவரிடம் பேசினாள்.

நான் நேரத்தைப் பார்த்தேன். ஏழுக்கும் மேலாகிவிட்டிருந்தது. செண்பகம் டீ குடித்தால் தேவலாம் என்றார். நாங்கள் காவல் நிலையத்திற்கு வெளியிலுள்ள கடைக்குச் சென்றோம். அங்கிருந்து யமுனா தன் "அப்பா டீ குடிச்சிருக்குமா" என்கிற கேள்வியுடன் கிளாசை உருட்டிக்கொண்டிருந்தாள். அவள் பார்வை நிலத்தைக் குத்தி நின்றது. "ஆறிடப்போவுது குடி யமுனா" என்றார் செண்பகம். ப்ச் என அலுத்துக்கொண்ட யமுனா கிளாசை உறிஞ்சினாள். சற்றுநேரத்திற்கெல்லாம் யமுனாவின் முதலாளி அவளுக்கு அழைத்து எதையோ சொல்லிக் கொண்டிருந்தார். பின்னர் யமுனா அவர் சொன்னதை எங்களுக்குச் சொன்னாள். அந்தச் செய்தியானது, நான் உதவிகேட்டு எனக்குப் பதிலளித்தவர்களின் பதிலாகவே இருந்தது. அதாவது, ரொசாரியோ தன்னுடைய எண்ணிலிருந்து இரண்டொருமுறை பரிச்சயமில்லாத யாருக்கோ பேசியிருக்கிறார். அவர்கள் பல குற்றவழக்குகளில் தொடர்புடைய மற்றும் தேடப்படக்கூடிய குற்றவாளிகளின் பட்டியலில் உள்ளனர் என்கிற தகவலாக இருந்தது.

இந்தத் தகவலானது மிகவும் ரகசியம் காக்கப்படவேண்டிய ஒன்றென்றும், வெளியில் கசிந்தால் தேடப்படக்கூடிய பட்டியலில் உள்ளவர்கள் தப்பிப்பதற்கான சந்தர்ப்பங்கள் உண்டென்றும் என் தரப்பிலிருந்து எனக்குத் தகவல் தந்தவர்கள் சொல்லியிருந்தனர். ஆகையால்தான் நான் இதை யமுனாவிடமோ செண்பகத்திடமோ பகிர்ந்துகொள்ளவில்லை. இப்பொழுது இன்னொருவர் மூலமாக

இதே ரகசியம் வெளிவந்திருக்கிறது. நான் உதவி கேட்டவர்களில் ஒருவரான எனது நண்பர் சிறப்புப் புலனாய்வுத்துறையில் வேலையிலிருப்பவர். நான் அவரிடம் இது குறித்து விசாரித்தபோது *C.D.R.* ரிப்போர்ட் அப்படித்தான் சொல்கிறது என்று எனக்குச் சொன்னார்.

யமுனா, அவள் முதலாளியிடம் பேசியதற்குப் பிற்பாடு அத்தனை திறப்புகளும் மூடிக்கொண்டுவிட்ட தோல்வியான முகத்துடனிருந்தாள். அவள் முதலாளிக்குமே ரொசாரியோ குறித்த இந்தத் தகவல் கொஞ்சம் பீதியைக் கிளப்பியிருக்கவேண்டுமென நினைத்துக் கொண்டேன். இதுவரையில் அவருக்கு இப்படியான வலைப்பின்னலுடன் குழுக்கள் இயங்குவதைப் பற்றிய யோசனை இருந்திருக்காது. அல்லது யமுனாவின் அப்பா அதற்குள் ஒருவராக இருந்தது அதிர்ச்சியளித்திருக்கும்.

# 04

ரொசாரியோவை நீதிமன்றக் காவலுக்கு உட்படுத்துவதற்குச் சம்பந்தப்பட்ட காவலதிகாரிக்குப் பல காரணங்கள் இருந்தன. பொதுவாக எப்படியான குற்றவாளியாக இருந்தாலுமே காவல் நிலையக் கட்டுப்பாட்டுக்குள் வைத்து, விசாரிக்க வேண்டிய விதத்தில் விசாரித்து உண்மையை வாங்கிவிடுவார்கள்தான். அவர்களது லத்திக்கு மசியாத சதையை எந்தக் குற்றவாளி அல்லது விசாரணைக் கைதி பெற்றிருக்க முடியும்? ஆனால் ரொசாரியோ திடகாத்திரமானவர் கிடையாது. லேசான தட்டுக்கே தாங்கத நோஞ்சானைப்போன்றவர். யமுனா இதைச்சொல்லி என்னிடம் வருத்தப்பட்டபோது நான் தக்க காரணங்களுடன் அவளுக்குச் சமாதானம் சொன்னேன். அதாவது உன் அப்பா லோ-ப்ரொஃபைல் அக்யூஸ்ட் கிடையாது என்றேன். அவள் என்னை ஏற இறங்கப் பார்த்தாள். அந்தப் பார்வையில் இரண்டு கேள்விகள் இருப்பதாக நான் நினைத்தேன். ஒன்று... லோ-ப்ரொஃபைல் என்கிற வார்த்தை குறித்த கேள்வியாக இருக்கலாம். இன்னொன்று அக்யூஸ்ட் என்கிற வார்த்தை அவளுக்கு ஆத்திரமூட்டக் கூடியதாக இருந்திருக்கும். அவளது பார்வை எதுகுறித்து என்கிற ஆராய்ச்சிக்கு மேற்கொண்டு போகவிரும்பாத நான், இன்னும் ஆழமாக அவளுக்கு விளக்கினேன். அதாவது, உன் அப்பாவை ஆள்மானம் இல்லாதவரென்று போலீஸ்

தரப்பு லேசாக எடைபோடாது. அவருக்கெனச் சிபாரிசுக்காக வரக்கூடிய ஆட்களெல்லாம் பெரும் புள்ளிகளாக இருக்கிறார்கள். இதை எஸ்.ஐ. அறிந்துகொண்டிருக்கிறார். ஆகையால் பல்வேறு தரப்பிலிருந்தும் அரசியல் அழுத்தம் கொடுக்கப்படுமென்பதால் உன் அப்பாவிற்கான விசாரணையில் மிதவாதம் இருக்குமென உணர்த்தினேன். நான் சொன்ன காரணங்களை அவள் ஆதரவிற்கானதென்றோ மெப்புக்குச் சொல்கிறேனென்றோ நினைப்பதற்கில்லாத உண்மையாகவும் இருந்தது. அதேபோது இதே காரணங்களால் வழக்கின் போக்கில் சில இடையூறுகளும் தொந்தரவுகளும் நேரக்கூடுமென ரொசாரியோவை நீதிமன்றக் காவலுக்கு உட்படுத்த எஸ்.ஐ. மெனக்கெடுவாரென நினைத்தேன். ஆனால் இதை யமுனாவிடம் பகிர்ந்துகொள்ளக்கூடிய ஒன்றாக நான் கருதவில்லை. இது அவளுக்கு மன அழுத்தத்தைக் கொடுத்துவிடும். காலம் அந்த நடைமுறைகளை உணர்த்தும் பட்சத்தில் அவளால் எற்றுக்கொண்டுவிடமுடியும் என்று நான் இருந்துவிட்டேன்.

எஸ்.ஐ.யின் மெனக்கெடல் குறித்து நான் சந்தேகித்தது சரியாகிவிட்டது. அவர் ரொசாரியோவை கைதுசெய்த அரைமணி நேரத்திற்குள்ளாகவே நீதிமன்றக் காவலுக்குக் கொண்டு செல்வதற்கான அத்தனை நடவடிக்கைகளையும் துரிதமாக மேற்கொண்டுவிட்டார். ரொசாரியோவிற்காக நாங்கள் பேசிவிட்டுச் சென்றதுமே அவரைக் காவல் நிலையத்திலிருந்து வெளியில் கொண்டுசென்றுவிட்டனர். அதாவது நீதிமன்றக்காவல் வாங்கும் பொருட்டுக் கொண்டுபோயிருந்தனர்.

அவரது இந்த நடவடிக்கைக்கு ஸ்பெஷல் பிராஞ்சிலிருந்து கிடைக்கப்பெற்ற *C.D.R.* அறிக்கை ஆதாரமொன்றே போதுமென்பது முடிவாக இருக்கவேண்டும். ஆமாம் இந்த ஆதாரத்தை அவர்கள் உறுதிசெய்துவிட்டனர். மேற்கொண்டு அடுத்தக்கட்ட விசாரணையைப் பிறகு பார்த்துக்கொள்ளலாமென ரொசாரியோவின் மீது கூட்டுச்சதி புரிந்த வழக்கில், அதாவது *399* பிரிவில் எஃப்.ஐ.ஆர். போட்டிருந்தார். விசாரணைக் கைதியின்மீது இப்படி எடுத்த எடுப்பில் எஃப்.ஐ.ஆர். போடுவதென்பது கூடாது. அந்த அறப் பிறழ்வைப் பற்றியெல்லாம் எஸ்.ஐ. யோசிக்கவில்லை. காரணம் *C.D.R.* அறிக்கை போதுமானதென நினைத்துவிட்டார். போகவும், அந்தத் தேடப்பட்ட குற்றவாளியானவன், 'உன்னால் முடிந்தால் என்னைப் பிடித்துக்கொள்' என்று சவால் விட்டுக்கொண்டு திரியக்கூடியவனாக இருந்தான் என்பதும்

போதுமானதாக இருந்தது. அதோடுபோக, தற்போது, குறிப்பிட்ட பிரிவின்கீழ் இத்தனை அவசரகதியில் இவர்மீது எஃப்.ஐ.ஆர். போடுமளவிற்கு அப்படியென்ன அவசியமேற்பட்டது? என்கிற புள்ளியில் இவருக்காகக்கேட்க யாருமில்லை. அதாவது இந்த வழக்கின் பின்னணி, இவருக்காக இதுவரையில் பேசியவர்களைப் பின்வாங்க வைத்துவிட்டது. அல்லது இந்த விசயத்தை யாருடைய கவனத்திற்கும் போகாமல் எஸ்.ஐ. பார்த்துக்கொண்டார்.

எஸ்.ஐ. இன்னொரு காரியத்தையும் செய்தார். நீதிமன்றக் காவலுக்காக நீதிபதியிடம் ரொசாரியோவை அழைத்துச்சென்றபோது அருகிலிருக்கும் பாபநாசம் சிறையில் அடைத்தால் வழக்கிற்குப் பல தொந்தரவுகள் நேரக்கூடுமென்று அவருக்குத் திருச்சி சிறையைக் கேட்டார். இந்த விசயத்தில் நீதிபதிக்கு மறுப்பில்லை. அவர்தன் உத்தரவை எஸ்.ஐ. கேட்டுக்கொண்டபடி செய்துகொடுத்தார். எஸ்.ஐ. சட்டெனத் தனக்குக் கீழுள்ள ஒரு அதிகாரியை அழைத்தார். அவரிடம், இதன்பிறகு இவரைக் காவல் நிலையத்திற்குக் கொண்டுசெல்ல வேண்டாம். நமது விசேச விசாரணையைப் பின்னரொரு நாளில் வைத்துக்கொள்ளலாம். இன்றைக்கு மாலையே இவரை சிறைக்கு அனுப்பவேண்டும். அதற்கான ஏற்பாடுகளைச் செய்யுங்கள் என்றார்.

ரொசாரியோவுடன் இரண்டு காவலர்களும் மற்றொரு அதிகாரியும் வாகனத்தில் இருந்தனர். போகும் வழியில் ரொசாரியோ புலம்ப ஆரம்பித்துவிட்டார். அவருக்குத் தன்னைச்சுற்றி நடப்பது எதுவும் புரியவில்லை. வாகனத்திலுள்ள ஒவ்வொருவரின் முகத்தையுமாகப் பார்த்துக்கொண்டிருந்தார். அதில் ஒருவர் தன் கையிலிருந்த சீட்டுக்கட்டை குலுக்கிக்கொண்டே இவரைக் குற்றவாளியாகப் பார்த்தார். ரொசாரியோ, “சார் எங்க சார் கூட்டிட்டு போறீங்க? நா ஒரு தப்பும் செய்யலையே சார். கோர்ட்டுக்கு எதுக்கு சார் கூட்டிட்டு போயி ஜட்ஜ் அய்யா கேட்டதுக்கெல்லாம் ஆமாம்போட சொன்னிங்க? ஆமாம் போட்டா விட்ருவேன்னு தான சார் சொன்னிங்க? இப்ப எங்க சார் கூட்டிட்டு போறீங்க? வெளியூர் ஜெயிலுக்கா சார்” அவரது புலம்பலைக் கேட்டுத் திரும்பிய காவலரொருவர், தன் வாயிலிருந்த சிகரெட்டை எடுத்துவிட்டுப் புகையை ஊதியபடி “யோவ்... சும்மா வாய மூடிக்கிட்டு வரமாட்டியா” என்றார்.

காவல் வாகனம் சிறைவளாகத்தை அடைவதற்கு முன்னதாகவுள்ள சிமெண்ட் வளைவுக்குள் புகுந்ததைக்கண்ட ரொசாரியோ, “ஐயோ...

புள்ள தனியா இருப்பாளே... என்ன பண்ணுவேன்” தழுதழுத்த குரலில் கதறினார். அந்தக் கதறல் என்னைத் திடுக்கிடச் செய்தது. அவருடனிருந்த காவலர்கள் அதைப் பொருட்டாகக் கருதாத பாறையாக அமர்ந்திருந்தனர். ரொசாரியோவிற்குத் தன்னைச் சுற்றிப் பின்னப்பட்டிருக்கும் இந்தச் சூழ்ச்சி வலையை அறுத்துக்கொண்டு வரக்கூடிய திராணியற்ற நிலை புலப்பட்டுவிட்டது.

முதலில் வாகனத்திலிருந்து இறங்கிய காவலரொருவர் சிறைச் சாலையின் பிரம்மாண்ட மரக் கதவின் முன்னே நின்றுகொண்டிருந்த ‘சென்ட்ரி’-யிடம், தாங்கள் கைதியுடன் வந்திருப்பதாகச்சொல்லி கோப்புகளை நீட்டினார். அதை வாங்கிக்கொண்டவர் உள்ளே கொண்டுசேர்த்தார்.

அதிலிருந்த தாள்களை மேலோட்டமாக மேய்ந்த சிறையதி காரியின் தலையசைப்புக்குப் பின்னர் சென்ட்ரி-யானவர் பிரம்மாண்ட முகப்புக் கதவின் வலப்புறத்திலுள்ள, ஆள் நுழையக்கூடிய அளவிலான அந்த ஜமுடாஸ் கதவினைத் திறந்துவிட்டார். மேலும், விசாரணைக் கைதிக்குச் சம்பந்தப்பட்ட கோப்புகள் தவிர்த்து, காவலர்களின் கையிலிருந்த இன்னபிற நிர்வாகத்தரப்புக் கோப்புகள் மற்றும் சொந்தப் பொருட்களை உள்ளே கொண்டுச்செல்ல அனுமதியில்லை என்பதை சென்ட்ரி நினைவூட்டத் தவறவில்லை. பிறகு, ரொசாரியோவுடன் மூன்று காவலர்கள் உள்ளே நுழைந்தனர். அங்கிருந்த சிறையதிகாரியிடம் எஞ்சியிருந்த கோப்புகளையும் கொடுத்த பின்னர் ரொசாரியோவை சிறைக் கட்டுப்பாட்டுக்குள் கொண்டுவந்தனர். அவரை ஒப்படைத்த காவலர்கள் தங்களுடைய வழக்கமான வேலைகளை முடித்துக் கொண்டு வெளியேறினர்.

சிறையதிகாரிகள் தங்களின் கட்டுப்பாட்டின் கீழ் வந்துவிட்ட கைதிகளிடம் மரபான விசாரணையை மேற்கொண்டனர். அவர்கள் கைதியான ரொசாரியோவிடம் முதல் கேள்வியாக ஒன்றைக் கேட்டனர். “உன் பட்டப்பெயர் என்ன?” இவருக்கு எதுவும் புரியவில்லை. அங்கும் இங்குமாக மண்டையை ஆட்டினார். “பட்டப்பேரு இல்லையா? இதுக்கு முன்னாடி எந்த ஊர் ஜெயில்ல இருந்த?” என்றார் ஒரு சிறைக் காவலர். இவருக்குத் துக்கம் அடைத்தது. மற்றொரு அதிகாரி அங்கிருந்த சிலரைக் காண்பித்து “ந்தோ... இவன் பேரு என்ன தெரியுமா? சொல்லுடா” என்றார். அவன் பணிவும் குனிவுமாக வாயைப் பொத்திக்கொண்டு சொன்னான். “செல்ஃபோன் சேகருங்க”

இன்னொருவனுக்கு மிரட்டல் தொனியில் கண்ணசைத்தார் அந்த அதிகாரி. அவன் சொன்னான். "ஸ்டிலெட்டோ மணிங்க" என்று. இன்னொருவன் உத்தரவிற்கு முன்னதாகவே சொல்வதற்கு வாயெடுத்தான். அதற்குள் அந்த அதிகாரி அவனை நிறுத்திவிட்டு, ரொசாரியோவை நோக்கிச் சொன்னார். "இந்த செல்ஃ போன் சேகரு இருக்கானே... அவன் என்ன செல்ஃபோன கண்டுபுடிச்சவனா? இல்ல. செல்ஃபோன் திருடன். இந்தோ... இந்த ஸ்டிலெட்டோ மணி... ஸ்டிலெட்டோ கத்தியாலதான் கொடல உருவுவான்" என்றார். ரொசாரியோ கம்மென்று நின்றார். "எஃப்.ஐ.ஆர்.-ல இருக்கா பாருங்க சார்" என்றார் ஓர் அதிகாரி. அதை ஏற்கெனவே ஆராய்ந்துவிட்டதாகச் சொல்லி, இல்லை என்றார். பிறகு அதே அதிகாரி, ரொசாரியோவிடம் "ஜெயிலுக்கு ஒருமுறை வந்துட்டா பட்டப்பேரு தான். சாரோட பேரச்சொல்லித்தான் நாங்க கூப்டணுமா? போ. போ" என்று அவர் முதுகில் கைவைத்து அடுத்தகட்ட பரிசோதனைக்குத் தள்ளினார்.

தரவான பரிசோதனைக்கான அந்தப் பிரதான அறையில், மேலோட்டமான சோதனைக்குப் பின்னர் அங்கிருந்த சில அதிகாரிகள் அவரது உடைகளைக் களையச் செய்தார்கள். ரொசாரியோ ஆரம்பத்தில் மறுத்தார். பிறகு, தயங்கியவாறு மேலாடையை மட்டும் உருவி எடுத்துவிட்டு நின்றார். அடுத்ததாக எழுந்த மிரட்டலில் அவரை அவரே முழு நிர்வாணமாக்கிக் கொண்டார்.

இப்போது அவருக்குச் சாவதற்குக்கூட வழியில்லாத நிலை. அவ்வாறு சாகக்கூடாது என்பதற்காகவும்தான் இந்தப் பரிசோதனையே என்று அனுபவசாலிகளில் ஒருவன் ரொசாரியோவிடம் சொல்லிக் கொண்டிருந்தான். இன்னொரு அனுபவஸ்தன் வேறொரு தகவலையும் சொன்னான். அதாவது, கைதியாகப்பட்டவன் எந்தவிதமான நுண்ணிய ஆயுதங்களுடனும் உள்ளே நுழைந்துவிட முடியாது. அது எந்த விதத்திலும் சாத்தியமில்லை. இந்தச் சோதனையின்போது துண்டு பீடி கிடைத்தாலுமே அது ஆயுதமாகக் கருதப்பட்டுவிடும். பிறகு சம்பந்தப்பட்ட கைதியைத் துவைத்துப் பிழிந்து விடுவார்கள் என்றான்.

ரொசாரியோவுடனிருந்த ஏனைய கைதிகளுக்குமான தரவான பரிசோதனை முடிந்தபிறகு அவர்களுக்குத் தலைமுடி வெட்டவேண்டுமென ஆளை அழைத்துவரச் சொன்னார் அங்கிருந்த அதிகாரி. அதுநிமித்தம் சென்றிருந்த ஒருவன்,

சற்றுநேரத்திற்கெல்லாம் திரும்பி வந்து, நாவிதர் இல்லையெனக் கைவிரித்தான். சரி... காலையில் வந்ததும் மண்டையைக் கரைத்துவிட்டுச் சிறைக் கம்பிக்குள் அடைத்துப்போடுங்கள் என்றுவிட்டு அந்த அதிகாரி சென்றுவிட்டார்.

ரொசாரியோவுக்குத் துயரம் புதிதல்ல. ஒரு கட்டத்திற்குமேல் புலம்பித் தவிப்பதையோ, அழுது வடிவதையோ நிறுத்திக்கொள்ளத் தான் வேண்டியிருந்தது. துயரத்தைப் புறக்கணித்துவிட்டு எந்த உயிரும் வாழ்வதற்கில்லை. அதிலிருந்து போராடி மீளத்தான் வேண்டும். அல்லது காலம் விடுவிக்கும். தன்னிடம் கூடுவிட்டுக் கூடு பாயும் வித்தையோ, அமானுஷ்ய சிறகோ இருந்தாலே ஒழிய உடனடியான விடுதலைக்குச் சாத்தியமில்லை என்பதை அவரது மனம் ஏற்றுக் கொண்டுவிட்டது. அவருக்குப் படுக்கைக்கான விரிப்புகள் உள்ளிட்ட அடிப்படை வசதிகள் எதுவுமில்லை. சில்லென்றிருந்த தரையில் படுத்தார். தரைமட்டக் கைதிகளுக்கான அடிப்படைத் தேவைகளெல்லாம் அவரவர் பொறுப்புதான் என்பது அவருக்கு எட்டியிருக்கும். ரொசாரியோவிடம் விரிப்புகூட இல்லையென்பதைப் பார்த்த ஒருவன் தன்னிடமிருந்ததைக் கொடுத்தான். அப்படிக் கொடுத்தவன், தன்னை ஆயுள்கைதி என்று தானே முன்வந்து அறிமுகப்படுத்திக் கொண்டான். ரொசாரியோவுக்கு வாங்கிக்கொள்ளத் தயக்கமிருந்தது. ஆனால் மறுக்கவில்லை. விரித்துக்கொண்டு படுத்தார். சற்றுநேரத்திற்கெல்லாம் அந்தக் கைதி ரொசாரியோவிடம் “சாப்டிங்களா” என்றான். இவர் தனக்குக் கிடைத்த ஒரு தட்டின் கொஞ்சத்தைச் சாப்பிட்டதாகச் சொன்னார்.

மறுபடியும் அந்தக் கைதி ரொசாரியோவிடம், இங்கே சிறை மதில்களுக்குள்ளாகத் திரியக்கூடிய கைதிகளையெல்லாம் மாலை ஐந்து மணி வாக்கில் கம்பித் தடுப்புக்குள் அடைத்து விடுவார்கள். அதற்கு முன்னதாக இரவு சாப்பாட்டினை மதியம் மூன்றுக்கெல்லாம் விநியோகித்து விடுவார்கள். அப்போதே நாம் அதை வாங்கிக்கொள்ள வேண்டும். தவறினால் கிடைக்காது என்றான். அவன் சொன்னதை ஆமோதித்துக்கொண்ட ரொசாரியோ, பார்வையை அவருக்கு எதிரேயிருந்த மிகப்பெரிய சதுரக் கடிகாரமொன்றின் மீது குவித்திருந்தார். அவரது ஆழ்ந்த யோசிப்பிற்குள் இருப்பது அவரது மகளைத்தவிர வேறு யாராகவும் இருக்கமுடியாது. அப்போது கடிகாரத்தின் முட்கள் ஏழுக்கும் எட்டுக்குமாக இயங்கிக் கொண்டிருந்தன. தவறியும் அங்கே யாரும் சத்தமாகப் பேசுவதற்கில்லாத சூழலாக இருந்தது. இரகசியமாக

வாயசைக்கலாம். அவ்வளவு தான். விரிப்புகள் கொடுத்த ஆயுள் கைதி கேட்டான்.

"பேரென்ன?"

ரொசாரியோ தன் பலமான யோசனையிலிருந்து வெளியேறவில்லை. விட்டத்தை வெறித்துக் கொண்டிருந்தார். அதைவிடவும் சத்தில்லாத அவன் குரலும் இவரது காதுக்கு எட்டவில்லை. கேட்டவன் விடுவதாக இல்லை. மறுபடியும் கிசுகிசுத்தவாறு கையைச் சுரண்டினான்.

"ரொசாரியோ" என்றார்.

ஆயுளின் முகம் விசித்திர கோணத்திற்கு மாறியது. புருவமேட்டை உயர்த்திக் கண்களைச் சுருக்கிக்கொண்டவாறு தான் இதுவரையில் கேள்விப்பட்டிருக்காத பெயரென்ற முணுமுணுப்புடன் "எந்த ஊரு" என்றான்.

"தஞ்சாவூரு" என்றார் இவர்.

"என்ன செக்சன்" என்றான்.

ஆயுள் கேட்டது ரொசாரியோவுக்குப் புரியவில்லை. இரண்டு கையையும் புரடியில் முட்டுக்கொடுத்து வைத்திருந்தவர் ஆயுளைத் திரும்பிப் பார்த்துவிட்டுக் கம்மென்றிருந்தார்.

"என்னா குற்றம் பண்ணிங்க" என்றான் ஆயுள்.

"ஒண்ணுமே பண்ணலங்க" என்றார்.

"ஹஹா... ஒண்ணும் பண்ணாதவன எதுக்கு உள்ள புடிச்சிப் போடணும்?" நக்கலடித்தது ஆயுள்.

பிறகு, ரொசாரியோ காலையிலிருந்து தனக்கு நேர்ந்த அக்கிரமங்களையெல்லாம் அடுக்கினார்.

"இங்க வர்றதுக்கும் முன்னாடி கோர்ட்டுக்கு கூட்டிட்டு போயிருப்பாங்களே" என்றான் ஆயுள்.

"ஆமாம்" என்றார்.

"ஜட்ஜ் கிட்ட நீங்க உண்மை எல்லாத்தையும் சொல்லிருக்கலாமே"

"கூட்டிட்டுப் போகும்போதே ஜட்ஜ் கேட்கறதுக்கெல்லாம் ஆமா போட சொல்லிட்டாங்க. நாங்க சொல்றபடி கேட்டா

ஜெயிலுக்குக் கொண்டு போயிட்டு ஒடனே கூட்டிட்டு வந்துருவோம்னாங்க. மறுத்துப் பேசினா உள்ளயே கெடக்கற மாதிரி கேஸ போட்ருவோம்னு மெரட்டினாங்க. சரின்னு அப்டியே செஞ்சிட்டேன். இனி எப்ப வெளீல உடுவாங்களோ...” கையை விரித்தார்.

“திருட்டுக் கேஸ் தானங்க” என்ற ஆயுள், தொடர்ச்சியாக எதையோ சொல்ல வாயெடுத்தான். ஆத்திரமடைந்த ரொசாரியோ, அவன் பக்கமாகத் திரும்பி “யோவ்... நா திருடலங்கறேன்... திருட்டுக் கேஸுங்கற...?” என்றுவிட்டு மேலும் அவர் சொல்வதற்குக் காது கொடுத்தார். “*379, 380, 381.* இல்ல. *399*-ல ஏதாவது செக்சன்ல போட்ருப்பானுங்க. அதிகப்பட்சம் அஞ்சு இல்ல ஆறு நாள்ல வெளீல போயிர்லாம். பயப்படாதிங்க” என்றான்.

“நீங்க வக்கீலாங்க?” ரொசாரியோ ஆயுளிடம் கேட்டார்.

ஆயுள் சிரித்துக்கொண்டே சொன்னான். “அத்தன செக்சனும் நமக்கு அத்துபடி.”

ரொசாரியோ அவனிடம் கேட்டார். “அஞ்சாறு நாள்ல வெளியே போயிரலாம்னு சொன்னிங்களே, நம்மலாதான் முயற்சி பண்ணி வெளியில போயிக்கணுமா? கொண்டுவந்துவிட்ட போலீசே கூட்டிப் போமாட்டாங்களா?”

ஆயுள் சொன்னது, “பேச்சுப் போக்கில் உங்களுக்கே எல்லாம் புரிந்துவிடும்.”

தலையாட்டிக்கொண்டபடி ஆயுளிடம் கேட்டார். “உங்க பேரென்னங்க.”

“தர்மன்” என்றான் ஆயுள்.

“பட்டப்பேரு?”

ஆயுளுக்குச் சிரிப்பைக் கட்டுப்படுத்த முடியவில்லை. நக்கலாகத் தலையாட்டிக் கொண்டுவிட்டுச் சொன்னார். “ஆளப்பாத்தா தெரியில?”

“குண்டு தர்மனா?”

“இல்ல. தடி தர்மன்” என்றான் ஆயுள்.

“ஊரு”

“பெரம்பலூர்”

“செக்சன்?” என்றார் ரொசாரியோ. ஆயுளுக்கு மறுபடியும் சிரிப்பை கட்டுப்படுத்த முடியவில்லை. பொறியில் மாட்டிக்கொண்ட எலியைப் போலக் களுக் களுக்கெனச் சிரித்தார். அதன் பின்னர் அமைதியாக இருந்த ஆயுள், புருவமேட்டை உயர்த்தி அழுத்தமாகச் சொன்னான். “ரெண்டு செக்சன். 457, 380. ராக்கொள்ளை” தர்மன் சொன்னதைக் கேட்டதும் ரொசாரியோவுக்குத் திடுக்கிட்டது.

தொடர்ச்சியாக தர்மன், தன்னுடைய குற்றப் பின்னணியை யெல்லாம் எடுத்துவிட்டான். அத்தனையையும் கேட்டுக்கொண்ட ரொசாரியோ தர்மனிடம், நீங்கள் தொழில்முறைக் குற்றவாளியா யிருந்தாலும் உங்களை என்னால் வெறுப்பதற்கில்லை. உங்களுடன் நட்பைத் தொடர விரும்புகிறேன். நீங்கள் படுக்கை விரிப்பு கொடுத்தீர்கள் என்பது காரணமல்ல. உங்களுடைய கடந்தகால வரலாறு என்னுடையதைக் காட்டிலும் அத்தனை துயரம் வாய்ந்ததாக இருக்கிறது. இதைக் கேட்டு எனக்கு மிகவும் வேதனையாக இருக்கிறது என்றார்.

தர்மன் அமைதியாக இருந்தான். எதுவும் பேசுவதற்கில்லாமல் நேரம் நகர்ந்தது. ஒரு வகையில் பார்த்தால் இருவருமே தொழில் சார்ந்த ராக்கோழிகள் என்பதால் தூங்குவதற்கில்லாமல் கிடந்தனர்.

எனக்கு அவர்கள் தங்களது கடந்தகாலத்திற்குள் நுழைத்துவிட்ட தாகப்பட்டது. அந்தப் பெரிய அறையைச் சுற்றிலும் இருள் மண்டி யிருந்தது. கடிகாரமுட்களை ஊடுருவிப்பார்த்த தர்மன் கேட்டான். “மணி எத்தன இருக்கும்?”

“ரெண்டு இருக்குமா” ரொசாரியோ மறுகேள்வியைக் கேட்டார்.

“இருக்கும் இருக்கும்” என்றான் தர்மன்.

மறுபடியும் பேச்சைத் தொடங்கினர். திடீரெனக் குதிரையின் குளம்படி சத்தம் கேட்டது. தர்மன் சொன்னான். வருவது குதிரையல்ல. ஸ்பெஷல் ஸ்குவார்டு. அவன் கால் பூட்ஸ் சத்தம்தான் இது. கண்ணை மூடிக்கொள். சைகையில் சொல்லிவிட்டுத் தன்னுடைய கண்களை மூடிக்கொண்டான். ரொசாரியோவுக்கு ஒன்றும் விளங்கவில்லை. ஆனாலும் தர்மனின் சைகைக்குக் கட்டுப்பட்டார்.

பூட்ஸ் சத்தம் அந்தப் பெரிய அறையில் அங்கும் இங்குமாக ரோந்து சுற்றியது. அந்தச் சத்தம் அடங்கியதும் தர்மன் ஒற்றைக் கண்ணைத் திறந்து தன்னைச் சுற்றிலும் நோட்டமிட்டான். சிறப்புக் காவல் படையைச் சேர்ந்த இரண்டு மூன்றுபேர் தங்களது பிரத்தியேக சீருடையுடன் சத்தமின்றி நின்றனர். அவர்களது சூழ்ச்சியைப் புரிந்துகொண்ட தர்மன், அவர்கள் போகும்வரை அமைதியாக இருந்தான். அந்த லத்திக்காரர்கள் ஐந்து நிமிடங்களுக்கும் மேலாக அமைதியாகவே உளவு பார்த்துவிட்டு அங்கிருந்து சென்றுவிட்டனர்.

அதன்பிறகு தர்மன், ரொசாரியோவிடம், "ராத்திரியில் இங்கே விழித்திருக்க முடியாது. தூக்கம் இல்லையென்றாலும் கண்களை மூடிக்கொள்ளத்தான் வேண்டும். நம்மைச்சுற்றி இருப்பதெல்லாம் கம்பிகளும் மதில்களும்தான் என்று நினைக்க வேண்டாம். பூராவும் கண்கள்! ஒருகால் நாம் இப்படிப் பேசிக்கொண்டிருப்பது தெரிந்தால் நாளைய பகலில் லாடம் கட்டப்படுவோம்" என்றான்.

ரொசாரியோவிடம் என்ன வேல செய்றீங்க என்றான் தர்மன். இவர் தன்னுடைய இரவு காவல் வேலையைச் சொன்னார். எதையோ ஆழ்ந்து யோசித்தபடி அமைதியாக இருந்த தர்மன்,

"எந்த செக்யூரிட்டி கம்பெனில இருக்கீங்க?" என்றான்.

செக்யூரிட்டி சர்வீஸெல்லாம் தனக்கு ஒத்துவரவில்லையென்ற ரொசாரியோ, தானே வேலை தேடிக்கொண்டதாகச் சொன்னார்.

"ஏன்... உங்களூரில் யாரும் செக்யூரிட்டி சர்வீஸ் நடத்தவில்லையா? அவர்கள் மூலம் வேலை வாங்கியிருந்தால் இத்தனை சிக்கல் உங்களுக்கு இல்லையே" என்றான்.

தற்சமயம் இல்லையென்ற ரொசாரியோ, சில மாதங்களுக்கு முன்னதாக ஓய்வுபெற்ற இராணுவ அதிகாரியொருவர் நடத்தியதாகவும் இப்படியான திருட்டுச் சம்பவங்களால் அடிக்கடி காவல்நிலையம் செல்லவேண்டியதைச் சகித்துக்கொள்ள முடியாமல் தான் நடத்தி வந்த செக்யூரிட்டி சர்வீஸை இழுத்து மூடிவிட்டு அவருடைய கிராமத்தில் விவசாயம் பார்க்கப் போய்விட்டதாகச் சொன்னார்.

ஆனாலும் தங்களுக்குள் தொழிற்சங்கம் போன்ற ஒன்று உண்டென்றும், அது வலுவிழந்த ஒன்றாகவே இருக்கிறதென்றும்,

குரல் உயர்த்திப்பேசத் தகுதியான ஆட்கள் இல்லையென்றும் சொன்னார் ரொசாரியோ.

தர்மன் ரொசாரியோவை மீண்டும் கிளறினான். அதாவது அவர் குடும்பம் குறித்துக் கேட்டான். ரொசாரியோ ஆரம்பத்தில் மௌனம் காத்தார். பிறகு விரக்தியான குரலில் சிலவற்றைச் சொன்னார்.

"உங்க மகளுக்கு என்ன வயசு?" என்றான் தர்மன்.

"இருவத்தி நாலு இருவத்தஞ்சி இருக்கும்" என்றார்.

அவர் தன் மகளின் வயதை உத்தேசமாகச் சொன்னதைப் பற்றித் தர்மனுக்குக் கேள்விகள் இருந்திருக்கவேண்டும். குழம்பிய யோசனையுடன் விரலால் தரையில் எதையோ கிறுக்கிக்கொண்டவாறு அவளுடைய பெயரைக் கேட்டான்.

"நா கேட்டப்ப யமுனான்னு சொன்னா" என்றார்.

தர்மன் தன்னுடைய சந்தேகத்திற்கு வலு கூட்டிக்கொண்டான். அந்த உணர்வில் கிறுக்குவதை நிறுத்திவிட்டுப் புருவமேட்டைக் குறுக்கினான். ரொசாரியோ மற்றும் அவரது மகளின் பெயரையும் ஒப்பிட்டுப் பார்த்தவகையில் தகப்பன் மகள் உறவுக்குள் ஏதோ மத ஊடுருவல் நிகழ்ந்திருக்கிறதேயென நினைத்திருக்கவேண்டும். சட்டெனத் திரும்பி எதையோ கேட்க வாயெடுத்தான் தர்மன்.

அதற்கு ரொசாரியோ, இனிமேல் நீங்கள் எதைக்கேட்டாலுமே நான் துயரமாகத்தான் கக்கவேண்டிவரும் என்றார்.

தர்மன், என்னைக் காட்டிலும், நான் அனுபவிக்காத துயரத்தைக் காட்டிலும் எதை நீ இறக்கிவைக்கப் போகிறாய்? சொல் என்றான்.

நான் சொல்லவேண்டுமானால் நீங்கள் கேட்டால்தான் உண்டு என்றார் ரொசாரியோ. பிறகு தர்மன் கேட்கக் கேட்க சத்தில்லாத குரலில் சொல்லிக் கொண்டிருந்தார். இறுதியாக தர்மன், ஒரு முக்கியக் கேள்வியைக் கேட்டபோது சிறை வார்டன் அடித்த மணி சத்தம், அந்தக் கேள்வியைச் சிதறடித்தது.

அதற்குமேல் அங்கே யாரும் படுத்திருப்பதற்கில்லை என்பது எனக்குப் புரிந்தது. கைதிகள் தங்களது தூக்கத்தை நீளமான கொட்டாவிச் சத்தத்துடன் முடித்துக் கொண்டிருந்தனர். சிலர் கை கால்களையுதறி நெட்டி முறித்தனர். அடுப்படியிலிருந்து பாத்திரங்களை உருட்டும் சத்தம், மணியடிப்பதுபோல நங்... நங்...

கென உருண்டன. வெளியே வாகனச் சத்தங்கள் இருட்டை விரட்டியடித்துக் கொண்டிருந்தன. சிறை வளாகத்திற்குள்ளிருந்த மரங்களிலிருந்து பறவைகளின் புறப்பாடு கேட்கத்தொடங்கின. இரவையெல்லாம் அதிரடித்த கடிகாரத்தின் நொடிமுள் சத்தம் சத்திழக்கத் தொடங்கியது. ஆரவாரமாக வந்த வார்டன், சிறைக் கதவைத் திறந்துவிட்டார்.

## 05

ஒரு மாநகரத்தின் பிரபலமான கடைத்தெருவின் மக்கள் நடமாட்டங்களுக்கு மத்தியில் விடியக்கூடிய ரொசாரியோவின் வழக்கமான காலைப் பொழுதானது, இன்றைக்கு வேறொரு மாநகரத்தின் பிரபலமான சிறைவளாகத்திற்குள் விடிந்திருந்தது.

காலையில் ஐந்து மணிக்குச் சிறை வார்டன் கதவைத் திறந்து விட்டது முதல், ரொசாரியோவை மரபான காரியங்களுக்கு உட்படுத்த வேண்டியிருப்பதாகச் சிறையதிகாரிகள் அவருக்கு அறிவுறுத்தியிருந்தனர். அவரால் மறுப்பது முடியாது.

ஒன்பதுமணி வாக்கில் சிறையதிகாரிகளின் பின்னால் போனார். நிர்வாக அலுவல்களுக்கு உட்பட்ட ஓர் அறையில் சிறை ஆவணங்கள் சிலவற்றில் கையெழுத்திட்டார். பிறகு, அவர் புதிய கம்பித்தடுப்புக்கு மாற்றப்பட்ட செய்தி அவருக்குச் சொல்லப்பட்டது. தர்மன், அந்த இடத்திற்கு ரொசாரியோவை அழைத்துப் போவதாகச் சொன்னான். இருவரும் நடந்தனர்.

தர்மன், ரொசாரியோவிடம் "ஜாமீனில் வெளியே போகும்வரை நமக்கு இங்கேதான்" என்றான். ரொசாரியோ அவனை அண்ணாந்து பார்த்துவிட்டுக் குனிந்து கொண்டார்.

மேலும் தர்மன் சொன்னான். காலையில் ஐந்தாறு மணிக் கெல்லாம் சிறைக் கம்பியைத் திறந்துவிட்டால், மாலையில் அதே நேரத்திற்கு அடைக்கக்கூடிய வரையில் சிறை வளாகத்திற்குள் எத்தனை சுதந்திரமாகவும் இருக்கமுடியும். இங்கே இல்லாத வசதிக ளென்று ஒன்றுமில்லை! அதேபோல நமக்குப் பிடித்த மாதிரியான வேலைகளைச் செய்யமுடியும்... பிடித்ததை விளையாடமுடியும்... இன்னும் சொல்லப்போனால் வெளியில் கிடைக்காத... அல்லது நம்முடைய பணவசதிக்கு உட்பட்டு அனுபவிக்க வசதிப்படாத...

இல்லையேல், விரும்பாத பல வசதிகளைக்கூட கைதிகளுக்கு இங்கே அனுபவிக்கக் கிடைக்கும்.

ரொசாரியோ கம்மென்று இருந்தார்.

வெயில், காற்றிலுள்ள ஈரத்தை உறிஞ்சத் தொடங்கியிருந்தது. ரொசாரியோ, தன் நடையை ஓரங்கட்டினார். ஒரு மரத்திற்குக் கீழேயிருந்த உடைந்த சுவற்றுக் கட்டியில் ஒரு காலை மடக்கிக் கொண்டு உட்கார்ந்தார். முகத்தில் முடி இல்லை. ஒட்ட கரைக்கப்பட்ட தலையைத் தொங்கப்போட்டபடி தடவிக்கொண்டிருந்தார். தூக்கத்திற்காக ஏங்கிக்கொண்டிருந்த அவரது கண்கள் பூமியை ஊடுருவிப் பார்த்தபடி இருந்தது.

தர்மன் அவர் பக்கத்திலேயே அமர்ந்தவாறு ஏதேதோ பேச்சுக் கொடுத்தான். இவர் ஆமோதித்தும் மறுத்தும் தலையசைத்தார். சிலபோது வார்த்தைகளற்று இருந்தார். பிறகு, அவரது மனநிலையைக் கருத்தில்கொண்ட தர்மன் அங்கிருந்து கிளம்பிவிட்டான்.

தூரத்திலிருந்த சிறைக் கட்டிடத்திலிருந்து விசித்திரமான நடையுடன் ரொசாரியோவை நோக்கி வந்த ஒருவன் அவருக்குப் பக்கத்தில் அமர்ந்தபடி அங்கும் இங்குமாகப் பார்த்துவிட்டுச் சன்னமாக அவரிடம் பேச்சுக்கொடுத்தான். அவனது முதல் கேள்வியிலேயே இவருடைய ஊரைச் சொன்னான். அதைக்கேட்ட ரொசாரியோ அவனை அதிர்ச்சியாகப் பார்த்தார்.

சில மணிநேரங்களுக்கு முன்னதாகச் சிறை ஆவணங்களில் கையெழுத்துப் போட்டபோது, அதே வேலைக்காக அவனும் வந்திருந்தான். பல குற்ற வழக்குகளுக்குச் சொந்தக்காரனென்றும், இன்னும் சிலநாட்களில் ஜாமீனில் செல்லக்கூடியவனென்றும் அவனைப்பற்றிப் பேசிக்கொண்டனர். இன்னும் சிலர், அவனுடைய இந்த விசித்திரமான நடைக்கான காரணத்தை விவரமாகப் பேசிக் கொண்டனர். அதாவது அவனிடம் காவலர்கள் வழக்கு குறித்து விசாரிக்கையில் அத்தனை சீக்கிரத்தில் உண்மையை ஒப்புக் கொள்ளக் கூடியவனல்ல என்றும் அதனால் அவனைப் பிரத்தியேக விசாரிப்பிற்கு உட்படுத்த நேர்ந்தபோது ஏற்பட்ட குறையென்றும் பேசிக்கொண்டனர். அவன் இடது காலை வெளிப்புறமாக, அரை வட்டமாக வளைத்து, உட்புறமாக ஒடித்து விசித்திரமாக விந்தி நடந்தான். அதைப் பார்க்கக்கூடியவர்களுக்குப் பரிதாபத்தைக் காட்டிலும் அச்சமாகத்தான் இருக்கும்.

நடப்பதற்கே அத்தனை சவாலை எதிர்கொள்ளக்கூடியவன். ஒரு காலத்தில் விசுக் விசுக்கென நடந்தவனாம். வயது நாற்பத்தைந்துக்குக் குறையாத முகம். பள்ளிக்கூடத்திற்கு மட்டம் போட்டுவிட்டுச் சாராயம் விற்கப்போனதிலிருந்தே சகல குற்றமும் அத்துப்படியென பேசிக்கொண்டனர். முக்கோண வடிவிலான சிறிய முகம். நரங்கிய உடல். பறக்கும் செம்பட்டை முடி. மேல் வரிசையில் முன் பல் இரண்டோ மூன்றோ இல்லை. அதுவும் காவலர்களின் விசேச கவனிப்பிற்குத்தான் பலியாகியிருக்கக்கூடும் என்கிற தகவல்களும் அங்கே பேசப்பட்டன. ஏனைய பற்களெல்லாம் கறுப்படித்துப் போயிருந்தன. உடலிலுள்ள தோல் முழுக்க வறண்டு போயிருந்தன. ஆங்காங்கே வெட்டப்பட்டத் தழும்புகள்வேறு கோரமாக மினுமினுத்தன. திக்கித் திக்கித்தான் பேசினான். ஆனாலும் வார்த்தைகள் தெளிவாக வந்து விழுந்தன. எப்படியும் பத்தைத் தாண்டிய பிரிவுகளிலும் அதன் உட்பிரிவு களிலும் குற்றமிழைத்தவனாக இருந்தான். ஏறத்தாழ நான்கைந்து பட்டப்பெயரில் அழைக்கப்பட்டான். ஆனாலும் தழும்பு கணேசன் என்றுதான் அழைத்தனர்.

தர்மனிடம் பழகுவதைப்பற்றி ஒருகுறையும் கருதமுடியாத ரொசாரியோவுக்குத் தழும்பு கணேசனின் அணுகுமுறை சந்தேகத்தைக் கிளப்பியிருக்கவேண்டும். ஏனெனில் ரொசாரியோவின் முகம் அப்படியான தகவலைத்தான் எனக்குச் சொன்னது. அதோடுபோக, அங்கிருந்து அவர் சட்டென எழுந்து சிறை வளாகத்தின் வேறொரு கட்டிடத்தை நோக்கி நடந்தார்.

அந்தத் திண்ணை நீண்ட ஓட்டமாக இடையிடையே காரைகள் பெயர்ந்த உருண்டையான முரட்டுத் தூண்களின் உதவியுடன் நின்று கொண்டிருந்தன. ரொசாரியோ அந்தத் தூண்களுக்கு இடையே அங்கும் இங்குமாக மிகவும் விருப்பமாக நடந்துகொண்டிருந்தார்.

ரொசாரியோவுக்கு இரவில் தூங்காததைப்பற்றி ஒரு சிரமமும் இல்லை. வேலைசார்ந்து உடல் பழகிவிட்ட ஒன்று. அதேபோது பகலில் எங்கேனும், எப்படியும் உடலைச்சாய்த்தே ஆகவேண்டும். அல்லது எந்த இடமாக இருந்தாலும் அது தானாகவே நடக்கும். ஒருபோது முக்கியமான வேலையாக மாநகராட்சி அலுவலகத்திற்குச் சென்றிருக்கையில் எஞ்சிய வேலைகளை அவளைப் பார்க்கச் சொல்லிவிட்டு அங்கே ஓரமாகப் படுத்துத் தூங்கிவிட்டதை யமுனா என்னிடம் சொல்லியிருந்தாள். ஆனால் இன்றைக்கு அவரது கண் விழிப்பிற்கான காரணத்தை என்னால் யூகிக்க முடிந்தது. மகளது

நினைவாக இருக்கலாம். இந்நேரம் பிள்ளை எப்படித் தவித்துப் போயிருப்பாளென்ற ஏக்கமாக இருக்கலாம். போன இரவில் அவருக்கு இப்படியான சிந்தனை எதுவும் துளிர்க்கவிடாமல் இருந்ததில் தர்மனின் கைங்கர்யம் இருந்திருந்தது.

ரொசாரியோ, சிமெண்ட்டு சுவர் கட்டியிலிருந்து எழுந்து இந்தக் கட்டிடத்திற்கு வந்ததுமே தழும்பு கணேசனும் வந்திருந்தான். அப்போதும் அவன் இவரிடம் இணக்கம் காட்டத் தொடங்கினான். அதாவது "சாப்டிங்களா?" என்கிற அக்கறையை வெளிப்படுத்தினான். அவர் உதட்டைப் பிதுக்கினார். "காலையில குடுத்தாங்களே வாங்கிட்டிங்களா?" என்றான். "ம்ம்" என்றார். சாப்பாடு குறித்துக் கேட்டதும் பசி வந்துவிட்டதைப்போல வயிற்றைத் தடவினார். பிறகு எழுந்து கம்பித் தடுப்பை நோக்கி நடந்தார். தழும்பு கணேசன் வேறொரு பக்கம் நடந்தான்.

ரொசாரியோ படுக்கக்கூடிய இடத்தில் ஒரு கப் சாதமும் தொட்டுக்கொள்ளத் தேங்காய் சட்னியும் இருந்தது. ஒவ்வொரு பருக்கையும் பருத்திக்கொட்டை மொத்தத்தில் இருந்தன. எடுத்துச் சாப்பிடப் போனார். தேங்காய் சட்டினி வீணாய்ப் போயிருந்தது. சாதத்தை மட்டும் அசைபோட்டு கூழாக்கி உள்ளே இறக்கினார். பசி அடங்கவில்லைபோல. அவர் தன் ஒட்டிய வயிற்றை, முழு வட்ட மாகவும், பின், அதே வட்டத்தை எதிர் திசையாகவும் சுற்றினார். எனக்குப் பரிதாபமாக இருந்தது. நான் என்ன செய்யமுடியும்? வயிறு முட்டத் தண்ணீரைக் குடித்தார். பிறகு, 'இன்னும் எத்தனை நாளைக்கு இந்த நரகம்' என்று முணுமுணுத்தவாறு மறுபடியும் தனக்குப் பிடித்த அந்த நீண்ட திண்ணைக்குப் போனார் யோசனையான முகத்துடன் அங்கும் இங்குமாக நடந்துகொண்டிருந்தார். சத்தில்லாத நடைதான். சட்டென நடையை நிறுத்திவிட்டு அங்கிருந்த தூணில் சாய்ந்தபடி உட்கார்ந்தவர், விட்டத்தை நோக்கினார். மிக ஆழ்ந்த யோசனை. மகளின் கவலையாகத்தான் இருக்கவேண்டும் என்கிற முன்முடிவுடன் நான் அவருக்கு ஆறுதல் சொல்ல நினைத்தேன். 'உங்கள் மகளுக்குத் தாயைப் போல செண்பகம் இருக்கிறார். தைரியம் சொல்லி ஆறுதலாகப் பார்த்துக் கொள்வார்' என்று. என்றாலும்கூட, ஒரு நாளும் அவர் தன் மகளைப் பார்க்காமல் இருந்ததில்லை என்கிற எண்ணம் எனக்கு. ஆகையால், என் வார்த்தைகள் அவருக்கு என்ன மாதிரியான மீட்சியைக் கொடுத்துவிடப்போகிறது? காலம் ஏன் எங்களை இப்படிச் சிதைத்துப் பார்க்கிறது என்கிற விரக்தியில்

என்னிடம் புலம்ப ஆரம்பித்துவிட்டாரானால் அதற்கு என்னால் என்ன சொல்லமுடியும்? நான் பேசாமல் இருந்துவிட்டேன்.

பிறகு, எழுந்து தூண்களுக்கு இடையே நடக்கத் தொடங்கினார்.

தூரத்திலிருந்து இவரைப் பார்த்த தர்மன், இரண்டு கால்களையும் அகல விரித்துத் தன் பெரிய உருவத்தை அசைத்துக்கொண்டு வந்தான். அவனது முகம், தூங்கிக் களைப்பு நீங்கிய தெளிவில் இருந்தது.

“சாப்டிங்களா?” என்றான் ரொசாரியோவிடம்.

சுரத்தில்லாமல் பதில் சொன்னார்.

“தூங்குனிங்களா...? நா கொஞ்சநேரம் படுத்து எழுந்திருச்சி வந்தேன்” என்றான்.

ரொசாரியோ நடையை நிறுத்திவிட்டு ஒரு தூணில் முதுகைச் சாய்த்தபடி ஒரு காலைத் தூணுக்கு முட்டுக்கொடுத்து நின்றவாறு, “தூக்கமில்ல. பொண்ணு நெனப்பாவே இருக்கு” என்றார்.

“ஃபோன் பண்ணிங்களா...?” என்றான்.

“ஃபோனா!” என்றுவிட்டுத் தர்மனை வியப்பாகப் பார்த்தார். ரொசாரியோவின் கேள்வியிலும் வியப்பான அந்தப் பார்வையிலும் தர்மன் அவரை அளவெடுத்துக் கொண்டுவிட்டு “ஆமாம்” என்றதோடு அதற்கான வழிகளைச் சொன்னான்.

சிறைக்கைதிகள் நேரடியான பணப்பரிவர்த்தனை செய்வதற் கில்லை. டோக்கன் அல்லது வங்கி அட்டைபோன்ற ஒன்றை பயன் படுத்திக்கொள்ளமுடியும். இந்தப் பிரத்தியேக முறைதான் இங்கே நடைமுறை. அதைப் பயன்படுத்துவதானால் அதற்குண்டான கணக்கில் கைதியின் உறவினர்கள் அல்லது நண்பர்களென வெளியிலிருந்து யாராவது அந்தத் தனிநபரது சிறைக் கணக்கிற்கு ரூபாய் செலுத்த வேண்டும் என்றான். அதைக் கேட்டுக்கொண்ட ரொசாரியோ தனக்கு அப்படியான வாய்ப்புகள் இல்லையெனச் சலித்துக்கொண்டார். தர்மன், தான் அதற்கு உதவ விரும்புவதாகச் சொன்னான். அது முடியுமா? எப்படி? என்றார் ரொசாரியோ. தர்மன், தன்னுடைய அட்டையில் தேவையைக் காட்டிலும் அதிகமான பணம் இருப்பதாகவும் நீங்கள் விரும்பினால் அதைப் பயன்படுத்திக்கொள்ளமுடியும் என்றான். ரொசாரியோ மறுப்பதற்கில்லாமல் சம்மதித்தார்.

தர்மன் அப்போது சூரியனைப் பார்த்தான். அது மிகப்பெரிய ஆரஞ்சுப்பழ நிறத்தில் புதைந்துகொண்டிருந்தது. உடனடியாக ரொசாரியோவை அழைத்துக்கொண்டு அந்தச் சிறையதிகாரிகளின் அறைக்குச்சென்றான். அப்போது சிறை அலுவலகக் கடிகாரத்தில் நான்குமுறை மணி அடித்தது. அந்தச் சத்தம் ஓய்ந்ததும் சிறைப்பணியாளரொருவர் அந்தக் கடிகாரத்தின் கண்ணாடிக் கதவை மெல்லமாகத் திறந்து சாவிகொடுத்துக் கொண்டிருந்தார். மரத்தாலான மேசைக்குப் பின்னால் சீருடையணிந்த அதிகாரியொருவர் பெரிய நோட்டில் எதையோ கவனமாக எழுதிக் கொண்டிருந்தார். தர்மன் அவரிடம், தன்னுடைய அட்டையை நீட்டி இவரது உபயோகத்திற்கான அனுமதியைக் கேட்டான். அந்த அட்டையை வாங்கிப் பார்த்தவர் மறுப்பின்றி அனுமதியளித்தார். பிறகு, ரொசாரியோ தன் மகளின் எண்ணிற்கு அழைத்தார். அந்த முனையிலிருந்து 'ஹலோ' சத்தம் கேட்டது. அது யமுனாவின் குரல்தான். இவருக்குப் பேச்சு வரவில்லை. கைகள் நடுங்கின. வியர்த்துக் கொட்டியது. தொண்டையைக் கமரியபடி "அம்மா" என்றார். மறுபடியும் அந்த முனையிலிருந்து 'அப்பா... ஹலோ அப்பா...' பதறலான குரல். யமுனாவிற்கு, தன்னுடைய அப்பாவின் குரல் புரிந்துவிட்டது. இவரால் எதுவும் பேசமுடியவில்லை. அவள், 'ஹலோ அப்பா... ஹலோ அப்பா... பேசுங்கப்பா' கதறிக்கொண்டே இருந்தாள். ரொசாரியோவிற்கு எதிரிலிருந்த அதிகாரி இவரை அண்ணாந்து பார்த்தார். யமுனாவின் கதறல் எனக்குக் கேட்டது போலவே அவருக்கும் கேட்டிருக்கிறதெனப் புரிந்துகொண்டேன். எனக்குச் சங்கடமாகிவிட்டது. ரொசாரியோ கண்களைத் துடைத்துக் கொண்டபடி மறுபடியும் பேசமுயன்றார். அது சாத்தியப்படவில்லை. டொப்பென வைத்துவிட்டு வெளியில் வந்தார். தர்மன் அவரிடம் ஏதேதோ கேட்டான். இவர் எதற்கும் பதிலளிக்கவில்லை. பிறகு, தன் யோசனைக்கு உட்பட்ட ஒன்றை தர்மனிடம் கேட்டார். அதாவது, மறுபடியும் என்னிடமிருந்து ஃபோன் வருமெனக் காத்திருப்பாளா என் மகள்? வரவில்லையென்றால் அந்த எண்ணிற்கு அழைத்துப்பார்க்க வாய்ப்புள்ளதா?

தர்மன் அதற்கு இவ்வாறு விளக்கமளித்தான். நீங்கள் அழைத்துப் பேசிய இந்த எண்ணிலிருந்து இங்கிருந்து பேசமட்டுமே முடியும். வெளியிலிருந்து யாரும் அந்த எண்ணைத் தொடர்புகொள்ள முடியாது. அதற்கு வேறொரு எண்ணை பயன்படுத்தலாம். வெளியிலிருந்து வரக்கூடிய அந்தச் செய்தியின் முக்கியத்

தன்மையைச் சிறைநிர்வாகம் அவசியமெனக் கருதும் பட்சத்தில் அது சம்பந்தப்பட்ட கைதிகளுக்குத் தெரிவிக்கப்படும்.

# 06

வக்கீலைப் பார்க்கப் போகவேண்டுமென யமுனா என்னை அன்றைக்குக் காலையிலேயே வரச்சொன்னாள். நான் என் சொந்த வேலையாக இருந்துவிட்டதால் காலையில் என்னால் முடியவில்லை. அன்றைக்கு மாலையில் வருவதாகச்சொல்லி அழைத்துக்கொண்டு போனேன். அவரிடம் நாங்கள் பேசிக்கொண்டிருந்ததில் சில விசயம் தெளிவாகப் புரிந்தது. ரொசாரியோ விசாரணைக் கைதியாதலால் அவரை வாரத்தின் திங்கள், புதன், வெள்ளிக் கிழமைகளில்தான் பார்க்கமுடியும். எங்களுக்குத் திங்கட்கிழமை பார்க்கக்கூடிய வாய்ப்பு இருக்கிறது. ஆனால் யமுனாவோ அந்தக் கிழமையிலேயே அவரை வெளியில் கொண்டுவரக்கூடிய வாய்ப்புகள் குறித்து வக்கீலிடம் கேட்டாள். அவர், கைதானதிலிருந்து குறைந்தது ஐந்தாறு அலுவலக நாட்கள் முடிந்துதான் எடுக்கமுடியும். ஆகவே அதற்கு வாய்ப்புகள் இல்லவே இல்லை என்றுவிட்டார். அப்படியானால் திங்கட்கிழமை தன் அப்பாவை சிறையில் பார்ப்பதற்கான ஏற்பாடுகளைச் செய்துதாருங்கள் என்றாள். வக்கீல் கண்டிப்பாக அதை நாம் செய்யலாம் என்றார். அதற்காகச் சில ஆவணங்களில் யமுனாவின் கையெழுத்தைக் கோரினார். யமுனா தயக்கமின்றிப் போட்டுக்கொடுத்தாள்.

பிறகு, நான் அவளை வீட்டில் இறக்கிவிட்டேன். அவள் என்னைச் சிறிதுநேரம் இருந்துவிட்டுப் போகச்சொன்னாள். நான் திண்ணையில் அமர்ந்தேன். அவள் நிலைப்படியில் உட்கார்ந்திருந்தாள். “நாளை ஒரு பொழுது எப்படிப் போகுமோ” என்றாள். நான் அவளுடைய முகத்தைப் பார்த்தேன். தலையில் கை வைத்தபடி மறு கையில் மொபைலை வைத்துப் பார்த்துக் கொண்டிருந்தாள். மறுபடியும் புலம்பினாள். “அப்பா இந்நேரம் என்ன பண்ணிக்கிட்டு இருக்குமோ. சாப்ட்டுச்சா... தூங்குனுச்சா... இல்லையா... கம்பிக்குள்ள அடச்சி போட்ருப்பாங்களா? மாத்திக்க ட்ரெஸ்கூட இருக்காதே” அவள் கேட்டது எனக்குப் பரிதாபமாக இருந்தது. என்னிடம் பதில் இல்லை. அவளது கண்கள் குளம்கட்டியிருந்தது. “செண்பகத்தம்மா

வீட்ல இல்லையா எங்க போயிருக்காங்க" என்றேன். யமுனா பதில் சொல்லவில்லை.

இப்போது அவள் அழுது தீர்த்துவிட்டால் சரியாகிவிடுவாளென்று எனக்குத் தோன்றியது. அவளைத் தனியாக விட்டுப்போவதில் எனக்குத் தயக்கமோ யோசனையோ இல்லை. இன்னும் சொல்லப் போனால், அவள் வீட்டில்தான் இருக்கிறாள் என்பதால், புறச்சூழல் ஒத்துழைக்கக்கூடிய இந்த நேரத்தில் அழாமல் கடந்துவிடுவதை அவள் விரும்பமாட்டாளென்று நினைத்தேன். அப்படிக் கடந்தால் இந்த மென்மையான உணர்வை அவமதித்தது போலாகிவிடுமென்று அவள் நினைக்கக்கூடும். நானும் என் வேலையைப் பார்க்கவேண்டியிருந்தது. "ஏதாவது வேணும்னா ஃபோன் பண்ணு" என்றுவிட்டு கிளம்பினேன்.

## 07

ரொசாரியோ சிறையில் தன்னுடைய இரண்டாவது விடியலைத் தொடங்கியிருந்தார். வெயில் தன் அச்சுறுத்தலை சன்னமாகத் தொடங்கியிருந்தது. அப்போது நேரம் பத்தைத் தாண்டியிருக்கும். அன்றைக்கு அவர்தன் வழக்கமான வேலைகளையெல்லாம் முடித்த தற்குப் பின்னர் அந்தச் சிறை வளாகத்திற்குள் அங்கும் இங்குமாக நடந்துகொண்டிருந்தார். வெப்பத்திற்குச் சுருக்கிய அவரது கண்கள் அந்த வளாகத்தைச் சுழல் விளக்குபோல ஆராய்ந்தன. இந்த ஞாயிற்றுக் கிழமையிலும் கயிறு தயாரித்துக்கொண்டிருந்த கைதிகளைப் பார்த்தார். ஒரு பெரிய பந்தை வானத்தை நோக்கித் தட்டிக்கொண்டிருந்த ஒரு கும்பலில் ஆராய்ந்தார். பிறகு, ஒரு திண்ணையில் கேரம்போர்டு ஆடிக் கொண்டிருந்தவர்களிடத்தில் தேடினார். இறுதியாக ஒரு மரத்தடியில் நின்றார். அங்கே தர்மன், கை கால்களை விரித்துப் போட்டுக்கொண்டு மலைபோலத் தூங்கிக்கொண்டிருந்தான். எனக்குப் புரிந்துவிட்டது. ரொசாரியோ தர்மனைத்தான் தேடியலைந்தாரென்று. எதனால் தேடுகிறாரென்று இனிதான் தெரியவரும். இல்லை தெரியாமலும் போகலாம். தர்மனது ஆழ்ந்த உறக்கத்தை ஊடுருவிப்பார்த்துக் கொண்டே நின்றார் ரொசாரியோ. பிறகு எழுப்புவதற்கு மனமில்லாமல் தனக்கு நடக்கப் பிடித்த அந்தத் திண்ணையை நோக்கிப்போனவர், அங்கிருந்த முரட்டுத் தூண்களுக்கிடையே குனிந்தபடி

நடக்கத்தொடங்கிவிட்டார். தூசு படிந்த அந்த சிமெண்ட் தரையில் அவர் நீள்வட்டமாக நடந்து கொண்டிருந்தார். அந்தபோது எங்கிருந்தோ வந்த தழும்பு கணேசன் அந்தத் திண்ணையின் தட்டையான மூன்று படிக்கட்டுகளிலும் மிக லாவகமாக ஏறி ரொசாரியோவின் முன்னே நின்றான். சட்டெனத் தலையைத் தூக்கிய ரொசாரியோ, மிரட்சியில் உடலை பின்னால் இழுத்தவாறு வாயடைத்து நின்றார்.

உங்களைத்தான் நான் இத்தனை நேரமாகத் தேடுகிறேன் என்றான் கணேசன். என்ன செய்தியாக? என்றார் ரொசாரியோ. சொல்கிறேன். என்றவன், இந்தக் கண்ணடிப்பு உங்களுக்கு எப்போதிலிருந்து என்றான். ஏன்? என்றார் ரொசாரியோ. நீங்கள் இங்கே வந்த வெள்ளிக்கிழமை இரவிற்கும் இப்போதைக்குமாக ஒப்பிட்டால் நீங்கள் ஆளே மாறிவிட்டீர்கள் என்று சிரித்தான். ரொசாரியோ, தன் முகத்தையும் நெற்றியையும் தலையையும் வழித்துத் தடவியவாறு கைகளைப் பிடரிப்பக்கமாகக் கீழே இறக்கினார்.

மறுபடியும் அவனே பேசினான். நேற்றைக்குக் காலையில் ஆவணத்தில் கையெழுத்துப்போட நின்றபோதும், இன்றைக்குக் காலையில் சாப்பாடு வாங்க நின்றபோதும் உங்களைப் பார்க்கையில் யாரோவென்றுதான் நினைத்தேன். பிறகு உங்களது கண்ணடிப்பை வைத்துத்தான் அடையாளம் தெரிந்தது என்றான். என்ன அடையாளம்? என்றார். முந்தாநாள் இரவு நீங்கள் தர்மனுடன் பேசிக்கொண்டிருந்தபோது உங்கள் இடப்புறமாகப் படுத்திருந்தது நான்தான். இரவு விளக்கு வெளிச்சத்தில் உங்கள் கண்ணடிப்பை நான் பார்க்க நேரிட்டது என்றான்.

எதற்காக இப்படிச் சம்பந்தமில்லாமல் பேசுகிறீர்கள் என்ற ரொசாரியோ, தனக்கு இந்த விசித்திரமான பழக்கம் சிறுவயதிலிருந்தே உண்டென்றவர், நிமிடத்திற்கு ஏழெட்டு முறைகூட இப்படிக் கண்ணடிப்பது எனக்கு நிரந்தரமாகிவிட்டதென்றும் இதனால் தன்னுடைய வாழ்க்கையில் தேவையில்லாத பல குழப்பங்கள் நிகழ்ந்ததென்றும் சொன்னவர், இதை நீங்கள் கிண்டல் செய்வது எனக்குப் பிடிக்கவில்லை என்றார். மேலும் தன்னை விட்டுக் கொடுக்காமல் இன்னொன்றும் சொன்னார். இது எனக்கான நரம்புக் கோளாறுகூடக் கிடையாது. வெறும் பழக்கத்தினால் எனக்குள் தங்கிவிட்டதுதான் என்பது உங்களுக்குத் தெரியுமா?

தழும்பு கணேசன் அவரிடம் மிகவும் நயந்த தொனியில் சொன்னான். ஐயோ... அப்படியில்லை. நீங்கள் என்னைத் தவறாகப்

புரிந்துகொண்டுவிட்டீர்கள். நான் எதேச்சையாகத்தான் பேசிக்கொண்டிருக்கிறேன் உங்களுடன். தர்மனுடன் நீங்கள் பேசிக்கொண்டிருந்த இரவில் அனைத்தையும் நான் கேட்டேன். எனக்கு உங்கள் மீது மிகுந்த மரியாதை உண்டு. உங்களுடைய துயரத்திற்கு எந்த வகையிலும் சளைத்ததல்ல என்னுடையது. என்றாலும்கூட நாம் ஒப்பாரி வைத்துக்கொண்டா இருக்கமுடியும். எதையாவது பேசி நட்பை வளர்க்கும் நோக்கில்தான் நான் பேச முற்பட்டேன். நீங்கள் தவறாகப் புரிந்துகொண்டதற்கு நானும் காரணம்தான் என்பதை என்னால் உணரமுடிகிறது இப்போது. உங்களது குறையைப்பற்றி நான் பேசியிருக்கக்கூடாதுதான். என்னை நீங்கள் மன்னிக்கவேண்டும் என்றான்.

ரொசாரியோ பரவாயில்லை என்கிற தொனியில் தலையாட்டிக்கொண்டபடி, அதை விடுங்கள். ஆனாலும் உங்களுடன் என்னால் சிநேகமாக இருக்கமுடியுமா என்று தெரியவில்லை. என்றாலும் உங்களது செயல்பாடுகள் சிலவற்றை நான் மதிக்கிறேன். காலையில் சாப்பாடு வாங்க நின்றபோது உங்களது முடியா நிலையையும் பொருட்படுத்தாமல் அந்த வரிசையில் எனக்காக உங்களுடைய இடத்தை விட்டுக்கொடுத்தீர்கள். அதற்கு நன்றி. சர்வ நிச்சயமாக நான் உங்களது குறையைக் கணக்கில் கொண்டு உங்களோடு சிநேகமாக இருக்க முடியுமா என்கிற கேள்வியை எழுப்பவில்லை. நீங்கள் என்னை மதிப்பது உண்மையென்றால் நாம் நட்பாக இருப்பதுபற்றி ஒன்றுமில்லை என்றார்.

கணேசன் தன்னைப் புரிந்துகொண்டதற்காக ரொசாரியோவிற்கு நன்றி தெரிவித்தான். பிறகு, அந்தத் திண்ணையின் தழ்வாரத்தைப் பார்த்தபடி, மணி பதினொன்றாகிவிட்டது. மதியச் சாப்பாட்டிற்குத் தன் வயிற்றில் மணியடித்துவிட்டதெனச் சொல்லிக்கொண்டே எழுந்தான். அவன், தன் கால்களை விநோதமான கோணத்தில் மடக்கி எழுந்ததைக் கண்ட ரொசாரியோ, பதறியவாறு அவனுக்கு உதவ முயன்றார். அதற்குள் எழுந்துவிட்டவன் அவரது தோள்பட்டையில் கைவைத்தவாறு சாப்பிட வாறிங்களா என்றான். அவர் தன் வயிற்றில் வட்டம் போட்டுக்கொண்டே பிறகு வருவதாகச் சொன்னார். என்றாலும்கூடத் தழும்பு கணேசன் பல தப்படிகள் நடந்ததும் பின்னாலேயே கிளம்பினார்.

# 08

ஆழ்ந்த உறக்கத்திலிருந்த ரொசாரியோவை தர்மன் எழுப்பினான். திடுக்கிட்டு எழுந்தவர், எதற்கு இத்தனை அவசரமாக என்னை எழுப்பவேண்டுமெனக் கேட்டார். தர்மன் சொன்னான். ஒரு அற்புதமான பொழுதுபோக்கு நிகழ்ச்சி நடக்கவிருக்கிறது. நாம் சிரிக்கவும் சிந்திக்கவும் வேண்டிய தருணம் அது. வலிகள் அறியாமல் கடக்கவேண்டிய நேரம் இப்படி எப்போதாவது வாய்க்கும். நாம் அதைப் பயன்படுத்திக்கொள்ளலாம் என்கிற நல்லெண்ணத்தில்தான் எழுப்புவதாகச் சொன்னான். ரொசாரியோ மிகுந்த ஆர்வத்துடன் எழுந்தார். தர்மனின் பின்னாலேயே நடந்தபடி கேட்டார். என்ன நிகழ்ச்சி? யார் ஏற்பாடு? எத்தனை நேரத்திற்கு நடக்கும்?

தர்மன் விவரமாகச்சொல்ல ஆரம்பித்தான். இங்கே ஏற்பாடுகளை நாம்தான் செய்துகொள்ளவேண்டும். திட்டமிடல் இல்லாமல் அதுவாக எப்போதாவது நடக்கும். சிறையில் அதிமேதாவி ஒருவன் இருக்கிறான். சோடிக்கப்பட்ட வழக்குகளால் அடிக்கடி உள்ளே வரக்கூடியவன். ஐம்பது வயதிற்குக் குறையாது. வழக்கு, சிறை, என்றே வாழ்க்கையைத் தொலைத்தவன். உள்ளே வந்தால் அதிகபட்சம் ஒரு வாரம்தான். மறுவாரம் வெளியிலிருப்பான். சிறையில் அவனுக்கென ரசிகர் பட்டாளமே உண்டு. அதில் நான் மிகமுக்கியமானவன். கைதிகளின் பொழுது போக்கிற்காகவும், அவர்களின் மன இறுக்கத்தையும், வெறுமையையும் போக்கும் விதமாக இப்படியான அம்சங்களுக்கு அனுமதியளிப்பதுண்டு. அது எல்லைக்குட்பட்டுதான் என்றாலும் இந்த அதிமேதாவி அரசாங்கத்தையும், அரசாங்க அதிகாரிகளையும்தான் நக்கலடிக்கும் வேலையைச் சிறப்பாகச் செய்வான் என்றபடி இருவரும் தற்காலிக மேடையின்முன் கூடியிருந்த கைதிகளுக்குள் ஐக்கியமாயினர்.

எனக்கு ஒழுங்கில்லாத அந்தக் கூட்டத்தைப் பார்ப்பதற்கு ஒருசெல் உயிரியான அமீபாவின் வரைபடம் நினைவுக்கு வந்தது.

அதிமேதாவி ஒரு சிமெண்ட் திட்டில் ஏறிக்கொண்டு தனக்கு முன்னேயிருந்த ஒரு மரக்கிளையின் நுனியை, மைக் போலப் பிடித்துக்கொண்டு பேசலானார். அது காற்றில் தான் போக்கில் ஆடியது. அங்கே கூடியிருந்த கைதிகளுக்கு அது சிரிப்பதற்கான நேரமெனத் தோன்றியதன் பொருட்டு அங்கே சிரிப்பொலி

சிதறியது. ரொசாரியோ உம்மணா மூஞ்சியாகவே இருந்தார். தர்மன் அவரை உசுப்பிவிட்டு அதிமேதாவியைத் தூரத்திலிருந்தே அறிமுகப்படுத்தினான்.

மேடையில் அதிமேதாவி பேச ஆரம்பித்தார். பத்து நிமிடத்தைக் கடந்தும் அந்த உரை நீண்டுகொண்டே போனது.

கைதிகள் எந்த இடத்தில் எதிர்ப்புக்குரல் எழுப்பக்கூடுமெனத் தெரியக்கூடிய சூழலை தவிர்க்கவேண்டிய வேலை சிறைக் காவலர்களுடையது. அதுவரையில் கேட்டுக்கொண்டிருந்த சிறைக் காவலர்கள் சிறை விதிமுறைகளுக்கு மீறிய பேச்சென்று உரையை நிறுத்தச் சொன்னார்கள். மேலும் கைதிகளைக் கம்பிக்குள்ளே போய்விடுமாறு அறிவித்தனர். வழக்கமாக மாலையில் ஆறு மணிக்குத்தான் கம்பிக்குள் அடையவேண்டும். அப்போது மணி ஐந்துக்குள்தான் இருந்தது.

இந்தபோது அந்த உரையிலிருந்த அம்சமான, 'இந்த வாழ்வினை சுதந்திரமாகவும் அழகாகவும் சாகசமாகவும் ஆக்கக்கூடிய ஆற்றலைப் பெற்றிருக்கிறீர்கள். எனவே, சனநாயகத்தின் பெயரால் அந்த ஆற்றலை நாம் பயன்படுத்துவோம். நாம் அனைவரும் ஒன்றுபடுவோம்' என்கிற பதம் கைதிகளை ஏதோ செய்துவிட்டது. அவர்கள் உள்ளுக்குள் கிளர்ச்சி வெடித்துக் கொண்டிருந்ததைப் போன்று முகத்தை ஆக்ரோஷமாக வைத்துக்கொண்டிருந்தனர்.

தொடர்ச்சியாக, கலைந்து அவரவரின் தடுப்புகளுக்குள் போய் விடுமாறு அறிவுறுத்திக்கொண்டிருந்த சிறையதிகாரிகளின் வார்த்தை அங்கே எடுபடவில்லை. சிறைக்காவலர் சிறப்புப் படையினருக்குத் தகவல் கொடுத்தார்.

திடீரெனக் கூட்டத்திலிருந்த கைதிகளில் ஒருவன் முஷ்டியை மடக்கி, கையை வானத்தை நோக்கியுயர்த்தி எதிர்ப்புக் கோஷத்தை எழுப்பினான். அதுவரையில் அங்கிருந்த நிலைமை தலைகீழாக மாறியது. அடங்க மறு. அத்துமீறு. என்கிற வாசகத்தைத் தன் கழுத்து நரம்பு புடைக்கக் கத்தினானொருவன். மற்றொருவன் எதுகை மோனையான வாசகத்தை முழக்கமிட்டான். சற்றும் எதிர்பாராதவிதமாக அந்தக் குரலுக்கு அங்கே வலுவான ஆதரவுக்குரல் எழுந்தது.

நிலைமை எல்லை மீறுவதைச் சிறை நிர்வாகம் அனுமதிக்க வில்லை. சற்றுநேரத்திற்கெல்லாம் அங்கே கைதிகளின் எண்ணிக்கை யைக் காட்டிலும் அதிகாரிகள் மற்றும் காவலர்களின் எண்ணிக்கை

திமுதிமுவெனக் கூடித் தன் இரும்புக் கரத்தால் ஒடுக்கும் வேலையில் இறங்கியது.

உடலளவிலும் மனதளவிலும் பலவீனமான சீருடைக் கைதிகள் சிலரை, அவர்களது தற்போதைய சிரமங்களையும், எதிர்கால நலனையும் கருத்தில்கொண்ட ஒரு படிப்பாளி, அவர்களை நல்ல முறையில் வழிநடத்தினார். அதாவது, அந்தக் கலவரத்திலும் அவர்களை ஒருங்கிணைத்த அந்தப் படிப்பாளி, 'நீங்களெல்லாம் நாட்டின் முக்கியத் தலைவர்களின் பிறந்த நாட்களிலோ வேறுசில புண்ணிய நாட்களிலோ நன்னடத்தையின் பொருட்டு மிகவிரைவில் விடுதலையாகக் கூடியவர்களாய் இருக்கிறீர்கள். அதில் சிக்கல் வேண்டாம். ஆகையால் நீங்கள் சிறைக்கம்பிகளுக்குள் சென்று விடுங்கள்' என்று அனுப்பிவைத்தார்.

எந்தப் பாம்பை எந்தப் பெட்டியில் அடைத்தால் சுருட்டிக் கொண்டு கிடைக்குமென்று சிறை நிர்வாகத்திற்கு நன்றாகத் தெரியும். அந்தவகையில் கலவரத்திற்குக் காரணமான அதிமேதாவியை ஒரு தனியறையில் அடைத்தனர். அவர் விசேசமாகக் கவனிக்கப்பட்டார். தற்போது அவரது கோஷமானது, சற்றுநேரத்திற்கு முந்தைய கோஷத்திலிருந்து முற்றிலும் மாறுபட்டிருந்தது. அதைக் கோஷமென்றுதான் என்னால் வரையறுக்க முடிந்தது. அவர் உடல்வலி பொறுக்க முடியாமல் தன் பெற்றோரை அழைத்துக்கொண்டே இருந்தார். அந்தக் குரல் வலுவாகவும் வலுவிழந்தும் மாறிமாறி கேட்டது. பகல் முற்றிலும் இல்லாமலாகிவிட்ட இந்த நிலையில், என்னால் இப்போது ஒரு விசயத்தை நினைத்துப் பார்க்கமுடிகிறது. அதாவது, உரைநிகழ்த்திய வகையில் கிளர்ச்சிக்கு வித்திட்டவனின் தற்போதைய சித்ரவதைக் கதறலையும், ரெமிஷனில் வெளியே போவதை கெடுத்துக்கொள்ள வேண்டாமெனச் சிறைக்கூடத்திற்குள் அடைந்துவிட்டவர்களின் சமரச நிலையையும் வேறுவேறாகப் பார்க்க முடியவில்லை.

விசேசமாகக் கவனிக்கப்பட்ட கைதிகளுக்கென அன்றைய இரவே சிறை மருத்துவமனையில் சிகிச்சையளிக்கபட்டது.

கைதிகளின் உடல் வலிக்கான மருந்துடன் ஆழ்நிலை உறக்கத் திற்கான மருந்தையும் சேர்த்தே வழங்குமாறு சிறையின் மேலதிகாரி மருத்துவருக்கு ஆலோசனை வழங்கினார். சிறை மருத்துவர் முதலில் மறுத்தார். சிறையில் இதற்கு முன்னரான வழக்கமான அல்லது அவ்வப்போதைக்கான நடைமுறைதான் இது. இதனால் காயமுள்ளவன் வலியின்றித் தூங்கிவிடுவான் என்பது அவனுக்கு

நாம் செய்யும் ஆதாயம்! இன்னொன்று, அடிவாங்கிய பாம்பு வன்மத்துடன்தான் திரியும். அதற்கு இப்படியான மகுடி ஊதி சாந்தப்படுத்திவிட்டால் விடிந்ததும் அதுபாட்டுக்குத் திரியும். அசம்பாவிதங்களுக்கு நான் பொறுப்பு. சிறை நிர்வாகத்தின் இக்கட்டான சூழலைக் கையாள உங்களின் பங்களிப்பும் அவசியமாகிறது. தயவு செய்து. என்றார் சிறையதிகாரி. அதன்பிறகு சிறை மருத்துவர் மறுக்கவில்லை.

# 09

## (i)

மறுநாள் காலையில் ரொசாரியோ ஒரு ஒல்லியான குச்சியைப் பிடித்துக்கொண்டு ஒருபகுதி சிறைச்சாலையின் மிகஉயரமான, விசாலமான உள்கூடுகளில் அடைந்திருந்த ஒட்டடையைச் சேகரித்துக் கொண்டிருந்தார். அந்த வேலை முடித்த பகுதிகளை சீருடைக்கைதிகள், தண்ணீரால் அடித்து ஊற்றிக் கழுவிக் கொண்டிருந்தனர். இன்னொரு புறம், வெளியிலுள்ள தொட்டிக்குள் இறங்கியிருந்த சிலர், அதைச் சுத்தம் செய்யும் வேலையில் ஈடுபட்டிருந்தனர். அதையொட்டிய கழிவறையில் வீசக்கூடிய வழக்கமான வாடையை விரட்டும் பணியில் சிலர் தங்களது சகிப்புத் தன்மைக்கான சவாலை எதிர்கொண்டபடி இருந்தனர்.

இப்படியாக, அங்கேயுள்ள ஒவ்வொரு கைதியும் தங்களுக்கான பொறுப்பையுணர்ந்து வேலை செய்து கொண்டிருக்கையில் தர்மன் மற்றும் தழும்பு கணேசன் உள்ளிட்ட இன்னும் சிலர்மட்டும் முதலாளி கணக்காக உட்கார்ந்துகொண்டிருந்தனர். அவர்களுடைய இந்தச் செயல் எனக்கு எந்தவித நெருடலையும் தராததால் தொடக்கத்தில் இதை நான் வெகு சாதாரணமாகத்தான் கடந்தேன். வயது மூப்பின் அடிப்படையிலான சலுகையாக இருக்கலாம். அல்லது உடல் இயலாமை காரணமாகவும் இருக்கலாம் என்பதுதான் நான் அப்படிக் கடந்ததற்கான காரணம். ஆனால் உண்மை அப்படியில்லை. வசதி வாய்ப்புகளுள்ள கைதிகள் அங்கே தனக்கான எடுபிடியை வைத்துக் கொள்கிறான். சிறையில் கலவரம் நிகழாமல் இருந்தால் சரி என்கிற வகையில் அங்கே இந்தப் பாகுபாடெல்லாம் கண்டுகொள்ளப்படுவதில்லை.

ஆனால் இன்றைக்கு சிறைக்கைதிகள் ஒவ்வொருவருக்கும் வேலை இருந்தது. எடுபிடிகளை ஏவக்கூடிய சூழ்நிலை பெரும்பாலும் இல்லை என்பதை என்னால் புரிந்துகொள்ள முடிந்தது. காரணம், முந்தைய நாளின் கலவரக் களத்தைத் தடயமில்லாமல் பழைய நிலைக்குக் கொண்டுவர அத்தனை பேரும் நிகரற்ற வேலைகளைப் பார்க்கத்தான் வேண்டியிருந்தது. சிறையதிகாரிகளில் அநேகமானோர் அங்கே முகாமிட்டிருந்தனர். அவர்கள், கைதிகளில் யாருக்கும் சலுகை காட்டவில்லை. ஓய்வில்லாமல் அவர்களை விரட்டிக்கொண்டிருந்தனர்.

ஏழரை மணி சுமாருக்குச் சிறை வளாகத்திற்குட்பட்ட ஒலிபெருக்கியில் ஒருவர் எதையோ அறிவித்துக்கொண்டிருந்தார். அதற்குக் காது கொடுத்த கைதிகள் ஒவ்வொருவரும் எட்டு மணிக்குள்ளாகத் தங்களது வேலைகளை முடித்துவிடவேண்டுமெனத் தீவிரம் கொண்டிருந்தனர். காலையில் ஆறுமணிக்கெல்லாம் தொடங்கிய இந்தச் சிறை வளாகப் பராமரிப்பானது எட்டு மணிக்கெல்லாம் முடிந்துவிட்டது. கைதிகளனைவரும் மூட்டுகள் நழுவிக் கழன்றுவிட்டதைப்போல மிகவும் சோர்வுற்றிருந்தனர். அந்த நேரத்திற்குத் தேநீர் அளிப்பதாக அறிவிக்கப்பட்டது. அதற்கான வரிசை நகர்ந்து கொண்டிருந்தபோது ரொசாரியோவுக்கு முன்னால் நின்றவன் தொப்பெனக் கீழே விழுந்தான். சட்டென முகத்தில் தண்ணியடிக்கப்பட்டதும் எழுந்துகொண்டான். பசி மயக்கம் என்றான் ஒருவன். அந்த வரிசையில் நின்ற ரொசாரியோ தன் நெற்றியைத் தொட்டுப்பார்த்துக்கொண்ட பிறகு, கையிலுள்ள வியர்வையைப் பின்பக்கம் தேய்த்துக்கொண்ட வேகத்தில் எடுத்துக் கொண்டார். லத்தியால் வாங்கியது வெயிலுக்கு எரிச்சலைக் கொடுத்துவிட்டதுபோல. தேநீருடன் அங்கே ரொட்டித் துண்டுகளும் கொடுக்கப்பட்டன. சிறையதிகாரியின் வேண்டுதலுக்கு இணங்க, தொண்டு நிறுவனம் ஒன்றின் விசேச ஏற்பாடு என்றான் ஒரு நாட்பட்ட கைதி. சிறைக் கலவரத்தின்போது கொடுத்த அடியை ஈடுகட்டுவதற்கான ஏற்பாடென்று மற்றுமொரு நாட்பட்ட கைதி முணுமுணுத்தான். அங்கு வழங்கப்பட்டதைச் சாப்பிட்டவர்கள் சிறைக்கூடத்திற்கு நடந்தனர். அங்கே காலையில் வழங்கியிருந்த சாப்பாட்டையும் முடித்துக்கொண்ட ரொசாரியோ, அவருக்கு நடக்கப் பிடித்த இடத்தை நோக்கிப்போனார்.

தழும்பு கணேசன் கேன்டீனிலிருந்து ஒரு பொட்டலத்தைக் கையில் பிடித்துக்கொண்டு ரொசாரியோவை நோக்கி வந்தான். ரொசாரியோ, தன் ஒரு பக்கத்தை அங்கிருந்த படிக்கட்டின்

விளிம்பில் வைத்திருந்தார். இவன் தன் கையிலுள்ளதை அவர் முகத்துக்கு எதிரே நீட்டியபடி, "ஏன் இப்டி ஒரு பக்கமா உக்காந்துருக்கிங்க" என்றான். திடுக்கிட்டு ஏறிட்டவர், "என்னது?" என்றார்.

"சாப்பாடுதான்" என்றான்.

"சாப்டுங்க" என்றார்.

"நா சாப்ட்டேன். உங்களுக்குத்தான் இது" என்றான்.

மறுமுறை அவனை ஏறிட்டுப் பார்த்தவர் முடிவாக மறுத்தார். அவன், இவர் முன் நீட்டிய கையை எடுக்கவில்லை.

இவர், இரண்டொருமுறை மூக்கை இழுத்துக்கொண்டவாறு வயிற்றைத் தடவிக்கொண்டார்.

எனக்கு ரொசாரியோவின் வயிறு தயாராகிவிட்டது புரிந்துவிட்டது. மனதைத் தயார்படுத்தும் முயற்சியில் அவர் இப்படியெல்லாம் சிந்திக்கக்கூடும். 'எதனால் நாம் தழும்பு கணேசன் மீதான சிநேகப் பார்வையைக் கேள்விக்கு உட்படுத்துகிறோம்? அவனுக்கு நம்மிடம் ஒரு சிநேகப்பார்வை இருக்கலாம் அல்லவா? உயிர்களை நேசிப்பது தானே மனித குணம்? தர்மன் மீது நமக்கு இருப்பதைப்போல, நம்மீது அவனுக்குச் சிநேகம் இருப்பதில் என்ன தவறு? ஒருவேளை கணேசனை நான் புரிந்துகொள்ளாமலும் இருக்கலாம் இல்லையா? நம்முடைய அணுகுமுறையில் குறை இருக்கலாம்தானே. அதேபோது இந்தச் சமரசம் நம் வயிற்றுக்கானதா' என்றும் யோசிப்பார். நான் அவரைப் பற்றி இவ்வாறு யோசித்துக் கொண்டிருக்கையில் அவர் சட்டென அவன் நீட்டியதை வாங்கிக்கொண்டார்.

## (ii)

சிறைக் கேண்டீனிலிருந்து வெளியில் வந்த தர்மன், கையில் எதையோ வைத்திருந்தான். கண்களைத் திறக்கமுடியாத கடுமையான வெயில். நிழல் விழுந்த மரங்களின் கீழாகவும், சிறை வளாகத்திற்கு உட்பட்ட கட்டிடங்களை ஒட்டியும் நடந்துகொண்டிருந்தவன், அவ்வப்போது கண்களைச் சுருக்கிக்கொண்டு அங்கும் இங்குமாக மேய்ந்தான். பிறகு, ரொசாரியோ உட்கார்ந்திருப்பதைப் பார்த்துவிட்டு அங்கே ஒதுங்கினான்.

ரொசாரியோ, கணேசனிடம் வாங்கிய உணவுப் பொட்டலத்தை ஏறத்தாழ முடித்துக் கொண்டிருந்தார்.

தர்மனின் கையிலிருந்ததை வெறுப்பாகப் பார்த்துவிட்டு பக்க வாட்டாகத் திரும்பிக்கொண்ட தழும்பு கணேசனை முறைப்பாகப் பார்த்தான் தர்மன்.

கணேசன், தர்மனைப் பொருட்படுத்தாமலும் அலட்சியமான உடலசைவுடனும் வேறு பக்கமாகத் திரும்பிக்கொண்டான்.

என் அனுமானத்திற்குட்பட்ட வகையில் தர்மனுக்குச் சிறையிலுள்ள கைதிகளுக்கு மத்தியில் வெகுவான மரியாதை இருந்தது. ஆனாலும் தர்மனைக் காட்டிலும் வயதில் இளையவனான தழும்பு கணேசனுக்கு என்ன காரணத்தினாலோ தர்மனை அறவே பிடிக்காது என்பதைப் புரிந்துகொண்டேன். இப்போதுவரையில் அவனை மதிக்காமல்தான் நடத்திக்கொண்டிருந்தான். தர்மனும் இவனையெல்லாம் கண்டுகொள்ளவேகூடாது என்று அலட்சியப் படுத்தத்தான் செய்தான். அவன்மீது வெறுப்பாகக்கூட ஒருவார்த்தையும் பேசியிருக்கவில்லை. ஆனாலும் இந்தபோது தர்மன் சும்மாயிருக்கவில்லை.

திரும்பிக்கொண்டிருந்த கணேசனை "ஓய்..." என்றான்.

அவன் தன் ஒரு பக்கத் தலையைக் கோதிக் கொண்டபடி, நின்றுகொண்டிருந்த தர்மனின் ஆஜானுபாகுவான தோற்றத்தை ஏற இறங்கப் பார்த்தான். அந்தத் தெனாவெட்டானப் பார்வையில் ஆயிரம் கெட்டவார்த்தைகள் இருந்தன.

"உன்ட்ட சாப்பாடு வாங்கித்தான்னு கேட்டாரா அவரு..." என்றான் தர்மன்.

"ஏன்...? உன்ட்ட கேட்டாரா? நீ வாங்கிட்டு வந்துருக்க? கைல இருக்கது யாருக்கு? உனக்கா? கேண்டீன்லதான் ஒண்ணு மொக்குனேல... இது யாருக்கு? இவருக்குத் தான வாங்கியாந்த...? ங்கோத்தா" என்றான்.

"என்னது... ங்கோத்தாவா..." தர்மன் தன் கையிலிருந்த பொட்டலத்தை அவன் முகத்தைநோக்கி ஓங்கினான். பிறகு, பார்வையை முக்கால் வட்டமாக மேயவிட்டான். பிறகு, அகங்காரமான பார்வையுடன் நாக்கை மடித்து "வகுந்துருவேன்" என்றான்.

தழும்பு கணேசனும் முழுவட்டத்துக்குச் சுற்றிப் பார்த்துவிட்டு முனகியபடியே இருந்தான்.

ரொசாரியோ அவர்கள் இருவரின் முகத்தையும் ஆராய்ந்துவிட்டு எதுவும் பேசாமலிருந்தார்.

தர்மன், தன் விரலால் மிரட்டியவாறு தழும்பு கணேசனைப் பார்த்துச்சொன்னான் “இந்தபாரு... உன்னோட வேலையெல்லாம் அவர்ட்ட காட்டாத. அவ்ளோதான் சொல்ட்டேன்”

பதிலுக்கு அவன், நடுவிலுள்ள மூன்று விரல்களையும் மடக்கிக் கொண்டவாறு “என்னா பண்ணுவ...? இவரு சாப்பாட்ட காட்டி உஷார் பண்ணுவாராம்... நாங்க வெரல வாயில வச்சுக்கிட்டு சும்மா குந்திருப்பமாம்... என்னா உங்க நாயமோ...?” என்றுவிட்டு வேறு பக்கமாகத் திரும்பிக்கொண்டான்.

தர்மனுக்கு முகம் மாறிவிட்டது. பற்களை நறநறவெனக் கடித்தபடி வேறு பக்கமாகத் திரும்பினான். தொங்கிய கன்னத்துத் தசைகள் தொளதொளவெனக் குலுங்கி நின்றன. தான் நின்ற இடத்திலிருந்து கணேசனை நோக்கிச் சென்றவன், மறுபடியும் அவனைக் கை ஓங்கினான். பிறகு, பக்கவாட்டாக மண்டையைத் திருப்பிப் பார்த்துவிட்டு, ‘எமகாதகன்’ என்கிற முணுமுணுப்புடன் மேலேயுயர்த்திய கையைச் சோம்பல் முறித்தபடி உதறிக்கொண்டான். நான் அவன் முடிவின் மாற்றத்திற்கான காரணத்தைத் தெரிந்துகொள்ளும் பொருட்டு என்னைச்சுற்றி ஆராய்ந்தேன். தூரத்தில் சிறைக்காவலர்களின் நடமாட்டமிருந்தது. ரொசாரியோவின் முகத்தைப் பார்த்தேன். இவர்கள் எதற்காக இப்படி அடித்துக்கொள்கிறார்களென்ற குழப்பத்திலேயே இருந்தது.

தர்மனும், கணேசனும் வாக்குவாதத்திலிருந்தபோது அந்த நீண்ட திண்ணைப் பக்கமாக வந்தார் படிப்பாளியொருவர். அவரைக் கண்டதும் கணேசன், காலை மடக்கிவைத்து தன்னுடைய பாணியில் எழுந்தான். தர்மனும் மரியாதையானதொரு உடல்மொழியை வெளிப்படுத்தினான்.

படிப்பாளி தன்னுடைய இரண்டு நிறத்திலான மீசையையும் தாடியையும் ஒருசேர தடவிக்கொண்டபடி நின்றார். தர்மனும், கணேசனும் கம்மென்று இருந்தனர். ரொசாரியோ ஒவ்வொருவரின் முகத்தையுமாக மேய்ந்தார். பிறகு, கணேசன் அங்கிருந்து போனான். தர்மன் தன் கையிலிருந்ததை ரொசாரியோவுக்குக் கொடுத்தான். அவர் மறுப்பாரென்றுதான் நான் நினைத்தேன். ஆனால் என்

சிந்தனைக்கு நேரெதிரான முடிவை அவர் எடுத்தார். எந்தத் தயக்கமும் இல்லாமல் அல்லது கூச்சமும் இல்லாமல் அவர் வாங்கிக்கொண்டது என்னை வியப்பில் ஆழ்த்தியது. மேலும் அவரது வயிற்றுப்பசி அடங்காததற்கான காரணம் என்னால் கணிக்க முடியாததாகவும் இருந்தது.

படிப்பாளி, ரொசாரியோ உட்கார்ந்திருந்த முரட்டுத் தூணுக்கு எதிரிலுள்ள இன்னொரு தூணையொட்டி உட்கார்ந்தார். உட்கார்ந்தவர், படக்கெனத் தன் பின் பக்கத்தைத் தடவிக்கொண்டே எழுந்தார். முந்தைய நாள் கலவரத்தில் கூட்டத்தோடு கூட்டமாக அவருக்கும் நன்றாக விழுந்திருக்கவேண்டும். பின்னால் அவர் தடவிக் கொண்டதை வைத்துப் பார்த்தால் இரண்டு விளார்களாக இருக்கலாம். வெகு நேரமாகத் தடவிப்பார்த்துக்கொண்டே இருந்தவர், அடித்தவனை என்னமோ சொல்லித்திட்டினார். அதுவொரு தொன்மையான கெட்ட வார்த்தை. மறுபடியும் அவர் ஒருக்களித்து லாவகமாக உட்கார்ந்து கொண்டார்.

ரொசாரியோ, தர்மன் கொடுத்திருந்த பொட்டலத்தையும் முடித்துக் கொண்டிருந்தார். அதைப் பார்த்தபடி படிப்பாளி தன் கையிலிருந்த ஒரு பாலிதீன் பையைத் திறந்தார். அதில் கொஞ்சம் பழங்கள் இருந்தன. அதிலிருந்த ஒரு ஆப்பிளை எடுத்துக் கடித்தபடி, “ம்ம்ம்... எந்த ஊரு...?” என்றார் ரொசாரியோவிடம். கடைசிக் கவளத்தைச் சுவைத்த ரொசாரியோ, சத்தான குரலில் பதிலளித்தார்.

தன்னுடைய பழத்திலிருந்து ஒரு சாத்துக்குடியை எடுத்து ரொசாரியோவிடம் நீட்டியபோது அவர் மறுக்காமல் வாங்கிக் கொண்டார். எனக்கு வியப்பில் புருவமேடுகள் ஏறி இறங்கின. படிப்பாளி வேறெதுவும் கேட்கவில்லை. ஆப்பிளை சுவைத்தபடி “ஜாக்கரதை” என்றுவிட்டு அங்கிருந்து எழுந்தார்.

ரொசாரியோ அவரிடம் கேட்டார். “இந்தப் பழம்... உங்களுக்கு எப்படி...?”

அவர் சொன்னார். “கைதிகளுக்கான பார்வை நாளில் என் உறவினர்கள் கொண்டுவந்து கொடுத்தது”

தலையாட்டிக்கொண்டவாறு மறுகேள்வியைக் கேட்டார். “நீங்க ஏன் இந்த ட்ரெஸ்...?”

அவர் சொன்னார். “காலம்”

ரொசாரியோ ஒன்றும் புரியாமல் விழித்தார். பிறகு அவருக்குப் புரியும்படிச் சொன்னார். "நான் தண்டனைக் குற்றவாளி. எங்களுக்குச் சிறையில் இந்தச் சீருடையைத் தருவார்கள். இதை உடுத்துவது கட்டாயம்" என்றவர், ரொசாரியோவின் முகத்தைக் கூர்மையாகப் பார்த்தார். பழத்தை உருட்டிக்கொண்டிருந்தவரது முகத்தில் இன்னும் ஆயிரம் கேள்விகள் இருந்தன.

(iii)

அன்றைக்குக் காலையில் ஒன்பது மணிக்குள்ளாக வந்துவிட்ட ஜூனியர், தன் வக்கீலின் ஆலோசனைப்படி ரொசாரியோவைப் பார்ப்பதற்காகச் சிறை கண்காணிப்பாளருக்கு மனு போட்டிருந்தார்.

வக்கீல், தன்னுடைய நீதிமன்ற வேலைகளை முடிந்துவிட்டுச் சம்பந்தப்பட்ட கைதியின் உறவினருடன், அதாவது யமுனாவுடன் பதினொரு மணிக்குள்ளாகச் சிறைக்கு வந்துவிடுவதாகச் சொல்லி யிருந்தார். அதன் பொருட்டுத் தன்னுடைய வக்கீலுக்காகக் காத்திருந்தவருக்கு அன்றைய நாள் முழுக்கச் சூனியமாகிவிட்டது. பதினொரு மணிக்கு அப்புறமாக அரைமணிக்கு ஒருதரம் கடிகாரத்தைப் பார்த்துக் கொண்டவர், நேரக்கணக்கில் முன்னேறி, கணக்கில் வைத்துக்கொள்ள முடியாத எண்ணிக்கையில் பார்த்துக்கொண்டே இருந்தார்.

ஒருவழியாக மதியம் ஒருமணிக்கு அப்புறமாக ஃபோன் செய்த சீனியர், நீதிமன்ற வேலையின் காரணமாகச் சரியான நேரத்திற்கு வரமுடியவில்லை. தற்சமயம் நாங்கள் பேருந்தில் ஏறிவிட்டோம். எப்படியும் மூன்று மணிக்குள்ளாக அங்கே வந்து விடுவோம் என்றார். ஜூனியர் காத்திருந்தார். மணி மூன்றையும் தாண்டியிருந்தது. ஜூனியர், சீனியருக்கு ஃபோன் செய்தார். அவரது எண் தொடர்பு கொள்ள முடியாத தூரத்தில் இருப்பதாக வந்தது. அடுத்தடுத்த முறைகளில் அழைத்துப் பார்த்த ஜூனியருக்கு அவரது மொபைல் அணைத்து வைக்கப்பட்டிருப்பதாக வந்தது. அலுத்துக்கொண்டார். ஏறத்தாழ அன்றைய நாள் முடிந்துபோகக்கூடிய சூழலிலும் அவர் தன் கடிகாரத்தைப் பார்த்துக் களைத்துப் போனார்.

சுமார் மூன்றரை மணி வாக்கில் கடிகாரத்தைப் பார்த்துக் கொண்டிருந்த ஜூனியருக்கு முன்னதாக ஒரு ஆட்டோ வந்து நின்றது. அதிலிருந்து வக்கீல், யமுனா, மற்றும் நானும் இறங்கினோம். வக்கீல் மிகவும் பரபரப்புடன் காணப்பட்டார். அவர் தன்

ஜூனியரிடம் ஏற்பாடுகள் குறித்துக் கேட்டார். வக்கீலின் வேகநடைக்கு நாங்கள் பின்னால் ஓடினோம். ஜூனியர், எதிலும் சிக்கலில்லை. நேரம்தான் ஓடிவிட்டது என்றார். பரவாயில்லை என்று சொன்ன வக்கீல், பரபரப்புக் குறையாமல் கைதிகளைப் பார்க்கக்கூடியவர்கள் அமர்ந்திருக்கும் பெரிய காத்திருப்பு அறைக்குள் நுழைந்தார். அங்கே நிறைய ஆட்கள் வரிசையிலும் பிரிந்து பிரிந்தும் நின்று கொண்டிருந்தனர். சிறை வார்டனொருவர் அவர்களை ஒழுங்குபடுத்திக்கொண்டே அன்றைய பார்வை நேரத்தின் இறுதியானவர்களைத் தொகுத்துக்கொண்டிருந்தார். ஜூனியர், தன் வக்கீலிடம் அவருக்குத் தெரிந்த ஒன்றை நினைவூட்டினார். அதாவது, கைதியைப் பார்க்க மூன்று நபரைத்தான் அனுமதிப்பார்கள். ஆகையால் தான் வெளியில் காத்திருப்பதாகச் சொன்னபடி பின்வாங்கிக்கொண்டார். யமுனா, வக்கீல், நான், உள்ளிட்ட மூவரும் அந்தக் காத்திருப்பு அறைக்குள் அனுமதிக்கப்பட்டோம்.

## (iv)

காலை எட்டு மணியிலிருந்து அரைமணி நேர இடைவெளியில் சிறைக்கு உள்ளே இருந்த பிரதான ஒலிபெருக்கியில் கைதிகளின் பெயர்களை அறிவித்துக்கொண்டிருந்த ஒருவர், அவர்களது உறவினர்களின் வருகை குறித்தும், அதற்கெனத் தாங்கள் ஒதுக்கியிருந்த ஒரு நேரத்தைக் குறிப்பிட்டும் அந்த நேரத்திற்கான சந்திப்பிற்குத் தயாராகும்படியும் கைதிகளுக்கு அறிவித்துக் கொண்டிருந்தார்.

ரொசாரியோ, காலையிலேயே இந்த அறிவிப்புக் குறித்துத் தர்மனிடம் கேட்டிருந்தார். அதற்கு அவன், கைதிகளை அவர்களுடைய உறவினர்கள் சந்திப்பதற்காகச் சிறைநிர்வாகம் அல்லது அரசாங்கத்தின் ஏற்பாடு என்றிருந்தான்.

ஆகவே, இந்த அறிவிப்பில் தன்னுடைய பெயர் இடம்பெற வாய்ப்பில்லை என்று அவர் கருதியிருக்கக்கூடும். அதனால் அவர் இதற்கு எந்தவித முக்கியத்துவமும் அளித்திருக்கவில்லை. படிப்பாளி கொடுத்துவிட்டுச் சென்றிருந்த பழத்தை உருட்டிக் கொண்டபடியே இருந்தபோதுதான் ஒலிபெருக்கியில் இவரது பெயர் அறிவிக்கப் பட்டது. முதலில் இவர் கவனிக்கவில்லை. இரண்டாவது அறிவிப்பில் சுதாரித்து அறிவிப்பிற்குக் காதுகொடுத்திருந்தார்.

பிறகு, யோசிப்பின்றி எழுந்தவர்தான் இப்போது பார்வையாளர்கள் கூடத்தில் நின்று கொண்டிருக்கிறார்.

காலையிலிருந்து அவருக்குள்ளாகக் கேட்டுக்கொண்டிருந்த ஆயிரம் ஆயிரம் கேள்விகளுக்கான விடையை அந்த அறிவிப்பாளரின் குரல் நிறைவேற்றிவிட்டிருக்குமென நினைத்தேன்

(V)

நீள் சதுர அந்தப் பார்வையாளர்கள் கூடத்தில் நாங்கள் முப்பதுக்கும் குறையாத ஆட்கள் இருந்தோம். மிக அமைதியான அந்த இடம் இரகசியமான உரையாடல்களால் நிறைந்திருந்தது. அநேகமாக எங்களைத்தவிர மற்ற அனைவரும் கம்பித் தடுப்புகளுக்குள் உரையாடிக்கொண்டிருந்தனர். நாங்கள் ரொசாரியோவின் வருகைக் காகக் காத்திருந்தோம். தூரத்திலிருந்து அடையாளம் தெரியாத ஆள் ஒருவர் படபடப்புடன் வந்தார். அவர் ரொசாரியோதான். எனக்கு அவரை நன்றாக அடையாளம் தெரிந்துவிட்டது. யமுனாவிற்கு ஆரம்பத்தில் தெரியவில்லை. பிறகு கண்டுகொண்டாள். இரண்டே நாட்களில் ஆள் மொத்தமாக மாறியிருந்தார். தகப்பனும் மகளும் உணர்வு ரீதியிலான போராட்டத்தில் இருந்ததைக்கண்ட நானும் வக்கீலும் அவர்களுக்கான இடத்தைக்கொடுத்துவிட்டு மெல்ல அங்கிருந்து பின்வாங்கினோம்.

உறவுகளுக்குள்ளான பிணைப்பை எத்தனை உறுதியான கம்பியும் பிரித்துவைக்க முடியாது என்பதை இங்கே வரக்கூடிய யாராலும் உணரமுடியும். இந்தச் சூழல் அத்தனை கையாலாகாத தனத்தையும் சுக்குநூறாக்கிவிடக்கூடியது. அன்பின்பால் நிகழக்கூடிய அணைப்பின் இடைவெளியற்ற நெருக்கத்தைத் தாண்டிய நெருக்கத்தை இந்த ரகசிய உரையாடல்களால் உள்வாங்கமுடியும். இப்போது நான் மட்டும் பல குற்றங்களைப்புரிந்த, தண்டனையிலிருந்து தப்பித்துக் கொண்டிருக்கும் ஒரு இரகசிய குற்றவாளியாக இருந்தேனானால், அடுத்த நிமிடத்திலிருந்து நான் முற்றிலும் திருந்திய ஒருவனாக மாறிவிடுவேன். நான் இங்கே இருந்த இந்த இருபது நிமிடம் என்னைப் பண்படுத்திவிட்டதாக உணர்ந்தேன். என்னுடைய இந்தத் திடீர் மாற்றத்திற்கு, பிரிவின் வலியையும் அன்பின் மகத்துவத்தையும் மட்டுமே காரணமாகச் சொல்லமுடியும். சிறை என்பது ஒருவரை தனிமைப்படுத்தி அவரைத் திருந்தச் செய்யும் ஏற்பாடு மட்டுமே என்பதைப் புரிந்து

கொள்வதற்கு இந்த நிமிடங்களை நான் எனக்குக் கிடைத்த அற்புதமான சந்தர்ப்பமாகக் கருதிக்கொண்டேன்.

நேரம் நான்காவதற்கு முன்னதாகவே அங்கிருந்த வார்டன், எல்லோரையும் வெளியேற்றக்கூடிய வேலையில் இறங்கினார். "மணியாயிடுச்சி கௌம்புங்க..." லத்தியை அங்கிருந்த கம்பியில் தட்டுவதும் தேய்ப்பதுமாக அவரது குரல் வேகமாகவும் ஓயாமலும் ஒலிக்கத்தொடங்கியது.

நான் பார்வையாளர்கள் நேரம் குறித்து வக்கீலிடம் கேட்டபோது அவர், ஒரு பேட்ச்-சிற்கு அரைமணி நேரம்தான் அனுமதி என்றார். பிறகு, என்னை நோக்கிக் கையமர்த்திவிட்டு ரொசாரியோவிடம் எதையோ கேட்டு தன் பேப்பரில் எழுதிக்கொண்டார். மேற்கொண்டு அவரிடம் இரண்டு நாட்களில் ஜாமீனில் எடுத்துவிடலாம். கவலைப்பட அவசியமில்லை. தைரியமாக இருங்கள். என்று ஆறுதலாகச் சொன்னார். அந்த வார்த்தையில் ரொசாரியோவின் முகம் தெம்பாக மாறியது. வக்கீல் மீண்டும் ரொசாரியோவிடம் ரகசியமாக எதையோ சொல்லிவிட்டு நம்பிக்கையளிக்கும் முகத்துடன் அங்கிருந்து என்னிடம் வந்தார். வந்தவர், என் கேள்விகளில் எதற்கோ பதில் சொல்லாமல் விட்டதைப்போல என்னிடம் சொன்னார். இன்றைய பார்வைநேரம் இந்த நான்கு மணியுடன் முடிந்துவிட்டது. நாம் இன்னும் இருபது நிமிடம் தாமதமாக வந்திருந்தால் புதன்கிழமை வேறொரு மனு போட்டுத்தான் பார்த்திருக்கமுடியும். நல்லவேளை என்றார்.

# 10

அன்றைக்கு நாங்கள் ஊர் திரும்புவதற்கு மாலை ஏழு மணியைத் தாண்டிவிட்டது. நான் என்னுடைய பைக்கை பேருந்து நிலையத்திலுள்ள மாநகராட்சிக்கு உட்பட்ட கொட்டகையில் கிடத்தியிருந்தேன். அதை எடுத்துக்கொண்டு யமுனாவையும் பின்னால் ஏற்றிக்கொண்டு வக்கீல் அலுவலகம் சென்றேன். வக்கீல் யமுனாவிடம் சில ஆவணங்களில் கையொப்பம் வாங்கிக்கொண்டார். பத்து நிமிடத்திற்குள்ளாக அங்கே வேலை முடிந்ததும் யமுனாவை வீட்டில் இறக்கிவிட்டு என் வீட்டிற்கு வந்தேன். அப்போது நேரம் எட்டு மணி.

என்னுடைய வேலை சம்பந்தமான கவனம் என்னிடம் இல்லை. ஏ.எஸ்.எம். அழைத்து மார்க்கெட் நிலவரங்களைக்கேட்டு என்னைக் குடைந்தெடுத்தார். அவர் எந்த ஆழத்திற்குக் குடைந்தாலும், அவர் நம்பும்படியான பொய் எனக்குச் சரளமாக வந்துவிழும். இது எனக்குப் பழகிவிட்ட ஒன்றுதான். நான் அவருக்குச் சமாளிப்பாகவும் சாதுர்யமாகவும் பதிலளித்தேன். பிறகு, இரவு உணவை என் அம்மா கொண்டுவந்தார். அது பிடித்தமான ஒரு பதார்த்தம்தான் என்றாலும் அதில் வழக்கமான ருசியில்லை. அலுத்துக்கொண்டவாறு சுத்தமாக மேய்ந்து முடித்தேன்.

பின்னர், என் அப்பாவிடமிருந்த டி.வி. ரிமோட்டை கைப் பற்றினேன். அவர் என்னை முறைத்தார். அவரை அலட்சியமாகப் பார்த்த நான், எனக்குப் பிடித்த சானலை மாற்றினேன். எப்போதுமே ஏதோவொரு செய்தியின் அடிப்படையிலான விவாத நிகழ்ச்சியைத் தான் பார்ப்பேன். அன்றைக்கு மாநிலத்தின் கல்விக்கொள்கை குறித்த கருத்து விவாதத்தில், அது சார்ந்த அரசியல் உக்கிரமாக ஊடுருவி வாய்ச்சண்டைக்கு நகர்ந்திருந்தது. என் அப்பாவும் அம்மாவும் என்னை வேறு அலைவரிசைக்கு மாறச்சொல்லி அலுத்துக்கொண்டனர். நானும் அதே முடிவுக்குத்தான் யோசித்துக்கொண்டிருந்தேன். ஆனாலும்கூட என்ன பார்ப்பதென்ற கேள்வியுடனான யோசனை எனக்கு. சட்டென தொலைக்காட்சியின் சத்தத்தைக் குறைத்ததும் என் பக்கத்து வீட்டிற்கு வந்திருக்கும் ஏ.கே.47 இடைவிடாது வெடிக்கத் தொடங்கியிருந்தது. இன்னும் கொஞ்சநேரம் இங்கே இருந்தால் அந்தப் பாட்டியை நான் கொன்றுவிடுவேன். அல்லது அதன் சத்தம் என்னைப் பைத்தியமாக்கிவிடும். நான் இந்த இரண்டிற்கும் இடமளிக்கவில்லை. இந்த இரவை மாடியில் கழிப்பதற்கான தயாரிப்புகளுடன் மேலே ஏறிவிட்டேன்.

அங்கே நான் என் வேலை தொடர்பான எழுத்து வேலையில் மூழ்கினேன். இரண்டு நாட்களுக்கு முன்னதாகவே இந்த வாராந்திர அறிக்கையை என் மேலதிகாரியான ஏ.எஸ்.எம்.மிற்குச் சமர்ப்பித் திருக்கவேண்டும். அது குறித்துத்தான் அவர் என்னை ஃபோனில் கேட்டுக்கொண்டிருந்தார். நான் எழுதிக்கொண்டிருந்த அந்தத் தாளில் பகுதி வாரியான கட்டங்களில் எண்களை எழுதி முடிக்கக்கூடிய தருவாயில், மணி பத்தேமுக்கால் சுமாருக்கு யமுனாவிடமிருந்து ஒரு மிஸ்டு-கால் வந்தது. நான் இன்னும் நான்கு பக்கங்களிலும் கடைசி வரிகளுக்கு உண்டான கட்டங்களை நிரப்பவேண்டியிருந்தது. யமுனாவிடமிருந்து கால் வந்துவிட்ட

பாதிக் கவனத்தில் அதை நிரப்பி முடிக்கக்கூடிய அவசரத்திலிருந்த போது மறுமுறையும் அழைத்து விட்டாள். முடியக்கூடிய தருவாயிலிருக்கும் இந்த வேலையை இங்கே விட்டால் அப்படியே கிடந்துவிடுமென எழுதி முடித்ததும் அவளுக்கு அழைத்தேன்.

ஃபோனை எடுத்தவள் எதுவும் பேசவில்லை. தேம்பியதோ, மூக்கை உறிஞ்சிக் கொண்டதோதான் எனக்குக் கேட்டது. பொதுவாகவே எனக்கு, யாருக்கும் ஆறுதல் சொல்வது வராது. அல்லது பிடிக்காது. ஆனால் நான் யமுனாவிடம் அப்படி இருக்க முடியாது. அது எங்களுடைய உறவை பிற்காலத்தில் கேள்விக்குறியாக்கிவிடும். அதற்கு இடமளிக்காத வகையில் எனக்கான ஒத்திகையைச் செய்து பார்க்க மெனக்கெட்டேன். சொதப்பலான அல்லது குழந்தைத் தனமான வார்த்தைகளையே என்னால் சொல்லமுடிந்தது. என்னுடைய இந்த அரைகுறைத்தனமான வார்த்தைகளைக் கேட்டோ என்னவோ அவள் சமாதானமாகிவிட்டாள்போல. அதன் விளைவு, அவளிடம் நான் நன்றாக வாங்கிக் கட்டிக்கொண்டேன். எப்படியோ என்னுடைய இந்தச் சொதப்பலே அவளுக்கு ஆறுதலாகவோ, அவளைக் கவலையிலிருந்து மீட்டெடுக்கவோ பயன்படுகிறதென்றால் நான் அச்சப்பட்ட வகையில் அவளுக்கான பிற்காலத் தேவையில் குறைவைக்கமாட்டேன் என்கிற வகையில் திருப்தியடைந்தேன்.

அதன்பிறகு, மெல்ல அவளிடம் பேச்சுக்கொடுத்தேன். என் வேலைசார்ந்து எழுதிக்கொண்டிருந்ததைச் சொன்னேன். பக்கத்து வீட்டுப் பாட்டியான ஏ.கே.47 பற்றிச் சொன்னேன். நான் தற்சமயம் மாடியில் இருப்பதாகவும் சொன்னேன். அவள் 'ம்ம்' போட்டுக் கொண்டாள்.

நாங்கள் சிறைக்குச் சென்றுவந்ததைப் பற்றிப் பேசினோம். போகும்போது பேருந்தின் முன்பக்க டயர் வெடித்து எதிரே வந்த பேருந்தில் மோதாமல் தப்பித்தது தெய்வச்செயல் என்று சொன்னாள். பிறகு, இருவரும் ஒருசேர அந்தச் சம்பவத்தை மறந்துவிட வேண்டுமெனப் பேசிக்கொண்டோம்.

மெல்ல நான், அவளுடைய அப்பாவும் அவளும் சிறைக்கம்பி களுக்கு இருமுனைகளிலும் பேசிக்கொண்டது குறித்துக்கேட்டேன். அவள் சற்று அமைதியாய் இருந்தாள். பிறகு, செருமிக்கொண்டபடி சொன்னாள். அந்தக் கொஞ்சநேரத்திலும் நான் அவரைப் பற்றித்தான் பேசினேன். அவரது தூக்கம் பற்றிக்கேட்டேன். சாப்பாடு குறித்துக் கேட்டேன். அவருக்கு முடிவெட்டப்பட்டது

குறித்துக்கேட்டேன். ஆனால் அவரோ என் கேள்விகளைப் பொருட்டாகக் கருதவில்லை. என்றாலும்கூட மேலோட்டமான பதிலைச் சொன்னார். அவருடைய எண்ணமெல்லாம் என் திருமணத்தைப் பற்றியே இருந்தது. அதுகுறித்து என்னிடம் அவருக்கு என்ன பேசுவதென்றும் தெரியவில்லை. ஒன்றை மட்டும் உறுதியாகச் சொன்னார். தலையை அடகு வைத்தாவது என்னை யாரிடமாவது பிடித்துக்கொடுத்துவிடவேண்டுமாம். என்றாள்.

அவள் சொன்னதைக் கேட்டுக்கொண்டிருந்த நான், 'நான் பிடித்துக் கொள்வேன் என்று உன் அப்பாவிடம் சொல்லியிருக்கலாமே' என்று கேட்க நினைத்தேன். ஆனால் அதற்கு இது நேரமல்ல. 'ம்ம்' போட்டுக்கொண்டேன். பிறகு அவள், வக்கீல், புதன்கிழமை உறுதியாக வெளியில் எடுத்துவிடலாம் என்றிருக்கிறாரே அதுபடி நடக்குமா? வழக்கில் வேறெதுவும் சிக்கல் வந்துவிடாதே என்றாள். வக்கீல் பேசியதை வைத்து நான் அவளுக்கு நம்பிக்கையான வார்த்தைகளைச் சொன்னதும் தனக்குத் தூக்கம் வருவதாகச் சொன்னாள். எனக்கும் அப்படியே என்றேன். சத்தில்லாத குரலில் "குட் நைட்" என்றாள். 'ஆமா... குட் மார்னிங்... குட் நைட்டு... போவியா' என்று அலுத்துக் கொள்ளக்கூடிய யமுனா தானா இது...? எனக்கு ஆச்சர்யம். புருவமேட்டை உயர்த்திக் கொண்டேன். பிறகு, நானும் அதே சத்தில்லாத குரலில் அவளுக்கு "குட் நைட்" என்றேன்.

## 11

ரொசாரியோ சிறைக்குள் சென்ற இரண்டாவது நாளிலிருந்தே வேறுமொழி பேசக்கூடிய விசாரணைக்கைதி ஒருவன் அவரிடம் இணக்கம் காட்டினான். ஆனால் ரொசாரியோவிற்கு அவனது அந்நியமான மொழி ஒட்டவில்லை. ஆகையால் சிறை சவகாசத்தைப் பொருத்தவரையில் அவருக்குத் தர்மனும், தழும்பு கணேசனும்தான் நெருக்கமெனச் சொல்லமுடியும்.

புதன்கிழமை ஜாமீன் வாங்கிவிடலாமென்று அத்தனை உறுதியாகச் சொல்லிவிட்டுப் போயிருந்த வக்கீலின் வார்த்தைகள் இவருக்கு நம்பிக்கையளிக்கக்கூடியதாக இருந்திருக்கவில்லை. காரணம், பயமாக இருக்கலாம். அதன்பொருட்டு அன்றைய இரவில் அவர் இரண்டு கைதிகளை வதைத்துவிட்டார். அவர்களில்

ஒருவன், தர்மன். இன்னொருவன் தழும்பு கணேசன். ரொசாரியோ இருவரிடமும் தன்னுடைய ஜாமீன் குறித்த சந்தேகங்கள் ஒவ்வொன்றாகக் கேட்டார். மறுநாள் தன் மகளுடன் ஃபோனில் பேசக்கூடிய ஆவலுடன் அதற்கான சந்தர்ப்பம் குறித்துக் கேட்டார். தான் ஜாமீனில் வெளியில் சென்றதும் மறுபடியும் வேலைக்குச் செல்லக்கூடிய வாய்ப்புகள் குறித்த அச்சத்தைக் கேட்டார். தர்மனாகட்டும், கணேசனாகட்டும்... இருவருமே ரொசாரியோவிற்காக எந்த எல்லைக்குச் சென்றும் உதவி செய்யக் கூடியவர்களாக இருந்தனர். ஆமாம். அவர்கள் எந்த எல்லைக்கும் செல்லக்கூடியவர்கள் என்பதை என்னால் உறுதியாகச் சொல்லமுடியும். உணவுப் பொட்டலத்தை ரொசாரியோவிற்குக் கொடுத்தபோது நடந்த வாக்குவாதத்தை வைத்துத்தான் என்னால் திட்டவட்டமாகச் சொல்லமுடிகிறது.

ஏறத்தாழ கடந்த நான்கு நாட்களாகத் தனக்குச் சிறையில் நடப்பது எதுவும் பிடிக்கவில்லையென்றும். சிலது பிடிபடவில்லை யென்றும் கண்ணில்பட்ட கைதிகளிடத்தில் ஓயாமல் புலம்பிக் கொண்டே இருந்த ரொசாரியோ, இன்றைக்கு அவர் மனவியாதி கொண்டவரைப்போல நேரத்தை எண்ணிக்கொண்டும், பார்க்கக்கூடிய ஒவ்வொருவரிடத்தும் நேரத்தைக் கேட்பதுவுமாகவே இருந்தார். இன்றைய ஒரு பொழுதைக் கடந்துவிட்டால் நாளைக்கு அவர் வெளியில் இருப்பார். ஆக்கப் பொறுத்தவனுக்கு ஆறப் பொறுக்கவில்லை என்று என் அப்பா சொல்வார். அப்படியான தவிப்பிலும் அவசரத்திலும் இருந்தார். சிறகிருந்தால் இப்போதே பறந்துவிடக்கூடிய அவசரம் அவருக்கு. எப்படியோ மூன்று முழு நாட்களைச் சிறையில் கடத்திவிட்டவர், இன்றைய ஒரு நாளை கடப்பதற்கு படாதபாடு பட்டதை என்னால் எத்தனை துயரமான வார்த்தைகளைக்கொண்டும் எழுதமுடியாது. மனவியாதி என்பதைக் காட்டிலும் துயரமான வார்த்தை என்னவாக இருக்கமுடியும்?

முந்தைய இரவில் ரொசாரியோ, தர்மனிடம், மறுநாள் காலையில் அவர் செய்யவேண்டிய தினசரி சிறை வேலைகளைத் தான் பார்த்துத் தருவதாகவும் அதற்கு ஈடாகத் தன் மகளிடம் பேசுவதற்கு அவரது அட்டையைப் பயன்படுத்திக் கொள்வதாகவும் கேட்டிருந்தார். அதற்கு தர்மன், நீங்கள் என்னுடைய வேலையைச் செய்து கொடுத்துத் தான் இச்சலுகையை அடையவேண்டும் என்பதில்லை. என்னுடைய அட்டையை நீங்கள் எவ்வித நிபந்தனையுமின்றி பயன்படுத்திக் கொள்ளலாம் என்றிருந்தான். அப்போது அதை மறுத்த ரொசாரியோ, சலுகையாக வேண்டாம்.

சலுகையென்பது உழைக்கக்கூடியவனை விலைபேசும் செயல் என்றார். அப்போது தர்மனின் முகம் மாறியது.

இன்றைக்கு ரொசாரியோ ஆறு கழிவறைகளைக் கழுவினார். இதற்குமுன் இந்த வேலையை, நாளொன்றுக்கு ஒருகட்டு பீடி-க்காகப் பார்த்துக்கொண்டிருந்தவன், தன் பிழைப்பில் கை வைத்துவிட்டதற்காக ரொசாரியோவை வன்மமாகப் பார்த்துக்கொண்டே அவரிடம் கேட்டான். "நீ கழுவுவதற்கு உன்னுடையது போதாதா?" ரொசாரியோ மிகவும் நயந்த தொனியில் அவனிடம் தன் நிலையை எடுத்துச் சொன்னார். அதன்பிறகு அவன், தனக்கு இரண்டுநாள் புகைக்காமல் இருப்பதென்பது பெரிய சிரமம்தான். அதற்கு நான் மாற்று ஏற்பாடுகள் வைத்திருக்கிறேன். நீங்கள் என்னை மன்னிக்கவும். உங்களுடைய உணர்வுகளை நான் மிகவும் காயப்படுத்திவிட்டேன். நான் அனுபவிக்க வாய்க்காததை உங்களுக்குத் தருவதில் எனக்கு ஒரு சிரமமும் கிடையாது. தயவுசெய்து உங்களை மரியாதையற்ற வார்த்தைகளால் பேசியதற்காக என்னை நீங்கள் மன்னிக்கவேண்டும். உடனடியாக நீங்கள் உங்கள் மகளுடன் பேசுங்கள் என்றான். ரொசாரியோ அவனுக்கு மிகப்பெரிய நன்றியைத் தெரிவித்துவிட்டு அங்கிருந்து கிளம்பினார்.

சிறைக்கு வந்திருந்த முந்தைய நாட்களுடன் ஒப்பிட்டால் அவருக்குப் பசியும் உணவும் இன்றைக்கு அத்தனை முக்கியத்துவமாக இல்லை. அல்லது அவர் உணவு எடுத்துக்கொள்வதில் ஆர்வமெடுத்துக் கொள்ளவில்லை. காலையில் வேண்டா வெறுப்பாகக் கொஞ்சத்தை மல்லுக்கட்டி விழுங்கிவைத்தார். மதியத்திற்கானதையும் அத்தனை ஆர்வமாக எடுத்துக்கொண்டிருக்கவில்லை. அவரது எண்ணமெல்லாம் புதன்கிழமையான மறுநாளைப் பற்றியதாகவே இருந்தது. அல்லது காலை உணவிற்கு முன்னதாகவே கழிவறைகளைக் கழுவியதால் அந்தப் பொறுக்கமுடியாத நாற்றத்தினால்கூட அவருக்குப் பசி உணர்வு இருந்திருக்காது. ஆனாலும்கூட அவரது இயக்கத்தில் தளர்வில்லாமல் பார்த்துக்கொண்டிருந்தார். மிகவும் சுறுசுறுப்பான நடை. அல்லது ஓட்டம். சிறை வளாகத்திற்குள்ளேயே திக்கற்ற திரிதல். வழியில் ஒரு வயதான கைதியிடம் நேரத்தைக் கேட்டார். அவர் அண்ணாந்து பார்த்துவிட்டுத் தோராயமாக ஒரு நேரத்தைச் சொன்னதும், அங்கும் இங்குமாக யாரையோ தேடியலைந்தார். இறுதியாக ஒரு கூட்டத்தைத் துழாவிக்கொண்டு நுழைந்தார். அங்கே தர்மன் உட்கார்ந்திருந்ததைப் பார்த்ததும், அவனிடம் தனக்கு அட்டை வேண்டுமெனச் சைகை காட்டினார்.

இவரது கோரிக்கையைப் புரிந்துகொண்ட தர்மன், தன் ஒற்றைக் கையால் பூமியை அழுத்தி அங்கிருந்து எழுந்தான். பிறகு, சிறைக்கூடத்தை நோக்கி நடந்தவன், அவரிடம் சிநேகமாக ஏதேதோ பேசினான். இவரும் அதே சிநேகத்தை வெளிப்படுத்தினார். தர்மன் தனது பெட்டியைத்திறந்து அட்டையை எடுத்துக் கொடுத்தான். அதை ஆவலுடன் வாங்கிக்கொண்டவர், பிரத்தியேகமான அந்தச் சிறையதிகாரியின் அறையை நோக்கி ஓடினார்.

அங்கே சிறையதிகாரியின் அனுமதியுடன் தன் மகளுடைய எண்ணிற்கு அழைத்தார். அன்றைய தினத்தில் உணவுகளுக்கு முக்கியத்துவம் தந்திராவிட்டால்கூட அவரது முகம், சோர்வுக்குச் சற்றும் இடமளிக்காத உற்சாகத்துடனிருந்தது. அந்த முனையிலிருந்து பதிலுக்காகக் காத்திருந்தார். அவரது காத்திருப்பு "அப்பா" என்கிற ஒரு வார்த்தையில் பூர்த்தியானது. யமுனாவின் குரல்தான் அது. எப்படி இப்படித் திட்டவட்டமாக அப்பா என்கிறாள் என்று எனக்கு ஆச்சர்யம். என்னைப் போலவே ரொசாரியோவின் முகத்திலும் ஆச்சர்யத்தைப் பார்க்கமுடிந்தது. சென்றமுறை இவர் அழைத்திருந்தபோதே இந்த எண்ணை அவள் சேமித்து வைத்திருந்திருப்பாளென்று நினைத்துக் கொண்டேன். மறுபடியும் அப்பா... என்றாள். இவர் சுதாரித்துவிட்டார். சென்றமுறை அழுது வடிந்ததைப்போல இந்தமுறை எந்த உணர்ச்சிகளுக்கும் இடமளிக்கவில்லை. இயல்பாகவும் திருத்தமாகவும் பேச ஆரம்பித்தார். யமுனாவிற்குச் சொல்லவேண்டியதில்லை. இவர் இப்படி உற்சாகமாகப் பேசுவதற்குக் காரணம்கூட அவளுடைய இப்போதைய தைரியமளிக்கும் பேச்சாகத்தான் இருக்கமுடியும். பேச்சின் தொடக்கமே மரபான நலம் விசாரிப்பைத் தவிர்த்துவிட்டு வெகு இயல்பான நடையில், வீட்டில் பேசுவதைப் போலப்பேசினார். இவர் மணியை விசாரித்தார். அவன் தினமும் காலையில் எதிர்பார்க்கும் ரொட்டியின் தேவையைப் பூர்த்திசெய்கிறாயா? என்றார். தொடர்ச்சியாக, செண்பகத்தைப் பற்றிக் கேட்டார். பிறகு, தன் முதலாளியிடமிருந்து ஏதேனும் அக்கறையான விசாரிப்புகள் இருந்ததா என்றார்.

யமுனா பார்க்க வந்திருந்த நேற்றையதினம் இப்படியான விசாரிப்புகளெதுவும் இல்லையென எனக்குப் புரிந்தது. ரொசாரியோ, தன்னுடைய இந்தக் கேள்விகளுக்கு இடையில் தனக்கான நாளைய ஜாமீன் ஏற்பாடுகள் குறித்துக்கேட்டார். அதையே ஆர்வமாகப் பலமுறை கேட்டுவிட்டார். யமுனாவிற்குத் தன் அப்பாவின் இந்த நச்சரிப்பு எரிச்சலூட்டியிருக்கமுடியாது. நிச்சயமாக யமுனா

இதற்கு நம்பிக்கையான பதிலைத்தான் சொல்லியிருப்பாள். அவர் மிகவும் உற்சாகத்துடன் இருந்தார். தன் மகளிடமிருந்து போதுமான நம்பிக்கையைப் பெற்றுவிட்டது அவரது முகத்தில் தெரிந்தது. கடிகாரத்தைப் பார்த்தார். பிறகு, இவர் தன் இரண்டு கைகளாலும் குழந்தையைப் போலக் கன்னத்தில் வைத்துப் பிடித்திருந்த சிகப்பு நிற ரிசீவரை வைத்துவிடும் பதற்றத்துடனும் முகமலர்ச்சியுடனும் சிறையதிகாரியின் முகத்தைப் பார்த்தவாறு, “வைக்கிறேன்மா” என்றார்.

# 12

புதன்கிழமை காலையில் அலுவலக நேரம் தொடங்குவதற்கு முன்னதாகவே யமுனாவை என் வண்டியில் ஏற்றிக்கொண்டு நீதிமன்றத்திற்கு வந்தேன். வக்கீல், ஜாமீன் குறித்த நடவடிக்கைகளைப் பத்தரை மணிக்குள்ளாக முடித்துவிட்டு உத்தரவு கிடைக்க மதியத்திற்கு மேல் ஆகலாமென எங்களைக் காத்திருக்கச் சொன்னார். நாங்கள் அந்தப் பழங்கால நீதிமன்றக் கட்டிடத்தின் நீண்ட பால்கனியில் கிடந்த மரப்பெஞ்சில் உட்கார்ந்திருந்தோம். அங்கே தத்தமது வழக்கு நிமித்தம் வந்திருந்த அத்தனை பேரின் கண்களும் எங்களை விசித்திரமாக மேய்ந்துகொண்டிருந்தன. அவர்களது பார்வையின்மீது எங்களுக்கு விருப்பமில்லை. யமுனா எனக்குச் சைகை காட்டினாள். அங்கிருந்து எழுந்த நாங்கள் அந்த நீண்ட ஓட்டத்தில் இரண்டு எல்லைக்குமாக நடக்கத்தொடங்கினோம். மொத்தம் அங்கே நான்கு நீதியறைகள் இருந்தன. அதனுள்ளே பல்வேறு வழக்குகளின் விசாரணைகள் நடந்த படியிருந்தன. அவ்வப்போது அதற்கு நாங்கள் காதுகொடுத்தோம். விசாரணைக்கென நீதியறையின் வெளியில் கையில் விலங்குடன் காவலர்களால் அழைத்து வரப்பட்டவர்களைக்கண்ட யமுனாவின் முகத்தில் அச்சமேறியதை நான் கவனித்துவிட்டேன். நான் மெல்ல யமுனாவின் கவனத்தைத் திருப்பினேன். நாங்கள் அந்தப் பால்கனியின் கைப்பிடிச் சுவறில் மோதிக்கொண்டவாறு வெளியில் பார்க்கத் தொடங்கினோம். பிரம்மாதமான காற்று எங்களைத் தழுவிச்சென்றபடியே இருந்தன.

யமுனா, நிமிடத்திற்கு நிமிடம் கையைப்புரட்டி நேரத்தைப் பார்த்தபடியே இருந்தாள். நான் வளாகத்தின் வெளிச்சுவரை

ஒட்டிய கேண்டீனில் தேநீர் குடிக்கலாம் என்றேன். என் கேள்விக்கு அவளிடமிருந்து பதிலில்லை. மிகச் சிறந்த முறையில் தயாரிக்கப்படும் தேநீர். இந்த நகரத்திலேயே மூன்று நான்கு இடங்களில்தான் இப்படித் தரமான தேநீர் கிடைக்கிறதென்றும், அந்தப் பெருமைக்குரிய எண்ணிக்கையில் இந்த இடமும் அடங்கும் என்றேன். அவள் சிறிய தயக்கத்திற்குப் பின்னர், என்னை உற்றுப்பார்த்துவிட்டு ஆமோதித்தாள். நாங்கள் முதல் தளத்திலிருந்து அகண்ட படிக்கட்டுகளில் இறங்கிவந்தோம். நான் படிகளின் எண்ணிக்கையைக் கணக்கிட்டுக்கொண்டே இறங்கினேன். யமுனா ஆழ்ந்த யோசனையுடன் வழுவழுப்பான அந்தக் கைப்பிடிச் சுவரில் தன்னுடைய இடதுகை ரேகையைத் தேய்த்துக்கொண்டே வந்தாள்.

அந்த டீக்கடையிலிருந்து வெளியில் வந்ததும் நீதிமன்ற வளாகத் திற்குட்பட்ட ஒரு கிழட்டு வேப்ப மரத்தடியின் கீழிருந்த சிமெண்ட்டுத் திட்டில் அமர்ந்தோம். யமுனாவிற்குத் தன் அப்பாவினுடைய ஜாமீன் தவிர்த்துப் பேச எதுவுமில்லை. எனக்குப் பலவிதமாகப் பேசுவதற்கு இருந்தாலும் அவளுடைய நிலையை ஒட்டியே நானும் பேசவேண்டியிருந்தது. எங்களுக்குள் ஒருநூறு வார்த்தைகள் கேட்கப்பட்டோ சொல்லப்பட்டோ இருந்திருக்கலாம். அந்தபோது எங்களுக்கு எதிரே ஒரு ஆட்டோ வந்து நின்றது. அதிலிருந்த ஆளை நாங்கள் உற்று நோக்கினோம். செண்பகத்தம்மாள் தான் அது. ஆட்டோக்காரருக்குப் பணத்தைக் கொடுத்துவிட்டு இறங்கினார். யமுனாவின் முகத்தில் தேவைக்கு அதிகமான தெம்பு வந்துவிட்டதைப் பார்த்தேன்.

அன்றைய தினத்தில் எனக்குக் கழுத்துக்குமேல் வேலை இருந்தது. எப்படியும் மதியத்திற்குமேல் பார்த்துவிடுவதாக என்னுடைய ஏ.எஸ்.எம்.மிற்கு உத்தரவாதம் அளித்திருந்தேன். அது நிமித்தம் அவர் பன்னிரெண்டு மணிக்குமேல் தொடர்ந்து என்னை அழைக்கத் தொடங்கியிருந்தார்.

வக்கீல், ஜாமீன் சம்பந்தமான வேலைகளை முடித்ததுமே எங்களை எதற்காகக் காத்திருக்கச் சொல்லிவிட்டுப்போகிறார் என்கிற கேள்வி என்னிடம் தொத்திக்கொண்டு நின்றது. அதை நான், பிற்பாடு வந்த அவரது ஜூனியரிடம் கேட்டேன். அவர் சொல்லத்தொடங்கியதும் அவரது வார்த்தைகளைப் பாதியிலேயே நிறுத்திவிட்டு நான் யமுனாவையும் செண்பகத்தம்மாவையும் மேலே காத்திருக்குமாறு அனுப்பினேன்.

பிறகு நாங்கள் அந்த நீதிமன்ற வளாகத்தை முக்கியச் சாலையுடன் இணைக்கும் பிரதான, 'ப' வடிவச் சாலையின் பாதியிலிருந்து இன்னொரு முனையை நோக்கி நடந்தோம். அவர் சொல்லவந்த செய்தியை நான் இடைமறித்துவிட்டதற்காக மன்னிப்புக் கோரிவிட்டு தொடரச் சொன்னேன். அவர் சொன்னார். நீதிமன்ற முறைப்படி ஜாமீன் உத்தரவை சம்பந்தப்பட்ட சிறைக்கு விரைவுத் தபாலில் அனுப்புவதுதான் நடைமுறை. அவ்வாறு அனுப்பக்கூடிய தபால் மறுநாள்தான் சென்றுசேரும். ஆக... இந்த ஒருநாள் தாமதத்தை ரொசாரியோவின் வழக்கில் எங்களது வக்கீல் விரும்பவில்லை. எதனாலென்றால், யமுனாவின் தற்போதைய துயரத்திற்குத் தன்னாலியன்ற நிவாரணத்தை அவர் செய்ய நினைக்கிறார். அதற்கொரு மாற்று ஏற்பாட்டிற்குத் திட்டமிட்டுத்தான் என்னை அதற்கான வேலையைச் செய்யச்சொல்லியிருக்கிறார். நான் அந்த வேலையைச் செய்யத் தயாராக இருக்கிறேன். அல்லது பாதியளவிற்குமேல் முடித்துவிட்டேன். அதற்கு உங்களுடைய ஒத்துழைப்பும் முக்கியமென்பதால்தான் இருக்கச் சொல்லியிருக்கிறார் என்றார். நான் அந்த மாற்று ஏற்பாடு குறித்துக் கேட்டேன்.

அவர் எனக்குப் புரியும்படி சொல்லத்தொடங்கினார்.

ரொசாரியோவுக்கு ஜாமீன் கிடைப்பதில் ஒரு சிக்கலும் இருக்காது. போலீஸ் தரப்பிலிருந்தும்கூட எந்த எதிர்ப்பும் இருக்கப் போவதில்லை. காரணம் அந்தக் கடைத்தெருவில் நடந்த கொள்ளையில் ரொசாரியோவுக்குக் கொஞ்சமும் தொடர்பில்லை என்பதைக் காவல்துறையே தங்களது தரவான விசாரணையில் கண்டுபிடித்துவிட்டது. அதாவது, உண்மைக் குற்றவாளிகள் அத்தனை பேரையும் பிடித்துவிட்டது என்றார். நான் வியப்பில் புருவத்தை உயர்த்தினேன்.

மேற்கொண்டு அந்த ஜூனியர், ரொசாரியோ இந்த வழக்கில் கைது செய்யப்பட்டதற்கான முக்கியக் காரணத்தைச் சொன்னார். அந்தக் காரணம் முன்னமே என்னுடைய விசாரிப்பில் தெரியவந்த ஒன்றுதான் என்றாலும் தகவல் உறுதிப்படுத்தப்பட்ட பின்னர் எனக்குத் தூக்கிவாரிப்போட்டது. நான் ரொசாரியோவின் மீது வைத்திருந்த இதுவரையிலான நம்பிக்கையைக் கேள்விக்குட்படுத்திக்கொண்டேன். நான் அவர்மீதான சந்தேகத்தை வலுவிழக்காமல் சிந்திக்கத் தொடங்கியிருந்தேன்.

தொடர்ச்சியாக, அந்த ஜூனியர், இது குறித்துச் சம்பந்தப்பட்ட குற்றவாளிகள், காவலர்களிடம் கொடுத்த வாக்குமூலத்தையும் என்னிடம் சொல்லத்தொடங்கினார்.

அவர்கள் கொள்ளையடிப்பது போன்ற குற்றச்செயல்களில் ஈடுபடும்போது சில முக்கியத் தகவல் பரிவர்த்தனைகளைத் தங்களுடைய எண்ணிலிருந்து பகிர்ந்து கொள்வதில்லையாம். அது நிமித்தம் இது தாங்கள் கையாளக்கூடிய உத்தியில் ஒன்றுதான் என்று ஒத்துக்கொண்டிருக்கிறார். அதாவது, இப்படி யாரிடமாவது அவசரமென மொபைலை இரவல் வாங்கிப் பேசுவதுண்டாம். அப்படி அவர்கள் நாடக்கூடிய ஆட்கள் மிக எளிய மனிதர்களாகத்தான் இருப்பார்களென்றும், அப்படிச் சிக்கியவர்தான் இந்த ரொசாரியோ என்றும் தங்கள் தரப்பை உறுதிப்படுத்தி விட்டிருக்கின்றனர் என்றார்.

உடனடியாக எனக்கு ரொசாரியோவின் மீது விழுந்திருந்த அவநம்பிக்கை சிதறிப்போனது. என்னுடைய இந்த உறுதியில்லாத எண்ணத்தை நான் கேலிக்கூத்துக்கு உட்படுத்தாமல் இருக்க முடியுமா? என்னைவிடவும் மிகச்சுத்தமான மனிதரை என்னால் மட்டுமே களங்கப்படுத்திப் பார்க்க முடிந்ததற்கு நான் மட்டுமே தலைகுனிய வேண்டியிருந்தது. வக்கீலின் ஜூனியர் தன்னுடைய பேச்சை நிறுத்தவில்லை. அவர் சொன்னார், எங்கள் வக்கீல் இந்தக் குற்றம் தொடர்பாகச் சம்பந்தப்பட்ட காவல் நிலையத்துடன் தொடர்பிலிருந்ததால்தான் வழக்கின் முழுச்சாராம்சத்தையும் அறிந்திருந்தார். ரொசாரியோ குற்றவாளி இல்லையென்பது எங்கள் வக்கீலின் காதுக்கும் எட்டிவிட்டது. சம்பந்தப்பட்ட காவலதிகாரியிடம் பேசி, நீதிமன்றத்துக்குச் சில உண்மை நிலவரங்களை ஜாமீன் மனு செய்தபோதே தெளிவாக எடுத்துரைத்துவிட்டார். எப்படியும் ஒரு மணிக்குள்ளாகவே உத்தரவு ஆணையை வாங்கிவிடலாம் என்ற ஜூனியர், தன் கடிகாரத்தைப் பார்த்தார். பின்னர் நீதியறைக்கும் அலுவலக அறைக்கும் இடைப்பட்ட தூரத்தில் கண்களை மேயவிட்டார். அங்கே தன்னுடைய சீனியர் உள்ளே நுழைந்ததும் ஓடினார்.

என்னிடம் இத்தனை நேரம் பல விவரங்களை எடுத்துச்சொன்ன ஜூனியர், எங்களைக் காத்திருக்கச் சொன்னதற்கான அந்த மாற்று ஏற்பாடு குறித்து இறுதிவரையில் சொல்லவே இல்லை. ஆனால் அவரிடம் பேசிய செய்திகள் குறித்து யமுனா என்னிடம் மடக்கி மடக்கிக் கேட்டுக்கொண்டிருந்தாள். நான், அவர்

சொன்னதிலிருந்து மேலோட்டமான சிலவற்றைச் சொன்னேன். என்னுடைய பார்வை அந்த அலுவலக அறையை நோக்கியே இருந்தன. வக்கீல் தன்னுடைய ஜூனியருடன் அங்கிருந்த சொற்ப கூட்டத்திற்குள் வளைந்து நெளிந்து வந்தார். நாங்கள் ஆர்வமாக அவரது முகத்தையே பார்த்தோம். முதலில் ஜாமீன் உத்தரவு கிடைத்துவிட்டதைச் சொன்னார். பிறகு அதைத் தான் விரைவுத் தபாலில் அனுப்பவேண்டாமெனத் தன்னுடைய பொறுப் பிலேயே கையில் வாங்கிவிட்டதாகச் சொன்னார். ஜூனியர் என்னிடம் சொன்னதை வைத்து மிகமுக்கியமான விசயம் எனக்குப் புரிந்துவிட்டது. அதாவது இந்த உத்தரவை இன்றைய சிறைச் சாலையின் அலுவலக நேரத்திற்குள்ளாகச் சேர்த்துவிடவேண்டும் என்பதுதான் அது. அப்படிச் சேர்த்துவிட்டால் ரொசாரியோ இன்றைக்கே விடுவிக்கப்படக் கூடுமெனக் கணித்தேன். தொடர்ந்து எங்களுடன் பேசிக்கொண்டிருந்த வக்கீலும் என்னுடைய கணிப்பிற்குட்பட்டதையே உறுதிசெய்தார். அடுத்த நொடியே என்னுடைய பைக்கில் போகலாமா என்றார்.

சுமார் பன்னிரண்டு மணியிலிருந்தே என்னுடைய ஏ.எஸ். எம். என்னை விரட்ட ஆரம்பித்திருந்தார். நான் இப்படியொரு இக்கட்டான சூழலில் மாட்டுவேன் என்று எனக்குத் தெரியாததால் அவரிடம் சற்றுக் கடுமையாக என்னுடைய வேலையை இன்றைக்குள்ளாக முடித்து விடுவதாகச்சொல்லி ஃபோனை அணைத்து விட்டிருந்தேன். இப்படி அணைத்துப் போட்டதைக்கூட வசதியாகத்தான் இப்பொழுது நினைக்கத்தோன்றியது. வக்கீலின் ஆர்வத்திற்கு நான் இன்னும் இசைந்து கொடுக்கவில்லை. யமுனா என் தலையசைப்பிற்காக என்னையே பார்த்துக் கொண்டிருந்தாள். என்னுடைய வேலைப் பளுவை இந்த நேரத்திற்கு நான் காரணமாகச் சொல்லமுடியாது. நான் யோசிப்பின்றித் தலையை ஆட்டினேன். அதன்பிறகு நாங்கள் ஒரு நிமிடம்கூடத் தாமதிக்கவில்லை. யமுனாவையும் செண்பகத்தையும் ஒரு ஆட்டோ பிடித்துக் கிளம்பச்சொல்லிவிட்டு நான் வக்கீலுடன் திருச்சியை நோக்கி விரைந்தேன்.

வக்கீல், மூன்று மணிக்கெல்லாம் சிறையில் தன்னுடைய நடைமுறைகளை முடித்து ரொசாரியோவை வெளியே கூட்டிவந்தார். இந்த நாள் ரொசாரியோவிற்குச் சிறகு முளைத்த உணர்வைக் கொடுத்திருக்க வேண்டும். அவரது முகம் முழுக்கக் கொண்டாட்ட முரசு கொட்டத்தொடங்கியிருந்தது. அவர் எங்களுக்கு நன்றி என்கிற வார்த்தையை முணுமுணுத்தபடியே இருந்தார். வக்கீலின்

சாமர்த்தியத்தாலும் தனிப்பட்ட முயற்சியாலும்தான் நீங்கள் இன்றைக்கே வெளியில் வரமுடிந்தது என்று நான் அவரிடம் சொன்னேன். சட்டென அவர் வக்கீலின் கையைப் பிடித்துத் தன் முகத்தோடு ஒத்திக்கொண்டார். அப்போது வக்கீலின் முகத்திலிருந்த ‘ப்ளாக் மெட்டல் ஃபிரேம் கிளாஸ்’ நழுவி தரையில் விழப்போனது. அவர் அதைக் கீழே விழாமல் கச்சிதமாகப் பிடித்துக்கொண்டார். பிறகு, நான் பேருந்தில் வருவதாகச் சொல்லி, அவர்களை என் பைக்கில் அனுப்பினேன்.

# 13

## (i)

இந்தமுறை வெளியிலிருந்து என்னைச் சீண்டக்கூடிய சத்தங்கள் வெறுப்பூட்டக்கூடியதாக இல்லை. என்னை நான் மிகவும் வசதியாக உணர்ந்தேன். முந்தைய சம்பவங்களை, அதாவது இதுநேரம் வரையிலும் நான் கண்டவைகளைக் காட்சிப்படுத்திப் பார்த்துக் கொண்டிருந்தேன்.

வெளியே தவணை முறையில் கடந்துபோன ஒன்றிரண்டு பைக் சத்தங்களும், சைக்கிளின் மிதி சத்தங்களும், மனிதர்களின் துல்லியமான காலடிச் சத்தங்களும் பெருகிக் கொண்டிருந்தன. சன்னலைப் பார்த்தேன். விடிவதற்கு இன்னும் நேரமிருக்குமெனத் தோன்றியது. மொபைல் வெளிச்சம் என் கண்ணைப் பிடுங்கியது. தட்டுத்தடுமாறி உற்று நோக்கினேன். *‘05:17, TUE: 15th MARCH:2016’* என்றிருந்தது. மாத்திரையின் வீரியம் என்னை முறுக்கியது. கையையும் காலையும் நாலாபுறமும் நீட்டி மடக்கி நெட்டி முறித்தேன். மெல்ல என் கண்கள் செருகத்தொடங்கியது. மலைப் பாம்புபோல என் உடலை புரட்டிக் கொடுத்தேன்.

## (ii)

ஏறத்தாழ ஐந்தாறு நாட்கள் சிறைவாசம் முடிந்து வீட்டிற்கு வந்திருந்தவரைப் பார்க்கத் திடீர் நகரிலுள்ள பத்துப்பதினைந்து வீட்டிலிருந்தும் விசாரிப்பு நோக்கில் கூடியிருந்தனர். எப்படியும் வீட்டிற்கு நான்கைந்து பேருக்குக் குறையாது. மொத்தத்தில் பார்த்தால்

சுமார் எழுபது எண்பதுக்குக் குறையாத ஆட்கள் அவர் வீட்டைச் சுற்றிலும் பொதுக்கூட்டம் போலக் கூடியிருந்தனர். எனக்குப் பெருத்த ஆச்சர்யம். நான் ஆச்சர்யத்திற்கு உட்படுத்திக்கொண்டதை நீங்கள் உங்கள் போக்கிற்குக் கணித்துக்கொள்ளலாம். முதலில் மணிதான் வாலாட்டிக்கொண்டு வீட்டிற்குள் நுழைந்தான். பாலக்கட்டைவரை ஓடிச்சென்று அவரை அழைத்து வந்தவனும் அவன்தான். அவனை இரண்டு வருடங்களுக்கு முன்னர் ஒரு மழையிரவில் யாருமற்ற கடைவீதியில் மழலையான குரைப்பொலியுடன் இவர் படுத்திருக்கும் நகைக்கடைத் திண்ணையிலிருந்து தூக்கிக்கொண்டு வந்ததாக யமுனா ஒருபோது என்னிடம் சொல்லியிருந்தாள்.

இப்போது நேரம் ஆறு. வந்திருந்த யாரும் கலையவில்லை.

“என்னா... இந்தப் போலீசுக்கு நல்லவன் கெட்டவன் தெரியாதா...?” என்று மோவாயை மூடிக்கொண்டு ஏற்ற இறக்கமாகத் திட்டினார் ஒரு முதியவள்.

“பூட்ட ஒடச்சி திருடுற ஒடம்பா இது...? காத்துக் கொஞ்சம் பெலமா வீசுச்சுன்னா பஞ்சு போலப் பறந்துருவாரு... இவர போயி புடிச்சுக்கிட்டு போயிருக்கே இந்தப் போலீஸு ஆளுவ...!” என்றாள் இன்னொருத்தி.

“ப்ச்... பாவம். பொடுபொடுன்னு சைக்கிள மிதிச்சிக்கிட்டு ராத்திரி பூரா காவ காத்துப்புட்டு, பகல்ல தூங்குற மனுசன். நீ தைரியமா இரு யமுனா. அதான் அப்பா வந்துருச்சில்ல... சாப்புட்டு நிம்மதியா தூங்குங்க. கெட்ட நேரத்துலயும் ஒரு நல்ல நேரம் போல... தலக்கி வந்தது தலப்பாவோட போயிருச்சி. இந்தக் கோடியாயிதான் காப்பாத்தி உட்ருக்கா” என்றது ஒரு பாட்டி.

யமுனாவிற்குத் தன்னை நினைத்து யாரும் அனுதாபப்படுவது பிடிக்காது. முகத்தை உர்ரென்று வைத்துக்கொள்வாள். இல்லை. ஆத்திரத்தில் பொங்கிவிடுவாள். பிறகு, காலம் தருவிக்கும் இந்தத் துயரத்திற்கு யாரை நொந்துகொள்வதெனச் சாந்தமாகிவிடுவாள். இப்போது அப்படியான ஆத்திர பாவனையுடன்தான் இருந்தாள்.

செண்பகம், ஓர் அடுக்குப் பாத்திரத்தில் சோறும் குழம்புமாக எடுத்துக்கொண்டு வந்தார். அவர் உள்ளே நுழைந்ததும் மீன் குழம்பு வாடை ஆளைத் தூக்கியது. விரால்மீன் குழம்பு. வேலை முடிந்து வரும்போது வெண்ணாற்றங்கரையில் தன் மகன் வாங்கிவந்தானெனச் சொல்லி வைத்துவிட்டுப் போனாள். ரொசாரியோ வயிற்றைச் சுற்றி வட்டம் போட்டார்.

“சாப்புடுரியாப்பா” என்றாள் யமுனா. ஏறத்தாழ வந்திருந்தவர்கள் கலைந்து போயிருந்தனர். ரொசாரியோ மணியைத் தன்னுடன் அணைத்துப் பிடித்திருந்தார்.

யமுனா, சாப்பாட்டுத் தட்டைக் கழுவிக்கொண்டபடி, “ந்த... மணி. வெளீல போ. என்ன ரொம்ப ஓரசிக்கிட்டு...? போலீஸ் வந்து கூட்டிட்டு போனப்ப எங்க போனியாக்கும்...?” என்றாள்.

மணி, தன்னுடைய பொறுப்பற்றத்தனத்திற்கு மன்னிப்புக் கோருவதைப்போல வாலாட்டியபடி தலையை தொங்கப்போட்டுக் கொண்டது. பின்னர், குரைத்தது. அதன் குரைப்பொலியை நான் உள் வாங்கிக்கொண்டவகையில் உரிமை சார்ந்த வாக்குவாதமாக இருந்தது.

“அட விடும்மா. அவனப் போயி திட்டிக்கிட்டு?” என்றபடி மணியைச் செல்லமாகத் தடவிக்கொடுத்தார் ரொசாரியோ.

மருத்துவமனையிலிருந்து வந்ததிலிருந்தே யமுனா ஒருநாள்கூட வேலைக்குப் போகவில்லை. அவளுடைய அப்பாவிற்கு இப்படி நேர்ந்தது ஒருபக்கமென்றால், உடலும் மனமும் சொல்லிக்கொள்ளும்படி தயாராகியிருக்கவில்லை. இருமலும், லேசான காய்ச்சலும் அவ்வப்போது தலைகாட்டிக்கொண்டிருந்தது. மாத்திரையைப் போட்டால் சரியாகிவிடுகிறது. சிலபோது நல்ல ஓய்வாகத் தூங்கினால்கூடச் சரியாகுமெனச் சொல்லிக்கொண்டிருந்தாள். மேலும் சூழலைப் புரிந்துகொண்ட ஏஜென்ஸியின் முதலாளி, பிரச்சனையை முடித்துக்கொண்டு எப்போது வேண்டுமானாலும் நீ வேலைக்கு வரலாம் என்றிருந்தார்.

ரொசாரியோவின் விடுதலைக்குப் பின்னர் யமுனாவிற்குப் பிரச்சனைகளென்பது கிடையாது. ஆகையால் மாத்திரையைப் போட்டுக்கொண்டு இன்றைய இரவில் நன்றாகத் தூங்கியெழுந்து நாளையிலிருந்து வழக்கம்போல வேலைக்குப் போகப் போவதாக அவரிடம் சொல்லிக்கொண்டிருந்தாள். அதற்குச் சம்மதித்தவர் தானும் தன் முதலாளியைப் பார்த்து நாளையிலிருந்து வருகிறேனெனக் கேட்கப் போவதாகச் சொன்னார். யமுனா நகைக்கடை முதலாளியின்மீது கடுமையான கோபத்திலிருந்தாள். ஆகையால் தன் அப்பாவின் கருத்திற்கு அவள் சற்றுநேரம் கம்மென்று இருந்துவிட்டுப் பிறகு சொன்னாள். தன்னிடம் வேலைபார்க்கக்கூடிய ஆட்களுக்கு வேலையிடத்தில் ஒரு சிரமமென்றால் அத்தனை விதத்திலும் தன்னுடைய வேலையாள்

பக்கம்தானே நிற்கவேண்டும் ஒரு முதலாளி? உங்கள் முதலாளி என்னடா வென்றால்... ஏதோ கடமைக்காக ஒருமுறை காவல் நிலையம் வந்ததோடு சரி. அதன் பின்னர் என்ன ஏதென்று ஒரு வார்த்தையாவது கேட்டாரா...? என்ன மனுஷன் அந்த ஆள்...? இவரிடம் வேலைக்குப் போகாதேப்பா இனி... வேறு எங்கேயாவது பகல் வேலையைத்தேடு என்றாள்.

நமட்டுத்தனமாகச் சிரித்துக்கொண்ட ரொசாரியோ, நீ சொல்வதும் சரிதான். பகலில் வேலைக்குச் சென்றுவந்தால் இரவில் உனக்கும் பாதுகாப்பாக இருக்கும்தான். ஆனால் என்ன செய்வது? பகலில் என்னால் என்ன வேலையம்மா பார்க்க முடிகிறது? யார் எனக்கு வேலை தருகிறேன் என்கிறார்கள்? ஒருகாலத்தில் கூட்டுறவு பண்டகச்சாலையில் மூட்டை தூக்கியவன் நான். எத்தனை கனமான மூட்டையையும் லாவகமாகத்தூக்கி முதுகில் ஏற்றிக்கொள்வேன். இன்றைக்கு அப்படி முடியுமா? என்னால் மணல் சட்டியும் செங்கல்லும்கூடத் தூக்க முடியாததை அறிந்த செண்பகத்தின் மகன்கூட உங்களுக்குத் தோதான வேலையைத் தேடுவோம் என்று சொன்னது உனக்குத் தெரியாதா? என் ஒட்டுமொத்த சக்தியையெல்லாம் சுருட்டிக் கொண்டுபோன அந்தச் சுனாமியை உனக்குத் தெரியாதா? என்றார்.

சட்டென யமுனா, சரியப்பா... நீ பழசையெல்லாம் கிளறாதே. எனக்கு உன் முதலாளியின்மீது ஆத்திரம். அதோடுபோக இரவில் நீ கண் விழிப்பது உடம்புக்குக் கேடு தானே? அதனால் சொன்னேன். பகல் நேரத்துக் காவலாளி வேலையை நீ தேடலாம் தானே...? இதை நான் எப்போதிலிருந்து சொல்லிக்கொண்டிருக்கிறேன்? அந்த ஓய்வுபெற்ற இராணுவ அதிகாரியே நீ ஆரம்பத்தில் சேர்ந்த செக்யூரிட்டி நிறுவனத்தை நடத்தமுடியாமல் சொந்த ஊருக்குப் போய்விட்டார். அப்போதே நீ வேறு வேலைக்குச் சேர்ந்திருக்கலாம். நகைக்கடை முதலாளி சுளையாகச் சம்பளம் கொடுக்கிறானென்று ஒரு காரணத்தைச் சொல்கிறாய்? அவன் என்ன சும்மாவா கொடுக்கிறான்? நீ அவன் வீட்டிற்கு அவ்வப்போது காய்கறி வாங்கிக்கொடுக்கிறாய். மீன் மார்கெட் போய்க்கொடுக்கிறாய். என்னிடம் சொல்லாமல் இன்னும் அவன் வீட்டிற்கு என்னென்ன வேலையெல்லாம் செய்துகொடுக்கிறாயோ யாருக்குத் தெரியும்? என்றாள்.

ரொசாரியோ சொன்னார். உண்மைதானம்மா... அவர் வீட்டு வேலைகள் சிலவற்றை நான் பார்த்துக்கொடுப்பது உண்மைதான்.

என்ன செய்வது? அவருடைய கண்ணுக்கு நான் நம்பிக்கையளிக்கக் கூடியவனாய்த் தெரிகிறேன்போல. உனக்குப் பாதுகாப்பாக இருக்கக் கூடிய செண்பகம்போல ஒரு ஆள் இல்லையென்றால் நான் இப்படி இரவு வேலைக்குப் போவதைப்பற்றி யோசித்திருக்கவே மாட்டேன். என்னைவிடவும் அவள் உனக்குப் பாதுகாப்பானவள் என்பதால்தான் நான் இப்படிப் பொறுப்பற்றவனாக இருக்கிறேன். வீட்டில் தூங்குவதை நகைக்கடை வாசலில் தூங்கப்போகிறேன். கூடவே என் வயதையொத்தவர்களுடன் அந்த இரவில் கதையடிப்பது பலவற்றையும் மறப்பதற்கு உதவுகிறது என்றார்.

அவரது உணர்வுகளைப் புரிந்துகொண்ட யமுனா, நீ சொல்வ தெல்லாம் சரி. உன்னை அவர் நம்புவதாகச் சொன்னாயே. இப்போது உன்மேல் ஒரு குற்ற வழக்கு இருக்கிறதே...? இனியும் அவரது பார்வைக்கு நீ நம்பிக்கையளிக்கக்கூடிய ஆள்தானா? மறுபடியும் வேலைக்கு வரச்சொல்வாரா? என்றாள்.

என்னைப் பற்றிப் போலீசுக்குச் சந்தேகம் வந்தபிறகு ஊருக்கே வரத்தான் செய்யும். இவர்களெல்லாம் இன்றைக்கு நான் குற்றம் புரியவில்லை என்பதைத் தெரிந்துகொண்டிருப்பர் இல்லையா...? என்றார்.

# 14

ரொசாரியோவும், யமுனாவும் வேலைக்குப் போவதில் எந்தச் சிக்கலும் இல்லை. மருத்துவமனை, காவல்நிலையம், நீதிமன்றம், சிறைச்சாலையென இதுவரையிலிருந்த இடையூறுகளெல்லாம் முடிவுக்கு வந்து, குடும்பம் இயல்புநிலைக்குத் திரும்பியிருந்தது. ஆனால் யமுனாவின் போக்கில் சில நாட்களாகவே தடுமாறிய உணர்வு மேலிட்டிருப்பதை நான் கவனித்தேன்.

மூன்று வருடங்களுக்கு மேலாகவே அவளுக்கு என்மீது ஒரு பார்வை உண்டுதான் என்றாலும் ஏனோ அவள் என்னிடம் இறங்கிப் போனதில்லை. அவளைத் தடுப்பது எதுவென்றும் எனக்குத் தெரியாது. ஒருநாள் என்னிடமிருந்து ஏன் குட்மார்னிங் மெசேஜ் வரவில்லை என்று கேட்டாள். நான் அனுப்பியபோதெல்லாம் சட்டையே செய்யாமல் நக்கலடித்தவளுக்குத் தன்னுடைய தற்போதைய நிலைமையைப்பற்றி அவள் சிந்திக்கவில்லை.

அப்போதிலிருந்துதான் அவளிடம் தடுமாறிய உணர்வு இருப்பதை நான் கவனித்தேன்.

நான் தினமும் குட்மார்னிங் மெசேஜ் அனுப்பக்கூடியவன்தான் என்றாலும் இப்போதெல்லாம் எனக்கிருக்கும் வேலைச்சுமையால் எப்போதாவது நான் மறக்க நேரிடுகிறது. அதுபோன்ற நேரத்தில் அவளே எனக்கு நினைவூட்டுகிறாள். நான் பதிலளிக்கத் தாமதமானாலோ மறந்துவிட்டாலோ நான் பதில் மரியாதை செய்யும்வரை அதையே அனுப்புகிறாள். சமயங்களில் இப்படியான நேரங்களை நான் மிகவும் ரசிக்கத் தொடங்கினேன். சிலநாட்கள் வேண்டுமென்றே அவளுக்குப் போக்குக்காட்டினேன். அதாவது சட்டைக் காலரைத் தூக்கிவிட்டுக்கொண்டு அவளிடமிருந்து தொடர்ந்து குட்மார்னிங் வந்துகொண்டே இருப்பதை ரசித்திருக்கிறேன். என்னால் ஓரளவிற்குமேல் இப்படி வில்லன் மனோபாவத்தை அவளிடம் காட்டுவதற்கு முடியாது. என் அராஜகம் எல்லை மீறுவதை அவள் மோப்பம் பிடித்துவிடுவாள். பிறகு நான் ஆகப்பெரிய நகைச்சுவையாளனாகிவிடுவேன். ஆகவே, அவளுக்கான பதில் மரியாதையை மிகவும் நயந்த தொனியில் மன்னிப்புக்கேட்டு அனுப்பிவிடுவேன்.

அதற்குமேல் பெரிதாகப்பேசிக்கொள்ள எங்களுக்குள் எதுவு மிருக்காது. சமயங்களில் அவளிடமிருந்து சூசகமாகக் காதலைச் சொல்லக்கூடிய ஆங்கிலத் தத்துவங்கள் இமேஜாக எனக்கு வரும். அமுக்குனியைப்போல மெல்ல அவள் காயை நகர்த்துகிறாள் என்று எனக்குத்தெரியும். ஆனால் நான் கம்மென்று இருந்துவிடுவேன். என்னிடமிருந்து பதில் வராததன் காரணத்தையும் அவள் உணர்ந்தே இருந்தாலும் அவளும் காட்டிக்கொள்ளமாட்டாள். எப்போதாவது அவளிடமிருந்து எனக்கு மிஸ்டு கால்கள் வருவதுண்டு. நான் உடன் அழைப்பேன். என் அழைப்பை அவள் ஏற்கமாட்டாள். அவள் அழைத்தது குறித்து நான் மெசேஜ் அனுப்பிக்கேட்டால், எண்ணைத் தவறாகப் போட்டுவிட்டதாகச்சொல்லி மன்னிப்புகேட்டு அனுப்புவாள். என்னிடம் பேசுவதற்கு அவளுக்கு விருப்பமாக இருந்தாலும் அவளைத் தடுக்கக்கூடிய காரணத்தை என்னால் உறுதியாகச்சொல்லமுடியவில்லை. இந்தத் தயக்கம் ஒருகட்டத்திற்குமேல் தாக்குப்பிடிக்காது என்பதும் எனக்குத் தெரியும்.

# 15

அன்றைய ஞாயிற்றுக்கிழமையில் வானம் மப்பும் மந்தாரமுமாய் இருந்தது. அந்தக் கருஞ்சாம்பல் நிற வானத்திலிருந்து ஈரப்புழுதி காற்றில் பறந்தபடியே இருந்தன. மாதத்தின் கடைசி நாட்களில் எனக்கு சேல்ஸ் ரிப்போர்ட் எழுதி மாளாது. நான் பக்கம் பக்கமாக எழுதித் தள்ளிக் கொண்டிருந்தேன். இன்னும் இரண்டொரு நாட்களில் அதை நான் என் மேலிடத்திற்கு அனுப்பியாகவேண்டும். ஆகையால் தொந்தரவுகளின்றி மாடியறைக்கு ஒதுங்கியிருந்தேன். பத்துமணி சுமாருக்கு யமுனாவிடமிருந்து ஒரு அழைப்பு வந்தது. எனக்குப் பலவாறாக யோசனை ஓடியது.

"ஹலோ" என்றேன்.

"ம்ம்ம்" என்றாள்.

"என்னாச்சி...?"

"என்ன என்னாச்சி...?" மிரட்டலாகக் கேட்டாள்.

"இல்ல... கால் பண்ணிருக்க?"

"ஆமா"

"சொல்லு..."

"என்னத்த...?" என்றாள்.

அவள் ஏதோ வம்புக்கு வந்ததை உணர்ந்த நான், எழுதிக் கொண்டிருந்ததை மூடிவிட்டுத் தெருவில் இறங்கி நடந்தேன். மறுமுனையிலிருந்து அவள் என்னுடைய பெயரைச்சொல்லி அழைத்தாள். எனக்கு ஆச்சர்யம் அடங்கவில்லை. காரணம், இத்தனை வருட பழக்கத்தில் அவள் என்னுடைய பெயரை ஒருமுறைகூட உச்சரித்ததில்லை. எனக்கு அவளது பெயரைச்சொல்லி அழைப்பதில் ஒரு தயக்கமும் இல்லைதான். ஆனாலும் அவள் அனுமதிக்க வேண்டுமல்லவா? எல்லை தாண்டாதே... என்று ஒருபோது என்னைக் கண்டித்திருந்தாள். பெயர் எதற்கு? கூப்பிடத்தானே? இதிலெங்கே நான் எல்லை மீறிவிட்டேன்? சரி... அவளுக்கு விருப்பமில்லையென்றால் அதைச் செய்யாமல் இருப்பதுதான் நாகரீகமென விட்டுவிட்டேன்.

ஆனால் இப்போது அவள்தான் தொடங்கியிருக்கிறாள். உரிமையை எடுத்துக்கொண்டுவிட வேண்டியதுதானென 'என்ன யமுனா...' என்று வாயெடுத்தேன். ஆனால் தயக்கத்தில் உச்சரிப்பு மரியாதை நிமித்தமாகவே வெளியேறியது.

எனக்கு அவள் பேசியதை நம்பவதா வேண்டாமா என்று புரியவில்லை. இன்னொருபுறம் என்ன பேசுவதென்றும் தெரிய வில்லை. எதற்காக ஃபோனைத் தூக்கிக்கொண்டு இப்போது வெளியே கிளம்பினோம் என்றிருந்தது. பேசாமல் நான் மாடி அறையிலேயே அடைந்திருக்கலாம் என்று நினைத்தேன். என்றாலும் இப்போதுகூட ஒன்றும் மோசமில்லையென நான் ஒரு முடிவிற்கு வந்தேன். அதாவது, எங்கள் நகரத்தின் பேருந்து நிறுத்தத்திற்கு எதிரேயுள்ள குடிநீர்த் தொட்டியின் கீழே ஒதுங்குவதென்ற முடிவது. மிகப்பெரிய தொட்டி. அந்தப் பகுதியின் குடிநீர்த் தேவையை நிறைவேற்றக்கூடியது. ஆள் புழக்கமிருக்காது. யாராவது ஓய்வூதியக்காரர்கள் தினசரிகளை மேய்ந்து கொண்டிருப்பதைத்தவிர வேறொன்றும் இடையூறுகள் இருக்காது. இப்போதைக்கு எனக்கு உகந்த இடம் இதுதான். நான் அந்தத் தொட்டியைத் தாங்கிக்கொண்டு நிற்கக்கூடிய சிமெண்டுத் தூண் ஒன்றில் என் வலதுகாலை முட்டுக் கொடுத்து நின்று கொண்டேன்.

யமுனா கேட்டிருந்த கடைசிக் கேள்விக்கு நான் இப்போதும் தட்டுத் தடுமாறி சமாளித்துக் கொண்டேதான் நின்றேன். எனக்கு என்ன பேசுவதென்று தெரியவில்லை. நீர் தொட்டியின் விதானத்தை வெளவால்கள் குறுக்கும் நெடுக்குமாக அளந்து கொண்டிருந்ததையும், ஓரத்திலிருந்த ஒரு குழாயில் டீக்கடைக்குத் தண்ணீர் பிடித்துக் கொண்டிருந்த ஆளையும் நோட்டமிட்டுக் கொண்டிருந்தேன். பிறகு, நான் யமுனாவிடம், அவளது அப்பா வேலையிலிருந்து வீட்டிற்கு வந்துவிட்டாரா என்றேன். இன்னும் வரவில்லை என்றாள். ஏன் இவ்வளவு நேரத்திற்கு வரவில்லை என்றேன். முதலாளியின் வீட்டிற்கு ஏதேனும் வாங்கிக் கொடுப்பதற்காகப் போயிருப்பார் என்றாள். நான் அவரது உடல்நிலை குறித்துக்கேட்டேன். நல்ல ஆரோக்கியத்துடன் இருப்பதாகச் சொன்னாள். பிறகு, அவளுடைய உடல்நிலை குறித்துக் கேட்டேன். சலித்துக்கொண்டவளாய், "நா அனுப்பற மெசேஜ்லாம் படிப்பியா?" என்றாள். நான் தெரியாததுபோல. "என்ன மெசேஜ்?" என்றேன். அவள் சில ஆங்கிலத் தத்துவங்களை அல்லது காதலுணர்வை வெளிப்படுத்தக்கூடியதை ஒப்பித்தாள்.

நான் படித்தேன் என்றேன். அதன்பிறகு நான் எதுவும் பேசவில்லை. வானொலி தொகுப்பாளினி கணக்காக அவளே பேசத் தொடங்கிவிட்டாள். அவர்கள் பகுதியில் நடந்தது. ஏஜென்ஸியில் நடந்ததென அத்தனை சுவாரஸ்யங்களையும் கொட்டினாள். நான் அவளது இந்த விசித்திரங்களை ரசித்தேன். எனக்கு இப்படிப் பேசவராததால், என் நிறுவனத் தயாரிப்பு ஒன்றின் பெயரைச்சொல்லி அதன் கடந்த மாத விற்பனை நகர்வைக் கேட்டேன்.

“அடப்போயா... இதெல்லாம் நாளைக்கு நீ ஏஜென்ஸி வந்தா கேட்டுக்கோ. வேல விசயமா பேசுற நேரமா இது. சரியான மண்ணாங்கட்டியா நீ” என்றவள், இதக் கேளேன்... எங்க ஏஜென்ஸில சர்க்யூட் இருக்கான்ல... சாரி. இருக்கார்ல... அந்தண்ணன் ஒரு பொண்ண லவ் பண்றார் தெரியுமா...? யார்ன்னு சொல்லு” என்றாள்.

“யாரு... சர்க்யூட்டா!” என்றேன்.

“ஹ ஹா. ஆமா”

“யார லவ் பண்றார்”

“ம்ம்ம்... நீயே கண்டுபிடி”

“சொல்லு யமுனா”

“ஒரே ஒரு க்ளூ தரவா”

“தா”

“அவங்களும் எங்க ஏஜென்ஸி தான்”

“உங்க ஏஜென்ஸீ...ல.... யாரு?”

“பார்கவி யா”

“இல்ல”

“கல்பனா?”

“யோவ்... நல்லாருக்குய்யா உன்னோட கெஸ்ஸு... யாருக்கு யார முடிச்சு போடுற...?”

“விநோதினியா”

“நெருங்கிட்ட”

“நாச்சியக்காவா? இல்லையே... அவங்களுக்குக் கல்யாணம் ஆகிருக்குமே” யோசித்தேன்.

“அவுங்கதான்” என்றாள்.

“என்ன சொல்ற நீ...? அவங்களுக்குக் கல்யாணம் ஆகல? இன்னும்?”

“இன்னுமில்ல. நாக தோஷமாம். இவங்களுக்குள்ள நாலஞ்சி வருஷமா ஓடுது போல. வயசாகிடுச்சின்னு முதலாளியே பண்ணி வைக்கிறேன்னு சொல்றார். நாச்சியக்கா வீட்ல ஒத்துக்க மாட்றாங்கலாம். வேற வேற சாதியாம்” என்றாள்.

“ஓ... ஹோ... நீ என்ன நினைக்கிற அவங்க கல்யாணம் பண்ணிக்கிறத பத்தி” என்றேன்.

“அவங்க லவ் பண்றாங்க... கல்யாணம் பண்ணிக்கணும்னு நெனைக்கிறாங்க... நா என்னத்த நெனைக்க இதுல” என்றாள்.

“நீ நாச்சியக்காவோட அம்மாவா இருந்தா என்ன சொல்லுவ” என்றேன்.

“நீ நாச்சியக்காவோட அப்பாவா இருந்தா என்ன சொல்லுவ” என்றாள்.

“நீ சொல்லு மொதோ” என்றேன்.

“நீ சொல்லு” என்றாள்.

“யமுனாவா இருந்தா சம்மதம் சொல்லிருவா... நாச்சியக்காவோட அம்மாவா இருந்தா சூழ்நிலை எப்படியோ அப்படித்தான்” என்றாள்.

சாதூர்யமான அவளது பதிலை கேட்டுக்கொண்டேன்.

அவள் என்னை விடாமல், “நீ என்ன செய்வ?” என்றாள்.

“நீ சொல்றதுதான் சரியா இருக்க முடியும்” என்றேன்.

நான் அவளிடம் கடைசியாகக்கேட்ட இந்தக் கேள்வியானது, ஒருகால் நாங்கள் இருவரும் காதலைப் பகிர்ந்துகொள்ள நேரிட்டால், அவள் நிலைப்பாடு என்னவாக இருக்கக்கூடும் என்பதை உளவு பார்ப்பதற்கான நோக்கம்தான்.

என் கேள்வியின் அர்த்தமும் நோக்கமும் யமுனாவிற்குப் புரியாமல் இருக்காது. அதேபோது தன்னுடைய விருப்பத்தையும், எதார்த்த நிலைப்பாட்டினையும் அவளால் சூசகமாகத்தான் சொல்ல வேண்டியிருந்ததை நான் புரிந்து கொண்டேன்.

இந்தப் பேச்சை அப்படியே விட்டுவிட்டு யமுனா வேறொரு தலைப்பில் பேச்சை ஆரம்பித்தாள். அதுவும் ஊர்க்கதைதான். நான் பதில் சொல்வதற்குப் பொருத்தமில்லாதவை. என்றாலும், குழந்தையின் கொஞ்சலுக்கு நிகரான அவளது பேச்சிற்கு நான் காதுகொடுத்தேன். அவளொரு ஐந்து நிமிடங்களுக்குள்தான் பேசியிருப்பாள்.

நான் இரண்டு காரணங்களுக்காக அவளிடமிருந்து தப்பிக்க வேண்டியிருந்தது. ஒன்று அவளது சகிக்கமுடியாத கொஞ்சல். இன்னொன்று என் வேலைநிமித்தம் நான் எழுதவேண்டிய டி.சி.ஆர். (Daily Call Report). கூடவே நான் மாதாந்திர ரிப்போர்ட்டுக்குக் கொஞ்சம் தயார் செய்யவேண்டியும் இருந்தது. இப்போதைக்கு என்னை அவளிடமிருந்து விடுவித்துக்கொள்ள எனக்கு இரண்டு சூழல் இடமளிக்கவேண்டும். ஒன்று, என் மொபைலில் லோ-பேட்டரி. இன்னொன்று, அவளது அப்பா வீடு திரும்பியிருக்கவேண்டும்.

# பகுதி 3

பகுதி 3

# 01

யமுனாவினுடைய அன்பான அணுகுமுறை என் வேலையைக் கெடுத்தது. அல்லது அவள் என்னை அன்பு ரீதியில் பலவீனப்படுத்தத் தொடங்கியிருந்தாள். நாங்கள் வழக்கத்திற்கு மாறான காதல் உணர்வுகளுக்குள் இருந்தோம். இதனால் நான் முந்தைய மாதத்தின் இறுதியில் என் மேலிடத்திற்கு அனுப்பவேண்டியிருந்த 'டெய்லி கால் ரிப்போர்ட் டை' வழக்கம்போலச் சரியான நேரத்திற்கு அனுப்பியிருக்கவில்லை. இதனால் என் மேலதிகாரிகளிடம் நான் கெட்டபெயர் வாங்கினேன். பிறகு என் தவறுக்கு வருந்துவதாக என் மேலிடத்திடம் கேட்டுக் கொண்டதற்கு இணங்க நான் என் வழக்கமான வேலையில் கவனம் செலுத்தத்தொடங்கினேன்.

அன்றைக்கு நான் உள்ளூரில் மார்க்கெட் பார்த்துக்கொண்டிருந்தேன். யமுனாவின் ஏஜென்ஸிக்குச் செல்லவேண்டியிருந்தாலும் நான் என் உணர்வுகளைக் கட்டுக்குள் வைத்துக்கொள்ளப் பழக்கிக் கொண்டேன். வேலைக்குப் பிறகுதான் மற்றதெல்லாமென உறுதியாயிருந்தேன்.

அன்றைய இரவில் நான் என் வேலையை முடிக்கக்கூடிய தருவாயில் இருந்தேன். என் வேலை சார்ந்த நண்பர்கள் என்னைப் பத்தரை மணி சுமாருக்கு மது விடுதிக்கு வரச் சொல்லியிருந்தனர். நாங்கள் அவ்வப்போது இப்படிக் கூடுவதுண்டு. அதிலும் இது மாதத்தின் முதல் வாரம்.

நான் இறுதியாக ஒரு பெரிய மருந்துக்கடையில் மிக முக்கிய ஆர்டருக்காகக் காத்திருந்தேன். அந்தக் கடையின் விறுவிறுப்புகளுக்கு இடையே எனக்கான ஆர்டரை நான் முழுமையாக வாங்கி முடித்துவிட்டுக் கிளம்பியபோது, ரொசாரியோ கையில் ஒரு மாத்திரை அட்டையுடன் உள்ளே நுழைந்தார். என்னைக் கண்டதும் "எங்கே தம்பி இங்கே...?" என்றார். நான் என் வேலை நிமித்தமாக உட்கார்ந்திருந்தது அவரது நகைக்கடை

இயங்கக்கூடிய வீதிதான். அன்றைக்கு அவர் தன்னுடைய வழக்கமான பணிக்கு வந்திருந்தார். நான் அவரது கேள்விக்குப் பதிலளித்துவிட்டு அவர் கையிலிருக்கக்கூடிய மாத்திரை அட்டை குறித்துக் கேட்டேன். அவர் தனக்குண்டான நெடுநாளைய உடல் கோளாறைச்சொல்லி அதற்கான மாத்திரை என்று அலுத்துக் கொண்டார். நான் அந்த மாத்திரையைப் பணம் கொடுத்து வாங்க வேண்டாமென என் பையிலிருந்து எடுத்துக்கொடுத்தேன். கும்பிடாத குறையாக எனக்கு அவர் நன்றி தெரிவித்தார். பிறகு என்னுடைய உதவிகள் ஒவ்வொன்றிற்காகவும் தனித்தனியே நன்றி தெரிவித்துக் கொண்டிருந்தார். அவர் தன்னுடைய நன்றியுணர்ச்சியை அளவிற்கு மீறி வெளிப்படுத்தினார். அவர் மிக அன்பான மனிதர் என்று எனக்குத் தெரிந்தது. நான் அவரிடம் சொல்லிக்கொண்டு கிளம்பக்கூடிய தருவாயில் வேறு வேறு தலைப்பில் ஏதாவதொரு பேச்சைத் தொடங்கி என்னை நகரவிடாமல் மடக்கிக்கொண்டிருந்தார். இதற்கிடையில் மதுக் கூடத்திலிருந்து என்னை நண்பர்கள் அழைக்கத் தொடங்கியிருந்தனர். சட்டென நான் சொல்லிக்கொண்டு கிளம்ப முற்பட்டேன். அப்போது அவர் மிகமுக்கியச் செய்தியொன்றினைப் பற்றிப் பேசத்தொடங்கினார். நான் என்னுடைய திட்டப்படி மது விடுதிக்குப் போவதைக்கூட மறுபரிசீலனை செய்யக்கூடிய செய்தியாக அதை நான் கருதினேன். அதாவது அவருடைய வரலாற்றை எடுத்துவிடக்கூடிய நோக்கில் என்னிடம் ஒரு துருப்புச் சீட்டை விட்டெறிந்தார். அதுவரையில் என் பைக்கைப் பிடித்துக்கொண்டு நின்றுகொண்டிருந்த நான், அவருக்குப் பக்கத்திலேயே அந்த நகைக்கடை வாசலில் உட்கார்ந்தேன்.

முதலில் அவர் தன்னைச் சுறுசுறுப்பான தையல்காரன் என்றார். அதுகுறித்து நான் அவரைக் கிளறியபோது, தம்பி. நான் என்னைப் பற்றி உங்களுக்குச் சொல்வதில் எனக்கு எந்தத் தயக்கமும் கிடையாது. நான் உங்களை நம்பக்கூடியவன். என்னுடைய கடந்தகாலக் கதைகளை நீங்கள் தெரிந்துகொள்வது அவசியம். அது எந்த வகையில் அவசியமானது என்பது தற்போது என்னுடைய கற்பனைக்கு உட்பட்டதாக இருக்கிறது. அதுபோகட்டும். நான் திருப்பூரில் ஒரு புகழ்பெற்ற ஏற்றுமதி நிறுவனத்தில் அனுபவம் வாய்ந்த தையல்காரனாக நல்ல சம்பளத்துக்கு வேலையிலிருந்தேன். அங்கே மரியா என்றொரு பெண் ஓவர்லாக் தைத்துக்கொண்டிருந்தாள். எனக்கு ஏனோ அவளைப் பிடித்துவிட்டது. சில மாத தயக்கத்திற்குப் பின்னராக நான் என்

விருப்பத்தை அவளிடம் சொன்னபோது அவளுக்கும் சம்மதம் என்றாள். அவளுக்குத் தாய்மொழி மலையாளம். வயநாட்டுக்கும் கண்ணூர் மாவட்டத்துக்கும் எல்லையிலுள்ள கொட்டியூர்தான் சொந்த ஊர். அம்மா, அப்பா, ஓர் அக்கா அவளுக்கு. அக்காவை தென்னைமரம் ஏறக்கூடிய ஒருவன் விரும்பிக் கட்டிக் கொண்டான். அவளது அப்பாவுக்குச் சரியான வேலை கிடையாது. அல்லது அவர் போகவில்லை. குடிப்பதை மட்டும்தான் விரும்பிச் செய்துகொண்டிருந்தார். அம்மா, வீட்டு வேலைகள் செய்வதும், புருஷன் எங்கேயாவது குடித்துவிட்டுக் கிடந்தால், சைக்கிள் ரிக்ஷா வைத்து வீட்டுக்கு அழைத்துக்கொண்டு வருவதுமாகவே காலத்தை நகர்த்திவிட்டார். இவருக்காக வேண்டியே ஒரு மத்திய வயதுக்காரன் வெகுநாட்களாக அந்த ரிக்ஷாவை விற்காமல் வைத்திருந்தானாம்.

மரியாவின் அம்மா, தன் கணவனுக்கு ஈரல் வீங்கிப்போய் பதினேழு நாட்கள் அரசாங்க ஆஸ்பத்திரியில் வைத்துப் பார்த்தார். இனி ஒன்றும் செய்வதற்கில்லையென மருத்துவர்கள் கைவிரித்ததும் இரண்டே நாளில் இறந்தும் போனார். அதன் பிற்பாடு அவர் தன் மூத்த மகள் வீட்டிற்குப் போய்விட்டார். என்னுடன் வேலை செய்துகொண்டிருந்த மரியாவோ என்னைத் திருமணம் செய்துகொள்ளப் போவதாக வீட்டில் தெரியப்படுத்தியதும் பெரிய எதிர்ப்பில்லை. சாதியைப் பற்றி ஒன்றுமில்லை. மதமும் முரண்டுபிடிக்கவில்லை. நாங்கள் தகுதிக்குத் தக்கவர்கள் என்பதால் எங்களுடைய சூழலும் இணங்கிக்கொண்டது.

எனக்கும் என் வீட்டுச் சம்மதம் பற்றியெல்லாம் எதுவும் யோசிப்பதற்கில்லை. நான் சிறு வயதிலிருந்தே குடும்பத்திற்கு ஆகாத பிள்ளையென்று முத்திரை குத்தப்பட்டவன். குடும்பத்தில், என் அண்ணனுக்கும் தங்கைக்கும் உள்ள முக்கியத்துவம் எனக்கு எப்போதுமே இருந்ததில்லை. நான் பிறந்ததும்தான் என்னுடைய அப்பாவின் பங்காளி வகையில் கிடைக்கவேண்டிய சொத்துகள் கையைவிட்டுப் போனதாக என் குடும்பத்தில் ஓர் எண்ணம் உண்டாயிற்று. இந்த மோசமான எண்ணத்தை விதைத்தவர், என்னுடைய அப்பா வழி பாட்டி ஒருத்திதான். கோர்ட்டுத் தீர்ப்பு சாதகமில்லையென்றால் தன் மகன் எந்தவிதத்தில் பொறுப்பாளி? என்று என் அப்பாவும் யோசிக்கவில்லை. பாட்டி எது சொன்னாலும் சரிதான் அவருக்கு. அதன் பின்னர் நான் தொட்ட காரியம் அத்தனைக்கும் பாட்டிதான் வில்லியாக இருந்தார். என் அப்பாவிற்கு என் அம்மாவின் மீதான அன்பை

143 | நியமம்

வளரவிடாமல் வைத்திருந்தவரும் அந்தப் பாட்டிதான். அதோடுபோக, என் அம்மாவிற்கென்று சொந்தக் கருத்துகள் ஏதும் இருக்கக்கூடாது. பாட்டி வாயடைத்து உட்கார வைத்துவிடுவார். இதனால் காரணங்களின்றி ஓரங்கட்டப்பட்ட, எனக்காகக்கூட என் அம்மாவால் ஒரு வார்த்தையும் பேசுவதற்கில்லாமல்போனது. நான் வீட்டை வெறுக்கத் தொடங்கிவிட்டேன். என்னால் ஒருகட்டத்திற்கு மேல் தாக்குப்பிடிக்க முடியவில்லை.

ஒருநாள் காலையில் பள்ளிக்கூடம் கிளம்பியபோதே நான் ஒரு முடிவுடன்தான் கிளம்பினேன். அதாவது மறுபடியும் வீட்டிற்கு வரக்கூடாது என்கிற முடிவெடுத்துவிட்டேன். என்னுடைய முடிவில் நான் உறுதியாக இருந்ததால் நான் யாருக்கும் தெரியாத ஓரிடத்திற்குப் போய்விட்டேன். என்னை ஊரெல்லாம் அலசிவிட்டனர். எங்கள் ஊரிலுள்ள பேருந்து நிறுத்தத்தை ஒட்டி ஒரு தையல்கடை உண்டு. நான் பேருந்தில் ஏறியதை கடையில் வேலை பார்க்கக்கூடியவன் பார்த்ததாகச் சொல்லிவிட்டான். அந்தப் பேருந்து நிறுத்தமானது வடக்கே செல்லக்கூடிய பேருந்துகளுக்கான நிறுத்தம். விசாரித்தவர்களிடம் அவன், துல்லியமாக நகரப் பேருந்தில்தான் நான் ஏறிப்போனதாகச் சொல்லிவிட்டான். ஆனால் எந்த ஊருக்குப் போகக்கூடிய பேருந்து என்று அவனுக்குத் தெரியவில்லை. எங்கள் ஊரைச்சுற்றிலும் எக்கச்சக்கமான கிராமங்கள் உண்டு.

கூடுமானவரையில் பக்கத்துக் கிராமங்களிலெல்லாம் சல்லடை போட்டு அலசிப்பார்த்தும் என்னைப் பற்றிய துப்புக்கூடக் கிடைக்கவில்லை அவர்களுக்கு. பிறகு, எப்படியோ கேள்விப்பட்டு நான் இருந்த இடத்தைத்தேடி என் அப்பாவும் இன்னும் சில ஊர்க்காரர்களும் வந்துவிட்டனர். அங்கே நான் டீக்கடையின் உள்ளே பரிசாரகனாகவும் இன்னும் பல எடுபிடி வேலைகளையும் செய்துகொண்டிருந்தேன். என் அப்பாவின் முகத்தைப் பார்த்ததும் நான் ஓடுவதற்குத்தான் முயற்சித்தேன். பிறகு, இனி தப்பிக்க முடியாதெனத் தெரிந்ததும் என் முயற்சியைக் கைவிட்டேன்.

அதன்பிறகு அடிக்கடி இப்படிக் கம்பி நீட்டத் தொடங்கினேன். நான் மிகத்தெளிவாக முதலில் போன ஊருக்குப் போனால் கண்டுபிடித்து விடுகிறார்களென, என் இடத்தை மாற்றிக்கொண்டேயிருந்தேன். இப்படி என்னை அடிக்கடித் தேடியலைவதை அவர்களுக்கு அலுப்பூட்டக்கூடிய செயலாக மாற்றிவிட்டேன். வீட்டில் சலித்துப் போய்விட்டனர். நான் கடைசியாக ஓடிவந்தது திருப்பூர். பத்தாம்

வகுப்புப் படிக்கும்போது வந்தது. இடையில் என் வீட்டோடு ஒரு தொடர்பும் கிடையாது.

எனக்கும் மரியாவுக்கும் முதலில் இம்மாக்குலேட் பிறந்தாள். அவள் வயிற்றிலிருந்த நான்கைந்து மாதத்திற்கு மட்டும்தான் மரியா கார்மெண்ட்ஸ் வேலைக்குப் போனாள். ஆனாலும் மெஷினில் உட்காரவில்லை. மடிக்கும் வேலையைப் பார்த்தாள். அதன்பின் போகவில்லை.

என் வருமானம் மட்டும் குடும்பம் நடத்தப் போதுமானதாக இல்லை. நாங்கள் இரண்டு வேளை சாப்பிட்டாலும் குழந்தைக்கு ஆகும் செலவை நிறுத்தமுடியாது. நான் மிகக்கடினமாக உழைத்தேன். இரண்டு ஷிஃப்ட்டுகள் ஓவர்-டைம் பார்த்தும் என்னால் சமாளிக்க முடியவில்லை. என் உடம்பும் வீணாகிக்கொண்டிருந்தது. கேரளாவுக்குப் போகலாம் என்றாள் மரியா. நான் தஞ்சைக்குப் போவதில்தான் உறுதியாய் இருந்தேன். நாங்கள் தஞ்சை வந்ததும் எங்களுக்கு ஒரு பையனும் பிறந்தான்.

## 02

ரொசாரியோவிடம் இப்படியொரு கதை இருப்பது நான் சற்றும் எதிர்பாராத ஒன்று. அந்த இரவில் நான் அவரது முகத்தையே பார்த்துக் கொண்டிருந்தேன். நேரம் பதினொன்றைக் கடந்திருந்தது. என் நண்பர்கள் என்னை அழைத்துப் பார்த்துவிட்டு ஓய்ந்து போயிருந்தனர். ரொசாரியோ தொடர்ந்தார்.

வெள்ளிக்கிழமை வந்துவிட்டால் கடல் பார்க்க வேண்டுமென நச்சரிக்கத் தொடங்கிவிடுவான் மராத்தான்-நாட்ச்-டோனி. கடல் மீது அவனுக்கு அளப்பரிய பிரியம் உண்டாயிற்று. குறிப்பாக அலையின் மீது. யாருக்குத்தான் இல்லை? ஒருமுறை டி.வி.யில் பார்த்ததிலிருந்து கடலை பற்றித் தனக்குள் ஒரு பிரம்மாண்டத்தைக் கட்டியெழுப்பி வைத்திருந்தான் போல.

சனி, ஞாயிறை குறிவைத்து மட்டும் அவன் நச்சரிப்பு நின்றுவிடவில்லை. தொடர்ச்சியாக இரண்டுநாள் பள்ளி விடுமுறையென்று தெரிந்தால் போதும். ஆரம்பித்துவிடுவான். இரண்டு வருடமாகத் தாங்காத நச்சரிப்புதான். இன்னொரு பக்கம் இம்மாக்குலேட்டும் நச்சரிப்பாள். என்றாலும், தன் தம்பி தன்னைக்

காட்டிலும் பிடிவாதக்காரன் என்பதால் அவனை நன்றாகத் திருகிவிடுவாள். அவனைத் தனியாக அழைத்துக்கொண்டுபோய், கடல் அப்படியிருக்கும், இப்படியிருக்குமென ஆசையைக் கிளப்பிவிடுவாள்.

தஞ்சைக்கு வந்ததும் நான் என்னுடைய பூர்வீக வீட்டைப் பார்ப்பதற்காக வலம்புரிக்குச் சென்றிருந்தேன். ஏரியாவே மாறிப் போயிருந்தது. நான் பலரையும் நினைவில் வைத்திருந்தேன் என்றாலும் ஒருவருக்கும் என்னைத் தெரியவில்லை. என்னுடைய பழைய வரலாறையெல்லாம் கிளறி அவர்களிடம் அடையாளப் படுத்திக்கொள்ள எனக்கு விருப்பமில்லை. திரும்பி நடையைக் கட்டிக்கொண்டிருந்தேன். என் எதிரே, சைக்கிளில் வந்த பென்னி மட்டும் என்னைத் துல்லியமாகக் கண்டுபிடித்துவிட்டான். நாங்கள் இருவரும் பால்ய நண்பர்கள். அவன் மூலமாகத்தான் எனக்குக் கூட்டுறவுப் பண்டக சாலையில் மூட்டை தூக்கும் வேலை கிடைத்திருந்தது. தற்காலிக வேலைதான். சொல்லிக்கொள்ளும் படியான வருமானம் கிடையாது. கைக்கும் வாய்க்கும் சரியாய் இருந்தது.

ஒரு சாலையோர புறம்போக்கு நிலத்திற்குப் பட்டா வாங்கிக் கொண்டு பத்துப் பதினைந்து குடும்பம் காலத்தை நகர்த்திக்கொண்டி ருந்தனர். நான் குடும்பத்துடன் அங்கே ஒட்டிக் கொள்ளலாமென என் மனைவியிடம் கேட்டேன். அவள் சம்மதித்தாள். கையிலிருந்த பணத்துடன் கொஞ்சம் வெளியில் கடன்வாங்கி வீடுபோல ஒன்றை உருவாக்கிக் கொண்டோம். எங்களுக்கு வாடகை மிச்சமாயிற்று. கரெண்ட்பில் மட்டும்தான். சாப்பாட்டுக்கென, அரிசிக்கும் கோதுமைக்கும் ஒருபோதும் தட்டுப்பட்டதில்லை. பிரிந்த மூட்டை, கொக்கி போட்டுத் தூக்கும்போது சிந்துவது, இன்னும்சில அனுசரிப்பு வேலைகளென மாதாந்திர உணவுத் தேவை பூர்த்தியாகிவிடும்.

அப்போது மராத்தான் இரண்டாவது படித்தான். இம்மாக்குலேட் ஐந்தாவது. எங்களது தகுதிக்குத் தகுந்ததுமான ஒரு மெட்ரிக்குலேசன் பள்ளியில் சேர்த்துவிட்டுவிடலாமென நான் ரொம்பவே மெனக் கெட்டேன். என் சிரமத்தைக்கண்ட மரியா, வேண்டாமென்று உறுதியாகச் சொல்லிவிட்டாள். ‘எல்லாம் நகராட்சிப் பள்ளியில் படித்தால் போதும். இன்னிக்கு உயர்ந்த உத்தியோகத்தில் உள்ளவர்களெல்லாம் மெட்ரிக்குலேஷன் பள்ளியிலா படித்தார்கள்?’ என்று என் வறுமைக்கு முட்டுக்கொடுத்தாள்.

நிலைமை இப்படியிருக்க... எதை மிச்சப்படுத்திக் குழந்தைகளுக்குக் கடலைக் காண்பிக்கக் கூட்டிப் போவது...? ஆனாலும் என் சிரமத்தைக் குழந்தைகளுக்குக் காட்டவிரும்பாத நானும் என் மனைவியும் அவர்களை ஏக்கப்படுத்தவில்லை. அப்போது இப்போதெனச் சாக்குபோக்குச் சொல்லிக்கொண்டே இருந்தோம்.

எனக்கு அந்த வருடத்தின் தீபாவளிப் பணம் ஒரு கணிசமான அளவிற்கு வசூலாகியிருந்தது. ஒவ்வொரு நியாயவிலைக் கடையிலும் மூட்டைகள் இறக்கும்போது அங்கிருக்கும் அதிகாரிகளிடம் வசூல் செய்ததது. அதை நான் முட்டையைப் போலப் பத்திரமாக வைத்திருந்தேன். அந்தத் தைரியத்தில் நான் என் குழந்தைகளிடம் வெகு சீக்கிரத்திலேயே நாம் கடல் பார்க்கப்போகலாமெனச் சொல்லியிருந்தேன். அவர்கள் ஆர்வமாக ‘எப்போ எப்போ’வென நச்சரித்துக் கொண்டே இருந்தனர். நான் சஸ்பென்ஸ் என்றேன். குழந்தைகள் கும்மாளமாகக் குதித்தனர். மரியாவுக்கும் எப்போது என்று தெரிந்துகொள்ள ஆவலாக இருந்ததுபோல. எப்போதென்று பிள்ளைகளுக்குச் சொன்னால்தான் என்ன...? என்றாள். எனக்கு அதன் பின்னர் இரகசியத்தைப் பாதுகாக்கவேண்டுமென்ற யோசனையில்லை. வரக்கூடிய கிறிஸ்துமஸ் கொண்டாட்டம் நமக்கு வேளாங்கன்னியில்தான் என்றேன். மரியா புருவமேட்டை உயர்த்தி கண்களை அகலமாகத் திறந்தாள். இம்மாக்குலேட் கையைத் தட்டிக்கொண்டே குதித்தாள். மராத்தான் உம்மணா மூஞ்சியாக, “அங்கே கடல் இருக்குமா” என்றான். “ஏய்... இருக்கும்டா...” என்றாள் இம்மாக்குலேட்.

எனக்கு ரொசாரியோவின் குடும்பம் குறித்து அநேக கேள்விகள் இருந்தன. அதற்கெல்லாம் தற்போது பதில் வந்துகொண்டிருந்தது. இப்போது நான் செய்யவேண்டியது ஒன்றுதான். ரொசாரியோ இடையூறுகளின்றிப் பேசுவதற்கு நான் அனுமதிக்கவேண்டும்.

## 03

எனக்கும் மரியாவுக்கும் 1993-க்குப் பிறகு கிறிஸ்துமஸ் நாள் என்பது ஒற்றைக் கொண்டாட்டத்துடன் முடிந்துவிட்டிருக்கவில்லை. இந்த நாளில்தான் நாங்கள் இல்லறம் புகுந்தோம். கொட்டியூர் செபாஸ்டியன் தேவாலயத்தில் மோதிரம் மாற்றிக்கொண்டு எளிமையாக முடிந்திருந்தது.

எந்த வருடத்திலும் இல்லாமல் இந்த 2004-ம் வருடம் எங்களுக்கு இன்னொரு வகையில் முக்கியத்துவம் வாய்ந்ததாக அமைந்தது. நாங்கள் முடிவு செய்திருந்தது போலவே வேளாங்கன்னி பயணத்திற்கு ஆயத்தமானோம். நாங்கள் 24-ந்தேதி பின்னிரவில் கிளம்பி, சனிக்கிழமை கிறிஸ்துமஸ் பிரார்த்தனைகளை முடித்ததும் ஞாயிறு முழுக்கக் கடற்கரையில் இருந்துவிட்டு அன்றைய இரவே வீட்டிற்குத் திரும்புவதெனத் திட்டமிட்டிருந்தோம். அதற்கான ஏற்பாட்டுடன் வெள்ளிக்கிழமை நள்ளிரவில் கிளம்பிய நாங்கள் மறுநாள் விடிவதற்குச் சிலமணி நேரங்களுக்குள் வேளாங்கன்னியை நெருங்கிவிட்டிருந்தோம்.

'அன்னையே...
தாயே...
ஆரோக்கிய மாதாவே...
அம்மா உன் அருட்கரங்கள்...
உலகை அணைக்கத் துடிப்பது போல்...
உன் திருக்கொடிதான்...
வானில்... எழில் திகழ்ந்திடவே... பறக்குதம்மா...
திசையெல்லாம்... மக்களை
வருக... வருகவென அழைக்குதம்மா...'

தேவாலயத்தைச் சுற்றிய அண்டவெளி முழுக்க மாதாவின் புகழ் பரவியது. தொடர்ச்சியாக இயேசுவின் பிறப்பையும் வாழ்க்கை வரலாற்றையும் குறித்த பாடல்கள் ஒலித்தவண்ணம் இருந்தன. தேவாலயக் கோபுரங்கள் வண்ண வண்ண விளக்குகளால் ஒளியூட்டப் பட்டிருந்தன.

நாங்கள் எங்களது பணவசதிக்கு ஏற்ற வகையில் ஒரு அறையைப் பிடித்துக்கொண்டு அங்கே குளித்துத் தயாராகிப் பக்தியுடன் அறையைவிட்டு வெளியே கிளம்பினோம்.

கிறிஸ்துமஸ் தாத்தா உடையணிந்தவர்கள் தங்களைச் சூழ்ந்து மொய்த்தவர்களை மகிழ்வித்துக் கொண்டிருந்தனர். 'மேரி கிறிஸ்மஸ்' என்கிற ஆங்கில வாசகம் எழுதப்பட்ட பெரிய துணிப் பதாகைகளைக் காற்றில் ஆட்டிக்கொண்டு எண்ணற்றோர் ஆரவாரித்தனர். இந்த வாசகம் பல வடிவத்திலுமாக அனைவரிடமும் காணக்கிடைத்தது.

மக்கள் கூட்டம் அலையெனத் தேவாலய முகப்பு மேட்டில் ஏறியபடி இருந்தன. நான் என் குடும்பத்துடன் மனமுருகி பிரார்த்தித்துக் கொண்டே நடந்தேன். விசாலமான அந்தத் தேவாலயக் கூடத்திற்குள் தலைமை பாதிரியாரின் முன்பாக வழிபாடுகள் நடந்துகொண்டிருந்தன.

எனக்கும் மரியாவுக்கும் ஆண்டவனிடம் பிரார்த்திக்க அநேக மிருந்தன. மராத்தானுக்கும், இம்மாக்குலேட்டுக்கும் கடல் மட்டும்தான் கோரிக்கை.

காலையிலேயே அறையில் கிளம்பிக்கொண்டிருக்கையில் ஆரஞ்சு நிறத்தில் மேலெழுந்த கதிரவனைச் சன்னல் வழியாகப் பார்த்த மராத்தானுக்கு முன்னைக் காட்டிலும் கடலைப் பற்றிய அதீதமான கற்பனையும் பிரம்மாண்டமும் விரிந்து நின்றன. அவன் அதுபற்றிய கேள்விகளாக அடுக்கிக்கொண்டே இருந்தான். நாங்கள் பழைய கோவில், மியூசியம் எனச் சுற்றிமுடிக்கையில் மாலை ஆறு மணியைத் தாண்டிவிட்டது. பிறகு, அறைக்குச்சென்று ஓய்வெடுத்துவிட்டுத் தூங்கலாம் என்று பிள்ளைகளைச் சீண்டினேன். அவர்கள் விடவில்லை. நாங்கள் கடலுக்குப் போயே ஆகவேண்டுமென வம்படியாக நின்றனர். இத்தனை தூரம் வந்துவிட்டு, கால்நடை தூரத்திலுள்ள கடலைக் காண்பிக்கத் தாமதப்படுத்துவதில் எனக்குச் சம்மதமில்லை. நாங்கள் கடலுக்குப் போனோம். குழந்தைகள் தங்களது பிரியத்திற்கு விளையாடினர். நாங்கள் எங்களது இரவு உணவையெல்லாம் கடற்கரையிலேயே முடித்தோம். அன்றைக்கு இரவு ஒன்பதரை சுமாருக்குக் குழந்தைகள் உறங்கியதும் அவர்களைத் தூக்கிக்கொண்டு நானும் மரியாவும் அறைக்குத் திரும்பினோம்.

அன்றைக்கு லேசான மழை. பகலெல்லாம் சூரியன் மந்தமாக இருந்தது. ஏறத்தாழ சூரியன் தென்படவே இல்லை. திட்டமிட்டபடி மறுநாள் காலையிலும் நாங்கள் கடலுக்குக் கிளம்பினோம். நாங்கள் மட்டுமல்ல. கடற்கரையைநோக்கி மாபெரும் மக்கட்படை திரண்டு போனது. அன்றைக்கு அலைகள் வழக்கத்தைக் காட்டிலும் கூடுதலா கவே கரையை நோக்கி வருவதாக கடலுக்குப் பழக்கப்பட்டவர்கள் பேசிக்கொண்டனர். ஆனால் அந்தக் கடை வியாபாரிகள் அதை விபரீதமான செய்தியாகச் சொல்லவில்லை. கடலின் வழக்கமான சீற்றமாகத்தான் கருதினர். நாங்களும் அதைப்பற்றி விபரீதமாக நினைக்கவில்லை. நாங்கள் வழக்கமான மனநிலையுடன் கொண்டாடினோம். மராத்தானுக்கும் இம்மாக்குலேட்டுக்கும்

எல்லையற்ற குதூகலம். அவர்கள் அலையுடன் ஆட்டம் போட்டனர். சற்றுக் கூடுதலான அலைக்கு, கடற்கரையிலிருந்த நாங்கள் இன்னும் ஒருபடி கரையை நோக்கி உற்சாகமாக ஓடினோமேதவிர, அதன் விபரீதம் பற்றி யோசிக்கவில்லை அப்போது நாங்கள் யாரும் எதிர்பாராத வகையில் ஆக்ரோஷமாக ஓர் அலை கரையை நோக்கிச் சீறியது. அதன்பிறகு நாங்கள் கரைப் பகுதியின் பாதிக்கும் மேலே ஒரு கடையை ஒட்டிய பகுதியில் நின்றுகொண்டிருந்தோம். கடற்கரைப் பகுதிகளில் எந்தவித முன்னறிவிப்புகளும் உஷார்நிலை குறித்த அறிவிப்புகளும் இல்லை யென்பதால் நாங்கள் அந்த அலை சற்றுநேரத்தில் சாந்தப்பட்டுவிடும் என்று நின்றுகொண்டிருந்தோம். ஆனால் அந்த அலையானது சிலரை மட்டும் கடலுக்குள் இழுத்துக்கொண்டது. அவர்கள் அடுத்தடுத்த அலைகளில் கரைக்குக் கொண்டுவரப்படுவார்கள் என்றுதான் நாங்கள் நினைத்தோம். அது நடக்கவில்லை. மாறாக, நாங்கள் நிதானிப்பதற்குள் மூர்க்கமான மற்றொரு அலை கரையின் பெரும்பகுதியை ஆக்கிரமித்துச் சுருட்டிக்கொண்டு போய்விட்டது. மறுபடியும் நாங்கள் நிதானிப்பதற்குள் அடுத்தடுத்த அலை.

அதன்பிறகு எத்தனை நேரம் கழித்தோ நான் ஒரு மரப் பெஞ்சிக்குள் முக்கால் மயக்கத்துடன் தாறுமாறாக முனகிக்கொண்டு கிடந்தேன். என்னை ஒருவர் உலுக்கி எழுப்பினார். நான் என் மனைவி மற்றும் குழந்தைகளின் பெயரைச் சொல்லிக்கொண்டு எழுந்தேன். என்னைச் சுற்றிலும் மனித உடல்களும் அலங்கோலமான கடற்கரையுமே தெரிந்தன.

பலமணி நேரத்திற்கு முன்புவரை இருந்த கோலாகலம் அப்போது இல்லை. என்னைச் சுற்றிலும் உருக்குலைந்து கிடந்தன. கடற்கரையை ஒட்டிய சின்னச் சின்னக் குடிசைகள் கடைகள் இருந்த இடங்கள் தெரியவில்லை. சின்னச் சின்னச் சிமெண்டு கட்டிடங்கள் இடிந்துகிடந்தன. கடைத்தெருவில் கடைகள் இருந்ததற்கான சுவடுகள் கூடக் கிடையாது. கடலுக்குள்ளிருந்த சில அதிசயப் பொருட்கள் கரையொதிங்கிக் கிடந்தன. எங்குப் பார்த்தாலும் மனித உடல்கள். உறவினர்களாலும் அடையாளம் கண்டுபிடிக்க முடியாதவகையில் உருவங்களைச் சிதைத்துப் போட்டிருந்த பிணங்கள்தான் திக்காலுக்குத் திக்காலாகக் கிடந்தன. அன்றைக்குக் கடல் ஏறக்குறைய ஒரு போர்க்களத்தைப் போலக் காட்சியளித்தது.

அலையானது கடலுக்குள் சென்றுவிட்டாலும் கொந்தளிப்பு அடங்கவில்லை. இந்தச் சீற்றம் இங்கே மட்டுமல்ல... சுமத்திரா தீவில்

வெடித்ததெனவும், இதன் பாதிப்பு இந்தோனேஷியா, இலங்கை, மலேசியா, எனத் தெற்காசிய கடற்கரை பகுதியை முடிந்தமட்டும் காவு வாங்கியிருக்கிறதென அறிவித்துக் கொண்டிருந்தனர். நான் சற்று நிதானமடைந்து எழுந்தேன். என்னால் நடக்க முடியவில்லை. இரண்டு கால்களிலும் பலத்த உள்காய வலி. நான் தட்டுத் தடுமாறி நடந்தபடி கடற்கரையிலுள்ள பிணங்கள் ஒவ்வொன்றாகப் புரட்டிப் பார்த்தேன். என்னுடைய இரத்தத்தில் ஒரு துளியையும் என்னால் கண்டுபிடிக்க முடியவில்லை. லேசான மழைவேறு என்னை அச்சுறுத்தியது. என் உடலில் ஒருசொட்டு நீர் பட்டாலுமே எனக்கு அமிலத் தாக்குதல் போலச் சுருக்கென்றது. நான் அந்தக் கடற்கரை மணலில் இரண்டு கோடியிலும் தேடாத பிணங்கள் கிடையாது. நான் மிகவும் சோர்வுற்றுப் போனேன். ஆங்காங்கே யார் யாரோ ரொட்டியும், டீயும் கொடுத்துக் கொண்டிருந்தனர். சக்தியிழந்திருந்த எனக்கு அது தேவையென நினைத்தேன். காரணம் என் குடும்பத்தைத் தேடுவதற்காகவாவது நான் நடமாடவேண்டும். நான் ரொட்டித் துண்டை வாயில் வைத்தபோது, வாய் முழுக்க மணல் அடைத்துக்கிடந்த ஒரு குழந்தையின் முகம் என்னை அச்சுறுத்தியது. நான் குலுங்கி அழுதேன். என்னைப் போலவே அதிர்ஷ்டவசமாகத் தப்பித்தவர்கள் என்னை விடவும் மிகமோசமான மனநிலையுடன் அழுது புலம்பியபடி எங்கெங்கோ நடந்து கொண்டிருந்தனர். அவர்களில் அநேகமானோர் கடலை நோக்கியே நடந்தனர். சிலர் தலைவிரி கோலமாக நெஞ்சிலும் தலையிலும் அடித்துக்கொண்டு அழுதனர். அவர்களில் அத்தனைபேரும் மணலை கை நிறைய அள்ளி வீசி கடலை சபித்தனர்.

அன்றைக்கு நான் என் உடலுக்குத் தேவையான சக்தியை ஏற்றிக்கொண்டு மாலை ஆறுமணி வரையிலும் என் குடும்பத்தைத் தேடினேன். என் கால்கள் எங்கெல்லாம் நடந்ததோ அங்கெல்லாம் தேடினேன். இறுதியாக நான் தேவாலயக் கூடத்திற்குள் தேடுவதற் கென வந்தேன். கூடுமானவரையில் நிலத்தையும் உடைமைகளையும் விழுங்கிக்கொண்ட அலையானது தேவாலயத்தையும் விட்டுவைக்க வில்லை. அந்தப் பெரிய கூடம் முழுக்க நீரால் சூழ்ந்திருந்தது. அதன் சுவற்றைப் பார்த்தபோது எந்த அளவிற்குத் தண்ணீர் ஏறியிருந்தது என்பதைக்கண்டு நான் அதிர்ச்சியடைந்தேன். தற்போது அந்த நீர் சன்னமாக வடிந்துகொண்டிருந்தன.

அன்றைய மாலைக்குப்பிறகு இருட்டத் தொடங்கியதும் இனி தேடிப் புண்ணியமில்லையென நான் மட்டும் நாங்கள் தங்கியிருந்த அறையை நோக்கி நடந்தேன். அந்த அறை வளாகத்திற்கு வெளியே

இடிந்த நிலையிலிருந்த ஒரு சுவற்றுக் கட்டியில் முதுகைத் திருப்பிக் கொண்டு ஒரு குழந்தை உட்கார்ந்திருந்தது. அதனிடம் அசைவில்லை. அவள் பூமியை வெறித்துப் பார்த்துக்கொண்டிருந்தாள். நான் ஆர்வமாக ஓடிச்சென்று அவள் தோளைத்தொட்டு உலுக்கினேன். அவள் தலையை மட்டும் திருப்பினாள். பார்வையில் அச்சமும், இன்னதென வரையறுக்க முடியாத நடுக்கமும் இருந்தன. எனக்கு அவள் என் மகள் இம்மாக்குலேட் இல்லையென்றதும் சோர்வானது. நான் மண்டியிட்டுத் தரையில் பொத்தெனச் சரிந்தேன். அப்போது எனக்குச் சட்டென வேறு ஏதோ உதித்தது. மறுமடியும் அவளைப் பார்த்து உன் பெயரென்ன? என்றேன். தன் காதுகளை அடைத்துக் கொண்டவள், 'வீல்...' என அடித் தொண்டையால் கத்தினாள். எனக்குத் தூக்கிவாரிப்போட்டது. என்றார். நான் அமைதியாக இருந்தேன்.

## 04

எனக்கும் யமுனாவுக்குமான காதலானது எங்களால் எந்த வகையிலும் கட்டுப்படுத்தமுடியாத வகையில் வளர்ந்துவிட்டன. குட்மார்னிங்கில் ஆரம்பித்தது. இப்போது அந்தச் சம்பிரதாய வார்த்தைகளெல்லாம் வழக்கொழிந்துவிட்டன. தினமும் நாங்கள் ஒருமணி நேரமாவது பேசிவிடவேண்டுமென்கிற இடத்திற்கு வந்துவிட்டோம். எங்களுக்குள் நேரில் சந்தித்துப் பேசுவதற்கு வாய்க்காது! அப்படிச் சந்திக்க நேரிட்டாலுமே தனிப்பட்டமுறையில் எதுவும் பேசுவதற்கில்லை. ஆகையால் நாங்கள் கடந்த ஒருமாதத்திற்கும் மேலாக இரவு பத்து மணியைத் தாண்டிய நேரங்களில் ஃபோனில் பேசிக்கொண்டிருக்கிறோம். யமுனாவின் அப்பா ஒன்பது மணிக்கெல்லாம் கையில் டார்ச் லைட்டைத் தூக்கிக்கொண்டு வேலைக்குக் கிளம்பியதும், கட்டற்ற சுதந்திரத்துடன் என்னை அழைக்கக் காத்திருப்பாள். நானும் என் குடித்தனத்தை மாடிக்கு மாற்றிக்கொள்வேன். எங்களுக்குள் விடிய விடிய பேசுவதற்கு எந்தக் கட்டுப்பாடும் இல்லையென்றாலும் யமுனா தன் எல்லையைச் சொல்லிவிடுவாள்.

இப்படிப் பேசிக்கொண்டிருந்த ஒருபோது யமுனா எங்கேயாவது வெளியே போகலாமா என்றாள். முதலில் அவள் என்னைச் சீண்டுவதற்காகத்தான் கேட்கிறாள் என்று நினைத்தேன். பிறகு,

அடுத்தடுத்த நாட்களிலும் இதே கோரிக்கையை முன்வைத்தாள். நான் சுதாரித்துவிட்டேன். அதன் பிறகு நான் இந்தக் கோரிக்கையை விளையாட்டாகக் கருதவோ அலட்சியப்படுத்தவோ முடியாது. நான் அவளது கோரிக்கைக்குச் செயல்வடிவம் கொடுப்பதற்கான பேச்சுவார்த்தையை அவளிடம் நடத்தினேன். அது குறித்து நாங்கள் எங்கே செல்வதென்று கலந்துரையாடினோம். இரண்டு நாட்கள் கழிந்துவிட்டன. அப்போது வாரத்தின் இறுதி நாட்கள் நெருங்கிக் கொண்டிருந்தது. சட்டென நான் அவளிடம் சொல்லிவிட்டேன். எங்கே போவதென்று பின்னால் பார்த்துக் கொள்ளலாம். முதலில் என்றைக்குப் போவது என்பதைத் திட்டமிடுவோம் என்று. அவள் தனக்கு அந்தச் சனிக்கிழமை தோதான நாள் என்றாள். நானும் அந்த நாளை எனக்குச் சாதகமான நாளாகவும் வேலை நாளாகவும் கட்டமைத்துக் கொண்டுவிட்டேன்.

யமுனா நல்ல உயரம். அடர்த்தியான புருவம். பெரிய கண்கள். கூர்மையான மூக்கு. மாநிறம்தான் என்றாலும் நல்ல மினுமினுப்பான தோல். அடர்நீல அனார்க்கலி சல்வார் கம்மீஸில் அமர்க்களமாகக் கிளம்பி வந்திருந்தாள். அந்தப் பேருந்து நிறுத்தத்தில் அவள் வழக்கமாகச் செல்லக்கூடிய பேருந்தை விட்டுவிட்டு நின்றாள். நான் எதிரேயுள்ள தேநீர்க்கடையில் நின்றுகொண்டிருந்தேன். அடுத்ததாக வந்த பேருந்தில் அவள் ஏறியதும் நானும் அங்கிருந்து என்னுடைய பைக்கில் ஏறிக்கொண்டேன்.

அவள் கொடிமரத்து மூலை பேருந்து நிறுத்தத்தில் இறங்கி துப்பட்டாவால் தலையை மூடிக்கொண்டு நான் காத்திருப்பதாகச் சொல்லியிருந்த இடத்தை நோக்கி வந்து என் பைக்கில் ஏறிக் கொண்டாள். முதலில் நான் அவளது ஆடை குறித்துப் பெருமையாகச் சொன்னேன். நன்றி என்றவள், கிறிஸ்துமஸுக்கு எடுத்ததாகவும், இதுவரையில் தான் எடுத்த உடைகளிலேயே இதுதான் மிகவும் விலையுயர்ந்தது என்றும் சொன்னாள். நான் அங்கிருந்த ஒரு குறுக்குச் சாலையைப் பிடித்து மிகவும் கம்மியான வேகத்திலேயே பைக்கைத் திருகிக் கொண்டிருந்தேன்.

நான் அவளிடம், உன் அப்பாவிடம் என்ன சொல்லிவிட்டு வந்தாய் என்றேன். வேலைக்குச் செல்வதாகத்தான் என்றாள். ஏஜென்ஸியில் என்ன சொல்லப்போகிறாய் என்றேன். அங்கே லீவு சொல்லிவிட்டதாகச் சொன்னவள், இதைப்பற்றி இனி பேசவேண்டாம் என்றாள். நான் சிறிது தூரம் அமைதியாகவே வந்தேன். பிறகு, எதைப் பற்றிப் பேசவேண்டாம் என்றாய்

என்றேன். நான் என் அப்பாவிடம் பொய் சொல்லிவிட்டு வந்ததை நினைத்தால் எனக்கு அருவெறுப்பாக இருக்கிறது என்றாள்.

எப்படியான கழுத்தறுப்பையும் எளிதில் கடந்துவிடக்கூடிய ஒன்றில் காதலுக்கும் இடமிருக்கத்தான் செய்கிறது என்றேன்.

இதே கருத்தை எனது சிந்தனைக்குட்பட்ட வார்த்தைகளால் முணுமுணுத்துக்கொண்டுதான் உன்னுடன் உட்கார்ந்திருக்கிறேன் என்றாள். கழுத்தறுப்பெல்லாம் ஒன்றுமில்லை. சிறிய கீறல்தான். காலப்போக்கில் ஆறிவிடுமென அவளது சிந்தனைக்குள் புகுந்து வசியப்படுத்தினேன். என் அப்பாவிற்கு உன்னைப்பற்றி நல்ல அபிப்ராயம் உண்டு என்கிற சமாதானமொன்று போதும் இப்போதைக்கு என்றாள்.

என்னைப் பெருமையாகக் கருதினேன்.

இப்பொழுது நாம் எங்கே போகிறோம் என்றாள்.

உன் விருப்பம் என்றேன்.

எனக்கு இந்தச் சுற்றுவட்டாரத்தின் சிறப்புமிக்க இடங்களென்று எதுவும் தெரியாது. நான் எங்கேயும் போனதில்லை. கல்லூரி படித்துக் கொண்டிருந்தபோது தோழிகளுடன் சேர்ந்து, அதிகபட்சமாக, பெரிய கோவில், பூங்கா, சரஸ்வதி மஹால் சென்றதோடு சரி என்றாள்.

அவளது விருப்பத்தையும் கலந்தாலோசித்த வகையில் எங்களது இன்றைய திட்டமென்பது, முதலில் கங்கைகொண்ட சோழபுரம் போகலாம் என்பதுதான். பிறகு, தூரம், நேரத்தைத் தின்றுவிடும் என்பதால் அது இன்னொரு நாளைய திட்டமென்று தள்ளிவைக்கப் பட்டது.

எங்களுக்குள் இப்போது கல்லணை என்று இறுதியானது. அந்த வகையில் நாம் கல்லணை தான் போகிறோமா? என்றாள். ஆமாம் என்றேன். அப்போது நான் ஒரு பேரூராட்சிக்கு உட்பட்ட பகுதியிலிருந்து உள்கிராமங்கள் நிறைந்த ஒரு பாதையைத் தேர்ந்தெடுத்துப் போய்க்கொண்டிருந்தேன். நாங்கள் போகவேண்டிய இடத்திற்கு அங்கிருந்து எப்படியும் இருபது கிலோமீட்டருக்குக் குறையாத தூரம். இந்தப் பாதையில் ஒன்றிரெண்டு பேருந்துகள் போகும்தான் என்றாலும் ரோடு என்ற வரையறைக்குள் அடங்காத குண்டும் குழியுமான செம்மண் சாலை அது. ஓயாமல் பிரேக் பிடித்துச் செல்லவேண்டிய நிர்பந்தம் என்றாலும் யமுனாவை

பின்னால் வைத்துக்கொண்டு என்னால் அப்படி முடியாது. அவளது ஏஜென்ஸிக்கு அழைத்துக் கொண்டுபோக நேரிட்ட ஒருபோது எதிர்பாராத விதமாகப் பிரேக் பிடித்து வாங்கிக்கட்டிக் கொண்டிருந்ததால் அவளை பைக்கில் ஏற்றியதிலிருந்தே நிதானமாகத்தான் போய்க் கொண்டிருந்தேன்.

அந்தக் குறுகலான சாலையில் பங்காளி சண்டையிலிருந்த ஆட்டுக்குட்டியில் ஒன்று என் பைக்கை நோக்கிப் பாய்ந்துவிட்டது. சட்டென நான் பிரேக்கை அழுத்தினேன். யாரோ தள்ளிவிட்டதைப் போல யமுனா என் முதுகில் சரிந்தாள். பைக் நின்றதும் எஞ்சினும் நின்றுவிட்டது. பிறகு, வண்டியைக் கிளப்பியதும் வழியில் வந்த முதியவரொருவரிடம் வழிகேட்டுக்கொண்டேன்.

## 05

எங்களுக்கு அந்த முதியவர் வழிகாட்டிய நான்கு கிலோமீட்டர் தூரமும் ஆற்றின் கரையை ஒட்டிய சாலைதான். நாங்கள் அதில் பயணித்துக் கல்லணையில் ஏறிக்கொண்டோம். நாங்கள் அந்தப் பாலத்தில் ஏறுவதற்கு முன்னரே எண்ணுவதற்கு முடியாத அந்த அணையின் மதகுத் தூணின் பிரம்மாண்டம் குறித்து யமுனா என்னிடம் வியந்து பேசிவிட்டு அதன் வரலாறு குறித்துப் பாடப் புத்தகங்களில் படித்திருப்பதாகச் சொன்னாள். மேலும் அவள் தன்னைச் சுற்றிலும் உள்ள காட்சிகளை ஆழ்ந்து ரசித்தாள். ஆனால் அவள், அணைக்கட்டில் தேங்கியிருந்த பரந்த நீர்ப்பரப்பை பார்க்கையில் தனக்குத் தலைசுற்றுவதாகச் சொன்னாள். நான் அவளிடம் அதற்கான காரணத்தைக் கேட்டபோது, எதனாலென்று தெரியவில்லை என்றாள்.

ரொசாரியோவின் வரலாற்றைக் கேட்டவகையிலும், என் அனுமானத்திற்கு உட்பட்ட வகையிலும் எனக்கு அவளது பிரச்சினையைப் புரிந்துகொள்ளமுடிந்தது. மேற்கொண்டு நான் அவளிடம் வேறு எதையும் கேட்கவில்லை.

நான் அந்தப் பாலத்திலிருந்து பூங்காவை நோக்கி நடக்கலாம் என்றேன். அவள் சம்மதித்தாள். நான் பைக்கை தள்ளிக்கொண்டு நடந்தேன். அவளது முகத்தில் பய உணர்ச்சி இருந்தது. ஏன் என்றேன். ஆட்டுக்குட்டி அடிபட்டிருந்தால் அங்கே நாம் அடி

வாங்கியிருக்கக் கூடுமோ என்றாள். நான் சிரித்துக்கொண்டபடி இதற்கெல்லாமா பயப்படுவது என்றேன். அது மட்டுமில்லை. யாராவது தெரிந்தவர் கண்ணில் பட்டால்...? அப்பாவிற்குச் செய்தி போய்விட்டால்..? என்றாள். நான் அவளிடம் துப்பட்டாவை போட்டுக்கொள் என்றேன். அப்போது நாங்கள் பூங்காவின் நுழைவு வாயிலுக்கு வந்திருந்தோம். பிறகு, வெளியிலேயே பைக்கை நிறுத்திவிட்டு உள்ளே நுழைந்தோம்.

தினமும் நாங்கள் ஃபோனில் பேசியிருந்தாலுமேகூட ஊர்க் கதைதான் ஓடும். அல்லது அவள் எதைப் பேசினாலும் நான் 'ம்ம்' போடுவதை மட்டும்தான் செய்து கொண்டிருந்தேன். நாங்கள் எங்களைப் பற்றிய தனிப்பட்ட விவரங்கள் எதையும் பகிர்ந்துகொண்டதில்லை. குந்தவை நாச்சியார் கல்லூரியில் படித்தாள் என்பது மட்டும் தான் எனக்குத் தெரியுமே ஒழிய, என்ன படித்தாள் என்பதெல்லாம் தெரியாது. நான் அதைத் தெரிந்துகொள்ளும் நோக்கில்,

“என்ன படிச்ச” என்றேன்.

தன்னை முக்கியத்துவப்படுத்தாத கேள்வியென உணர்ந்தவள், என்னை எடக்கான தோரணையில் கண்களை உருட்டிப் பார்த்துவிட்டு, “தெரியாதா? பி.எஸ்.ஸி. பாட்டணி” என்றாள். பிறகு, “அது பேரு என்ன தெரியுமா? என்றாள்.

நான் “எது?” என்று திருதிருவென விழித்தேன்.

“அல்பிஜியா லெப்பேக்” *(Albizzia lebbeck)* என்றாள். மறுபடியும் எனக்கு எதுவும் புரியவில்லை. பிறகு அவளே “அது வாகை மரத்தின் தாவரப் பெயர்” என்றாள்.

“ஓ... நீ பாட்டணி ஸ்டூடன்ட்டுன்னு நிரூபிக்கிறியாக்கும்... கரெண்ட்லயே முடிச்சிட்டியா... ஏதும் இருக்கா?” என்றேன்.

“ஹலோ... எங்களப் பாத்தா அரியர் வைக்கிற மாதிரி தெரியுதா? அத்தன செமஸ்டர்லயும் ஃபர்ஸ்ட் கிளாஸ். தெரியுமோ?” கையால் தன் முகத்தை விசிறிக் கொண்டாள்.

நான் வியப்பான தோரணையில் தோள்பட்டையை உலுக்கிக் கொண்டவாறு, “பி.ஜி.படிக்கலையா?” என்றேன்.

உதட்டைப் பிதுக்கினாள்.

“ஏன்”

“அப்பா கஷ்டப்படுறார்ல. பி.ஜி. படிச்சா மட்டும் வேல கெடச்சிருமா? பணமில்லாம எவந்தருவான் வேல”

“குரூப் 4 ஏதும் எழுதினியா?”

“அதுக்கெல்லாம் படிக்க எங்க நேரமிருக்கு. நல்ல பையனா பாத்து தள்ளிவுட்டுட்டா வேல முடியும்னு சொல்லிக்கிட்டே இருக்காரு அப்பா” என்றாள்.

“மாப்ள பாத்துட்டு இருக்காரா?”

“ஜெயிலுக்குப் போனார்ல... அதுக்கும் முன்னாடி திருக்காட்டுப் பள்ளியிலேருந்து ஒருத்தவய்ங்க வந்தாய்ங்க. பூண்டிமாதா கோவில்ல ஹோட்டல் வச்சிருக்காய்ங்களாம். நல்ல வசதியாம். நெலம், கடையெல்லாம் இருக்காம். பெரிய குடும்பமாம். அங்க போனா ஆயா வேலதான் பாக்கணும்போல. விசாரிச்சுட்டு அப்பாவே வேணாம்னு சொல்லிட்டார்”

“ம்ம்ம். அதுக்கப்புறம் ஒண்ணும் வர்லியா?” என்றேன்.

“தெரியில. ஒண்ணும் பாக்கலன்னு நெனைக்கிறேன். நா எப்டி அதெல்லாம் அவர்ட்ட கேக்கறது”

“அப்டி ஏதும் செட்டாகிடுச்சின்னா. செட்லாகிடுவியோ?” என்றேன்.

“விதி அப்டி இருந்தா செட்லாயிட வேண்டியதான்” முறுவலித்தபடி கண்களை என் பக்கமாக உருட்டினாள். அதன்பிறகு சிறிது நேரத்திற்கு எங்களுக்குள் பேரமைதி நிலவியது. என்னதான் நான் அவள் மீதான காதலை ஆழமாக ஊன்றிவிட்டதாக நினைத்தாலும் அவளது இந்த எதார்த்த நிலைப்பாடு குறித்த பதில் என்னைக் கவலையுறச் செய்தது. நான் ஒருகணம் கடந்த நாட்களின் எங்களது உரையாடலையெல்லாம் அசைபோட ஆரம்பித்திருந்தேன்.

ராமலதாவிற்கும் எனக்கும் இடையில் ஆழமான காதல் ஊடுருவியிருக்கவில்லையென்றாலும் அந்த உன்னதத்தை நிகழவிடாமல் தடுத்ததற்கு விதி என்கிற சதியாட்டம்தான் காரணமாக இருக்கவேண்டுமென, நான் நம்பக்கூடிய தருணமாய் இது இருந்தது. அந்த ஆட்டம் இங்கேயும் நிகழ்ந்துவிடுமா என்று பயந்தபடி உட்கார்ந்திருந்தேன்.

பிறகு சொன்னாள். “அப்டீலாம் நெனச்சிருந்தா உன்கூட வண்டியில ஏறியிருக்க மாட்டேன்”

அவள் தன் வாழ்க்கையை, விதியை முன்னிறுத்திப் பேசியதற்குப் பிறகு நான் குழப்பத்திலும் ஆழ்ந்த யோசனையிலும் இருந்தேன். ஆகையால் அவள் இறுதியாக என்ன சொன்னாள் என்பது எனக்குப் புரியவில்லை. அல்லது அந்தச் செய்தியை நான் சரியாகக் காதில் வாங்கவில்லை. நான் உள்வாங்கிக்கொண்டதுவரை யோசித்தேன்.

தான் கேட்டிருந்த கடைசிக் கேள்விக்கும், இடைப்பட்ட நேரத்தில் நிலவிய மௌனத்திற்கும், அதன் பின்னராக அவள் சொன்னதையும் ஒப்பிட்டுப்பார்த்தேன். நேரடியான சம்மதம் இல்லாவிட்டாலும் ஏதோ சூசகமாக இருப்பதாகத்தான் என்னால் புரிந்துகொள்ள முடிந்தது. அந்த உணர்ச்சிமிகுதியில் நான் எதையாவது உளறிக்கொட்டி தற்போதைய சூழலைக் கெடுத்துக்கொள்ள வேண்டாமெனக் கம்மென்று இருந்தேன்.

என் உற்சாகக் குறைவினைக்கண்ட யமுனா, "யோவ்... என்னய்யா... ஊருமுழுக்க ஓட்டுக்கு பணத்தக் குடுத்தானுவ. எலெக்சன நிறுத்திப்புடுச்சே தேர்தல் ஆணையம் இப்புடி?" என்றாள்.

நான் வாயிலிருந்த காற்றை ஊதிக் கடத்தியபடி "ம்ம்ம்..." என்று உதட்டைப் பிதுக்கினேன்.

"திரும்பி வந்து பணத்த கேப்பாய்ங்களோ...?" என்றாள்.

"எப்டி கேப்பாங்க. குடுத்தது குடுத்ததுதான்"

"இவ்ளோ காசு எங்கத்தான் இருக்குமோ! திரும்பத் தேர்தல் வர்றப்போ அப்ப ஒருவாட்டி குடுப்பாங்கதானே...?" என்றாள்.

"குடுப்பாங்க. குடுப்பாங்க. ஜெயிக்கணும்ல" என்றேன்.

"நீ வாங்குனியா பணம்?" என்றாள்.

"வீட்ல குடுத்துருப்பாங்க" என்றேன்.

"ஏய். வயிறு பசிக்கிற மாதிரி இருக்குப்பா. ஏதாவது வாங்கித் தரியா" என்றாள்.

அப்போது நேரம் ஒன்றைத் தாண்டியிருந்தது. நாங்கள் சாப்பிடு வதற்காகப் பூங்காவிலிருந்து வெளியே வந்தோம். கம்மியான விலையில் வீட்டுச் சாப்பாடுபோல இருந்த ஓரிடத்தில் எங்களது மதிய உணவை முடித்துக்கொண்டோம். அங்கிருந்து வெளியில் வந்தபோது. எங்களை இணைத்து நல்ல வார்த்தையொன்றைச் சொல்லிக் கடந்தாள் ஒரு முதியவள்.

•

என் உயரம். யமுனாவைக் காட்டிலும் நான்கைந்து அங்குலம் அதிகம். ஒல்லியான உடற்கட்டு கொண்டவனென்றாலும், யமுனா வுடன் சேர்த்துப்பார்த்தால் அந்த முதியவளின் நல்ல வார்த்தையை யாராலும் மறுதலிக்க முடியாது.

நான் யமுனாவிடம் கரிகாலச் சோழனின் மணிமண்டபம் போகலாம் என்றேன். அவள் வாய்திறக்கவில்லை. பூமியைப் பார்த்த தலையை உயர்த்தாமல் போகலாமே... என்றாள். அவளது முகத்தில் வெட்கம் அடைந்திருந்ததை நான் கண்டுபிடித்தேன். இதற்கு அந்தப் பாட்டியின் வார்த்தைதான் காரணமாக இருக்கமுடியும்.

அந்த மணிமண்டபத்திற்குள் நாங்கள் ஒருமணி நேரத்திற்கும் மேலாகச் சுற்றிப் பார்த்துவிட்டு வெளியில் வந்ததும் "உன்னிடம் ஒண்ணு கேட்கணுமே" என்றேன்.

"பேசத்தானே இங்கே வந்தோம். கேளு" என்றாள்.

"திட்டமாட்டியே"

"அது கேள்வியப் பொறுத்து"

என்ன அர்த்தத்தில் கேள்வியைப் பொறுத்து என்று சொன்னாள் என்பது எனக்குத் தெரிந்தது. நான் கேட்டேன்.

"நீ என்ன ராசி"

"யாருக்குத் தெரியும்"

"நட்சத்திரம்?"

"பேரே தெரியாதவகிட்ட இனிஷியல் கேட்டா எப்டி சொல்வா? அடுத்தக் கேள்வி என்ன...? என்ன ஜாதின்னு கேக்க போறியா?"

"இல்ல"

"ஏன் இந்தக் கேள்வியெல்லாம் கேட்கற இப்போ"

"நீ தானே சொன்ன. பேசத்தானே வந்துருக்கோம்னு...?"

"சரி. இன்னும் என்னெல்லாம் கேட்கணும்? கேளு" என்றுவிட்டு மணிக்கட்டை விசிறினாள்.

"உன்னோட டிஸ்சார்ஜ் சம்மரில இனிஷியல் வேற இருந்துச்சே ஏன்?"

# 06

சில மாதங்களுக்கு முன்னதாகவே என் அப்பாவும் அம்மாவும் தீவிரமான ஆலோசனைக்குப் பின்னர் என்னுடைய ஜாதகத்தைக் கையிலெடுத்துவிட்டனர். அதை அலசி ஆராய்ந்த எங்களது குடும்ப ஜோசியர், ஒன்றரை வருடத்திற்குக் கல்யாண திசை இருப்பதாகவும், இந்தக் காலக்கட்டம் மிகவும் உத்தமமானது என்றும் சொல்லியிருந்தார். அது நிமித்தம் தேடுதல் வேட்டையில் ஈடுபட்டிருந்தவர்களுக்குப் பெரும்பாலும் பொருத்தமில்லாத வரன்கள் வரவே, அந்தப் பொறுப்பு முழுக்க என் அக்காவிற்குக் கைமாறியது. அவள் மூலமாக வந்த ஒரு வரன் எனக்கு ஓரளவிற்குப் பிடித்திருந்தது. நான் அப்போது இரட்டை மனநிலையில் இருந்தேன். காரணம், யமுனா எனக்குப் பிடிகொடுக்காத நேரம் அது. பிறகு, அவளது பிடிமானம் என் பக்கம் இறுகியதால் நான் அந்த வரனை தட்டிக்கழித்திருந்தேன்.

நான் இப்படித் தட்டிக்கழித்த வகையில் என் அக்காவின் கணவருக்கு என்மீது ஏக வருத்தம். காரணம், அது அவரது நெருங்கிய உறவுக்காரப்பெண். அதன் பிறகு அவர் எனக்காக இந்த வேலையில் இறங்குவதை நிறுத்திக்கொண்டுவிட்டார்.

நான் என் அக்காவுடன் பேசி இருபது வருடங்களைக் கடந்து விட்டது என்றாலும், அவளால் இந்தப் பொறுப்பிலிருந்து விலகிநிற்க முடியாது. அவள் என் நலனில் மிகுந்த அக்கறை கொண்டவள்.

நானொரு உப்புப்பெறாத காரியத்திற்காகத்தான் அவளிடம் பேசுவதை நிறுத்திக்கொண்டிருந்தேன். ஒருவருட தீபாவளிப் பண்டிகைக்கு என்னைக் காட்டிலும் அவளுக்கு அதிக விலையில் துணி எடுத்தது அப்போது என்னைக் காயப்படுத்தியிருந்தது. நாளடைவில் இந்தச் சின்ன விசயத்தை நான் மதிப்பில்லாத காரியமாக அலட்சியப்படுத்தினாலும் அந்த இடைவெளி எங்களுக்குள் இன்னும் தொடர்ந்தது. அம்மாவும் அவளும் குடும்ப விசயங்கள் உள்ளிட்ட அத்தனையும் பேசிக்கொள்வதால் நாங்கள் ஃபோனில் பேசுவதற்கு எதுவும் இருந்ததில்லை. எப்போதாவது அவசரமெனப் பேசினாலும் இரண்டொரு வார்த்தைகள்தான். நேரில் பேசும்போது, ஆமாம். இல்லை. என்பதற்குக்கூட நான் வாய் திறக்கமாட்டேன். எனக்கு ஒரு தலையசைப்பு மட்டுமே போது மானதாக இருந்தது. அக்கா என்னுடன் பேசுவதற்கு ஏங்குவாள்.

அந்த அன்பு எனக்கும் புரியும். என்றாலும் நான் என்னுடைய பழைய உணர்வில் இறுகிவிட்டிருந்தேன். என்னால் மறுபடியும் தளர்ந்து கொடுக்கமுடியவில்லை. அவளொரு சிறந்த வரனை வைத்துக்கொண்டு என்னுடைய சம்மதத்திற்காகக் காத்திருந்தாள். அம்மா என்னிடம் இதுகுறித்துத் தினமும் பேசிக்கொண்டிருந்தாள். இந்த நெருக்கடிக்கு நான் பிடிகொடுக்கவில்லை. இதுகுறித்து அம்மா, அக்காவிற்குப் பதில் சொல்லவேண்டிய கட்டாயம் இருந்தது. அதற்கு நான் பிடிகொடுக்காததால் என்மீது எரிச்சலடைந்தார் அம்மா. பிறகு அக்கா இதுகுறித்து என்னிடம் பேசினால் நான் அவளுக்குப் பதில் சொல்லிக்கொள்கிறேன் என்று என் பங்கிற்கு எரிச்சலடைந்தேன். பிறகொரு நாளில் அக்கா என்னிடம் இதுகுறித்துக் கேட்டாள். நான், பார்த்துக்கொள்ளலாம் என்றுவிட்டேன்.

# 07

நானும் யமுனாவும் கல்லணை சென்றுவந்ததிலிருந்தே எனக்கு அந்த நாளின் நினைவிலிருந்து வெளியேற முடியவில்லை. என் வேலை சார்ந்து இயங்கிய அநேகபோதும்கூட எனக்குள் எக்கச்சக்கமான தடுமாற்றங்கள் நிகழ்ந்துவிட்டன. அந்த நாட்களில் நான் காரியங்களை மாற்றிச்செய்வதில் கெட்டிக்காரனாக விளங்கினேன். ஒருபோது திருவையாறு மார்க்கெட் பார்க்கவேண்டிய நாளில், அதற்கு நேரெதிர் திசையிலுள்ள நீடாமங்கலம் நோக்கிச் சென்றுகொண்டிருந்தேன். அன்றைக்கு நான் அந்த வழியின் பாதியைக் கடந்ததும்தான் என் மடத்தனம் விளங்கியது. அப்போது என்னுடைய ஏ.எஸ். எம். அழைத்திருந்தார். இல்லையென்றால் நான் அன்றைக்கு நீடாமங்கலமோ அதைத் தாண்டியோகூடப் போயிருந்திருப்பேன். இதுகுறித்து நான் யமுனாவுடன் பகிர்ந்துகொண்டிருந்தபோது தனக்கும் இப்பொழுதெல்லாம் இப்படியான சம்பவங்கள் நிகழ்கிறதெனச் சொன்னாள். எங்களுடைய இந்த நிலையைக் கருத்தில் கொண்ட நாங்கள் இந்த உணர்வை எங்களுக்குள் இயல்பானதாக்கிக்கொள்வதற்கு மறு பயணத்தைத் தீர்மானித்தோம். ஆனால் அதற்கான நாள் தள்ளிக் கொண்டேபோனது. இந்தப் பயணத்திற்கு என்னைவிட யமுனா மிகவும் ஆர்வத்துடனிருந்தாள். நாங்கள் தினமும் பேசிக்கொள்ளும் போதெல்லாம் பயணம் குறித்தே கேட்டாள். என்னுடைய வேலையில் நான் நகரமுடியாமல்

இருந்தாலும், என்னைப்பற்றி ஒன்றுமில்லை. நீ எப்போது சொல்கிறாயோ அப்போது போகலாம் என்றிருந்தேன். அவளுக்கு அலுவலக வேலை நாட்களில் முடியாது என்றாள். நான் ஒரு வார விடுமுறை நாளை அவளுக்குப் பரிந்துரைத்தேன். அந்த நாள் தன்னால் முடியாது என்றவள், தன்னுடைய அலுவல் நாளில் ஒன்றையே தேர்ந்தெடுத்து இரண்டு நாட்களுக்கு முன்னதாக என்னிடம் சொன்னாள்.

நாங்கள் ஒரு வெள்ளிக்கிழமை காலையில் கிளம்பினோம். எங்களுடைய இந்தப் பயணத்தை நாங்கள் சோழபுரம் என்று தீர்மானித் திருந்தோம். அதுநிமித்தம் நான் காலையில் ஆறு நாற்பத்தைந்துக் கெல்லாம் அவளுக்கு ஒரு மிஸ்டு-கால் கொடுத்துவிட்டு ஏழு மணிக் கெல்லாம் எங்களது நகரத்தின் முக்கியச் சாலையில் மூன்று வீதிகள் பிரியக்கூடிய பிரதானச் சாலையில் காத்திருந்தேன்.

காலை வெயில் சுள்ளென இறங்கிக்கொண்டிருந்தது. நான் அவளின் வருகைக்காக அங்கும் இங்குமாகப் பார்த்துக்கொண்டே இருந்தேன். சென்றமுறை கிளம்பிவந்ததைப் போலவே அமர்க்களமான உடையணிந்து வந்துகொண்டிருந்தாள். தலையில் துப்பட்டா மூடி யிருந்தது. கையிலிருந்த குடையை மடக்கியவாறு என்னருகில் வந்தவள், என்னை எதுவும் பேசவிடாமல் கிளம்பு என்றாள். நான் பைக்கைக் கிளப்பினேன். அந்த முக்கியச் சாலையின் பிரதான ஒடிப்பில் திரும்பும்போது அவள் பதினைந்து நிமிடம் தாமதமாக வந்ததற்கான காரணத்தைக் கேட்டேன்.

ப்ச்... என்று அலுத்துக்கொண்டவள், நான் இன்றைய பயணத் திட்டத்தை முறியடித்துவிடக்கூடிய தீவிர யோசனையில் இருந்தேன் என்றாள். நான் அதற்கான காரணத்தைக் கேட்டேன். அவள் தன் அப்பாவிற்குத் துரோகமிழைப்பது உறுத்தலாக இருப்பதாகச் சொன்னாள். பிறகு, என்ன சமாதானத்துடன் கிளம்பி வந்தாய் என்றேன். மனது முழுக்க ஆசையை நிரப்பிக்கொண்டு கிளம்பிய பிறகு இப்படியொரு முடிவெடுத்தால் வேறொரு நிலையிலிருந்து மனப் போரை சந்திக்க நேரும். இந்தப் பாதிப்பானது முழுக்க முழுக்க நமக்கு மட்டும்தான். அப்பாவிடம் என்றைக்காவது சொல்லவேண்டிய செய்திதான் என்பது எனக்குச் சமாதானமாக இருந்தது என்றாள். நாங்கள் ஏற்கெனவே காதலில் நிகழக்கூடிய துரோகத்தைப்பற்றிய புரிதல் கொண்டவர்கள் என்பதால் அதன் சமாதானங்களைப் பேசிக்கொண்டு வந்தோம். நான் சட்டென இந்தப் பேச்சிலிருந்து வெளியேற நினைத்தேன். ஆனால் அதைச்

சட்டெனச் செய்யமுடியாது. மெல்ல வெளியேறும் பொருட்டு, உன் அப்பாவிடம் என்ன காரணத்தைச் சொல்லிவிட்டு வந்திருக்கிறாய் என்றேன். ஏஜென்ஸியில் வேலை பார்க்கக்கூடிய ஒரு பெண்ணிற்குத் திருமணம் என்றுவிட்டு வந்ததாகச் சொன்னாள். அப்போது அவரது எண்ண ஓட்டத்தை ஆராய்ந்தாயா என்றேன். ஆமாம் என்றவள், வழக்கமாக இல்லை என்றாள். அவர் வழக்கமாக இல்லாததற்கு வேலைசார்ந்த அவருடைய கண்விழிப்பைக் காரணமாகச் சொன்னேன். அவளும் இருக்கலாம் என்றாள். பிறகு நான் அவளது இன்றைய தடபுடலான உடை குறித்துப் பாராட்டினேன். நன்றி என்றவள், இன்றைக்கு அதை உடுத்திக்கொள்ள மிகவும் தயங்கி யதாகச் சொன்னாள். நான் காரணத்தைக் கேட்டேன். தகுதியை மீறிய பகட்டுத்தனத்திற்கு இந்த ஊர் வேறுமாதிரியான பெயர் வைத்து அழைக்கும் என்றாள். சமூகம் குறித்த அவளது கருத்து நியாயமானது. என்னிடம் அந்த உண்மைக்குப் பதில் இல்லை.

## 08

நாங்கள் அரியலூருக்குள் நுழையும்போது நேரம் எட்டை கடந்துவிட்டது. வயிற்றில் எதையாவது நிரப்பிக்கொண்டு போகலா மென நான் ஒரு உணவகத்தில் பைக்கை நிறுத்தினேன். யமுனா, தன் தலையிலிருந்த துப்பட்டாவை விலக்கிக் கொண்டவாறு, தன்னுடைய தோள் பையில் எதையோ துழாவிக்கொண்டு எனக்கு முன்னால் உணவகத்தின் உயரமான படிக்கட்டில் ஏறிக்கொண்டிருந்தாள். நான் பைக்கை ஓரமாக வைத்துப் பூட்டிக்கொண்டவாறு என் வருங்காலத்தை ஆழ்ந்து ரசித்துக்கொண்டிருந்தேன். அவள் யாருடனோ ஃபோனில் பேசிக்கொண்டிருந்தாள். நான் அவளை நெருங்கியபோதுதான் தெரிந்தது ஏஜென்ஸிக்கு இப்பொழுதுதான் தன்னுடைய விடுப்பைத் தெரிவிக்கிறாள் என்று!

நாங்கள் காலையுணவை முடித்ததும் அங்கிருந்து ஒருமணி நேர பயணத்திற்குப் பிறகு கோவிலுக்குள் நுழையும்போது பத்து மணியைத் தாண்டியிருந்தது. நாங்கள் கருங்கல் பாவிய நுழைவுக்குள் அடியெடுத்து வைத்தோம். தஞ்சைக் கோவிலைப் போலத்தான் சோழபுரமும் ஒன்றுபோல இருக்குமெனப் படித்தும், சொல்லவும் கேட்டிருந்ததாகச் சொன்ன யமுனா, தூரத்திலிருந்து கோபுரத்தைப் பார்க்கையில் அப்படியொரு கருத்து தனக்கு உடைந்துவிட்டதாகச்

சொன்னாள். எனக்கும் அவளது கருத்தை ஒட்டிய எண்ணம் உண்டுதான் என்றாலும் அவளிடம் அதுகுறித்துக் கேட்டேன். மூலவிமானத்தின் நேர்த்தி ஒன்றுபோல இல்லையென்பது தன்னுடைய எண்ணம் என்றவள், கோவிலின் வெளித்தோற்றத்தைப் பார்க்கையிலும், பிரகார அமைப்புகளைப் பார்க்கையிலும் ஒன்றுபோலவும் இருப்பதாகச் சொன்னாள். அவளுடைய இந்தக் கருத்து என்னுடையதுடன் முழுச் சதவீதத்திலும் ஒத்துப்போனது. நாங்கள் முதல் நுழைவு வாயிலைக் கடந்து உள்ளே சென்றோம்.

நீண்ட கருங்கல் பாதையின் இரண்டு பக்கவாட்டிலும், பசுமையான புல் தரையும், ஆங்காங்கே பந்து போலவும் குட்டி மதில் போலவும் கத்தரித்து விடப்பட்டிருந்த குரோட்டன்ஸ் செடிகளும் நல்ல முறையில் பராமரிக்கப்பட்டிருந்தன.

நந்திக்கு முன்னேயுள்ள த்வஜஸ்தம்ப மேடையில் கொடிமரம் இல்லை. பரந்த வானத்தையும், கட்டிமுடிக்கப்படாத முரட்டு மதில் களையும், அகாலமாக நின்றுகொண்டிருந்த கற்தூண்களையும், அதன்மேல் படுத்திருந்த கல் உத்தரங்களையும், தகுந்த இடைவெளி யுடன் உயர்ந்து நின்ற தென்னை மரங்களையும் பார்க்கையில், பல நூற்றாண்டுக்கு முந்தைய நுழைவுக்குள் யாரோ என்னைத் தள்ளிவிட்டதைப் போன்ற உணர்வு மேலிட்டது. இதை நான் யமுனாவிடம் சொன்னபோது தனக்கும் அப்படித்தான் என்றாள்.

பரபரப்பின் எந்தச் சுவடுகளும் இல்லாத அந்த நிசப்த நூற்றாண்டின் அண்ட வெளியை, புல் தரையைக் கொத்திக் கொண்டிருந்த சேவல் ஒன்றின் தொடர்ச்சியான கேவல் சத்தம் நிரப்பிக் கொண்டேயிருந்தன.

வரலாற்றுச் சிறப்புமிக்க கோவிலென்றாலும் பெரிய அளவில் கூட்டமில்லை! ஆனாலும் நாலுகால பூஜை தினமும் நடக்காமலும் இல்லை. யாராவது வந்து போய்க்கொண்டேவும் இருந்தனர்.

கோவிலுக்குள்ளே ஒரு சுற்று சென்றுவந்த நாங்கள், அதைச் சுற்றிய கட்டிட நுணுக்கங்களையும் அணுவணுவாக ரசித்ததின் பிற்பாடு இடப்புறத்திலுள்ள வன்னி மரத்தடியில் ஒதுங்கினோம்.

"நல்ல அமைதியான காற்று. இல்லையா..." என்று அண்ணாந்து பார்த்துவிட்டு, "புரோசோபிஸ் ஸ்பிசிஜெரா" (*prosopis spicigera*) என்றாள்.

"இது எதுக்கான பேரு...?" என்றேன்.

வன்னி மரத் தூணைப் பலமாகத் தட்டினாள்.

நான் அன்றைக்கு என்னுடைய வேலைக்கு மட்டம் போட்டிருந்தேன். என்றாலும் அது வேலை நாள் கணக்கில் வந்துவிடக்கூடிய சமாளிப்பு வேலைகள் சிலவற்றைச் செய்யவேண்டியிருந்தது. அது நிமித்தம் நான் என்னுடைய மொபைலில் மெயில்களை ஆராய்ந்து கொண்டிருந்தேன். அதில் நான் அரைக் கவனத்துடனும் இன்னொரு பக்கம் யமுனாவிடமும் பேசிக்கொண்டிருந்தேன்.

முந்தைய இரவே எனக்கு, ஏ.எஸ்.எம்.மிற்கு ஒரு முக்கிய மெயில் அனுப்பவேண்டியிருந்தது. யமுனாவுடனான இன்றைய கனவிற்குள் எப்போதோ புதைந்து போய்விட்டபடியால் நான் அதை அறவே மறந்து விட்டிருந்தேன். இப்போது நான் என் மொபைலை ஆராய்ந்து கொண்டிருந்த வகையில் அந்த வேலை என் கவனத்திற்கு வந்தது. ஏற்கெனவே அவர் எனக்கு அழைத்தும் இருந்தார். நான் பிறகு பேசிக்கொள்ளலாம் என்று இருந்துவிட்டிருந்தேன். அவரழைத்திருந்த இருபத்தி நான்கு மிஸ்டு-கால்களுக்குப் பிறகு என்னை அவர், இன்னதென்றில்லாமல் திட்டிக்கொட்டி இரண்டு மெசேஜ்வேறு அனுப்பியிருந்தார். இப்போதைக்கு நான் அவரிடம் எந்த வினையும் புரிவதற்கில்லையென அனுப்பவேண்டியிருந்த மெயிலை மட்டும் அனுப்பிவிட்டு யமுனாவைப் பார்த்தேன்.

"கௌம்பலாமா?" என்றாள்.

"என்ன அதுக்குள்ளே" என்றேன்.

அவளிடமிருந்து பதிலில்லை. அப்போது எனக்கு அளவுக்கு அதிகமான பசியெடுக்கத் தொடங்கியிருந்தது. நான் என் வயிற்றை ஒரு கையால் கவ்விப் பிடித்துக்கொண்டு மறு கையின் மணிக்கட்டை உருட்டிப் பார்த்தேன். நேரம் இரண்டடிக்க சொச்சம் இருந்தன. சாப்பிடப்போகலாம் என்றேன். மறுப்பின்றி எழுந்தாள்.

ஒரு திருப்தியான உணவிற்குப் பின்னர் நாங்கள் மறுபடியும் மஹாதுவருக்குள் (நுழைவு வாயில்) நுழையும்போது இரண்டரை மணியைத் தாண்டியிருந்தன.

நாங்கள் முன்னமே அமர்ந்திருந்த அதே வன்னி மரத்தை நோக்கி நடந்தோம். இப்போது அங்கே வேறொரு இளம் ஜோடி மிக நெருக்கமாக அமர்ந்து கும்மாளமாகக் கதையடித்துக் கொண்டிருந்தனர். அவர்களது செயலுக்கு நாங்கள் கண்டன

வார்த்தைகளைச் சொல்லிக் கொண்டபடி மற்றொரு நிழலுக்கு நகர்ந்தோம்.

வந்ததிலிருந்து நாங்கள் மனம்விட்டு எதையும் பேசியிருக்க வில்லை. தனிப்பட்ட முறையில் எனக்கு என்ன பேசுவதென்றும் தெரியவில்லை. யமுனாவைப் பொருத்தவரையில் என்னிடம் முழுவதுமாகச் சரணடைந்து விட்டதாக நினைத்தேன். நானும் அவளிடம் அப்படித்தான் என்றாலும், எனக்கு அவளிடமிருந்து சில விளக்கங்களோ தெளிவோ தேவைப்பட்டன. அது அவளுடைய இனிஷியல் குறித்தது. சென்றமுறை கல்லணை போயிருக்கையில் இதுகுறித்துக் கேட்டபோதே மழுப்பிவிட்டிருந்தாள். இடையில் ஃபோனில் பேசும்போதெல்லாம் கேட்பதற்கில்லை. சமயத்தில் அது எங்களுக்குள் சில சச்சரவுகளை உண்டாக்கிவிடுமென இருந்து விட்டிருந்தேன். நேரிலிருக்கக்கூடிய இப்போதுகூட நான் சமயம் பார்த்துத்தான் கேட்கவேண்டுமெனக் காத்திருக்கிறேன்.

“யோவ்... என்னய்யா டல்லா இருக்க. ஏதாவது பேசு. ஃபோன ரொம்ப நேரமா நோண்டிக்கிட்டே இருந்தியே...? அப்போவிலிருந்து ஆள் டல் நீ” என்றாள்.

நான் வருத்தப்பட்டவாறு தலையாட்டினேன்.

“என்னாச்சு. லீவு போட்டதால வேலையில ஏதும் பிரச்சனையா?” என்றாள்.

“ஆமாம்” என்றுவிட்டு, பையிலிருந்த மொபைலை எடுத்து ஏ.எஸ். எம். திட்டி அனுப்பியிருந்த மெசேஜை அவளிடம் காட்டினேன். படித்துப் பார்த்தாள்.

“ஏய்... என்னப்பா இது! இவ்ளோ கொச்சைய திட்டியிருக்கான் அந்தாளு? என்னமோ அவங் கைய அறுத்துக்கிட்டு குடுக்குற மாதிரி...?”

“நீ எதுக்கு இவ்ளோ பதட்டமாகற? அவருக்கு மேலே உள்ள அதிகாரி அவர இன்னும் மோசமா திட்டியிருப்பார். அதில பாதியை யாவது தனக்குக் கீழ வேல பாக்கறவன்ட்ட கொட்டித்தான ஆகணும்? ஒரே ஃபீல்டுல தான இருக்க. தெரியாதா உனக்கு?”

“எப்போதும் இப்படித்தான் திட்டுவாங்குவியா? இல்ல அப்பப்போவா?”

“அப்பப்போ வாங்கறதுதான். இவ்ளோ மோசமான வார்த்தையில வாங்கிக் கட்டிக்கிட்டதில்ல.”

“அட என்னப்பா நீ. இவய்ங்கள்ட்ட இப்படி அடிமை வேல பாக்கற? தூக்கிப் போட்டுட்டு வேற கம்பெனிய பார்த்துக்கிட்டு போவியா...”

“எல்லா எடத்திலேயும் என்ன வாழுதுங்கற? போன வாரம் நண்பன் ஒருத்தன் அவனோட மேனேஜர்ட்ட திட்டு வாங்கியிருக்கான். என்னமோ அவார்டு வாங்கின மாதிரி சொல்றேன் பாரு! ஐயோ... அத ரெக்கார்டு பண்ணி வச்சிருப்பான் போல. வீக் எண்டு பார்ட்டிக்குப் போனப்போ ப்ளே பண்ணிக் காட்டினான் பாரு...! ஐயோ... வேற யாரா இருந்தாலும் அந்த எடத்துலேயே திட்டினவன் தலயத் திருகி கொன்னுருப்பான். இவனுக்குக் கொஞ்சம் குடும்பச்சூழல் சரியில்லாததால தொலையுதுன்னு விட்டுட்டான். அன்னிக்கு பார்ட்டியில அழுதுட்டான்பா. ப்ச் பாவம்.”

“ச்சே... பாவம்ப்பா... இன்னிக்கு நீ திட்டு வாங்கினதுக்கு நாந்தானே காரணம்...? நீ பார்ட்டியெல்லாம் அட்டன் பண்ணுவியோ?”

“சில கம்பல்சன் இருக்கும். தவிர்க்க முடியாது. ஒரே ஒரு வார்ம் பீர் மட்டும் குடிச்சிட்டு எஸ்கேப் ஆகிடுவேன்.”

“ம்ம்ம்... யார்தான் குடிக்கல இப்போ? அது என்னப்பா வார்ம் பீர்? ஆனாலும் கம்மி பண்ணிக்கோ எனக்காக...”

“கண்டிப்பா குறைச்சிடுவேன். வார்ம் பீர்ன்னா வேற ஒண்ணுமில்ல. கூலிங் இல்லாதது. தண்ணியடிக்கணும்னெல்லாம் தோணாது. மூடு அவுட்டாகி தலையே வெடிக்கிற மாதிரி இருந்தாலும் குடிச்சா சரியாகிடும்னு நினைக்கிற ஆள் இல்லை நான். ஒரு பாயின்ட்-டூ-ஃபைவ போட்டுட்டுப் படுத்தாலும் படுப்பேனே தவிர, பாட்டில தொடமாட்டேன். உண்மைய சொல்லணும்னா ஒத்துக்கறது இல்ல. அல்சர். எப்பயாவது தான. இதையும் குறைக்கணும்” என்றேன்.

பிறகு, எதையோ தீவிரமாக யோசித்துக்கொண்டிருந்த நான், என் விரலில் இரண்டை நீட்டி, ஒன்றைத் தொடு என்றேன்.

“ஏன்... எதுக்கு...?” சிரித்தபடி என்னைப் பார்த்தாள்.

“தொடு” என்றேன்.

“ம்ம்ம்...” டைப்ரைட்டர்-பார் போல விரலால் உதட்டை படபட வெனத் தட்டிக்கொண்டே யோசித்தவள், படக்கென விரலசைப்பை

நிறுத்திவிட்டு, “உனக்கு ஃபேவரா இல்லேன்னா திட்டமாட்டியே?” என்றாள்.

“மாட்டேன். தொடு” என்றேன்.

உதட்டிலிருந்து எடுத்த விரலை என்னுடைய நடுவிரலில் வைத்தாள்.

“ஓகே” என்றேன்.

“ஓக்கேவா... உத்தரவு சரியா குடுத்துட்டேனா!” கண்களை அகலமாக விரித்தாள்.

பதிலுக்கு, நான் தம்பஸ்-அப் காட்டினேன்.

“என்ன காரியத்துக்காக்கும்?” என்றாள். அவளுடைய மனதிற்குள் வேறொரு சிந்தனை ஓடியிருக்கக்கூடுமென நினைத்தேன்.

“திடீர்னு தோணுச்சி. சாமி சன்னதி. உன்னோட உத்தரவும் என்னவா இருக்கும்னு தெரிஞ்சிக்க ஆசப்பட்டேன்” என்றேன்.

“எதா இருந்தாலும் புரியிற மாதிரி சொல்லேம்ப்பா?” என்றாள்.

“இவய்ங்கள்ட்ட மானங்கெட்டத்தனமா குப்பக் கொட்றதுக்கு நாமளே ஸ்மால் ஸ்கேல்ல ஒரு கம்பெனி ஆரம்பிச்சா என்னன்னு தோணுச்சி” என்றேன்.

“ஐ...!” குதூகலமாகக் கை தட்டி என்னை உற்சாகப்படுத்தினாள். அவள் எதை எதிர்பார்த்தாளென்று நான் அனுமானித்தேனோ அந்தச் செய்தியாக இது இல்லாமல் போனதற்கும் அவள் உற்சாகமானதை வைத்து என் முந்தைய அனுமானம் கேள்விக் குறியானது. ஆனால் அவள் அதைவிடவும் பலமடங்கு உற்சாகம் தரக்கூடிய செய்தியாகவே இதையும் பார்த்திருக்கிறாள் என்பது தெரிந்தது.

“அப்போ நான் விரலை சரியாத்தான் தொட்ருக்கேன்! சரியா? பாஸிட்டிவ் தானா?” உற்சாகத்தில் மறுபடி மறுபடி கேட்டுக்கொண்டே இருந்தாள்.

“ஹன்ரட் பர்சன்ட்” என்றேன்.

யமுனாவின் உற்சாகம் குறையவே இல்லை. படக்கென என்னிடம் கையைக் கொடுத்தாள். “தட்ஸ் யூ... கன்கிராட்ஸ். வாட்-அ- மேன்-யா!” என்றாள்.

எனக்குப் பெருமையாக இருந்தது.

"ஏய்... அப்டியே எனக்கும் ஒரு வேல போட்டுக் குடுத்துறேன். நானும் இன்னொருத்தன்ட்ட தானே குப்பைக் கொட்றேன்" என்றாள்.

"ஓ... ஸ்யூர். நீ தான் ஆல்-இன்-ஆல்" என்றேன்.

"ஆல்-இன்-ஆல். அது இருக்கட்டும். சம்பளம் குடுப்பியா?"

"உனக்கு எவ்ளோ வேணுமோ எடுத்துக்கலாம்"

"லாபத்துல பிஃப்ட்டி பர்சன்ட் தருவியா?"

"ஏய்... என்ன மொதலுக்கே மோசம் பண்ற?"

"நல்லா பண்ணு... எவ்ளோ இன்வெஸ்ட்மென்ட் ஆகும்? மினிமம் எவ்ளோ தேவையா இருக்கும்? ஏன்... நீ குடுக்கப் போறியான்னு கேட்றாத. சும்மா ஒரு ஜென்ரல் நாலேஜுக்காகக் கேட்டேன்" என்றாள்.

"தெரியில. பத்துப் பதினைந்து லட்சம் வரை தேவைப்படலாம்" என்றேன்.

"அவ்ளோவா...!" என்று வாயைப் பிளந்தாள்.

"ஆமாம். எடம் பார்க்கணும். அட்வான்ஸ் இருக்குல்ல? லைசென்ஸ் செலவு இருக்கு. லஞ்சம் மஸ்ட். நெறைய இருக்கு. பாக்கலாம்" என்றேன்.

"ஏய்... ஒண்ணு சொல்லட்டுமா?"

மென்மையான புன்னகையுடன் "என்ன? லவ்-யூ-தானே...?" கோபுரத்தின் மீதிருந்த பார்வையை அவள் பக்கமாகத் திருப்பினேன்.

எந்த உணர்வுகளுக்கும் இடமளிக்காதவளாய் "ஆமா..." என்றுவிட்டுக் கோபுரத்தைப் பார்க்க ஆரம்பித்துவிட்டாள்.

"இதத்தான் சொல்லப் போறேன்னு எப்பவோ தெரியும் எனக்கு..." என்றேன்.

"என்ன தெரியும்...? எப்போ தெரியும். சொல்லேன் கேப்போம்?"

"ம்ம்ம்... ஒரு டூ-இயர்ஸுக்கு முன்னாடி...?"

"ரொம்ப லேட் நீ"

"ஏன்?"

"அடுத்த மாதம்தான் ஜூலையா? அடுத்த மாதம் மூணாந்தேதி வந்தா மூணரை வருசமாச்சு."

"புரியல என்ன சொல்றேன்னு."

"செண்பகத்தம்மாவோட பேத்திய உன்னோட ஃபிரெண்டுகிட்ட டியூஷன் சேர்த்துவிட வந்தேன் தெரியுமா ஒரு முறை? அப்போதான் நீ செருப்ப கழட்டிப் போட்டுட்டு அவங்க வீட்டுக்குள்ள போன"

"ஆமா"

"திரும்பி வந்து பார்த்தப்போ உன்னோட செருப்பு இருந்துச்சா?"

"போட்ட எடத்துல இல்ல... லைட் போஸ்ட் கிட்ட கெடந்துச்சி"

"நாந்தான் காலாலேயே ஓதச்சி தள்ளிவிட்டுட்டுப் போனேன்."

"ஏய்...! எதுக்கு...?"

"காதல்யா..."

"அப்போவேயா?"

"ஆமாய்யா... இவ்ளோ டீட்டெயில் சொல்றேன்... அப்போவே யாவாம்... வாட்-அ-மேன்யா?"

அவள் சொன்னதை என்னால் நம்பமுடியவில்லை. அப்போவி லிருந்து காதல் என்றால், எதற்காக இடையில் மதிக்காமல் பண்ணினாள்? என்கிற யோசனை எனக்கு. செருப்பை உதைத்துத் தள்ளிவிட்டுப் போனதற்கும் காதல் என்றாளே...? அதற்கும் என்ன சம்பந்தமென யோசித்தேன்.

"சரி. அதுக்கு ஏன் செருப்ப ஓதச்சி விட்டுட்டுப்போன?"

"ஸ்... ஸப்பா... அதான் சொன்னேனே... காதல்ன்னு. சரி. சேட்டைன்னு வச்சுக்கோ" என்றாள்.

நான் அந்தக் குறும்புத்தனத்தை நினைத்துச் சிரித்துக் கொண்டேன்.

"சரி... நீ என்னமோ டூ-இயருக்கு முன்னாடின்னு சொன்னியே அது என்ன?" என்றாள்.

"அதும் இதே கதைதான்" என்றேன்.

அண்ணாந்து பார்த்தாள். நானும் பார்த்தேன். சூரியன் இறங்கிக் கொண்டிருந்தது. நாங்கள் அமர்ந்திருந்த மரம் தன் கூடாரத்தை நகர்த்திக்கொண்டே போனது. "வெயில் யா... வா அங்கே போகலாம்" என்றாள். நாங்கள் எங்கள் இருப்பிடத்தை நகர்த்திக் கொண்டோம்.

"என்ன கத. சொல்லு. கேப்போம்" சம்மணம் போட்டு கொண்டாள்.

"எங்க தெருவ தாண்டி உன்னோட ஃபிரெண்டு வீட்டுக்கு அடிக்கடி வருவியே... அது பேரென்ன?"

"ஆமா. அவ பேரு எதுக்கு. விசயத்துக்கு வா. தனிக்கொடி அவ பேரு. சொல்லு"

"அய்யனார் தேர் வந்தப்ப அவங்க வீட்டுக்கு வந்த தான?"

"ஆமா. அதான் வருஷா வருஷம் வருவனே."

"ரெண்டு வருஷத்துக்கு முன்னாடி தேருக்கு வந்தது ஞாபகம் இருக்கா யோசி."

"ஆமாமா. சொல்லு"

"குங்குமக் கலர் தாவணியும், பிளவுஸூம் செமையா இருந்துச்சி அன்னிக்கு உனக்கு."

"ம்ம்ம். அதுக்கு?"

"அப்போவிலேருந்துதான்."

"ஹ ஹா... யோவ்... டிரெஸ்ஸ பார்த்தா காதல்ல விழுந்துட்ட! வேற எதாச்சும் இம்ப்ரஸ் ஆகுற மாதிரி சொல்லுவியா... டிரெஸ்ஸூ நல்லாருந்துச்சாம்... விழுந்துட்டாராம். வாட்ட-மேன்-யா!"

அவள் நக்கலடித்தது எனக்குக் காலை வாரிவிட்டதுபோல இருந்தது. என் முகம் லேசாகச் சுருங்கத் தொடங்கியது. சற்றே நான் வெக்கமடையவும் செய்தேன். ஆனாலும் காட்டிக்கொள்ளவில்லை.

"அவ்ளோ டீப்பாவா கவனிச்ச என்ன?" என்றாள்.

"இல்லையா பின்ன?"

"ம்ம்ம். எங்க பார்த்த நீ?"

"தெரு முக்குல"

“எந்த முக்குல.”

“ஸ்கூல் பக்கம்...”

“எங்க? அந்த ஒயரத் திண்ணை வீட்லயா?”

“ஆமா!”

“உன்னோட ஃப்ரெண்டு... அதான். அது பேரென்ன? தனிக்கொடி. அது தோள்ள கன்னத்த முட்டுக்கொடுத்துக்கிட்டு என்னமோ சிரிச்சி சிரிச்சி பேசிக்கிட்டிருந்தியே?”

“ஆமா... நீ எங்க நின்ன அப்போ?”

“எதிர்ல...”

“எங்க? ஜாய் ஸ்கூல்லையா?”

“ஆமா”

“ஓஹோ... அப்புடியா...?” நக்கலான தொனியில் கேட்டுவிட்டுத் திரும்பிக் கொண்டாள்.

“என்னத்த பேசி சிரிச்சிக்கிட்டு இருந்திங்க நீயும் தனிக்கொடியும்?”

“அது பர்சனல்பா. அதெல்லாமா கேட்கறது?”

“ஆமா... என்ன பெரிய பர்சனல்”

“பெரிய பர்சனல்லாம் இல்ல. உன்னைத்தான் கிண்டலடிச்சோம்” என்றாள்.

“என்னப் பார்த்தா! என்ன சொல்ற நீ? அப்புறம் எதுக்கு இவ்ளோ வெவரம் கேட்ட?”

“வாயப் புடுங்கத்தான்.”

“ஆனா நீ அன்னிக்கு என்னப் பார்க்கவே இல்லையே!”

“யார் சொன்னா?”

“ஐ-விட்னஸ் நாதானே.”

“அதான்யா பொண்ணுங்க... எங்க மனச எப்படிப் படிக்க முடியாதோ அப்படித்தான் இதுவும்” என்றாள். நான் அன்றைய காட்சிகளுக்குள் நுழைந்து பார்த்தேன்.

“அந்த வில்வ மரத்தடியில ஒத்தக்கால முட்டுக்குடுத்துக்கிட்டு நின்னது நீ தானே? ரோஸ்-செக்டு. ஃபுல்-ஹேண்ட் சர்ட். கைய முக்காவாசி மடிச்சி விட்டுருந்தியே” என்றாள். நான் அதிர்ச்சியில் அவள் பக்கம் திரும்பினேன். விசுக் விசுக்கென என்னிடம் புருவமேட்டை உயர்த்திக் காட்டினாள்.

“என்ன… என்னபத்தி இவ்ளோ டீட்டெய்ல் சொல்ற நீ!” என்றேன்.

“அன்னைக்கு அந்தப் பால்வாடி கொட்டகையில உன்னோட ஃப்ரெண்டுகூடத் தம் அடிச்சியா?” என்றாள்.

“ஐயே…! போதும் போதும். நிறுத்து. என்னபத்தி என்னைவிட நிறைய ரகசியம் தெரிஞ்சிருக்கும் போலயே உனக்கு!” என்றேன்.

யமுனா சிரித்துக்கொண்டபடி படக்கென உள்ளங்கையை வெளியே விரித்துக் கடிகாரத்தைப் பார்த்தாள். “ஐயோ… மணி நாளாயிடுச்சி. வழக்கமா வேலை முடிஞ்சி வீட்ல இருக்க நேரத்துக்கு இருக்கணும்யா… இப்டில்லாம் இனி தப்புப்பண்ணக் கூடாது. அப்பாவுக்குத் துரோகம் பண்றேன்” என்றாள்.

“இப்போ என்ன தப்பு பண்ணீட்ட நீ” என்றேன்.

“இப்டியே வண்டியில போயி எங்க வீட்டுக்கு முன்னாடி என்ன நீ எறக்கி விடமுடியுமா உன்னால? முடியாதில்ல?”

“ஊ… இப்ப எப்டி முடியும்? உனக்கு ஏதாவது பிரச்சனை ஆகிட்டா?”

“அதென்ன உனக்குன்னு என்ன மட்டும் சொல்ற?”

“சரி விடு” என்றேன்.

பிறகு யமுனா, “ப்ச்… அவரு பெத்த பொண்ணா இருந்திருந்தா இப்டி துரோகம் பண்ண மனசு வந்துருக்குமா?” என்றுவிட்டு நாக்கை கடித்துக்கொண்டாள். நான் எனக்கான நேரம் வந்துவிட்டதாக எண்ணி அவளை ஆழமாக ஊடுருவிப்பார்த்தேன்.

“கௌம்பலாம். இப்பக் கௌம்பினா ஏழு மணிக்கு போயிரலாமா?” என்றாள்..

நான் கடிகாரத்தைப் பார்த்தேன். மணி நாலரையை நெருங்கியது. “சரி யமுனா. கௌம்பலாம். சரியா இருக்கும்” என்று எழுந்த நான், இடுப்புப் பட்டியை சரிசெய்து கொண்டேன்.

யமுனா, சல்வாரில் ஒட்டியிருந்த சருகுப் புல்லை தட்டிவிட்டுக் கொண்டே நடந்தாள். அந்த நடைபாதையின் கருங்கல்லுக்குள் அடைந்திருந்த வெப்பம் என் பாதத்தில் ஏறியது. நாங்கள் வெளியில் வந்து பைக்கை எடுத்துக்கொண்டு கிளம்பினோம்.

"அடுத்து எங்கே போறோம்?" என்றாள் யமுனா.

நான் குழப்பமாகக் கேட்டேன் "வீட்டுக்குத் தானே?"

"இன்னிக்கு சொல்லல. நெக்ஸ்ட் ப்ரோகிராம்" என்றாள்.

"முடிவு பண்ணி சொல்லு. போலாம்" என்றேன்.

"அந்த டைம் உன்ட்ட ஒரு முக்கியமான விசயம் சொல்லணும்" என்றாள்.

# 09

நான் வீட்டிற்குச் சென்ற அரைமணி நேரத்திற்குள்ளாக யமுனா எனக்கு அழைத்தாள். நான் பலவாறாகவும் யோசித்தபடி எடுத்துப் பேசினேன். உடனடியாகத் தன்னுடைய வீட்டிற்கு வருமாறு சொல்லிவிட்டு வைத்துவிட்டாள். அவள் அழைத்தது குறித்த காரணங்களை எனக்குள் ஆராய்ந்தபடியும் தீர்மானமான முடிவுகளுடனும் கிளம்பிச்சென்றேன்.

அவளது வீட்டிற்கு முன்னதாக யார்யாரோ நின்றனர். எனக்கு யோசனை வேறுவிதமாக ஓடியது. நான் பதற்றத்துடன் பைக்கை அவள் வீட்டிற்கு எதிரே நிறுத்திவிட்டு, பைக்கிலிருந்து இறங்காமல் உட்கார்ந்திருந்த காவலரைப் பார்த்துக்கொண்டே வீட்டை நோக்கி விரைந்தேன். அங்கே இன்னொரு காவலரும் நின்றுகொண்டிருந்தார். அவரிடம், செண்பகமும், அந்தப் பகுதி மக்கள் சிலரும், யமுனாவும் விவாதத்திலும் சுமூகமான பேச்சுவார்த்தையிலும் ஈடுபட்டிருந்தனர். எனக்கு அங்கே நடப்பது புரிவதற்குச் சிலநிமிடங்கள் பிடித்தது. காவலர் சென்றமுறை சொன்ன காரணத்தையே இந்தமுறையும் சொல்லி, ரொசாரியோவை காவல் நிலையத்திற்கு வந்துவிட்டுப் போகுமாறு வற்புறுத்திக்கொண்டிருந்தார். ஆனால் இவர், தன்மேல் குற்றமில்லை என்பதை எஸ்.ஐ. ஒப்புக்கொண்டுவிட்டதாகவும், தற்போது தான் வேலைக்குக் கிளம்பிக்கொண்டிருப்பதாகவும், வேண்டுமானால் நாளை காலையில் வேலை முடிந்ததும்

வருவதாகச் சொன்னார். வெளியில் நின்ற காவலர், அதிகாரமான குரலில், “என்னய்யா… சவசவன்னு பேசிக்கிட்டு? வர்றானா இல்லையா கேளு… இல்லேன ஆளத் தூக்கிட்டு வா” என்றார். பகுதியில் உள்ள விவரமான ஆளொருவர் அந்தக் காவலரிடம் ரொசாரியோ தரப்பு நீதியைப் பேசினார். அந்தக் காவலர் அவரிடம் பொய்யானதொரு உத்திரவாதத்தை அளித்தார். அதை நூறு சதவீதம் நம்புவதாகச் சொன்ன அவர், ரொசாரியோவை காவலர்களுடன் சென்றுவரும்படிச் சொன்னார். அங்கிருந்த சிலர், ‘நெருப்பில்லாமலா புகையும்’ என்றனர். ‘சார் கூடப் போயி என்னன்னுதான் கேட்டுட்டு வாங்களேன். அதான் உடனே வந்துறலாம்னு சொல்றாங்கல்ல?’ என்றார் இன்னொருவர். வந்திருக்கும் காவலர்கள் வெறும் கையோடு திரும்பப்போவதில்லை என்பதை உணர்ந்த ரொசாரியோ காவலரின் பைக்கில் ஏறிக்கொண்டார்.

நான் யமுனாவிடம் சென்றமுறை உதவிக்கு வந்தவர்களில் யாரையேனும் அழைத்தாயா என்றேன். விரக்தியும் கோபமும் கலந்தவளாய் இல்லை என்றாள். நான் அவளை காவல் நிலையத்திற்கு அழைத்துப் போனேன். பின்னாலேயே செண்பகம் தன் மகனுடன் வந்தார்.

நாங்கள் அங்கே செல்வதற்குள்ளாகவே ரொசாரியோவின் மீது, பிரிவு *397*-ல் எஃப்.ஐ.ஆர். போடப்பட்டுவிட்டது. அந்த நகலை எடுத்துக்கொண்டு, ஒரு காவலர் ரிமாண்ட் நகல் தயார் செய்வதற்காக நீதிமன்றத்துக்குப் போயிருந்ததாகச் சொன்னார்கள்.

எஸ்.ஐ.யின் உத்தரவுப்படி கைதுசெய்யப்பட்டவரை காவல் நிலையத்திற்குக் கொண்டுவர வேண்டியதில்லை. நேராக நீதிமன்றத்திற்குச் சென்றுவிடலாம். அங்கே ரிமாண்ட் நகல் தயாரானதும் கையெழுத்துக்காக நீதிபதியின் வீட்டிற்கே போகச் சொல்லிவிட்டதாக நாங்கள் அங்கே ரகசிய தகவலைச் சேகரித்தோம்.

எங்களுக்கு எஸ்.ஐ.யின் மனசாட்சியை உலுக்கிப் பார்க்கலாம் என்கிற எண்ணம் இருந்தது. ஆனால் அதற்கான முயற்சிக்கு எங்களுக்கு வாய்ப்பில்லாமல் போனது. ஆனாலும் ரொசாரியோ தற்போது எங்கே இருக்கிறார் என்கிற விபரம் எங்களுக்குத் தெரியாததால் நாங்கள் எஸ்.ஐ.-யைப் பார்க்காமல் போவதில்லை என்று காவல் நிலையத்திலேயே வெகுநேரம் காத்திருந்தோம். ஏறத்தாழ இரண்டுமணி நேரத்திற்குப் பிற்பாடு எஸ்.ஐ. வெளியிலிருந்து வந்தார். நாங்கள்

எங்களது வக்கீலின் மூலமாகக் கைது செய்யப்பட்டவர் குறித்துக் கேட்டோம். அவரை நீதிமன்றக் காவலுக்கு உட்படுத்தியிருப்பதாகச் சொன்ன எஸ்.ஐ. குற்றத்திற்கான காரணத்தை எங்களுக்குச் சொல்ல மறுத்துவிட்டார். எங்களது வக்கீல், ரொசாரியோ அடைக்கப்பட்டிருக்கும் சிறைச்சாலை குறித்த விபரங்களைக் கேட்டார். எஸ்.ஐ. இந்தமுறை காவல்நிலைய மற்றும் நீதிமன்ற எல்லைக்குட்பட்ட சிறையை ஒதுக்கியிருப்பதாகச் சொன்னார்.

## 10

நான் ஒருபக்கமாகவே சாய்ந்து படுத்திருந்ததால் இரத்த ஓட்டமற்று வலது கை மரக்கட்டையைப்போல ஆகிவிட்டிருந்தது. நான் என் உடலை ஒரு புரட்டுப் புரட்டிக் கொண்டேன்.

அவமானங்களுக்கும் புறக்கணிப்புகளுக்கும் பழக்கப்பட்டவன், வெற்றியை ருசிக்கிறான். இல்லை... மரணத்தின் மனசாட்சியை உலுக்கிப் பார்க்கிறான். எனக்கு எதன்பொருட்டும் பின்னதின் தேவை இருந்ததில்லை. ஆனால் நேற்றைக்கு யமுனாவை இறக்கிவிட்டு வந்ததின் பிற்பாடு அப்படியில்லை.

ஏ.எஸ்.எம். அனுப்பியிருந்த மெசேஜை மறுபடி மறுபடி படித்துப் பார்க்கையில் ஒவ்வொரு வார்த்தையும் என் நெற்றிப் பொட்டில் சம்மட்டியடியாகத் தெரித்தது. இனி அங்கே வேலையைத் தொடருவதில் எனக்குத் தீவிர யோசனை இருந்தது. என்னைச் சுற்றிலும் இப்போது கவலைகள் மொய்க்கத் தொடங்கியிருக்கின்றன. எனக்கு வேலை சார்ந்த அவமானம் ஒருபக்கமென்றால், யமுனாவின் அப்பாவை எப்பொழுது ஜாமீன் எடுக்கப்போகிறோம் என்கிற கவலை மறுபக்கம். இதையெல்லாம் மீறி எனக்கு என் வீட்டில் திருமணம் குறித்துக் கொடுக்கப்படும் அழுத்தம்வேறு. நான் ஒருமூட்டை தூக்கத்தைச் சுமந்துகொண்டிருந்தேன்.

அப்போது நேரம் எத்தனையென்று தெரியவில்லை. சன்னல் வழியே சூரியன் உள்ளே நுழைய ஆரம்பித்திருந்தது. எதிர் திசையிலுள்ள இன்னொரு சன்னலோரமாக நாற்காலியைப் போட்டவன், சன்னலின் அடி மரத்தில் காலை ஏற்றிப்போட்டுக் கொண்டு எதிர்வீட்டு மாடித் தோட்டத்தை மேய்ந்தேன். அங்கே பல வண்ணத்திலும் அழகழகான பூக்கள் சிறந்த முறையிலான

பராமரிப்புடன் புத்தம் புதியதாகக் காட்சியளித்தன. தற்போது உலர்ந்து கிடக்கும் என் மனதை அந்தக் காட்சி புதுப்பிக்கத் தொடங்கியது. இன்னும் கூடுதலாக, சற்று நேரத்திற்கெல்லாம் மாடிக்கு ஏறிய ரேவா, இரவு கவுனை முக்கால் திட்டத்திற்கு உயர்த்தி முடிந்துகொண்டு தண்ணீர் ஊற்றிக்கொண்டிருந்தாள்.

நான் நந்திதாதாஸை ஆழமாக ரசிப்பேன். என்னைப் பொறுத்தவரையில் அவளுக்கும் இவளுக்கும் ஒரு வித்தியாசமும் கிடையாது. ரேவா, எதிர்வீட்டுக்குக் குடிவந்து ஒன்றிரண்டு மாதங்கள் தான் ஆகிறது. பொறியியல் இரண்டாமாண்டு படிக்கிறாளென்று கேள்விப்பட்டிருந்தேன். எங்களுக்குள் பெரிய பரிச்சயமெல்லாம் கிடையாது. நாங்கள் எப்போதாவது வெளியில் பார்த்துக்கொண்ட தோடு சரி. நான் என் குடியிருப்பை மாடிக்கு மாற்றியதிலிருந்து அவள் இப்படி அடிக்கடி பார்க்கக் கிடைக்கிறாள். கடந்தசில நாட்களாகப் பூக்களோடு பூக்களாக அவளையும் ரசிப்பதென்பது எனக்கு அலாதியாயிருக்கிறது. ஆனால் இப்போது இல்லை.

இப்போது நான் மேசைப் பக்கமாகத் திரும்பினேன். அதிலிருந்த என்னுடைய மொபைல் மினுக்கி மினுக்கி அடங்கிக்கொண்டிருந்தன. அழைத்துக்கொண்டிருந்தது யமுனா. காவல்நிலையத்திலிருந்து நேற்றைய இரவு பத்தரை மணிக்கு அவளுக்கு அதையிதைச் சொல்லி வீட்டில் இறக்கிவிட்டு வந்திருந்தேன். அதன் பின்னர் நாங்கள் வழக்கமாகப் பேசக்கூடிய நேரத்திற்கு அவளுக்குப் பேசும் சூழல் இருக்காதென நினைத்தேன். ஆனாலும் அவள் எனக்கு மெசேஜ் அனுப்பியிருந்தாள். 'செண்பகம் அம்மா இஸ். இன்' என்று.

இப்போது நான் எடுத்துப் பேசுவதற்குள் அழைப்புத் துண்டிக்கப் பட்டுவிட்டது. சைலென்ட் மோடில் இருந்த என்னுடைய மொபைலை நார்மல் மோடுக்கு மாற்றிய பிறகு, அதிலிருந்த மிஸ்டு கால்களை எண்ணினேன். மொத்தம் ஒன்பது கணக்கில் காட்டியது. அத்தனையும் யமுனாவிடமிருந்துதான். நான் தாமதிக்காமல் அவளுக்கு அழைத்தேன். வக்கீலுக்குப் பேசினியா? என்றாள். நான் நாக்கைக் கடித்துக் கொண்டவாறு, இல்லை என்றுவிட்டுக் கடிகாரத்தைப் பார்த்தேன். ஏழரையானது. இதோ... இப்போது பேசுகிறேன். என்றேன். டொப்பென வைத்துவிட்டாள்.

நான் உடனடியாக வக்கீலுக்குப் பேசினேன். அவர் சென்றமுறை சொன்னச் சிக்கல்களையே சொன்னார். அதாவது ரொசாரியோவை ஜாமீன் எடுப்பதற்கு ஐந்து வேலை நாட்கள் ஆகும். இன்றும்

நாளையும் ஒன்றும் செய்வதற்கில்லை. திங்கள் செவ்வாய் கிழமைகளில் அதற்கான நீதிமன்ற வேலையைத் துவங்கலாம் என்றார். இருந்தும்கூட இந்த முறை வழக்குப் பதியப்பட்ட பிரிவு குறித்தும் அவர் கொண்டு செல்லப்பட்டிருக்கும் சிறை குறித்தும் தகவல்கள் பெறவேண்டியிருக்கிறது. ஆகையால் பத்து மணிக்கெல்லாம் தன்னுடைய அலுவலகத்திற்கு என்னை வரச் சொன்னார்.

விஷயத்தை நான் உடனே யமுனாவிற்குச் சொன்னேன். அவள், நானும் வரவேண்டியிருக்குமா? என்றாள். தேவையில்லையென்று வக்கீல் சொன்னதை அவளிடம் சொன்னேன். சரி போய் வந்ததும் எனக்குக் கூப்பிடு. என்று வைத்துவிட்டாள்.

நான் சன்னல் வழியே பூந்தோட்டத்தை மேய்ந்துவிட்டுக் கீழே இறங்கினேன்.

என் அப்பா மின்சாரத்துறையில் ஃபோர்மேனாக இருந்து பணி ஓய்வு பெற்றவர். சென்றவாரம் அவர் ஓய்வூதியர்கள் சங்கத்தின் ஏற்பாட்டில் நடைபெற்ற கூட்டத்திற்குச் சென்றுவந்தபோது அவரொரு சாலைவிபத்தில் சிக்கிக்கொண்டுவிட்டார். அதில் அவருக்குக் கணுக்காலில் எலும்புமுறிவு ஏற்பட்டுவிட்டது. லேசான முறிவுதான் என்பதால் மாவுக்கட்டுடன் அவர் தீவிர ஓய்வில் இருக்கிறார். ஆறுமாத காலத்திற்குப் பாதத்தைத் தரையில் வைக்கக்கூடாத அவரால் எனக்கு இப்பொழுது குடும்பத்திற்குப் பார்க்கவேண்டிய சிலவேலைகள் கூடியிருக்கிறது. மின்சாரக் கட்டணம், மாநகராட்சி வரி, மளிகை, காய்கறியென இப்பொழுது எல்லாம் என் தலையில் ஏறியிருக்கிறது. அவரது இந்த விபத்திற்கு முன்னதாக நான் இந்த வேலைகளில் ஒரு துரும்பைக்கூடக் கிள்ளிப் போட்டதில்லை.

என் பெயரில் காலாண்டுத் தவணையில் காப்பீடு ஒன்று கட்டிக் கொண்டு வருகிறார். அதைக் கட்டுவதற்கான கடைசித் தேதி வருகிற திங்கட்கிழமை என்று எனக்கு ஒரு வாரத்திற்கு முன்னதாகவே சொல்லியிருந்தார். அவர் நேற்றைய இரவு கேட்டபோதுகூட நான் கட்டியிருக்காததைச் சொல்லியிருந்தேன். அப்போது அவர், “இருவது வருஷமா தவணத் தவறாம கட்டறேன். கடைசித் தேதியிலாவது கட்டிருவானா? லோக்கல் மார்க்கெட் பார்க்கறப்போ கட்டிருக்கலாம்ல? வெளியூர் மார்க்கெட்டா இருந்தாதான் என்ன? போற போக்குல கட்டிப்புட்டுப் போகக்கூடாது? மெடிக்கல் ரெப்புக்கு அருளானந்தநகர் பக்கம் வேலையே இல்லையா?

எத்தனை ஆஸ்பத்திரி இருக்கு அங்க? எத்தன மெடிக்கல் ஷாப் இருக்கு அங்க? போகத்தான செய்றான். ஒருஎட்டு எல்.ஐ.ஸி. உள்ளே போயி பணத்த குடுத்தா கம்ப்யூட்டர்ல கட்டிட்டுப் பில்ல குடுக்கப் போறான்... பத்து நிமிஷம் ஆகுமா?' என் அம்மாவுக்கும் எனக்குமாகக் கத்தினார்.

எனக்கு மாடியிலிருந்தபோதே அவர் எதையோ கத்திக் கொண்டிருப்பது கேட்டதுதான். ஆனால் எதற்காக இப்படிக் கத்துகிறாரென்று வராண்டாவிற்குள் நுழைந்ததும்தான் தெரிந்தது.

நான் கூடத்திற்குள் நுழைந்ததும் என் பங்கிற்கு "பாலிசி நம்பர வச்சு ஆன்லைன்ல கட்டிடறேன்னா அதெல்லாம் முடியாது... எல்.ஐ.ஸிக்காரன் குடுக்குற பில்-லுதான் வேணும்னு சொல்றீங்க. மண்டே காட்டிடுறேன்ப்பா. அன்னிக்குத் தானே கடைசித் தேதி? அதுக்கு எதுக்கு இப்டி கத்துறிங்க...? மாடிக்கு கேக்குது" என்றேன்.

"நல்லா சொல்லுடா அவருக்கு" சமையலறையிலிருந்து அம்மா அவர் பங்கிற்குக் கத்தினார்.

மூக்கை விடைத்த அப்பா, சமையல்கட்டுப் பக்கம் திரும்பியபடி "என்னாடி சொல்ல சொல்ற?" மிரட்டல் தொனியில் கேட்டார்.

"இப்புடியா கத்துவாங்க? காய்கறிக்காரன்ட்ட ஒண்ணும் வேணாங்கன்னு சொல்றேன் கேக்க மாட்டேங்கறான். 'ஐயா கூப்ட்டாங்களே... ஐயா கூப்ட்டாங்களே...'ன்னு நகர மாட்டேங்கறான்" என்று அலுத்துக்கொண்டார் அம்மா.

அப்பாவுக்குச் சொல்ல எதுவுமில்லை. உம்மணா மூஞ்சியாகத் திரும்பிக் கொண்டார். பிறகு, பிளாஸ்டிக் சேரிலிருந்த மாவுக்கட்டை இறக்கித் தொங்கப்போட்டார். போட்ட அடுத்த நிமிடமே, உஷ்... என்றவாறு மறுபடியும் காலைத்தூக்கி அதே சேரில் வைத்துக் கொண்டார். அவருக்கு எதிரே தொலைக்காட்சியில் விவாதம் முடியக்கூடிய தருவாயில் இருந்தன. விருந்தினராக வந்திருந்த இருவரும் காட்டுக் கூச்சல் போட்டுக் கொண்டிருந்தனர். நெறியாளர், விரலிடுக்கில் பேனாவை பற்றிக்கொண்டு விருந்தினர்களை ஆசுவாசப்படுத்த முயன்று கொண்டிருந்தார். அப்பா எரிச்சலான முகபாவனையுடன் தன்னைச் சுற்றிலும் எதையோ தேடினார். அது அவர் உட்கார்ந்திருந்த ஷோபாவின் இன்னொரு ஓரத்தில் கீழே கிடந்தது.

அம்மாவைப் பார்த்து, “இந்த ரிமோட்ட எடு” என்றார். அவர் சமையல்கட்டிலுள்ள மரப் பெஞ்சில் உட்கார்ந்து தேங்காய் துருவிக் கொண்டிருந்தார். “என்னால உங்க ஓட்டத்துக்கெல்லாம் ஓடமுடியாது” என்றார். நான் அந்த ரிமோட்டை எடுத்து அவரிடம் கொடுத்தேன். அவர் தொலைக்காட்சியை நிறுத்தப்போனார். பிறகு, என்ன நினைத்தாரோ வேறு அலைவரிசைக்குத் தாவினார்.

“வூட்ல வளந்த புள்ளைய வச்சிக்கிட்டு வெளியாள்ட்ட குடுத்து கட்டச் சொல்றது அசிங்கமில்ல...?” அம்மாவையும் என்னையும் ஏற இறங்கப் பார்த்துவிட்டுத் தொலைக்காட்சிப் பக்கம் திரும்பினார் அப்பா.

“இப்ப என்ன இப்போ...? கடைசித் தேதி போயிருச்சின்னா தலைய சீவிப் புடுவானா? அடுத்தடுத்த நாள் ஃபைனோட சேர்த்து கட்டிட்டுப் போறது...?” என்றேன்.

“அப்போ திங்கக்கிழமையும் கட்டமாட்டியாடா...? ஃபைனோடத்தான் கட்டுவியா...?” என்னை மூர்க்கமாகப் பார்த்தார்.

நான் “கட்டிடுறேன்ப்பா... விடுங்க” என்றேன்.

“இருவது வருசத்துல ஒரு டியூ கூட லேட் பேமெண்ட் கிடையாது தெரியுமா...?” என்றார்.

“மண்டே ஸ்யூர்... மண்டே ஸ்யூர்... மண்டே ஸ்யூர்...” என்றேன்.

“என்ன மண்ட ஸ்யூர்... தல ஸ்யூர்? யாரோ பொண்ண உக்கார வச்சுக்கிட்டு ஊர் சுத்த மட்டும் நேரமிருக்கா...?”

அவரது துல்லியமான குரலை நான் காதில் வாங்கிவிட்டேன். யமுனாவுடன் சுற்றியதை யாரோ பற்றவைத்துவிட்டனர். எப்படியும் தெரியத்தான் வேண்டுமெனக் குளிக்கப்போன நான், அரைமணி நேரத்திற்குப் பிற்பாடு கூடத்திற்கு வந்தேன். நான் சாவகாசமாகக் கிளம்புவதைப் பார்த்த அம்மா, வேலைக்குக் கிளம்புவதைப்போல இல்லையே... என்றார். எனக்குப் பதில் சொல்லத்தெரியவில்லை.

வேலைநாட்களில் காலையில் எட்டுமணிக்கெல்லாம் ஏ.எஸ்.எம்-மிடமிருந்து எனக்கு அழைப்பு வரும். இப்போது மணி எட்டரையைத் தாண்டியும் இல்லை. அவர் அனுப்பியிருந்த மெசேஜிற்குப் பிறகு அவருக்குப் பேசுவதில் நானும் விருப்பமில்லாமல்தான் இருந்தேன்.

திடீரென வேலையை விட்டுவிட்டுப் புதிதாகக் கம்பெனி தொடங்குவதொன்றும் லேசுபட்ட வேலை கிடையாதென்பது

எனக்குத் தெரியும். இதுமாதிரி கம்பெனி ஆரம்பித்த சில நண்பர்கள் அதல பாதாளத்தில் விழுந்துவிட்ட கதையும் நான் அறிந்ததுதான். சிறு முதலீட்டிலான புதியதான ஒரு தயாரிப்பை சந்தையில் கொண்டு சேர்ப்பதென்பது அத்தனை எளிதான காரியமல்ல. பெருநிறுவனங்கள் சம்மட்டியடி கொடுக்கும். அதை உதறிவிட்டு சிறிய முதலீட்டாளர்கள் எழுந்திருப்பது சிரமம். பெருநிறுவனங்கள் மருத்துவர்களுக்குக் கொடுக்கும் சாம்பிள் மருந்துகளுக்குச் செய்யக் கூடியதில் நூறில் ஒரு பங்குகூடக் கிடையாது நம்முடைய மொத்த முதலீடும். நான் ஆழமாக யோசித்தேன்.

பிறகு, அம்மாவின் கேள்விக்குப் “போகணும்...” என்று இழுத்தேன்.

“சாப்பிட வாடா” ஹாட்பாக்ஸை மேசையில் வைத்துவிட்டு மறுபடியும் சமையலறைக்கு நடந்தார்.

நான் சாப்பாட்டு மேசையின் முன்னால் உட்கார்ந்தேன். அம்மா, இட்லியை தட்டில் அடுக்கிக் கொண்டவாறு, “பெரியநாயகி ஃபோன் பண்ணினாடா” என்றார்.

“தினமும் பேசுவாதானே உன் பொண்ணு? என்னமோ இன்னிக்குப் புதுசா சொல்ற? என்னவாம்” என்றேன்.

அப்பா திடீரெனத் தொலைக்காட்சியின் சத்தத்தைக் கம்மி பண்ணினார். அவர் எங்களது உரையாடலை வேவு பார்க்கிறார் என்று புரிந்துகொண்டேன்.

“இன்னொரு ஜாதகம் வந்துருக்காம்” என்றவாறு அம்மா அப்பாவைப் பார்த்தார். அவர், இந்தத் தகவல் தமக்குப் புதியதானது என்பதுபோல அம்மாவை நோக்கி மணிக்கட்டைச் சுழற்றியபடி தொலைக்காட்சிக்குத் திரும்பினார்.

நான், “சட்னில உப்பு ஜாஸ்திம்மா” என்றபடி “எந்த ஊராம் பொண்ணு” என்றேன்.

“குத்தாலம்னு சொன்னா. படிப்புக் கொஞ்சந்தானாம். நல்ல குடும்பமாம்”

“ஜாதகம் பார்த்தாச்சாமா?”

“இன்னும் இல்லியாம்”

அதன் பிறகு நான் பேசவில்லை.

ஆரம்பத்தில் என் அம்மா பேசவந்த விசயத்தின் பாதையை இன்னும் பிடிக்கவில்லை. அல்லது அவருக்கு நான் பிடிகொடுக்காமல் பார்த்துக்கொண்டேன். நான் ஒரு பெண்ணை பைக்கில் வைத்து அழைத்துக்கொண்டு போனதை அப்பா சொல்லிக் காட்டியதைப் போலத் தன்னால் செய்யமுடியாதென்றும், அது ஒரு பலனையும் தராதென்றும் அம்மா நினைத்திருக்கவேண்டும். நான் வெளியில் கிளம்பிக்கொண்டிருக்கும் இந்த வேளையில் அவர் நேரடியாகவே கேட்பதற்கான சந்தர்ப்பமும் கிடையாது.

ஏ.எஸ்.எம். மறுபடியும் அழைத்தார். மியூட்டில் போட்டுவிட்டு, மருந்துப் பையை முதுகில் மாட்டிக்கொண்டு கிளம்பினேன்.

வக்கீல் வரச் சொல்லியிருந்த சரியான நேரத்திற்கு நான் அவரது அலுவலகத்திற்குச் சென்றிருந்தேன். நாங்கள் ரொசாரியோவின் வழக்குகள் குறித்த சில அடிப்படைச் செய்திகளை விவாதித்ததும் காவல் நிலையம் போவதென முடிவெடுத்தோம். வக்கீல் தன்னுடைய ஜூனியரின் பைக்கில் ஏறிக்கொண்டார். காவல் நிலையத்திற்குள் நாங்கள் நுழைந்தபோது எஸ்.ஐ. எங்கேயோ வெளியில் கிளம்ப ஆயத்தமாகிக் கொண்டிருந்தார். அதற்குள் வக்கீல், ரொசாரியோவின் வழக்கிற்குச் சம்பந்தப்பட்ட தகவல்களைச் சேகரித்துக் கொண்டார். அந்த வகையில் ரொசாரியோவை வெளியில் எடுப்பதில் சிக்கலில்லை என்கிற தகவலையும் எனக்குச் சொன்னார். ஆனால் அதற்கு இன்னும் நான்கைந்து நாட்கள் காத்திருக்கவேண்டும் என்பதையும் சொன்னார். அதன்பிறகு எனக்கு அங்கே வேலையில்லை. நான் வக்கீலிடம் சொல்லிக்கொண்டு வெளியில் வந்து யமுனாவுக்குச் செய்தியைச் சொன்னேன். தனக்கு அவசியமான செய்தியை மட்டும் கேட்டுக் கொண்டவள், டொப்பென வைத்துவிட்டாள்.

அதன் பிறகு எனக்கு எங்கே போவதென்று தெரியவில்லை. மருந்துப் பையை மாட்டிக்கொண்டு வந்துவிட்டதால் வீட்டிற்குச்செல்ல வாய்ப்பில்லை. உக்கிரமாகக் கொதித்துக் கொண்டிருக்கும் இந்த வெயிலில் சுற்றுவதொன்றும் எனக்கு அயர்ச்சியான விசயமுமல்ல. வேலை நிமித்தம் எனக்குப் பழக்கப்பட்ட ஒன்றுதான். இப்போது ஏனோ எனக்கு அமைதி நிறைந்த அந்த ஆபிரஹாம் பண்டிதர் சாலை நினைவிற்கு வந்தது. நான் யோசனையின்றி பைக்கை அங்கே விட்டேன். ஒழுங்கற்ற அந்தச் சாலையின் மத்தியில் பந்தல்போல விரிந்துகிடந்த வாகை மரத்தடிக்குப் பக்கத்திலிருந்த ஒரு தேநீர்க் கடையில் ஒதுங்கினேன். எனக்குத் தேநீருக்குப் பிறகு ஒரு சிகரெட்

தேவைப்பட்டு, அதைப் பற்றவைத்து ஊதிக்கொண்டிருந்தேன். நான் ஆழந்த யோசனையிலிருந்தபோது எனக்கான சிகரெட்டை காற்று வசமாக இழுத்துத் தள்ளிவிட்டது. நான் இன்னொன்னு வாங்கிப் பற்றவைத்தேன். அந்தபோது ஒரு கிரக்ஸ்-பைக் என் பக்கமாக ஒதுங்கியது. பின்னால் உட்கார்ந்திருந்தவன் அவனது ஹெல்மெட்டை கழற்றியதும், என்னை,

“ஏ...! மச்சான். என்ன இங்க நிக்கிற” என்றான்.

நான் நண்பர்கள் யாரையும் ‘மாப்ள, மச்சான்’ என்று உறவைச் சொல்லி அழைத்ததே கிடையாது. ஏனோ அப்படி அழைப்பது எனக்குப் பிடித்திருக்கவில்லை. என்னைச் சில நண்பர்கள் ‘மாப்ள’ என்றழைப்பதுண்டு. விதிவிலக்காக ஒரே ஒருவன் மட்டும்தான் மச்சான் என்பான். பதின்மூன்று வருடங்களுக்கு முன்னதாக அவன் ஒரு விபத்தில் இல்லாமலாகிவிட்டான். அதன் பிறகு அந்த உறவுச் சொல்லால் யாராலும் நான் அழைக்கப்பட்டதில்லை! இவன்கூட மாப்ள என்றோ பெயரைச் சொல்லியோதான் இதுவரையில் அழைத்திருக்கிறான். இன்று எதனாலோ மச்சான் என்றதும் எனக்குப் பதின்மூன்று வருடங்களுக்கு முந்தையதான அவனது முகம் நிழலாடியது.

அவனது கேள்விக்கு “லோக்கல் லைன் இன்னிக்கு” என்றேன். கிரக்ஸை ஓட்டி வந்தவன் “டீ சொல்லவா?” என்றான். நான் வேண்டாமென மறுத்தேன்.

பைக்கில் வந்திருந்த இந்த இருவருமே என்னுடைய தற்போதைய கம்பெனியில் சில வருடங்களுக்கு முன்னதாகக் குப்பை கொட்டியவர்கள்தான். அவர்கள் இப்படி எங்கேயாவது என்னைப் பார்க்கக்கூடிய போதெல்லாம், தன் பழைய கம்பெனியைப் பற்றியும், மேலதிகாரிகள் பற்றியும் விசாரிப்பதுண்டு. அப்போதெல்லாம் கம்பெனியின் பழைய நிர்வாகச் சீர்கேடுகளைப் பற்றியும், குளறு படிகளைப் பற்றியும் தரக்குறைவாகப்பேசி நக்கலடிப்பதுவும் உண்டு. அப்படி அவர்கள் நக்கலடிக்கக்கூடிய நேரத்தில் எனக்குக் கம்பெனியின் மீது இணக்கமென்றால் நான் அவர்களது பேச்சுக்கு எரிச்சலடைவேன். அல்ல மேலோட்டமாகச் சிரித்துக்கொள்வேன். எனக்கும் கம்பெனிக்கும் இணக்கமில்லாத நேரமென்றால் அவர்களுடன் நானும் சேர்ந்து ஒத்தூதுவேன். எங்களுக்குள் இப்போது அப்படியொரு நீண்ட விவாதமும், கும்மாளமும் போனது.

அவர்களிருவருமே தற்போது மிகப்பெரிய கம்பெனியில் நல்ல ஊதியத்தில் இருக்கின்றனர். ஏ.எஸ்.எம். லெவலுக்கு உயரக்கூடிய நேரமெனச் சொன்னார்கள். பெரிய கம்பெனியில் ஏ.எஸ்.எம். பதவி யென்பது பெரிய விசயம்தான். ஆனால் கடுமையாக உழைக்க வேண்டும். நான் தற்போது ஏ.எஸ்.எம்.மிடம் வாங்கியதைக் காட்டிலும் இன்னும் மோசமாகத் திட்டு வாங்கவும் நேரிடும். ஆங்கிலத்தில்தான் வார்த்தைகள் இருக்குமென்பதால், அத்தனை சீக்கிரத்தில் சுள்ளென ஏறாது. உதறி விட்டுப்போய்விடலாம். என்னுடைய தற்போதைய சூழலில் எனக்கு அவர்களுடைய கம்பெனிக்கு மாறிவிடக்கூடிய எண்ணம் மேலிட்டது. நான் என்னுடைய விருப்பத்தை அவர்களிடத்தில் அவிழ்த்துக் கொண்டிருந்தேன். என் நோக்கத்தைப் புரிந்துகொண்டவர்கள் என்னை ரெஸ்யூம் அனுப்பச்சொல்லி அவர்களுடைய மெயில் ஐ.டி. தந்தனர்.

அவர்களில் ஒருவன் புன்னகைத்தவாறு மையமாக ஒரு செய்தியைக் கசிய விட்டான். அந்தச் செய்தியானது நானும் யமுனாவும் ஒன்றிரண்டு இடங்களில் சுற்றியதைக் குறித்ததாக இருந்தன. அதாவது அவர்களுடைய கம்பெனியில் சேர்வதானால் வேலைபார்க்க வேண்டுமென்றும். இப்படிச் சுற்றமுடியாது என்பதையும் விளையாட்டாகவும் நக்கலாகவும் சொன்னான். நான் அவன் சொன்ன விசயங்களை வியப்பாகக் கேட்டுக்கொண்டபடி,

“என்னப்பா இப்டிப் பண்றீங்களேப்பா? எங்கப்போனாலும் புடிச்சிடறீங்களே இப்டி!” என்றேன்.

அவனுடனிருந்த இன்னொருவன், நாங்கள் பேசிக் கொண்டதைப் புரியாதவனாய், “இதென்னப்பா கூத்து...?” என்றான்.

“வா... போற வழில சொல்றேன்” என்று அவனை பைக்கில் ஏற்றிக்கொண்டு, “கௌம்பறேன். உடனே ரெஸ்யூம் அனுப்பிடு” என்றுவிட்டுக் கிளம்பினான்.

# பகுதி 4

# 01

நான் என்னுடைய தற்போதைய கம்பெனியான இன்ஃபினிட்டியிலேயே வேலையைத் தொடருவதா, புதிய கம்பெனி தொடங்குவதா, அல்லது வேறு கம்பெனிக்கு மாறுவதா என்கிற குழப்பத்தில் இருந்தேன். என்னுடைய வாழ்க்கை ஓரேநேரத்தில் இருளடைந்து விட்டதைப்போல இருந்தது. போதாததற்கு எனக்கும் யமுனாவுக்குமானது என்னுடைய வீட்டிற்குத் தெரிந்துவிட்டதிலிருந்துதான் திருமணப் பேச்சைத் தீவிரப்படுத்தியிருக்கின்றனர் என்பதுவேறு! இன்னொரு பக்கம் ரொசாரியோ கைதானதிலிருந்து, நேற்றோடு இரண்டு இரவில் யமுனாவிடமிருந்து அழைப்பில்லை.

வீட்டிற்குப் போனேன். வாசலில் செண்பகத்தின் பேத்தி, வெள்ளைச் சாக்குப்படுதாவில் அப்பளத்தை விசிறிக் கொண்டிருந்தாள்.

“என்னம்மா படிக்கிற?” என்றேன் அவளிடம்.

“சிக்ஸ்த் அங்கிள்” என்றாள்.

“இன்னிக்கு சண்டேவா” என்றேன்.

“ஆமா அங்கிள்” தலையாட்டினாள்.

உள்ளே யமுனாவும், செண்பகமும் அப்பளம் தேய்த்துக் கொண்டிருந்தனர். யமுனாவின் முகம் வாட்டமாகத்தான் இருந்தது. ரொசாரியோவை ஜாமீனில் எடுப்பது பற்றிய விபரங்கள் அத்தனையையும் செண்பகம், யமுனாவின் மூலம் தெரிந்திருந்தாலும், என்னிடம் கேட்டார். எனக்குச் சற்று எரிச்சலாகத்தான் இருந்தது. அவர் என்னைத் துருவித் துருவிக் கேட்டுக்கொண்டே இருந்தார். நான் ஏற்கெனவே பலவிதத்திலும் மன உளைச்சலுடன் இருந்தாலும் கோபத்தை அங்கே காட்டுவதற்கில்லை. சாந்தமான முறையில் நடந்துகொண்டுவிட்டுக் கிளம்பினேன்.

எனக்கு வெளியில் எங்கே செல்வதெனத் தெரியவில்லை. யோசித்தபடி பைக்கை சிற்றோடைபோல இயக்கினேன். நான் நூலகம் சென்று சில நாட்கள் ஆகிவிட்டன. வெள்ளிக் கிழமையில்தான் நூலகம் சாத்தியிருக்கும். இன்றைக்கு ஞாயிற்றுக்கிழமை. ஆக... நான் அங்கே செல்வதுதான் சரியென முடிவெடுத்து புறப்பட்டேன்.

எனக்கு வழக்கமானவர்களெல்லாம் அங்கே பார்க்கக் கிடைத்தனர். நூலகர் மட்டும் வேறு ஆளாக இருந்தார்.

சில ஏடுகளிலுள்ள பெரிய பெரிய எழுத்துகளை மட்டும்தான் மேயக்கூடிய மனநிலை எனக்கு. விரிவான அலசலுக்கு முயன்று பார்த்ததில் நான் தோல்வியைத் தழுவினேன். சட்டென சினிமாவிற்குப் போகலாமென்று நினைத்தேன். அதுவும் பிடிக்கவில்லை. தனிமை அவசியமென நினைத்த நான் பூங்கா அல்லது பெரியகோவிலென முடிவுக்கு வந்தேன்.

வேகம் பிடிக்காததால் சைக்கிளைக் காட்டிலும் கம்மியான வேகத்திலேயே வண்டியை உருட்டினேன். வடக்கு வீதியில் புகுந்து மேலவீதி வழியே போ என்ற குரங்கின் உத்தரவிற்குப் பணிந்தேன். மேலவீதியின் கோடியில் பழைய சிண்டிகேட் வங்கியின் வாசலில் குமார், யாருடனோ ஃபோனில் பேசிக்கொண்டிருந்தான். அவன் என்னைக் கண்டதும் பைக்கின் மீதிருந்த இடதுகாலை எடுத்துவைத்து என்னை நோக்கி வந்தான். எனக்கு குமாரை எப்போது பார்த்தாலும் ஒருவித அச்சம் தொற்றிக்கொள்ளும். அவன் தேர்ந்தெடுத்துச் செய்யும் தொழில்கள் அப்படியானவை!

யமுனாவிற்கு இரத்தம் கொடுத்ததற்குப் பிற்பாடு இப்போது தான் அவனைப் பார்க்கிறேன். சுமாராக ஐந்தாறு மாதங்கள் ஆகியிருந்தது. அப்போதைக் காட்டிலும் ஆள் இளைத்துப் போயிருந்தான். கேட்டதற்கு, வேலை, அது இதெனப் பிரம்மாதமாக அளந்து தள்ளினான்.

நான் எப்படியாவது இவனிடமிருந்து உருவிக்கொள்ள நினைத்தேன். குமார், ஃபோனில் பேசிமுடித்ததும் என்னிடம் நலம் விசாரித்தான். நானும் அவனைப் பற்றிச் சில சம்பிரதாயக் கேள்விகளைக் கேட்டேன். தான் புதிதாக ஒரு தொழில் தொடங்கியிருப்பதாகச் சொன்னான்.

'என்ன பெரிய தொழில்...? இவன் சேதி தெரியாதா நமக்கு? டீக்கடைகளில் மூட்டை மூட்டையாகச் சாயம் இறங்கிய தூளை

அள்ளிக்கொண்டு வருவான்...? பிறகு அதைக் காயவைத்து, சாக்கிரின் கலந்து பிரபல கம்பெனியின் போலியான லேபிளில் ரீ-பேக் செய்து கடைகளுக்குத் தள்ளிவிடுவான். இல்லை... ரேசன் பொருட்களை மூட்டை மூட்டையாகக் கைமாற்றி விடுவான்...' நான் முணுமுணுத்துக் கொண்டுநின்றேன்.

குமார் என்னிடம், "உன்னோட ஃபீல்டுதான்" என்றான். "நீ இங்கேயும் மூக்க நொழச்சிட்டியா...? அப்படி என்ன பண்ற?" என்றேன். "விடுப்பா... அது ஒருமாதிரி போயிக்கிட்டு இருக்கு" என்றான். "அட! குமார். என்னப்பா நீ... நானும் வேலைய விட்ரலாம்னு இருக்கேன். கம்பெனி ஆரம்பிக்கிற ஐடியாக்கூட இருக்கப்பா... என்ன பிசினஸ்? சொல்லு. எனக்கு ஏதாவது ஐடியா கிடைக்கிதா பாக்கலாம்" என்றேன். "அட....! அப்டியா...? என்னாச்சி இன்ஃபினிட்டி ஃபார்மா? ரொம்ப டார்ச்சரோ...?" என்றான். "அட ஆமாப்பா. சரி சரி. கம்பெனி எங்க?" என்றேன். "நம்ம வீட்லயேதான்" என்றான். "எங்க? வண்டிக்காரத் தெருவிலையா?" என்றேன். "இல்லப்பா... வீடு மாறிட்டேன். கொஞ்சம் பெருசாவே வீடு புடிச்சிருக்கேன். டவுனுக்குள்ள ஒத்துவரல. போட்டுக் குடுத்துடுறானுங்க. பிள்ளையார்ப்பட்டி தாண்டின மாதிரி போயிட்டேன்" என்றான்.

நீ செய்யும் காரியத்திற்குப் போட்டுக்கொடுக்காமல் என்ன செய்வார்களென நினைத்துக்கொண்டபடி, அப்படி என்னதான் செய்ற? என்றேன். அவன் கம்மென்று இருந்தான். நான் அவனது தகிடுதத்தத்தைப் பார்த்துவிடக்கூடிய ஆவலில் இருந்தேன். அதுநிமித்தம் அவனிடம், "ஓஹோ... வீடு மாறிட்டியா? வரலாமா வீட்டுக்கு?" என்றேன். "அட என்னப்பா இப்டி கேட்டுட்ட?" என்றவன், இப்படிச் சொன்னான்.

பொதுவாகவே நான் என் வீட்டிற்கு யாரையும் அழைத்துக் கொண்டு போவதில்லையென்று உனக்குத் தெரியாதா? யாராக இருந்தாலுமே, 'ஹாய். பை' என்று தெருவோடு நிறுத்திக்கொள்வது தான் இதுநாள் வரையிலும் நடந்திருக்கிறது. நான் எத்தனை காரியக்காரன் என்பதும், என்ன மாதிரியான தொழிலெல்லாம் செய்யக் கூடியவன் என்றும் உனக்கு நன்றாகவே தெரியும். இப்போது உன்னை வீட்டிற்கு அழைக்கிறேன் என்றால் உன்மீது எனக்குள்ள நம்பிக்கையும், மரியாதையும்தான் காரணம். ஒரு போதும் நீ என்னுடன் ஒட்டவே ஒட்டாதவன்தான். நான் வேறுமாதிரி வளர்ந்துவிட்டேன். அது என் குற்றமல்ல. இனி

வேறு பாதைக்கோ நல்ல பாதையென்று நீங்கள் வியாக்கியானம் பேசக்கூடிய பாதைக்கோ நான் திரும்புவதற்கும் முடியாது. போகிற போக்கில் வாழ்ந்துவிட வேண்டியதுதான் என்றான்.

அவனுடைய அளப்பையெல்லாம் பொருட்டாகக் கருதாத நான், “சரி. சரி. நெஞ்ச நக்காத. கெளம்பு” என்று கிக்கரை மிதித்தேன்.

மேம்பாலத்தைத் தாண்டியதுமே குமார், இரண்டொரு இடங்களில் கியரைக் கம்மி பண்ணி, இளநீர் குடிக்கலாம் என்றான். குமார் தன் பர்ஸை வெளியில் காட்டவே மாட்டான். ஆனால் அடுத்த வரின் பர்ஸை கொதிக்க வைப்பதில் மட்டும் குறியாய் இருப்பான். அவனது இந்தப் போக்கு எனக்கு அறவே பிடிக்காது. நான் அவனது கோரிக்கையைக் கண்டுகொள்ளாததைப்போல இருந்தேன். பிறகு அவன் என்னிடம் சம்பந்தமே இல்லாமல்,

“பழைய ரூபாயெல்லாம் மாத்திட்டியா?” என்றான்.

“அப்பப்போ மாத்திடறதுதான். நாம என்ன ப்ளாக் மணியா வச்சிருக்கோம்?” என்றேன்.

“அப்டி எதுவும் இருந்தாக்கூடக் குடு. எவ்ளோவா இருந்தாலும் மாத்திடலாம். நம்மகிட்ட ஆள் இருக்கு. போன வாரம்கூட ஒரு பார்ட்டிக்கு ஒரே நேரத்துல பதினாலு லட்சம் மாத்திக் கொடுத்தேன். நமக்கு ரெண்டு பர்சன்ட்” என்றான்.

“அடப்பாவி… இப்டி வேறையா?” என்றேன்.

“எல்லாம் நம்ம மக்களுக்காகத்தான. வேற யாருக்குச் செய்யப் போறோம்?” என்றான்.

குமார் எனக்கு வழிகாட்டிக்கொண்டு போனான். அப்போது நாங்கள் பிள்ளையார்பட்டியைத் தாண்டிய ஒரு வலது ஒடிப்பில் திரும்பி அதன் கிளை ஒடிப்பாக இருந்த ஒற்றையடிப் பாதையொன்றில் நுழைந்தோம். அந்தப் பகுதியைச் சுற்றிலும் பெரும்பாலும் காலி மனைகளாகவே இருந்தன. ஆங்காங்கே முடிவுறாத புதிய கட்டிடங்களில் ஆட்கள் வேலை பார்த்துக்கொண்டிருந்தனர். அதைத்தாண்டி பெரிய ஆள்நடமாட்டம் இல்லாத பகுதிக்குள் நுழைந்தான். நாங்கள் முக்கியச் சாலையிலிருந்து சுமார் ஒரு பர்லாங் போயிருப்போம். பெரிய மாடிக் கட்டிடம் ஒன்றின் முன்பாக குமார் பைக்கை நிறுத்தினான். எனக்கு அவனுடைய முகத்தைப் பார்க்கப் பரிதாபமாக இருந்தது. யமுனாவிற்கு ஆபத்தான நேரத்தில் இரத்தம் கொடுத்து காப்பாற்றியவன். அதிக

பட்சம் முப்பது ரூபாய் இளநீருக்காக நான் அவனிடம் சில்லரைத் தனமாக நடந்துகொண்டதை எண்ணி வருந்தினேன். இந்த வருத்த மெல்லாம் அவன் வீட்டிற்குள் நுழைந்த பத்தே நிமிடங்களில் சுக்கு நூறாக உடைந்துவிட்டது.

குமார் தன்னுடைய தொழிலுக்கு எத்தனை பேர் தேவையா யிருந்தாலும் வெளியாட்களென்று ஒருவரைக்கூட வைத்துக் கொண்டதில்லை. நம்பகமாகக் கருதக்கூடிய இரண்டே இரண்டு பேரைத்தான் அனுமதிப்பான். அதிலொருவன், முருகன். மற்றொருவன் அசோக். இவர்களிருவரும் குமார் எப்படியான தொழில் செய்வதாக முடிவெடுத்தாலும் அதற்குத் தூண்போலத் தங்களுடைய பங்களிப்பைச் செய்யக் கூடியவர்களாய் திகழ்ந்தனர். அவர்களுக்குச் சில குற்றப் பின்னணியும் உண்டு. இப்படியானத் தொழில்களில் அவர்கள் வகையாகக் காசு பார்த்தும் இருந்தனர். வரக்கூடிய லாபத்தைச் சமமாகப் பங்கிட்டுக் கொள்ளவேண்டுமென்று இவர்களுக்குள் எழுதப்படாதொரு உறுதி மொழியும் உண்டு. எத்தனை முகச்சுழிப்பிற்குரிய வேலையா யிருந்தாலும் இவர்கள் மூவரின் மனைவியும் முழுமூச்சாக ஈடுபாடு காட்டக்கூடியவர்கள். லாபப் பங்கீடு தனி. வேலைக்காக இவர்களுக்குச் சம்பளம் தனி.

நான் குமாரின் வீட்டிற்குள் நுழைந்தபோது இவர்கள் அனைவரும் ஒரு பெரிய அறையில், மலையாகக் குவிக்கப்பட்டிருந்த, அளவு வாரியான சிரெஞ்சிகளைப் பிரபல கம்பெனியின் லேபில் உறை களுக்குள் போட்டுக் கொண்டிருந்தனர். இன்னொரு மூலையில் காது குடையும் குச்சி, நாப்கின், காட்டன் உருளைகளெனப் போலியாகத் தயாரானது. என்னைப் பொறுத்தவரையில் என் கம்பெனி உட்படப் பிரபல கம்பெனிகளின் தயாரிப்புகளிலேயே போலிச்சாயம் உண்டென்று நிரூபிக்க வழியற்று நான் சொல்லமுடியும். இப்படி இருக்கிற போது அதிலிருந்து இன்னொரு போலியா? என்று அயர்ச்சியடைந்தேன்.

பிறகு அந்த வீட்டின் ஜன்னல் வழியாகப் பின்புறத்தை ஆராய்ந்தபோது அங்கே ஒரு பெரிய குப்பை மேட்டினைக் கண்டேன். என் பார்வைக்கு எட்டிய வரையில் அதை நான் அலட்சியமாகக் கடப்பதற்கு இல்லாத ஒன்றாக இருந்தது. அதை இன்னும் அருகில் சென்றுபார்த்தேன். அவையத்தனையும் மருத்துவக் கழிவுகள். என்னால் அந்த வரையறுக்கவியலாத

வீச்சத்தைத் தாங்கிக்கொள்ளவே முடியவில்லை. நான் மூக்கை மூடிக்கொண்டேன்.

அசோக்கும் முருகனும் மோட்டாரை போட்டுவிட்டு, கழிவுகளை ஒரு பெரிய தொட்டியில் கொட்டி ரன்னிங் வாட்டரில் முதல் கட்ட சுத்திகரிப்பு வேலையில் ஈடுபட்டிருந்தனர். இரண்டாம் கட்டமாக ஹீட்டரிலிருந்து தண்ணீர் பாய்ந்துகொண்டிருந்தது. இறுதியாக ஒரு பெரிய சிமெண்ட் தொட்டியில் லிக்விட் பாரஃபென் கேனைக் கவிழ்த்துக் கொண்டிருந்தனர். இதைப் பார்த்ததும் எனக்குப் பகீரென்றது. மூக்கைப் பொத்தியபடியே வீட்டிற்குள் நுழைந்து வெளியே வந்தேன்.

இத்தனை பெரிய மலையை எங்கிருந்து அள்ளிக்கொண்டு வந்திருப்பான் என்று எனக்குள் கேள்வியும் அதிர்ச்சியும் எழுந்தது. குமாரிடம் கேட்டதற்கு, தளவாய் பாளையத்தில் எக்கச்சக்கமான கழிவுகள் கொட்டப்படுவதாகவும், அங்கிருந்துதான் இரவோடு இரவாக அள்ளிக்கொண்டு வந்ததாகவும் சொன்னான்.

இப்படி முறையாகக் கிருமி நீக்கம் செய்யப்படாத ஒன்றை, அதிலும் பிரபல நிறுவனங்களின் பெயரில் நீ சந்தைக்கு மறு விற்பனைக்காகக் கொண்டுவருவது எத்தனை பெரிய குற்றம் தெரியுமா குமார்...? எத்தனை ஆபத்து தெரியுமா? இது அடுத்தவரின் உயிருடன் விளையாடக்கூடிய ஒன்று என்பதாவது உனக்குத் தெரியுமா? என்றேன்.

அவன், நாம் வேறு எப்படித்தான் பிழைப்பதாம்? என்று மிக அலட்சியமாகப் பதிலளித்தான்.

இதற்குமேல் அவனிடம் பேசுவதும், அங்கே நிற்பதும் என்னுடைய வேலை சார்ந்து என் எதிர்காலத்தையே கேள்விக் குள்ளாக்கிவிடும் என்கிற பயம் எனக்கு ஏற்பட்டது. அங்கிருந்து கிளம்பினேன்.

## 02

இன்றைக்குக் காலையிலிருந்தே ஏனோ நான், கைதி மனோநிலையில் இருந்தேன். திடீரென வக்கீல் எனக்கு அழைத்திருந்தார். ரொசாரியோவை இன்றைய தினமான திங்கட் கிழமையே, அதாவது முன்னரே சொன்னதுபோல ஐந்து அலுவலக

நாட்கள் அவகாசமில்லாத வேறொரு வழியை முயற்சித்துப் பார்க்கலாமென என்னைப் பத்து மணிக்கெல்லாம் நீதிமன்றத்திற்கு வரச்சொன்னார். இந்தத் தகவலை நான் யமுனாவிற்குத் தெரியப்படுத்தவில்லை. வக்கீல் அழைத்திருந்ததின் பேரில் நான் போயிருந்தேன்.

முன்னமே யமுனா தன் அப்பாவைப் பார்க்க அனுமதி வாங்க முடியுமா என்று வக்கீலிடம் கேட்கச்சொல்லியிருந்தாள். அதை நான் அப்போது அவரிடம் கேட்டேன். ஆனால் என்னுடைய கோரிக்கையை அவர் காதில் வாங்கிக்கொள்ளவில்லை. அவர் வேறொரு தகவலை எனக்குச் சொன்னார். அதாவது காவல் நிலையத்தில் நமக்குத் தெரிவிக்கப்பட்டதுபோல ரொசாரியோ தற்போது நீதிமன்ற எல்லைக்கு உட்பட்ட சிறையில் இல்லை என்றார். நான் அதிர்ச்சியிலோ வியப்பிலோ ஏன் என்றேன். அந்தச் சிறைச்சாலையில் ஓவர் ஸ்ட்ரென்த்தில் சிறை நிரம்பியிருந்ததாகவும், அதற்கு மாற்றாக அவரை முன்னமே அடைக்கப்பட்டிருந்த திருச்சி சிறைக்கே அனுப்பிவிட்டதாகவும் சொன்னார். நான், இந்த மாற்றத்தில் உள்ளடி வேலைகள் எதுவும் இருக்குமா என்றேன். இல்லை. இது வழக்கமான ஒன்றுதான். ஒரு சிறையில் இடமில்லை என்றால் மற்றொரு சிறைக்குக் கைதிகள் அனுப்பப்படுவது நடைமுறைதான் என்றார். நான் பலவிதத்திலும் யோசிப்பதற்கில்லாமல் நிம்மதியடைந்தேன்.

பிறகு அவர் ரொசாரியோவின் இன்றைய ஜாமீன் குறித்தான முயற்சியில் பலனில்லை என்று என்னைச் சுமார் பன்னிரெண்டு மணிக்கெல்லாம் விடுவித்தார்.

திடீரென வந்த இந்த நீதிமன்ற வேலையால், என் அப்பா சொல்லியிருந்த காப்பீட்டுப் பிரீமியத்தைக் கட்டவேண்டியதைக்கூட முடிப்பேனா என்று இருந்தேன். அந்த வேலையை நான் முடித்ததும், ஏ.எஸ்.எம். எனக்கு அழைத்திருந்த மிஸ்டு கால்களுக்குப் பேசுவதென முடிவெடுத்தேன்.

# 03

(i)

ஐந்து நாட்கள் சிறைவாசத்திற்குப் பிறகு வெளியில் வந்துவிட்ட ரொசாரியோ வேலைக்குப் போவதில் ஏதேனும் சிக்கல் இருக்குமா என்று யமுனாவிடம் கேட்டார். அவள் உதட்டைப் பிதுக்கினாள். முதலாளிக்குக் கேட்கிறேனென ரொசாரியோ அவருக்கு அழைத்துப் பேசிக்கொண்டே வீட்டிலிருந்து வெளியில் போனார். பிறகு ஐந்து நிமிடம் கழித்து உள்ளே வந்தவர், யமுனாவின் முன்பாகத் தன் முதலாளியைப் பற்றி உயர்வாகப் பேசினார். வரச்சொல்லியிருக்கிறாரா என்றாள் யமுனா. சிரித்த முகத்துடன், ஆமாம். ஒரு சிக்கலும் இல்லை. வரச்சொல்லிவிட்டதாகச் சொன்னார். சிறைக்குச் சென்றவன், அதிலும் இரண்டாவது முறையாகச் சென்றுவந்திருக்கிறான் என்று மறுத்து விடுவாரெனத் தான் நினைத்ததாகச் சொன்னாள் யமுனா. ரொசாரியோ, தன்னுடைய வழக்கு ஒரு ஜோடிக்கப்பட்ட வழக்கென்று தன்னுடைய முதலாளிக்குத் தெரிந்திருப்பதாகச் சொன்னார்.

அதே உற்சாகத்துடன் அன்றைக்கு இரவே உடுப்பை மாட்டிக் கொண்டு வேலைக்குக் கிளம்பினார். யமுனா, இன்றைக்கு ஒரு நாள் விடுப்பெடுத்துக்கொண்டு நாளையிலிருந்து போகலாம் என்றாள். அவர் மறுத்துவிட்டார். மறுபடியும் அவரைக் கட்டாயப்படுத்தவில்லை. இவளுக்கு என்னிடம் பேசி ஏறத்தாழ ஒருவாரம் நெருங்கப் போகிறது. அதனால்கூடத் தன் அப்பாவை வேலைக்குப் போகவேண்டாமெனக் கட்டாயப்படுத்தவில்லை என்று நினைத்தேன்.

(ii)

அன்றைக்கு நான் வேலைக்குப் போவதாகச் சொல்லிவிட்டு நீதிமன்ற வளாகத்தில் சுற்றித்திரிந்தது என் வீட்டிற்குத் தெரிந்து விட்டிருந்தது. அந்த நாளில் நான் என்னுடைய அப்பாவின் நண்பரை நீதிமன்ற வளாகத்தில் சந்திக்க நேரிட்டது. மரியாதை நிமித்தமாக நான் அவருடன் பேசியவகையில், அவர் தன்னுடைய சொத்து வழக்குத் தொடர்பாக வந்திருப்பதாகச் சொன்னார். நான் வந்திருப்பதன் காரணத்தை அவர் கேட்டபோது, என்

நிறுவனம் சார்ந்த வேலையாக வந்திருப்பதாக நான் ஒரு புளுகு மூட்டையை அவிழ்த்துவிட்டிருந்தேன். இதுகுறித்து அவர்தான் என் வீட்டில் சொல்லியிருக்கவேண்டும். சம்பந்தமில்லாமல் நான் ஏன் நீதிமன்றத்திற்குச்செல்ல வேண்டுமென அப்போது என் வீட்டில் அழைத்துக் கேட்டிருந்தபோது நான் நேரில் வந்து விளக்குவதாகச் சொல்லியிருந்தேன். ஆனால் அன்றைக்கு அதன் பிறகும் என் வீட்டிலிருந்து தொடர்ச்சியாக என்னை அழைத்துக் கொண்டே இருந்தனர். நான் அதற்குப் பதிலளிக்கவில்லை.

ஆனாலும் நான் வழக்கத்திற்கு மாறாக அன்றைக்கு நேரத்தி லேயே வீட்டிற்குச் சென்றேன். நான் உள்ளே நுழைந்தது முதல் நான் எதற்காக நீதிமன்றம் சென்றேன் என்கிற கேள்வியால் என்னை அம்மாவும் அப்பாவும் துளைத்தெடுத்தனர். பல்வேறு காரணங்களைச் சொல்லி நான் சமாளிப்பு வேலையில் ஈடுபட்டுச் சரிகட்டியிருந்தேன்.

இன்றைக்கு என்னைச் சுற்றிய அன்றாட விவகாரங்களுக்கு நான் மனப் பஞ்சாயத்து செய்வதில்லையென்கிற தீர்மானத்துடன் நேரத்தோடு தூங்கலாமெனப் படுக்கைக்குத் தயாரானேன். ஒன்பது மணி வாக்கில், 'கால் மீ ஆஃப்டர் டென்' என்று யமுனா செய்தியனுப்பியிருந்தாள். 'வேர் இஸ் யுவர் டாட்' என்றேன். 'ஹீ கோ டு டியூட்டி' என்றாள். எனக்கு ஆச்சரியம் அடங்கவில்லை.

அவளுக்கு அழைக்கக்கூடிய நேரம்வரையிலும் நான் மிகவும் ஆவலுடன் காத்திருந்தேன். வெளியே காலநிலையில் வழக்கமான போக்கு இல்லை. வானத்தில் மின்னல் வெட்டி வீட்டிற்குள் புகுந்தது. பலத்த இடி முழக்கத்திற்குப்பிறகு தடித்த மழைத்துளிகள் மத்தளம் கொட்டத் தொடங்கியது. அவள் அழைக்கச் சொல்லியிருந்த நேரம் வந்ததும் அழைத்தேன்.

"எப்டி இருக்க" என்றாள். அந்தக் குரலில் தவிப்பு இருந்தது.

"எனக்கென்ன..." என்றேன்.

"வக்கீல் என்ன சொன்னார்" என்றாள்.

ஒருமுறை வழக்கு போட்டுவிட்டால் வாழ்நாள் முழுக்கக் கைதி வாழ்க்கையைத்தான் வாழவேண்டுமென வக்கீல் என்னிடம் சொல்லியிருந்த செரிக்கமுடியாத செய்தியைச் சொன்னேன். இங்கே ஒரு அண்ணனும் அப்படித்தான் சொன்னார்கள் என்று

வருத்தமாகச் சொன்னாள். நான், பார்க்கலாம் என்று ஆறுதலாகச் சொன்னேன்.

பிறகு, "வக்கீல் ஃபீஸ் குடுத்திட்டியா? கோர்ட் செலவு எவ்ளோ? போனமுறையும் நீ தான் செலவு செய்திருக்க. எவ்ளோ தரணும் உனக்கு?" என்றாள்.

நான் அமைதியாக இருந்தேன்.

"யோவ்... கணக்கு வச்சுக்கோ. சீக்கிரமே குடுத்துடறேன். ஆனா வாழ்நாள் முழுக்க அப்பாவுக்குக் கைதி வாழ்க்கைதான்னா...? கணக்கு எகிறிடுமே?" என்றாள்.

மறுபடியும் நான் பேசுவதற்கில்லாமல் இருந்தேன்.

"யோவ்... என்னய்யா... சத்தமே இல்ல உன்னிட்டேருந்து? சரி. வேற பேச்சுப் பேசலாம். சர்க்யூட்டுக்கும் நாச்சியக்காவுக்கும் மேரேஜ் ஃபிக்ஸ் ஆகிடுச்சி தெரியுமா?" குரலில் உற்சாகம் கூடியிருந்தது.

இதைக் கேட்ட எனக்கும் உற்சாகம் கூடியது. "அப்படியா!" என வியந்து கேட்டேன்.

"ஆமா. இந்த ஜாதி... மண்ணாங்கட்டி... இதையெல்லாம் அவலட்சணமும், வயது மூப்பும் சமரசக் குழிக்குள் தள்ளி புதைத்துவிடும் தானே? இங்கேயும் அதுதான் நடந்துருக்கு. ஜனவரியில கல்யாணம்" என்றாள்.

"அப்போ ஜனவரியில ஒரு நாள் எங்கேயாவது வெளியே போகலாம்...?" என்றேன்.

"ஆமா... அடுத்தவங்களுக்கு எப்போ கல்யாணம் நடக்கும்னு பார்த்து இப்டியே திருட்டுத்தனமா எவ்ளோ நாளைக்குச் சுத்திக்கிட்டு இருக்கப் போறோம்? என்னைக்கு மாட்டப் போறோம்னு தெரியல" என்றாள்.

நான் உடனே, "ஒண்ணு தெரியுமா உனக்கு? இங்கே எங்க வீட்ல புகைய ஆரம்பிச்சிடுச்சி" என்றேன்.

"என்ன புகையுது?"

"நம்ம விசயம் தான்"

"யோவ்... என்னாச்சிய்யா...? தெளிவாச் சொல்லு"

நான் என் அப்பா முணுமுணுத்ததையும், அம்மா ஆரம்பிக்க வந்ததையும் சொன்னேன்.

“யோவ்... என்னய்யா இது? புளிய கரைக்கிற? நெஜமாத்தான் சொல்றியா? பயம்மா இருக்குப்பா. நாந்தான்னு தெரியுமா?” என்றாள்.

“அது தெரியல. அன்னைக்கே ஃபிரெண்ஸ் ரெண்டுபேர் கேட்டாங்க. நீந்தான் துப்பட்டாவால மூடியிருந்தியே. அப்டியே தெரிஞ்சாத்தான் என்ன இப்போ? விடு” என்றேன்.

“ஐயோ... யோவ்... மகிழ்ச்சியோட மறுபக்கம் கண்ணுக்கு முன்னே ஓடுதுய்யா”

“சமாளிச்சுக்கலாம் விடுடி”

“என்னது...? விடுடீயா? யார சொன்ன?”

“உன்னத்தான். என்ன இப்போ?” மிரட்டலாக, அதேபோது உரிமையான குரலை வெளிப்படுத்தினேன்.

நான் அவளை ஒருமையில் அழைத்த இந்த வார்த்தைக்காக எப்போதோ என்னை மிரட்டியிருக்கிறாள்தான். ஆனால் இனி அவளால் அப்படி முடியாதென்று நினைத்தேன். காரணம் அவளிடமிருந்து மறுவார்த்தை இல்லாததால் சம்மதிக்கிறாள் என்று நினைத்துக் கொண்டேன்.

“ஏன் இத்தனை நாளா பேசல?” என்றேன்.

“என்னத்த பேசச் சொல்ற? அப்பாவ ஜெயில்ல விட்டுட்டு நாம கடலைய வறுக்க முடியுமா? நரகம்யா வாழ்க்கை” குரல் தொங்கியது.

“நாளைக்கு எந்த ஊர் லைன் போற? திட்டி மெசேஜ் அனுப்பினாரே ஏ.எஸ்.எம்... மன்னிப்புக் கேட்டுட்டாரா உன்ட்ட? புதுக் கம்பெனி தொடங்குறேன்னு சொன்னியே என்னாச்சு” என்றாள்.

“ஃபோன் அடிச்சிக்கிட்டே இருக்காரு. நா எடுக்கல” என்றேன்.

“வேலைக்கு வரச் சொல்லித் தொங்குறாரோ?”

“அப்டித்தான் இருக்கும். வேற கம்பெனிக்கு ரெஸ்யூம் அனுப்பி யிருக்கேன். கிடைச்சிட்டா ஜாயின் பண்ணிடுவேன்”

“புதுக் கம்பெனி ஆரம்பிக்கிறேன்னு சொன்னியே அது?”

“சொல்ல மறந்துட்டேனே... உனக்கு ப்ளட் குடுத்தான் தெரியுமா...? குமார்”

“ஆமா...”

“நேத்து அவன பார்த்தேன். கம்பெனி தொடங்கியிருக்கான்”

“ஓ... அங்கதான் ரெஸ்யூம் அனுப்பியிருக்கியா?”

“இல்ல இல்ல... நீ வேற. அதெல்லாம் கம்பெனியா... ஃபிராடுப் பய”

“ஏன். என்னாச்சு?”

எனக்கு குமாரின் தகிடுதத்தங்களை யமுனாவிடம் மறைப்பதற்கு எந்தவித அவசியமுமில்லை. நான் அவனது ஆரம்பக்கால வரலாற்றையெல்லாம் விவரித்தேன். யமுனா அதிர்ச்சியாகிவிட்டாள். “முறையாக இந்தக் கழிவுகளை இன்சினரேசன் செய்யவேண்டுமல்லவா? மாசுக் கட்டுப்பாட்டு வாரியம் என்ன செய்கிறது...? எக்ஸ்டின்ஷன் (அழிவு) மிஸ்டர்... இவனிடமா எனக்கு உயிர் பிச்சை வாங்கித்தந்த?” என்றாள். “இப்படியெல்லாம் யோசிக்காதே விடு” என்றேன்.

மழை அடித்துப் பெய்தது. யமுனா வீடு ஆங்காங்கே ஒழுகத் தொடங்கிவிட்டதாகச் சொன்னாள். நான் அவளுடைய அப்போதைய துயரத்திற்குத் தீர்வுகளற்றவனாய் வேதனையுற்றேன். அவள் என்னிடம் ஒழுகாத ஓரிடத்தில் ஒதுங்கிக் கொள்வதாக அனுமதி கேட்டுவிட்டு “ஸ்ஸப்பா...” என்றாள்.

“அன்னைக்கு வண்டூல வந்தப்போ ‘பொருக்கி நாயே...’ன்னு ஏன் திட்டின?” என்றேன்.

“யார? உன்ன திட்டினதக் கேக்கறியா”

“இல்ல. மேல் ரோட்ல. பாலத்தில நின்னவங்கள?” என்றேன்.

“அதெல்லாம் அப்பவே விட்றணும்யா. திரும்பப்பேசினா டென்ஷன்தான் ஆகும். தாய்ப்பால் குடிச்சித்தான வளர்ந்திருப்பானுங்க அந்த நாய்ங்க?”

எனக்கு அப்போது என்ன நடந்திருக்குமென்ற விபரீதம் புரிந்தது. மறுபடியும் அவளிடம் இந்தச் செய்தியைக் கிளறியிருக்கக்கூடாது என்பதும் புரிந்தது.

“சிதிலமடைந்த அந்த மாளிகை மேடு, மனதை விட்டு அகலவே இல்லைப்பா. ட்ரவுசர் போட்ட அந்தப் பச்சைக் கண் வெள்ளைக்காரன் அவனுடைய ஆங்கிலத்தில் என்ன சொல்லிக்கொண்டிருந்தான் என்று உனக்குத் தெரியுமா?” யமுனா நாங்கள் சோழபுரத்திற்குச் சென்றுவந்த நினைவுகளைக் கிளறிவிட்டாள்.

“என்ன சொல்லியிருப்பான்? பண்டையத் தமிழர்களின் அருமை பெருமைகளை எண்ணி வியந்துபோய் அளந்து தள்ளியிருப்பான். வந்திருந்த மூவரும் ஜெர்மானியர்களைப் போலத் தெரிந்தது. அவர்கள் பேசியது ஆங்கிலம் அல்ல. ஜெர்மன்” என்றேன்.

யமுனாவிற்கு அந்தந்த நிமிடங்களை வாழ்ந்துவிடுவதென்ற பக்குவம் எப்போதோ வந்துவிட்டதுதான். ஆனாலும் சில கடுமையானச்சூழல் அவளை லேசில் விடுவதில்லை.

“மறுபடியும் எப்போ போறோம்?” என்றாள்.

“எங்கே? சோழபுரமா?” என்றேன்.

“இல்ல. வேறு எங்கேயாவது...?” என்றாள்.

“நாளைக்கு...?” என்றபடி நான் எப்போதும் தயாராகவே இருக்கிறேன் என்பதை வெளிப்படுத்தினேன்.

“நாளைக்கேவா...!” என்று ஆச்சரியத்துடன் கேட்டாள்.

“ஆமா. நா ஃப்ரீ தான்” என்றேன்.

“நீ ஃப்ரீயா இருந்தா போதுமா? நா ஃப்ரீயா இருக்கணும்ல?” என்றாள்.

“ஆமா... இன்னிக்கு வேலைக்குப் போகலையா நீ? பன்னிரண்டு மணிக்கு ஃபோன் பண்ணினப்போ ஏஜென்ஸில இருக்கேன்னு சொன்னியே...?”

“மூட் அவுட்டாவே இருந்தேனா... உன்ட்ட ஃபோன்ல பேசினத ஓணர் கேட்ருப்பார்போல. ஒருநாள் ரெஸ்ட் எடுத்துட்டு வாம்மான்னு அனுப்பிட்டார்” என்றாள்.

“அப்போ இந்தச் சாக்க வச்சி நாளைக்கும் லீவு போட்டுடு” என்றேன்.

“போட்டுர்லாம் தான்... ஆனா அப்பாவுக்கு என்ன சொல்றது?”

"அவர்ட்ட என்ன சொல்லப்போற? வேலைக்குப் போறேன்னு சொல்லிடு"

"அப்போ சீக்கிரமே கிளம்ப வேண்டியதில்லையா? எங்கே போறோம்?"

"லோக்கல்ல எங்கேயாவது போகலாம்..."

"அதான் எங்கே?"

"பெரிய கோவில்... பூங்கா... இப்டி?"

"ஐயோ... வேணாமப்பா... தூரமா போனதுக்கே உங்க வீட்ல கேட்க ஆரம்பிச்சுட்டாங்க. அந்தக் கேள்வி, என்ன நோக்கிப் பாய்ஞ்சிருச்சின்னா நா என்ன பதில் சொல்வேன்? ஒன் ஹவர் ட்ராவல்ல தூரமாவே போகலாம். வேற எங்கேயாவது சொல்லு"

"சித்தன்ன வாசல்?"

"அது எங்கே இருக்கு?"

"புதுக்கோட்டை..."

"எவ்ளோ நேரமாகும்?"

"ஒன்னரை மணி நேரமாகும்"

"அப்போ சரி..." என்றவள், வழக்கம்போல வேலைக்குக் கிளம்பக்கூடிய நேரத்திற்குத்தான் தன்னால் வரமுடியும் என்றாள்.

தலையாட்டிக்கொண்ட நான் அவளிடம், பேருந்து நிலையத்தை ஒட்டிய மருத்துவமனை சாலையிலுள்ள எஸ்.பி.ஐ. வங்கி வாசலில் நிற்பதாகச் சொன்னேன். சரி என்றாள். எங்களது உரையாடலுக்கு மத்தியில் நின்றுபோயிருந்த மழை, மறுபடியும் அடித்துப்பெய்தது. யமுனா, சோர்வாக இருக்கிறதெனத் தூங்குவதாகச் சொன்னாள். நான் நேரத்தைப் பார்த்தேன். பன்னிரண்டாக ஐந்து நிமிடங்கள்தான் இருந்தன. நான் அதையிதைப் பேசி நேரத்தை இழுத்தேன். பன்னிரண்டானதும், "விஷ் யூ ஹேப்பி பர்த்டே மை மனைவி..." என்றுவிட்டு இணைப்பைத் துண்டித்தேன்.

# 04

சன்னலைப் பார்த்தேன். ரேவா, கொடியில் மலர்ந்த வெள்ளைப் பூக்கள் நிறைந்த மஞ்சள்நிற இரவு கவுனுடன், போர்ட்டிகோ தடுப்பின் இரும்புக் குழாயைப் பிடித்துக்கொண்டவாறு வெளியே ஊடுருவிப் பார்த்துக்கொண்டிருந்தாள். அவளது முகத்தில் பதற்றமும், வருத்தமும் சேர்ந்திருந்தது. கீழிருந்த யாருக்கோ வருத்தமான பதிலைச்சொல்லிக் கொண்டிருந்தாள். நான் கீழே நின்றுகொண்டிருப்பது யாரென்று பார்த்தேன். பூத்தொட்டியொன்று அந்த வாசலுக்கு முன்னால் சிதறிக் கிடந்தது. நான் ரேவா ஊடுருவிப்பார்த்துக்கொண்டிருந்த வலப்பக்கமாகத் திரும்பினேன். குட்டி ஆடொன்று தன் ஓட்டத்தை நிறுத்தாமல் துள்ளிப் பாய்ந்துகொண்டிருந்தது. அதன் கனைப்பொலி மறைந்து அந்த வீதியின் ஒடிப்பில் திரும்பியதும் நான் நேரத்தைப் பார்த்தேன். பிறகு பின்புற சன்னல் வழியே சூரியனைப் பார்த்துக்கொண்டே கீழே இறங்கினேன்.

நான் சில நாட்களாக வேலைக்குச் செல்வதில்லை என்பது என் வீட்டிற்குத் தெரியவந்திருந்தது. ஆனால் இப்போது நான் மிக அவசரமாகக் கிளம்பிக் கொண்டிருக்கையில், இத்தனை அவசரமாக எங்கே கிளம்புகிறானென்று தெரியவில்லையென அப்பா தனக்குள் சொல்லிக் கொண்டிருந்தார். நான் வழக்கம்போல் என் மருந்துப்பையைத் தயார்படுத்திக் கொண்டிருந்தேன். அப்பா என்னிடம் ஒழிவு மறைவின்றிக் கேட்டார்.

“எப்பாடி... நீ வேலைக்குப் போகற மாதிரி தெரியல. எங்கே போற, வர்றேன்னும் தெரியல. கொஞ்சம் சொல்லிட்டுப் போயேன்...”

எனக்கு அவரிடம் மறைப்பதற்கு எதுவுமில்லை. நான் என்ன காரணத்தினால் தற்போது வேலைக்குப் போவதில்லை என்பதையும், இனி வேறு வேலைக்குச் செல்லவிருப்பதையும், தோதுபட்டால் நானே கம்பெனியொன்று தொடங்கக்கூடிய திட்டமொன்று இருப்பதையும் அவரிடம் சொன்னேன். அவர் கேட்டுக்கொண்டதோடு சரி. வேறு எதுவும் பேசவில்லை.

இந்த நேரத்தை நான் இப்படி அமைதியாக நீடிக்கவிடுவது முட்டாள்தனமென முடிவெடுத்தேன். அதுநிமித்தம் நான் என் அப்பாவிடம், அப்படிக் கம்பெனி தொடங்குவதென்ற

தீர்மானத்திற்கு வந்துவிட்டால் ஒரு பெருந்தொகையை நீங்கள் தரவேண்டியிருக்கும் என்கிற கோரிக்கையைத் தடாலடியாக வைத்தேன். என் கோரிக்கையின் கொதிநிலை மாறுவதற்குள், தன்னால் இப்போதைக்கு முடியாதென்றவர், வேண்டுமானால் என்னுடைய திருமணத்திற்குப் பிறகு தன்னால் இயன்றதைத் தருவதாகச் சொன்னார்.

கம்பெனி தொடங்குவதில் எனக்கும் தயக்கம் இருந்ததால் நான் அவரிடம் விவாதிக்க விரும்பாமல் கிளம்பிக்கொண்டிருந்தேன்.

நானும் யமுனாவும் திட்டமிட்டதைப்போல இன்றைக்குச் சித்தன்னவாசலுக்குச் செல்வது குறித்த திட்டத்தைப் பரிசீலனை செய்தேன். ஏனென்றால், வீட்டிலிருந்து போகவர எப்படியும் இருநூறு கிலோமீட்டருக்குக் குறையாது. உக்கிரமாக இறங்கிக் கொண்டிருக்கும் இந்த வெயிலில் இத்தனை தூரம் பயணிப்பது எனக்கு உகந்த யோசனையாகப் படவில்லை. நான் மட்டும்தான் என்றால் இந்தத் தூரம் எனக்குப் பொருட்டே அல்ல. கூடவே அவளையும் அழைத்துக்கொண்டு போவதால்தான் இந்த யோசனை. எட்டரை மணி வாக்கில் நான் யமுனாவிற்கு 'லிட்டில் சேஞ்ச் ஆஃப் ப்ரோக்ராம். ஐ.வில். வெயிட்-இன் கிருஷ்ணன் கோவில்' என்கிற செய்தியை அனுப்பினேன். உடனே அவளிடமிருந்து 'வேர்...? வொய்...?' என்கிற கேள்வி வருமெனக் காத்திருந்தேன். ஆனால் ஒரு தம்ப்ஸ்-அப் போட்டிருந்தாள்.

நான் சொன்ன நேரத்திற்கு அவளுக்காகக் காத்திருந்தேன். அவள் வருவதற்குச் சில நிமிடங்கள் தாமதமானது. நான் அவளிடம், வீட்டிலிருந்து கிளம்பிவிட்டதாக மெசேஜ் அனுப்பினாயே அங்கிருந்து இங்கே வருவதற்கு ஏன் இத்தனை நேரம் என்றேன். அவள், தங்கள் வீட்டினருகே இருக்கக்கூடிய மின்மாற்றி நேற்றைய இரவில் வெடித்துவிட்டதாகச் சொன்னாள்.

நேற்றைய இரவில் அப்போது வரையில் நான் அவளிடம் பேசிக் கொண்டிருந்தேன். நான் ஃபோனை வைத்தபோது ஒரு பெரும் சத்தம் கேட்டதே அப்பொழுதா என்றேன். ஆமாம் என்றவள் வேறொன்றும் பேசவில்லை. அவளுடைய தற்போதைய அமைதிக்கான காரணம், நான் அப்போது அவளை வாழ்த்திய வார்த்தையினால் உண்டான வெட்கமென உறுதியாக நினைத்துக் கொண்டேன். அது எனக்கு நல்ல ஒரு உணர்வைக் கொடுத்தது. அதை நான் ஆழ்ந்து ரசித்தேன்.

தஞ்சையிலிருந்து பூண்டிமாதா கோவிலுக்கு முப்பத்தைந்து கிலோமீட்டருக்குக் குறையாது. இரண்டு மூன்று பிரதான வழிகள் உண்டு. இன்னும்சில போக்குவரத்துக் கம்மியான குறுக்கு வழிகளைப் பிடித்துக்கூடப் போகமுடியும். எந்த வழியாகப் போனாலுமே அதிகப் பட்சம் ஒருமணிநேர பயணம்தான். நான் என் பாதையைக் கண்டியூரிலிருந்து இடப்புறமாகத் திருப்புவதென முடிவெடுத்துத் திரும்பினேன். பிறகு எனக்கு வேறொரு யோசனை வர, அந்தக் குறுகிய தார் சாலையில் ஒரு ஆங்கில 'U' வைப் பிசிறுகளின்றி எழுதினேன். பாதையை மறந்துவிட்டாயா என்றாள் யமுனா. இல்லையென்றேன்.

பிறகு நான் வந்த முக்கியச் சாலையைப்பிடித்துப் போய்க் கொண்டிருந்தேன். இந்தமுறை நான் நிர்ணயித்திருந்த பாதை, திருவையாறு பேருந்து நிலையத்தைத் தாண்டியதுமே இடப்புறமாகத் திரும்பக்கூடியது. ஆனால் நான் வலப்புறமாகத் திரும்பி இரண்டு கடைகளைத்தாண்டி பைக்கை நிறுத்தினேன். பைக்கிலிருந்து இறங்கியவள், பார்வையால் முழுவட்டம் போட்டாள். நான் அங்கிருந்த ஒரு கடையை நோக்கி நடந்தேன். பின்னாலேயே வந்தவள், என்னிடம், "என்னய்யா இது...? ஆண்டவர் அல்வா கடையா?" வினோதமான முகபாவனையுடன் கேட்டாள். அவளுக்கு அந்தக் கடையின் சிறப்புகளை விளக்கினேன்.

நான் சொல்லியிருந்த அசோகா எங்கள் மேசைக்கு வந்தது. யமுனா அந்தத்தட்டை தன்முன்னால் வசதியாக நகர்த்திக்கொண்டவாறு இந்தக் கடை பற்றி நானும் கேள்விப்பட்டிருக்கிறேன் என்றாள்.

பிறகு என் முதுகுப் பையைத் திறந்து ஒரு ரகசியத்தை எடுத்து அவளிடம் நீட்டினேன். தயக்கமாக வாங்கியவள், "என்ன இது" என்றாள். "உனக்குத்தான்" என்றபடி நான் என் தட்டிலிருந்ததைச் சுவைத்துக்கொண்டிருந்தேன். அவள் தன் விரலில் ஒட்டியிருந்ததை வாயால் சுத்தப்படுத்திவிட்டு நான் கொடுத்ததைப் பிரித்தாள். "ஏய்...! என்னது? மொபைல் எனக்கா?" என்றாள். ஆமாம் என்றேன். முதலில் வாங்கிக்கொள்ள மறுத்துவிட்டாள். ஏன்? என்றேன். எப்படி வைத்துக்கொள்வது? ஏது என்று அப்பா கேட்டால் என்ன பதில் சொல்வது? என்றாள். பிறகு நான், அவளுடைய அப்பா ஏற்றுக்கொள்ளக்கூடிய வகையில் சொன்ன இரண்டு மூன்று யோசனைகளில் ஒன்றை தேர்ந்தெடுத்துக்கொள்வதாகச் சொன்னவள், நீ முதல்முறையாகத் தருகிறாயென்றுதான் வேண்டாம்

என்கிற என் பிடிவாதத்தைச் சமரசத்திற்கு உட்படுத்தியிருக்கிறேன் என்றாள். சிரித்துக்கொண்டேன்.

பிறகு கேட்டாள். "எனக்கு இன்னிக்கு பிறந்தநாள்னு உனக்கெப்படி தெரியும்?" அதற்கும் நான் சிரித்துக்கொண்டேன். "என்னோட சர்டிபிகேட்லதான் இருக்கு. டிஸ்சார்ஜ் சம்மரியில இனிஷியல் தான் இருக்கும். டேட் ஆஃப் பர்த்துக்கு அதுல வேலையில்லையே...?" என்று என்னிடம் கேட்டுக்கொண்டவாறு தனக்கான இனிப்பைச் சுவைக்கத் தொடங்கினாள்.

என்னைப் பொறுத்தவரையில் அவள் எதிர்பார்க்காத, நான் விரும்பிய பரிசை அவளுக்குக் கொடுத்துவிட்டேன். ஆனால் இன்றைய நாளில் நான் எதிர்பார்த்துக் கொண்டிருப்பது அவளிடமிருந்து அன்பானதொரு முத்தத்தைத்தான். என்னால் அதை அவளிடம் கேட்டுப் பெறுவதற்கில்லை. கொக்கு போல அவள் கழுத்தை நீட்டி நீட்டி பேசியதைப் பார்க்கையில் என்னிடமிருந்தும் அவளுக்கு அப்படியொரு தேவை இருப்பதாக நான் நினைத்தேன். ஆனாலும் என்னால் அதை உறுதியாகச் சொல்வதற்கில்லை. எனக்கு அப்படியொரு அடைமழையை அவளது கன்னத்தில் பெய்துவிட நீண்டநாள் ஆசைதான். அனுமதிக்கமாட்டாள் என்பதோடு என் செயலுக்கு நேரெதிர் வினையை என் கன்னத்தில் நிகழ்த்திவிடுவாளென்றும் பயந்தேன். ஆனாலும் அவள் இப்போது வழக்கத்திற்கு மாறாக எதற்காக இப்படிக் கழுத்தை நீட்டிநீட்டிப் பேசுகிறாளென்றும் புரியவில்லை. நடப்பது நடக்கட்டுமென ஒன்றை அவளது கன்னத்தில் வைத்துவிடலாமென்றுதான் முடிவெடுத்து எழுந்தேன். ஆனால் அது நடக்கவில்லை.

பிறகு அங்கிருந்துக் கிளம்பிய நாங்கள் பூண்டிமாதாகோவில் சாலையைப் பிடித்துப் போய்க்கொண்டிருந்தோம். வெயிலின் உக்கிரத்தைக் கண்டவள், "நல்ல வேலைபா... திட்டத்த மாத்தின. இப்போ பாதிதூரம் வந்திருப்போமா? ரோட்டுக்கு பந்தல் போட்ட மாதிரி ரெண்டு பக்கமும் மரமா இருக்கே...! இந்த வெயிலையே என்னால தாங்க முடியல" என்றாள்.

அந்த வழியில் ஓர் மரத்தடியில் இளநீர் கடை இருந்தது. அங்கே நிறுத்தினேன். சட்டி போன்ற பெரிய பெரிய இளநீர். நகரத்தில் முப்பதுக்குக் குறைய மாட்டார்கள். இங்கே இருபதுக்குக் கிடைத்தது. நான் எப்போதும் இளநீரோடு நிறுத்திக்கொள்வேன். எனக்குக் குணமடையாத வயிற்றுப் புண் உண்டென்பதால் ஓயாத ஏப்பத்திற்குப் பயந்து வழுக்கைத் தேங்காயைத் தொடமாட்டேன்.

சிகரெட், மதுவையெல்லாம் ஓரங்கட்டக்கூடிய வகையில் தொந்தரவு செய்யும். மாறாக நான், கடுக்காய் சீவித்தரச்சொல்லி சாப்பிடுவதுண்டு. அது அல்சருக்கு மகத்தான மருந்தென்று சொல்வார்கள். என்னுடைய வழுக்கையை யமுனாவின் ஓட்டில் போட்டேன். எச்சில் என்று அவள் மறுக்கவில்லை. மிகவும் ருசித்துச் சாப்பிட்டாள். முத்தத்திற்கு இணையான திருப்தியை அடைந்த உணர்வு எனக்குக் கிட்டியது. விரும்பிச் சாப்பிட்ட அவளைக் கவனிக்கையில் என் உணர்வையொத்த தடயம் அவளிடமும் இருப்பதாக நினைத்தேன்.

அப்போது நாங்கள் நின்றுகொண்டிருந்த இடத்திற்கும் அருகில் ஒரு குறுக்குச் சாலையில் ஜோடிகள் சிலர் தங்களது பைக்கில் விரைவதைப் பார்த்தேன். அது நான் சாதாரணமாகக் கருதுவதற் கில்லாததாக இருந்ததால், இளநீர் சீவிக்கொடுத்தவரிடம் கேட்டேன். அவர், குழந்தையில்லாதவர்களுக்கு யாரோ வைத்தியர் விசேசமான மருந்து கொடுப்பதாகச் சொன்னார். அது போகட்டுமென பைக்கைக் கிளப்பினேன்.

தூரத்திலேயே எனக்கு தேவாலய வளாகத்திற்குள் ஒலிக்கக்கூடிய மாதாவின் புகழ் கேட்டது.

நாங்கள் உள்ளே நுழைந்தபோது யமுனாவிடம், "பிறந்தநாள் டிரெஸ்ஸா இது" என்றேன்.

"இல்லை" என்றாள்.

"ஏன். எடுக்கறது இல்லையா?" என்றேன்.

"எப்போதும் உண்டுதான். இந்த வருடம் எப்படிச் சூழலென்று உனக்குத் தெரியும்தானே...?" என்றாள்.

தேவாலயத்தின் விசாலமான கூடத்தில் பாதிரியாரின் முன்னிலையில் பிரார்த்தனை நடந்துகொண்டிருந்தது. சொல்லிக்கொள்ளும்படி பக்தர்கள் இல்லை. வெளிநாட்டினரும் அண்டை மாநிலத்தவரும்தான் அநேகமாக இருந்தனர். யமுனா தன் உதட்டில் விரல்வைத்து என் பேச்சுக்குத் தடைபோட்டபடி தன் துப்பட்டாவால் முக்காடு போட்டுக்கொண்டு இடதுபுற சுவற்றோரமாக ஒதுங்கி பிரார்த்திக்கத் தொடங்கியதும் நான் என் நெஞ்சில் சிலுவையை மட்டும் அறைந்து கொண்டபடி வெளியில் வந்தேன்.

பிரார்த்தனை முடிந்ததும் வெளியே வந்த யமுனா, என்னிடம், "சொல்லீட்டு வந்தா என்ன?" என்றாள். சொல்வதற்கு ஒன்றுமில்லாத

எனக்குத் தோள்பட்டையை உலுக்கிக் கொள்வதைத்தவிர வேறொன்றும் இல்லை.

தேவாலயமானது, காவிரியாற்றிற்கும் கொள்ளிடத்திற்கும் மத்தியில் அமையப் பெற்றிருப்பதால் அங்கே குளுமைக்குப் பஞ்சமில்லை. போதாக்குறைக்குத் தேவாலய வளாகத்தைச் சுற்றிலும் மரங்கள்வேறு. நாங்கள் ஒதுக்குப் புறமான மரத்தடிக்குச் சென்றோம்.

மறுபடியும் யமுனா என்னிடம், “இன்னிக்கு என்னோட பர்த்டேன்னு எப்டித் தெரியும்?” என்றாள்.

“என்னப்பா இது...? இதக்கூடத் தெரிஞ்சிக்காம எப்டித்தான் காதலிக்கிறதாம்? போன வருஷம் உன்னோட பிறந்தநாள்னு உங்க ஓனருக்குத் தெரிஞ்சி ஐ.ஓ.பி.க்கும் எதிர்ல இருக்கக் கேண்டீன்ல எல்லாருக்கும் தயிர்வடை, சாம்பார்வடை, காஃபி-ன்னு வாங்கிக் கொடுத்து அமர்க்களப்படுத்திட்டார்ன்னு நீதானேப்பா சொன்ன?” என்றேன்.

“அது எப்போ? எனக்கு ஞாபகமில்லையே!” என்றாள்.

“கல்லணை போகும்போது ஆட்டுக்குட்டி குறுக்கே விழுந்ததுக்கும் முன்னாடி இதத்தான சொல்லிக்கிட்டே வந்த?” என்றேன்.

“அட....! ஆமால்லா? நா சுத்தமா மறந்துட்டேன்பா. ஆனாலும் பன்னெண்டு மணிக்கு வாழ்த்துச் சொல்றதெல்லாம் ரொம்ப போர். இந்தக் கான்செப்ட்டே ஒத்து வராது நமக்கு” சொல்லிக்கொண்டே என்னைச் சாடையாகப் பார்த்தாள்.

என் மானம் போய்விட்ட உணர்வில் நான் அவளை உர்ரென்று முறைத்தேன். அவள் தன் முறுவலிப்பை சன்னமாக வெளிப் படுத்தினாள். அது சீண்டலுக்கான நேரமாக இருந்ததால் நான் அவளுக்கு வலிக்காத வகையில் செல்லமாகக் குட்டு வைத்தேன். அதே உணர்வில் அவள் தன் மண்டையில் கை வைத்துக்கொண்டு ‘ஆ...’ என்றாள்.

பிறகு அவள் என்னிடம், “உனக்கொன்னு தெரியுமா? போன வாரம் நா பிஸியா இருந்ததால கல்பனாட்ட ஸ்டாக் எடுக்கச்சொல்லி ஆர்டர் பேப்பரை நீட்டினேன். அப்போ அவ ஏதோ டவுட் கேட்டா. நா இல்லேன்னுதான் பதில் சொல்லிருக்கணும். ஆனா என்ன சொல்லிருப்பேன் சொல்லு?” என்றாள்.

“ஆமான்னு மாத்தி சொல்லிருப்ப” என்றேன்.

“அதான் இல்ல”

“வேற?”

“இல்லன்னு சொன்ன நா, உன்னோட பேரையும் அவள்ட்ட சொன்னேன். அதாவது அவளை நீயாக்கிட்டேன்” என்றாள்.

நான் வாயடைத்துப்போய் அவளைப் பார்த்தேன். “அடப்பாவி... நீயே எல்லார்ட்டயும் நம்ம விசயத்தச்சொல்ல ஆரம்பிச்சிட்டியா இப்போ? வேற எதுவும் கேட்டாளா கல்பனா?” என்றேன்.

“ஓய்... என்னைய வாடி போடீங்கறதோட நிறுத்திக்கோ” என்றுவிட்டு “அத அப்படியே விட்டுட்டேன்” என்றாள்.

பிறகு, நானும் அவளிடம் அதுகுறித்துக் கிளறாமல் “ஆக்சுவலி இன்னிக்குப் புரோகிராமே கேன்சலாகியிருக்க வேண்டியது தெரியுமா?” என்றேன்.

“ஏன். என்னாச்சு” என்றாள்.

“ஒண்ணுமில்ல. நல்லா தூங்கிட்டேன்”

“எப்போ முழிச்ச?”

“எதிர் வீட்டு ரேவா... சொல்லிருக்கேன்ல? அவதான் எழுப்பி விட்டா” என்றுவிட்டு அவளை நக்கலாகப் பார்த்தேன். சில நிமிடங்களுக்கு முன்னதாக என் முகம் அவமானத்திற்கு மாறியிருந்தது போல அவளது முகமும் உர்ரென்று மாறியிருந்தது. பிறகு என்னிடம் கேட்டாள், “அவளா... எப்டி? வீட்டுக்கெல்லாம் வருவாளோ?” குரல் மங்கியது.

அவள், ஆட்டுக்குட்டியொன்றின் மீது பூத்தொட்டியை தவற விட்ட கதையைச் சொன்னேன்.

“இப்பல்லாம் ரேவா பத்தி அடிக்கடி ஏதாவது சொல்ற...? ரொம்பப் பிடிக்குமோ அவள?” என்றாள்.

“ஏன் புடிக்காம? என்ன அழகு தெரியுமா அவ? நந்திதா தாஸ் மாதிரி இருப்பா” மறுபடியும் அவளைச் சீண்டினேன்.

யமுனா தன் நெற்றிப் பொட்டில் விரலூன்றியவாறு வலிக்கிறது என்றாள். ஏன் என்ற என்னிடம், இரவில் மின்சாரம் இல்லாததால் கொசுத் தொல்லை. தூக்கமில்லை என்றாள்.

அதன் பிறகு அவளிடம் பழைய உற்சாகம் இல்லை.

சிறிதுநேரம் கழித்து என்னிடம், “சோழபுரம் போனபோது என்னோட இனிஷியல் பற்றிக்கேட்டதான? அடுத்தமுறை வெளியில போறப்போ சொல்றேன்னு சொல்லிருந்தேன்ல? நினைவில்லையா? ஏன் கேக்கல நீ? என்னிடம்”

“ம்ம்... நினைவிருக்கு. சொல்லு”

“இனிஷியல் பத்திதானே கேட்ட? அப்பாவோட பேரையும் என்னோட பேரையும் ஒப்பிட்டுப் பார்த்திருக்கியா இதுவர?” என்றாள்.

“ஆமா அவரோடது கிறிஸ்டியன் நேம். அப்புறம்தான் யோசிச்சேன்” என்றேன்.

“எனக்கும் கிறிஸ்டியன் நேம் உண்டு. உனக்குத் தெரியுமா?”

“நீ சொல்லலையே”

“தேவாலய வரலாறு படிச்ச தானே அங்கே?” என்றாள்.

“ஆமாம்” என்றேன்.

“இந்தத் தேவாலயம் ஆரம்பத்தில் என்ன பெயரில் அழைக்கப் பட்டதாக எழுதியிருந்தது அங்கே?” என்றாள்.

“ஏதோ இத்தாலி போப் வீரமாமுனிவர் கட்டினார்னு படிச்சேன். வேறெதுவும் ஞாபகமில்லையே” என்றேன்.

“ராணி இம்மாகுலேட் மேரி தேவாலயம்-னு அழைக்கப்பட்டதாம். பிறகுதான் பூண்டிமாதாகோவிலானதாம். எனக்கு அதப் படிச்சதும் அப்பாகிட்ட சண்ட போட்டது ஞாபகம் வந்துருச்சி” என்று என்னைக் குழப்பினாள். நான் அவளிடம், “புரியல. என்ன சண்ட?” என்றேன்.

யமுனா என்னிடம், நீ என்னைப்பற்றி எதைத் தெரிந்துகொள்ள விரும்புகிறாயோ அதைக்கேள்... என்று விட்டாள். அவள் என்னை இப்படித் தர்மசங்கடத்திற்குள் கிடத்துவாளென நான் கொஞ்சமும் எதிர்பார்க்கவில்லை. அமைதியாக இருந்தேன். பிறகு அவளே ஆரம்பித்தாள்.

“ம்ம். எங்க அப்பா ஒரு கதை சொன்னார். ரொசாரியோ அப்பா தான். அத நா உனக்குச் சொல்லப்போறேன் இப்போ. சொல்லவா?

ம்ம். சுருக்கமா சொல்றேன். நீ தெரிஞ்சிக்க விரும்பின கதைதான்" என்றாள். நான் சரி என்றேன்.

முதலில் அவளுக்குத் தெரிந்த வகையிலான ரொசாரியோவின் வரலாற்றையும், அவருடன் இவள், இரண்டு மூன்று நாட்கள் நாகை வேளாங்கன்னியெனச் சுற்றித் திரிந்ததையும் அங்கெல்லாம் பிழைத்துக் கிடந்தவர்களையும் பிணங்களாகிப் போனவர்களையும் பார்த்த கதையைச் சொன்னாள். அதாவது ரொசாரியோ எனக்குச் சொல்லியிருந்த இன்னொரு பகுதியை அல்லது தனது பகுதியைச் சொன்னாள்.

எனக்கு ரொசாரியோ தன் வரலாற்றைச்சொல்லி முடித்த அன்றைய இரவிலேயே அவரது மகனைப் பற்றிய கேள்விகள் இருந்தன. அப்போதே நான் அவரது மகள் இம்மாக்குலேட் குறித்த ஒரு முன்முடிவிற்கு வந்திருந்தேன். மேற்கொண்டு அன்றைக்கு அவரிடம் பேசுவதற்கு வாய்ப்பற்ற சூழல் நிலவியதால் அப்படியே விட்டுவிட்டிருந்தேன். இப்போது எனக்கு நிலைமை முழுதாகப் புரிந்திருக்கிறது. என்றாலும் நான் இப்போதுகூட எந்தவித முன் முடிவுகளுக்கும் வருவதற்கில்லை.

நான் அவளுடைய வரலாற்றைக் கிளறும் விதமாக "யார் யாரெல்லாம் உங்கள் வீட்டில்...?" என்றேன். "நான், அம்மா, அப்பா, அருணா..." என்றவள், அருணாவும் தானும் இரட்டையர்கள் என்றாள். மேற்கொண்டு நான் இது விசயமாகப் பேசுவதற்குத் தயங்கினேன்.

யமுனா தன் அப்பாவிற்குச் சொந்த ஊர் நாகப்பட்டினம் என்றும், அவர் அங்கிருக்கக்கூடிய ஓர் தனியார் பள்ளியில் பி.யி. டி. மாஸ்டராக இருந்தாரென்றும், ஏழடிக்குக் கொஞ்சம்தான் கம்மியாக இருப்பரென்றும் சொல்லிவிட்டு அந்த உயரத்திற்கு அவர் எப்படி நடப்பாரென என்னிடம் விவரித்தாள். எனக்கு யமுனா நடந்ததைப் பார்க்கையில் கொக்கலிக் கட்டை கட்டிவிட்டதைப் போலக் கவனமாக நடக்கக்கூடிய ஓர் உருவம் நினைவிற்கு வந்தது.

மேலும் அவள், என் அப்பா மிகவும் அமைதியான மனிதர். இன்னமும் அவரது முகம் என் நினைவை விட்டு அகலாமலிருக்கிறது. தலை முழுக்க முள்ளு முள்ளாக நீட்டிக்கொண்டு படியாத கோரைமுடி. பட்டையான செம்பட்டைமீசை. பார்ப்பதற்கு ஆங்கிலோ இந்தியன் போல இருப்பார். நாங்கள் அவரது முள் மீசையை மிகவும் ஆசையாகத் தடவிக்கொண்டிருப்போம். அப்போது

எங்களுக்குத் தன் சொந்தக் கதைகளைச் சொல்வார். முப்பத்தைந்து வயதுவரை அவருக்குப் பெண்ணே கிடைக்கவில்லையாம். நிரந்தர வேலையில்லை என்பது இரண்டாவது காரணம்தான். உயரம்தான் முதல் எதிரியாம். ஆனால் அந்த உயரத்தை விரும்பித்தான் என் அம்மா அவரைக் கட்டிக்கொண்டாளாம். அவளும் ஆறடி நெருக்கத்திற்கு உயரமானவள். அம்மாவுக்குப் பொதுப்பணித்துறையில் வேலை. திருமணமாகி இரண்டு வருடங்களுக்குப் பிறகுதான் நானும் அருணாவும் பிறந்தோமாம்.

நாங்கள் இரட்டையராக இருந்தாலும் நான் அவளை அக்கா என்றுதான் அழைப்பேன். அவள்தான் முன்னவள் என்பாள் என் அம்மா. எங்களுக்கு விபரம் தெரிந்தது முதல் நாங்கள் அநேக சனி, ஞாயிறுகளை வேளாங்கன்னி கடலில்தான் கரைத்துவிட்டுத் திரும்பியிருக்கிறோம். இறுதியாக எங்கள் குடும்பத்தில் என்னைத் தவிர என் குடும்பமே கடலில் கரைந்துவிட்டது. எனக்கு அம்மா வழியிலும் அப்பா வழியிலும் உறவினர்கள் சிலர் உண்டென்றாலும் அவர்களுக்குத் தெரிந்தவகையில் என் குடும்பத்திலிருந்து ஒருவரும் மிஞ்சவில்லை என்று நிறுத்தினாள்.

நான் யமுனாவின் முகத்தைப் பார்த்தேன். முன்னைக் காட்டிலும் சோர்ந்து போயிருந்தது. பிறகு மரக்கிளையை அண்ணாந்து பார்த்தேன். சூரியன் ஏரியல் வியூவிற்குத் தாவியிருந்தது. சாப்பிடலாம் என்றேன் அவளிடம். சரி... என்று என் பக்கமாகத் திரும்பிய யமுனாவின் முகத்தை மறுபடியும் ஊடுருவிப்பார்த்தேன். அவளது கண்ணில் கட்டியிருந்த நீர், தரையில் சூரியனை வரைந்தது.

பிறகு, நாங்கள் தேவாலய வளாகத்திற்குள்ளிருந்த ஒரு உணவகத்திற்குள் நுழைந்தோம். அங்கே நாங்கள் எங்களுக்கான மேசையைத் தேர்ந்தெடுத்து அமர்ந்தபோது யமுனா என் காதைக் கடித்தாள். நான் உணவகத்தின் முகப்பிலுள்ள மேசையில் உட்கார்ந் திருந்த ஆளை உற்றுநோக்கினேன்.

யமுனா, தனக்குக் காட்டிய மாப்பிள்ளைகளில் இவரும் ஒருவரென்று என்னிடம் சொன்னதை நினைத்துச் சிரித்துக்கொண்டேன். ஏன் சிரிக்கிறாய் என்றாள். நான் மறுபடியும் உன்னிப்பாக அந்த ஆளைக் கவனித்தபிறகு நல்ல வேளை... தப்பித்தாய் என்றேன். எனக்கொரு குட்டு வைத்தாள். அங்கிருந்து நாங்கள் வெளியில் வருவதற்குத் தயாரானபோது யமுனா, எப்படியும் என் புகைப்படத்தை அந்த

ஆள் பார்த்திருக்கக்கூடுமெனத் தன் துப்பட்டாவால் முகத்தை மூடிக்கொண்டாள்.

அதன்பிறகு நாங்கள் அங்கே ஒருமணி நேரத்திற்குள்தான் இருந்திருப்போம். எனக்குக் கிளம்பத்தோன்றிய அதே நேரத்தில் யமுனாவும் கிளம்பலாம் என்றாள்.

நான் அவளை ஏற்றிக்கொண்ட இடத்திலேயே இறக்கிவிட்டேன். அப்போது அவள் என்னிடம் கேட்டாள். "இதுதான் நீ என்னைக் கடைசியாக இறக்கிவிடுவதா?" அவளிடமிருந்து இந்தக் கேள்வியை நான் எதிர்பார்க்கவில்லை. "ஏன்?" என்றேன். "என்னைப் பற்றி நீ முழுமையாக அறியாதவரை இருந்த காதல், இதற்கப்புறமும் நீடிக்கக்கூடியதுதானா?" என்றுவிட்டு வேகமாகப் போய்விட்டாள்.

## 05

நான் வீட்டிற்குள் நுழையும்போது நேரம் நான்கைத் தாண்டி யிருந்தது. என் அப்பா என்னை ஊடுருவிப் பார்த்தார். வீட்டிற்குள் நான் பழைய ஆளாக மாறுவதற்காகக் குளியலறைக்கும் மற்ற அறைகளுக்கும் கூடத்திற்குமாக உலாத்திக் கொண்டிருந்தேன். கூடத்திலுள்ள ஷோபாவில் அமர்ந்திருந்த அப்பாவை நான் ஒவ்வொருமுறை கடக்கும் போதும் அவர் என்னைத் துல்லியமா அளவெடுப்பதை நான் கவனித்தேன். அவரது பார்வை என்னைக் குற்றவாளியாகக் கருதவைத்தது. நான் இப்படித் திடமாக நினைப்பதற்குக் காரணமிருக்கிறது. காலையில் திருவையாறு அசோகா கடையில் நான் யமுனாவுடன் சென்றதை அவருடன் ஓய்வூதியம் வாங்கக்கூடிய நண்பர் எங்களை அங்கே பார்த்தார். எப்படியும் அவர் அப்பாவிற்கு ஊதியிருப்பார்.

அப்பா, சின்னச் சின்ன விசயத்திற்கே வானத்திற்கும் பூமிக்கு மாகக் குதிக்கக் கூடியவர். இப்போது அப்படியொரு ஒத்திகையை ஆரம்பித்திருந்தார். அவரது அகராதியில் எதையும் நிதானமாகவோ பக்குவமாகவோ அணுகவேண்டுமென்பது இருந்ததில்லை.

ஆனால் என் அம்மா, அப்பாவிற்கு நேரெதிரானவர். எத்தனை பெரிய பிரச்சினையாயிருந்தாலும் முகத்தில் எந்தச் சலசலப்பையும் காட்டமாட்டார். எதைச் செய்யவேண்டும் என்பதைக் காட்டிலும், எதைச் செய்யக்கூடாது என்பதில் கவனமாய் இருக்கக்கூடியவர்.

இப்படி அப்பா ஆத்திரத்தில் கத்தக்கூடிய ஒவ்வொருபோதும் வாயைத்திறந்து ஒருவார்த்தைகூடப் பேசமாட்டார். எத்தனை பொறுக்கமுடியாத வலியாயிருந்தாலும் முழங்காலை பிடித்துக் கொண்டு சமையலறைக்குள் நுழைந்துகொள்வார். எப்போதும் அவரது பக்குவமான தயாரிப்பிலேயே இருக்கக்கூடிய ஃபில்டர் குவளையைத் திறந்தாராயின், பாலில் இறங்கக்கூடிய டிகாஷன் கணக்காக இவருக்கு ஆத்திரம் இறங்கிவிடும். இப்படித்தான் அவர் முப்பதாண்டுகளுக்கும் மேலாக அப்பாவின் அழுத்தத்தைக் கட்டுக்குள்ளேயே வைத்திருக்கிறார். இப்போதும் அதே முறையைத்தான் கையாண்டார்.

காபியைக் குடித்த அப்பா, குவளையை எதிரேயுள்ள டீப்பாயில் வைத்துவிட்டு மெல்ல மாவுக்கட்டைத் தூக்கி நாற்காலியில் வைத்துக்கொண்டபடி, அது குறித்த அவஸ்தையைப் புலம்பினார்.

நான் வீட்டிற்குள்ளேயே என்னுடைய அறையைச் சுத்தப்படுத்தும் வேலையில் இருந்தேன். ஐந்துமணி வாக்கில் அக்கா ஊரிலிருந்து குழந்தைகளைக் கூட்டிக்கொண்டு வந்தாள். அவளுக்குத் தலையாட்டி வரவேற்றேன். மாமா வராதது குறித்து நான் அவளிடம் கேட்கவில்லை. காரணம், அவரது உறவினர் வழியில் எனக்கு அமையவிருந்த சம்பந்தத்தை நான் நிராகரித்துவிட்டேன் என்கிற வருத்தம் அவருக்கு இருந்தது. எப்போதாவது சரியாகுமென நான் அக்காவின் பிள்ளைகளைக் கொஞ்சிக்கொண்டபடியே அவர்களிடம் என்ன படிக்கிறீர்கள் என்றேன். பெரியவன் ஆறாவது என்றான். சின்னவன் மூன்றாம் வகுப்பு என்றான். பிறகு அவர்கள் தாத்தாவுடனும் பாட்டியுடனும் ஒட்டிக்கொண்டு நின்றனர். நான் மாடிக்குச் சென்றேன்.

அக்காவின் திடீர் வருகை குறித்து எனக்குப் பலவாறாக யோசனை ஓடியது. அது குறித்த சிந்தனையுடன் நான் மாடியறையில் அங்கும் இங்குமாக உலாத்திக் கொண்டிருந்தேன். பிறகு எதிர்வீட்டு மாடியில் ரேவா பூச்செடிகளுக்குத் தண்ணீர் ஊற்ற இதுவரையில் வராதது குறித்து யோசித்தேன். பிற்பாடு என் மருந்துப்பையை ஆராய்ந்துகொண்டிருந்தேன். நான் மாடிக்கு வந்த அரைமணி நேரத்திற்கெல்லாம் அம்மாவும், அக்காவும் வந்தனர். எனக்கு எதிலோ அகப்பட்டுக்கொண்ட உணர்வு ஏற்பட்டது.

அதுபோலவே என் அம்மா என்னிடம் பேச்சைத் தொடங்கினார். அவரது ஆரம்ப வார்த்தையிலேயே எனக்கு யமுனா குறித்து உளவு பார்த்துவிட்டாரென்று புரிந்துவிட்டது. இந்தவேலையில் அவர்

மேலோட்டமாக எதையும் விட்டிருக்கமாட்டார். யமுனாவின் மொத்த வரலாறையும் துல்லியமாகவும் ஆழமாகவும் தோண்டி எடுத்திருப்பாரென்றும் தெரியும்.

சாதி, பணம், அந்தஸ்து, குடும்பமெனப் பல வகையிலும் அம்மா தன் குடும்பத்திற்கு நிகரான வகையில் இருந்தால் காதும் காதும் வைத்த மாதிரி என் விருப்பத்திற்கே திருமணத்தை முடித்துவிடலாம் என்று நினைப்பார். ஆனால் யமுனாவின் தரப்பு அப்படி இல்லாததால்தான் இப்போது அக்காவையும் வரச்சொல்லி என்னைச் சரிகட்டுவதற்கான பேச்சுவார்த்தைக்கு வந்திருக்கிறார் என்று புரிந்தது.

என்னிடம் அம்மா, யமுனா எனக்கும் நம் குடும்பத்திற்கும் எந்த வகையிலும் ஒத்துவராது என்பதை அவருக்கே உரிய லாவகமான பாணியில் சொன்னார். கிட்டத்தட்ட நான் அவருடைய அந்தச் சமாதானத்திற்கு ஒத்துக்கொள்ளக்கூடிய வகையில் என்னை இழுத்துவிட்டார். இறுதியாகச் சுதாரித்துவிட்ட நான் என்னுடைய உறுதியான நிலைப்பாட்டினைச் சொன்னேன்.

அதன்பிறகு அக்கா தன் பங்கிற்கு என்னைச் சமாதானப்படுத்த முயன்றாள். அவள், அம்மாவிற்கு எந்தவகையிலும் சளைத்தவளல்ல என்பதை அப்போதுதான் நான் உணர்ந்தேன். அவள் என்னை உணர்வுபூர்வமாகக் கலங்கடிக்கும் வேலையைச் செய்தாள். நான் பேசாமல் இருந்தேன்.

பிறகு, நான் அப்பாவிற்கு முதல்தாரத்துப் பிள்ளை என்பதால் என்னைத் தூரமாக வைத்துப் பார்க்கிறாயா என்றாள். நான் உடைந்துவிட்டேன். அன்றைக்கு நான் அவளது கைகளை இறுகப் பற்றிக்கொண்டேன். அக்கா அழுதபடி என் தோள்மீது சாய்ந்து கொண்டாள்.

அம்மா எங்களைக் கட்டிக்கொண்டவாறு தன் பங்கிற்கு ஆரம்பித்தார். “அவ பொறந்ததுமே அம்மாவ பறிகொடுத்துட்டா. ஊர் வாய மூடுறதுக்கு நா எவ்ளோ செரமப்பட்டு வளத்தேன் தெரியுமா? அவ வளர வளர அக்கம் பக்கமெல்லாம் என்ன சின்னம்மா சின்னம்மான்னு சொல்லிக் குடுத்ததுக்கெல்லாம் அவங்களோட இவ எப்டி சண்டைக்குப்போவா தெரியுமா? இன்னிக்குவர அம்மான்னுதான் சொல்லிட்டு இருக்கா. அப்புடி வளத்த எனக்கு ஏண்டா கெட்டப்பேர வாங்கிக்கொடுக்கப் பாக்கற?” என்றார்.

அவர்கள் யமுனாவை என்னிடமிருந்து பிரித்துவிடுவதற்குத் தங்களாலானவற்றையெல்லாம் பேசிப்பார்த்தனர். நான் யாருக்காகவும் யமுனாவை விட்டுக் கொடுப்பதற்கு முடியாது. நானும் அவர்களிடம் யமுனாவைப்பற்றி நிறைய எடுத்துச்சொன்னேன். அவளைப்பற்றி முழுவதுமாகச் சொன்னேன். அவளது குடும்ப வரலாறுகளையெல்லாம் சொன்னேன். அவளை இரக்கத்தோடு ஏற்றுக்கொள்ளுங்கள் என்றேன். அவர்களிடமிருந்து பதிலில்லை. பிறகு பார்க்கலாம் என்றுவிட்டுக் கீழே இறங்கிச்சென்றனர். பின்னாலேயே நானும் இறங்கினேன்.

ஏ.எஸ்.எம். எனக்கு அழைத்தார். அவர் என்மீது நிகழ்த்திய தன்னுடைய வார்த்தைகளுக்காக மன்னிப்புக்கேட்காத குறையாக அழைத்துக்கொண்டே இருந்தார். எனக்கும் அவருக்கும் வேலை நிமித்தமல்லாது தனிப்பட்ட முறையிலும் நல்ல பழக்கமுண்டு. அந்தவகையில் நானும் அவரை மன்னிக்க முடிவெடுத்தேன். இன்னொரு வகையில் பார்த்தால் எனக்கும் ரெஸ்யூம் அனுப்பிய இடத்திலிருந்து நண்பர்களது பதிலில்லை. புதுக்கம்பெனி தொடங்குவதற்கு எனக்குமே தயக்கமிருந்தாலும் என் அப்பா தன் நிலைப்பாட்டினைச் சொல்லிவிட்ட பிறகு மேற்கொண்டு நான் அந்தப் பரிசீலனையைக் கைவிட்டிருந்தேன். முந்தைய நாட்களில் நான் ஏ.எஸ்.எம்.மிடம் பேசியவகையில் நான் பழையபடி இன்ஃபினிட்டியிலேயே சேர்ந்துவிடக்கூடிய முடிவிற்கு வந்தேன்.

## 06

நான் மறுபடியும் பழைய இடத்திலேயே என் வேலையைத் தொடருவதென முடிவெடுத்துப் போய்க்கொண்டிருந்த ஒரு வாரத்திற்குள், இன்ஃபினிட்டி இரண்டு நாட்களுக்கான வருடாந்திரக் கூட்டத்தை பெங்களூரிலுள்ள ஒரு பெரிய நட்சத்திர உணவகத்தில் ஏற்பாடு செய்திருந்தது. சென்றமுறை ஊட்டியில் ஒரே நாளில் எளிதாக நடந்திருந்தது. இந்தமுறை இரண்டு நாட்கள். ஆக... கம்பெனி விஸ்வரூப வளர்ச்சியை நோக்கிப் பாய்ந்துகொண்டிருப்பதாக நான் என் ஏ.எஸ்.எம். மிடம் பேசிக்கொண்டிருந்தேன். எங்களது கருத்தை ஒட்டியே கம்பெனியில் பணிபுரியக்கூடிய யாவரும் பேசிக்கொண்டனர்.

இந்தக் கூட்டம் இரண்டு நாட்களென்றால், எனக்குப் போகவர இரண்டு நாட்களாகும். மொத்தத்தில் நான் வருவதற்கு நான்கு நாட்களாகுமென என் வீட்டில் சொல்லிவிட்டு ரயிலேறினேன். நான் இந்தப் பயணத்தை என் கம்பெனியைச்சார்ந்த சிலருடன் பயணிப்பதாக யமுனாவிற்கு முன்கூட்டியே தெரிவித்துவிட்டதால் நேரமிருக்கையில் அவளுக்கு அழைப்பதாகச் சொல்லியிருந்தேன்.

இத்தனை நாட்களாக நான் ஒரு நிம்மதியற்ற போக்கில் இருந்ததற்கு இந்தத் தூரப் பயணமே எனக்கு ஆகச்சிறந்த விடுதலையுணர்வைத் தந்தன.

அந்தக் கூடத்தில் முதல்நாள் கூட்டம் முடிந்ததுமே பல்வேறு வகையிலாக ஏற்பாடு செய்யப்பட்டிருந்த விருந்து களைகட்டத் தொடங்கியது. முதல்நாளில் நான் மதுக்கூடம் பக்கம் தலை வைத்தும் படுக்கக்கூடாதென முடிவெடுத்திருந்தேன். ஆனால் என்னுடைய ஏ.எஸ்.எம். என்னை வலியுறுத்தியதற்குப் பிறபாடு நான் அவரது பேச்சை மதிக்கவேண்டியிருந்தது. அதுநிமித்தம் நான் அன்றைக்கு மதுக்கூடத்திற்குச் சென்றேன் என்றாலும் அன்றைக்கு நான் குடிக்கவில்லை. அங்கேயும் என்னை மேற்கொண்டு வற்புறுத்தியவர்களிடம் நான் எனக்கு ஆறாத வயிற்றுப்புண் இருப்பதைக் காரணமாகச் சொன்னேன். ஆனாலும் அன்றைக்கு நான் அங்கிருந்த உணவு வகையறாக்களை ஒரு கட்டு கட்டினேன். செஸ்வான் நூடுல்ஸ். கேப்பேஜ் சூப். என சைனீஸ் வகையறாக்களை நான் மிக விரும்பிச் சாப்பிட்டேன்.

ஆனால் என்னுடைய இரண்டாவது நாள் அப்படிக் கழியவில்லை. அலுவலகக் கூட்டம் முடிந்ததும் அன்றைக்கு மாலை எங்களது சக பணியாட்களெல்லாம் மதுக்கூடத்தில் கூடியிருந்தனர். அவர்களில் ஒருவர் மிச்சமின்றிப் பிராந்தி, பீர், விஸ்கியென வேறொரு உலகத்தி லிருந்தது என்னைத் தடுமாறச் செய்தது. நான் அன்றைக்குக் குடிக்கக்கூடிய மனநிலைக்குத் தயாராகிக்கொண்டிருந்தேன்.

போதாக்குறைக்கு என்னுடைய ஏ.எஸ்.எம். அன்றைக்கு எனக்கு ஒரு நல்ல செய்தியைக் கொண்டுவந்தார். அதாவது எனக்கு நிர்வாகத் தரப்பிலிருந்து பதவி உயர்வு வழங்குவதென முடிவெடுத்திருப்பதாகச் சொன்னார். வேலையில் நான் காட்டிய அபரிமிதமான பங்களிப்பிற்கு நான் பதவி உயர்வுக்குத் தகுதியானவன்தான் என்றாலும் இத்தனை சீக்கிரத்தில் நான் எதிர்பார்த்திருக்கவில்லை.

அவர் சொன்ன செய்தி உண்மையானால் எனக்குக் கிடைக்கக் கூடிய இந்த உயர்வென்பது ஏ.எஸ்.எம்.மாகத்தான் இருக்கும். எனக்குள் கிளர்ந்தெழுந்த இந்த உச்சபட்ச கொண்டாட்ட மனநிலையை என்னால் கட்டுக்குள் வைக்கமுடியவில்லை. 'மார்ஃபீஸ் ஐரிஷ் ஸ்டவுட்' பீர் இருந்ததைப் பார்த்ததும் எனக்கு நாக்கில் எச்சில் ஊறியது. அன்றைக்கு நான் என் குடல் குறித்த கவலைகளை ஒதுக்கிவைத்துவிட்டுக் களத்தில் இறங்குவதென முடிவெடுத்தேன்.

நான் அங்கிருந்த பரிசாரகனிடம் எனக்கொரு பீர் கேட்டேன். அவன் கொண்டுவந்து அதைத் திறப்பதற்குத் தயாரானான். சட்டென நான் அந்தப் பாட்டிலைத் தொட்டுப்பார்த்தேன். பிறகு நான் என் தவறுக்கு வருந்தியவாறு மிகவும் நயந்த தொணியில் அந்தப் பரிசாரகனிடம் குளுமையில்லாத பாட்டிலைக் கொண்டுவர முடியுமா? என்றேன். அவன் கொஞ்சமும் முகச்சுழிப்பின்றி என்னுடைய கோரிக்கையை நிறைவேற்றினான். நான் அவனுக்குச் சத்தமில்லாத வாயசைப்பில் நன்றி தெரிவித்தேன். அதை அவன் சிரித்தவாறு மிக அற்புதமாக ஏற்றுக்கொண்டான்.

இந்த பீர் அருந்துதலுக்கு மத்தியில் எனக்கிருக்கும் வயிற்றுப் புண் தீவிரமாகிவிடாமலிருக்க நான், வெஜ்-சாலட்டையும், ஃப்ரூட் சாலட்டையும் எடுத்துக்கொண்டேன். ஓரத்தில் சம்பாநண்டு கிரேவியும், மத்தி மீன் பொரியலும் இருந்தது. வாயைக்கட்ட முடியாத நான் என்னுடைய விருப்பத்திற்கேற்ப அங்கிருந்தவைகளை மேய்ந்தேன்.

அந்த அமைதியான மாலை நேரத்தில் நான் எனக்கான பாட்டிலை மிக நிதானமாக உறிஞ்சிக் காலிசெய்த பின்னர், அடுத்த பாட்டிலுக்காக யோசித்துக் கொண்டிருந்தேன். எனக்கு இன்னொரு பாட்டில் விருப்பமாக இருந்தாலும், அளவை மீறுவது மறுநாள் எனக்குத் தேவையற்ற ஆரோக்கியமின்மையைத் தரும் என்பதால் நான் தீர்மானமான ஒரு முடிவுக்கு வரமுடியாமல் அலைக்கழிந்தேன். நான் மாறிமாறி யோசித்துக்கொண்டே இருந்தேன். அப்போது எனக்கு யமுனா நினைவிற்கு வந்தாள். பெங்களூர் வந்திருந்த இந்த மூன்றாவது நாளின் இறுதி வரையிலும் ஒரேயொரு முறைதான் நான் அவளிடம் பேசியிருந்தேன்.

நாங்கள் பூண்டிமாதா கோவிலுக்குச் சென்று வந்ததற்குப் பிற்பாடு எங்களது மிகையான வேலை நிமித்தமாக நாங்கள் பழையபடி பேசிக்கொள்ளவில்லை. எனக்கு அன்றைக்கு யமுனா

பைக்கைவிட்டு இறங்கிச்சென்றபோது கேட்டதும், அதற்கான காரணத்தை நான் கேட்டதற்கு அவள் சொல்லியிருந்த காரணமும் இப்போது ஏனோ உறுத்தியது.

'இதுதான் நீ என்னைக் கடைசியாக இறக்கிவிடுவதா?'

'ஏன்?'

'என்னைப் பற்றி நீ முழுமையாக அறியாதவரை இருந்த காதல், இதற்கப்புறமும் நீடிக்கக்கூடியதுதானா?'

நாங்கள் பேசமுடியாமல் போனதற்கான தகுந்த காரணங்களை யெல்லாம் ஒதுக்கிவைத்துவிட்டுப் பார்த்தால், நான் அவளது அச்சம் கலந்த கேள்வியை நூறு சதவீதம் உறுதிப்படுத்துவதாக நினைத்தேன். சட்டென நான் எனது இடதுகையைப் புரட்டிப்பார்த்தேன். நேரம் எட்டரைக்குள் இருந்தது. அவளது அப்பா வேலைக்குக் கிளம்பிக் கொண்டிருப்பார். அல்லது போயிருப்பாரென நினைத்தபடி நான் அந்த மதுக்கூடத்தின் வெளியிலுள்ள நீளமான போர்டிகோவில் நடந்தவாறு அவளுக்கு அழைத்தேன். எடுத்துப் பேசியவள், பிறகு பேசட்டுமா? நான் வெளியில் இருக்கிறேன் என்றாள். அவளது முனையிலிருந்து ஒரு விழாவிற்கான குதூகலம் எனக்குக் கேட்டது. நான் எங்கே இருக்கிறாய் என்றேன். இன்றைக்கு நாச்சியக்காவுக்கும், சர்க்யூட்டுக்கும் நிச்சயதார்த்தமென்றவள், அவளது கிராமத்து வீட்டிற்குத் தங்களது ஏஜென்ஸியில் வேலை பார்க்கக்கூடிய அத்தனை பேரும் வந்திருப்பதாகச் சொன்னாள். மேலும் அவள் உற்சாக மனநிலையிலும் கொண்டாட்டமாகவும் இருந்ததை அவளது குரல் எனக்குக் காட்டிக் கொடுத்தது. மேற்கொண்டு நான் அவளைத் தொந்தரவு செய்ய வேண்டாமென்ற முடிவுடன் அவளிடம், நான் வந்த வேலை சிறப்பாக முடிந்துவிட்டதாகவும், இன்றைய பின்னிரவில் ரயிலேறி நாளை காலையில் ஊருக்கு வந்து விடுவேனென்றேன். சரி வந்ததும் பேசலாம் என்றாள்.

# 07

மறுநாள் காலை பதினொரு மணி வாக்கில் பெங்களூரிலிருந்து வீடுதிரும்பிய நான், மாடியிலுள்ள எனது அறையில் தூங்குவதற்கான தயாரிப்பிலிருந்தபோது செண்பகத்தம்மாவின் மருமகளிடமிருந்து எனக்கு ஃபோன் வந்தது. என்னிடம் அவர் எந்தத் தகவலையும்

சொல்லவில்லை. உடனடியாக யமுனாவின் வீட்டிற்கு வரச் சொன்னதும் வைத்துவிட்டார். நான் அவசரம் அவசரமாகக் கீழே இறங்கிவந்து மிகவும் பரபரப்புடன் கிளம்பினேன். அம்மாவும் அப்பாவும் பதற்றத்துடன் சில கேள்விகளைக் கேட்டனர். நான் அவர்களிடம், குறிப்பிட்டு ஒரு பொய்யான காரணத்தைக்கூடச் சொல்லவில்லை. சில நெருக்கடியான நேரங்களில் அதிரடியான நடவடிக்கைகளை எடுப்பதினால் அந்த நேரத்திற்கு உண்டான பதற்றத்தைத் தணிக்கக்கூடிய சாயல் உண்டென்பதை நான் பல தருணங்களில் உணர்ந்திருக்கிறேன். இந்தபோதும் நான் அப்படியான ஒன்றைச் செய்துவிட்டுக் கிளம்பினேன்.

நான் யமுனாவின் வீட்டிற்கு முந்தைய ஒடிப்பில் திரும்பிய தூரத்திலிருந்தே அவளது வீட்டை உன்னிப்பாகக் கவனித்துக் கொண்டே போனேன். வீட்டின் வாசலில் செண்பகத்தின் மருமகள், ரொசாரியோ, இன்னும் சிலர் நின்றனர். வேலிப்படலை ஒட்டி தென்னங்கீற்று கட்டுக் கட்டாக அடுக்கப்பட்டிருந்தன. இந்தக் கடுமையான வெயிலை பொருட்படுத்தாது வீட்டின் மேற்கூரையைச் சிலர் பிரித்துக்கொண்டிருந்தனர். நான் அவளது வீட்டு வாசலின் முன்பாகப் பைக்கை நிறுத்தியதும் ரொசாரியோ என் பைக்கில் ஏறிக்கொண்டார். எனக்கு அங்கே நடப்பது எதுவும் புரியவில்லை. செண்பகத்தின் மருமகள் என்னிடம், "யமுனாவுக்கு ஒடம்பு சரியில்லையாம் ஃபோன் வந்துச்சி" என்றாள். எனக்குச் சற்றுப் பதற்றம் கூடியது. பைக்கை திருகினேன்.

போகும் வழியில் ரொசாரியோவிடம், "ஃபோன் செய்தது யார்?" என்றேன்.

"இம்மாக்குலேட் நம்பர்லேருந்துதான் ஃபோன் வந்துச்சி தம்பி. அவ அப்பான்னு கூப்புடுறப்பவே அது அவ இல்லன்னு தெரிஞ்சிருச்சி. அந்தக் குரல்ல உயிரே இல்ல தம்பி. கூட வேல பாக்கற கல்பனான்னு ஒரு பொண்ணு பேசிச்சு" என்றார்.

நான் குழம்பியபடி "இம்மாக்குலேட்டா?" என்றேன்.

"ஆமா தம்பி. என்னோட கத தான் உங்களுக்குச் சொல்லியிருக்கேனே. சுனாமியில போன அவ பேரத்தான் இவளுக்கும் வச்சிக் கூப்புடுறேன் தம்பி" என்றார்.

"என்ன சொன்னிச்சி அந்தப் பொண்ணு?" என்றேன்.

“வேல பாக்கறப்போ திடீர்னு யமுனாவுக்கு மயக்கமாம். ஆஸ்பத்திரியில சேர்த்துருக்கோம்னு சொல்லிட்டு வச்சிருச்சி” என்றார்.

“எந்த ஆஸ்பத்திரின்னு ஏதும் சொன்னிச்சா?” என்றேன்.

“எதோ பேரு சொன்னிச்சி தம்பி. ம்ம் போன தடவ சேர்த்துருக்க ஆஸ்பத்திரின்னு நெனைக்கிறேன்” என்றார்.

மேற்கொண்டு நான் அடுத்தடுத்த கேள்விகளால் அவரைத் துன்புறுத்தவில்லை. குறுக்குச் சாலையொன்றைப் பிடித்து மிகவும் அச்சமூட்டக்கூடிய வேகத்தில் சென்று, குறிப்பிட்ட அந்த மருத்துவமனை வாசலில் பைக்கை நிறுத்தினேன்.

ரொசாரியோவின் முகம் வாடியும், வெளிறியும் இருந்தது. நான் அவரது அச்சத்தைப் போக்கக்கூடிய வகையில் இரவு வேலைக்குச் சென்றீர்களா என்றேன். ஆமாம் என்றார். தூக்கமில்லாதது உங்களது முகத்தில் தெரிகிறது என்றேன். அவர் கம்மென்று என் பின்னால் வந்தார். நான் மருத்துவமனையின் வரவேற்பறையில் விசாரித்துவிட்டு யமுனாவின் அறைக்கு முன்னே நின்று எட்டிப்பார்த்தேன். அவள் மிகச் சாதாரணமாகக் கட்டிலில் அமர்ந்தபடி நான் வாங்கிக்கொடுத்திருந்த மொபைலில் எதையோ துழாவிக்கொண்டிருந்தாள். நான் நிதானமடைந்தேன். எனக்குப் பதற்றம் குறைந்தது. யமுனாவின் நிலையைக் குறித்து ரொசாரியோவிற்கு ஆதரவான வார்த்தையைச் சொன்னேன். அவர் மெப்புக்காகத் தலையாட்டிக் கொண்டார். அவரது முகத்தில் பொறுப்புணர்ச்சியும் கடமையுணர்ச்சியும் கலந்த இயலாமையின் ஏக்கம் தற்காலிகமாகக் குடிகொண்டிருந்தன. அவர் தன்னுடைய நெஞ்சுப் பையை அடிக்கடித் தொட்டுப்பார்த்துக்கொண்டார். நான் பார்த்தவரையில் இது அவருடைய வழக்கத்திற்கு மாறான செயல். இது பொருட்படுத்தத்தக்கதென நான் யமுனாவின் கட்டிலுக்கு அருகிலிருந்த டீப்பாயின் மேலிருந்த மருந்துகளைக் கவனித்தேன். அவை வெறும் தலைவலி காய்ச்சலுக்கானதாக இருந்தன. யமுனாவிற்குத் துணைக்காக நின்றுகொண்டிருந்த ஏஜென்ஸி பெண்கள் இருவரையும் நீங்கள் செல்வதானால் செல்லுங்கள் என்றேன். அவர்கள் தலையாட்டிக்கொண்டுவிட்டு யமுனாவிடம் எதையோ கிசுகிசுத்தபடி அவளது கையில் கொஞ்சம் பணத்தைத் திணித்துவிட்டு அங்கிருந்து கிளம்பினர்.

ரொசாரியோ தன் மகளுடன் எதுவும் பேசவில்லை. அங்கிருந்த நாற்காலியில் தலையைத் தொங்கப்போட்டபடி உட்கார்ந்தார். நான் யமுனாவிடம் என்ன நடந்ததென விசாரித்தேன். அவள் தனக்கான திடீர் தலைவலியையும், தலைச் சுற்றலையும் சொன்னாள். அந்த நேரத்திற்கு உள்ளே நுழைந்த செவிலியர், மருத்துவர் எழுதிக் கொடுத்திருப்பதாகச்சொல்லி சில பரிசோதனைக்கான தாளை எங்களுக்கு மையமாக நீட்டியபடி முன்பணம் கட்டச்சொல்லிச் சொன்னார். அவர் கொடுத்த தாளை வாங்கிக்கொண்டேன். பிறகு, அவர்தன் கையிலிருந்த ஊசியை யமுனாவிற்குச் செலுத்திவிட்டுப் போனார்.

யாரும் எதிர்பார்த்திராத நேரத்தில் நம்முடைய பிரதமர், ரூபாயின் பெரிய தாள்களெல்லாம் மதிப்பிழந்துவிட்டதாக ஒரே இரவில் அறிவித்திருந்தார். அது மருத்துவமனைக்குப் பொருந்தாது என்கிற விலக்கிற்கு நாங்கள் சமாதானமடைய வேண்டியிருந்தது.

நான் வீட்டிலிருந்து அவசரத்தில் கிளம்பியதால் என்னுடைய சட்டைப் பையில் எதுவுமில்லாமல் நின்றேன். என்னைப் போலவே ரொசாரியோவும் அப்படியொரு நிலையில்தான் நின்றார். சூழலைப் புரிந்துகொண்ட யமுனா, கல்பனா கொடுத்து விட்டுப்போயிருந்ததைக் கொடுத்தாள். அதை வாங்கிக்கொண்ட நான் முன்பணம் கட்டுவதற்காகக் கிளம்பினேன். ரொசாரியோ தான் கட்டிவிட்டு வருவதாகச் சொன்னார். நான் மறுப்பதற்கில்லாமல் அவரிடம் கொடுத்தேன்.

யமுனா, நேற்றைய நாச்சியக்காவின் நிச்சயதார்த்த விழாவின் இனிமையான சம்பவங்கள் சிலவற்றைச் சொன்னாள். அதில் முக்கியமாக, சர்க்யூட்டுக்கு யமுனா ஒரு விலை மதிப்புள்ள பரிசைக் கொடுத்ததையும், அதன்பிறகு அன்றைய மாலையிலிருந்து விழா முடியும் வரையிலும் அவன் தன் கையை உலுக்கிக்கொண்டே அங்கும் இங்குமாக அலைந்ததையும் அந்த விழாவிற்கு வந்திருந்த அத்தனை பேருக்குமாக மணிக்கட்டை உருட்டி உருட்டி நேரத்தைச் சொன்னதையும் சொன்னாள். பிறகு அந்த விழாவில் பரிமாறப்பட்ட பதார்த்தங்கள் சிலவற்றின் பெயரைச்சொல்லி அதன் சுவை குறித்துச் சிலாகித்தவள், அன்றைய பொழுதில் அத்தனை பேரும் எல்லையற்ற கும்மாளமாக இருந்த இடத்தில் தன்னால் அப்படி இருக்க முடியவில்லை என்றாள். நான் அவளிடம், என்னிடம் பேசும்போது கும்மாளமாகத்தானே இருந்தாய் என்றேன். ஆமாம் என்றவள், சமீப நாட்களாகவே தனக்கு இப்படி

அடிக்கடி தலைவலியும் காய்ச்சலும் வருகிறதென்றும், நேற்றும் தான் அப்படியொரு அவஸ்தையில் இருந்ததையும் சொன்னாள். மருத்துவரின் ஆலோசனையைக் கேட்டிருக்கலாமே? ஏன் இத்தனை அலட்சியமாக இருந்தாய் என்றேன். அவள் அதற்கு, அப்படியான அவசியம் ஏற்பட்டதில்லை. கையிலிருக்கும் மாத்திரையைப் போட்டுக்கொண்டால் போதுமானதாக இருந்திருக்கிறது. ஆனால் நேற்றைக்கு அப்படி இல்லை. இரண்டு முறை மாத்திரைகள் எடுத்துக்கொண்டேன். என்னை கல்பனாதான் பொறுப்புடன் கவனித்துக் கொண்டிருந்தாளென்றாள்.

நான் யமுனாவிடம், செண்பகத்தம்மா ஊரில் இல்லையா என்றேன். ஆமாம் என்றவள், மகளிர் சுயஉதவிக் குழு ஏற்பாட்டில் அந்தக் குழுவிலுள்ளவர்களுடன் இணைந்து நேற்றைய இரவில் சுற்றுலாவிற்குச் சென்றுவிட்டதாகச் சொன்னாள்.

யமுனாவின் தற்போதைய நிலை பயப்படுவதற்கில்லை என்பதாலும், என் பயண அசதி என்னை உறக்கத்திற்கு அழைத்ததாலும், நான் யமுனாவிடம், உன் அப்பா வந்ததும் வீட்டிற்குக் கிளம்புகிறேன் என்றேன். என் முகத்தை ஊடுருவிப்பார்த்த யமுனா, மிகவும் சோர்வாய் இருக்கிறாய். கண்கள் மது அருந்தியதைப் போல இருக்கிறது. பயணக் களைப்போ? என்றாள். ஆமாம் என்றேன். உண்மையில் பயணக் களைப்பு மட்டும்தானா? என்றாள். அவள் வழிமறித்துக் கேட்பதன் நோக்கம் எனக்குப் புரிந்தது. ஆமாம். இரவு நேரப்பயணம் சோர்வு இருக்காதா பின்னே என்றேன். அப்போ நேற்றைக்கு நீ மது அருந்தியிருக்கவில்லையா? உண்மையைச் சொல். நீ பேசியபோது உன் வார்த்தைகளில் தெளிவில்லை. மிகவும் உணர்ச்சிவசப்பட்ட வார்த்தைகளாகப் பேசினாய் என்றாள். உன்னிடம் உண்மையை மறைக்க எனக்கு என்ன இருக்கிறது? ஆமாம் இரண்டு பீர் குடித்தேன். நண்பர்கள் கூடுகையில் குடிப்பதுண்டு என்று நான் உன்னிடம் சொல்லியிருக்கிறேனே...? என்றேன். சரி. நீ வீட்டிற்குச் சென்று ஓய்வெடு. முடிந்தால் மாலையில் இந்தப்பக்கம் வா. என்றாள். நான் அவளது அப்பா வரும்வரை உட்கார்ந்திருந்துவிட்டு வீட்டிற்கு வந்தேன்.

## 08

ரொசாரியோ சுவற்றோரமாக நிதானமற்றுப் படுத்துக்கிடந்தார். யமுனா என் முகத்தைப் பார்த்ததும் நல்ல தூக்கம் போலருக்கே? என்றாள். ஆமாம் என்றேன். பிறகு நாங்கள், போனது வந்ததென ஒரு அரைமணி நேரம் சத்தமின்றிப் பேசிக்கொண்டிருந்தோம். திடீரெனத் தலைவலிக்கத் தொடங்கிவிட்டதாகச் சொன்ன யமுனா, காய்ச்சலும் வந்துவிட்டதாகச் சொன்னாள். நான் செவிலியரை அழைப்பதற்காக வெளியே நடந்தேன். நான் நின்றுகொண்டிருந்த இடத்திலிருந்து சில தப்படிகள் தூரத்தில், வழக்கமாக ரவுண்ட்ஸ் வந்துகொண்டிருந்த மருத்துவர், ஒவ்வொரு அறைக்குள்ளும் நுழைந்து வெளியேறிக் கொண்டிருந்தார். அவர் யமுனாவின் அறைக்கு வருவதற்கு அரைமணி நேரத்திற்கும்மேல் ஆகக்கூடுமென நினைத்த நான், அவருடன் வந்த செவிலியரிடம் யமுனாவின் தற்போதைய அவஸ்தையை ரகசியமாகச் சொன்னேன். அவர் மருத்துவரைவிட்டு வருவதற்கு யோசித்தவாறு என்னிடம், "கொஞ்சம் வெயிட் பண்ணுங்க. ரவுண்ட்ஸ் வரும்போது என்னன்னு டாக்டரே பார்த்துடுவார்" என்றார். நான் வார்டை நோக்கி நடந்தேன்.

ரொசாரியோ அப்போது விழித்திருந்தார். நீங்க தூங்குங்க என்றேன் அவரிடம். யமுனா தலைவலி பொறுக்கமுடியாமல் கத்தினாள். மருத்துவரின் வருகையைச் சொல்லி அவளைச் சற்றுப் பொறுத்துக்கொள்ளச் சொன்னேன்.

நான் கணித்த நேரத்திற்கு முன்னதாகவே மருத்துவர் அறைக்குள் வந்தார். யமுனாவின் அப்போதைய நிலையைக் கருத்தில்கொண்டவர், சட்டென ஒரு செவிலியரிடம் எதையோ சொன்னார்.

அந்தச் செவிலியர் யமுனாவிற்கென வாங்கி வைக்கப்பட்டிருந்த மருந்துப் பையை ஆராய்ந்து குளுக்கோஸ் பாட்டிலை அவளுக்கு ஏற்றிவிட்டு அதிலொரு ஊசி மருந்தைச் செலுத்தினார்.

அப்போது யமுனாவைப் பரிசோதித்த மருத்துவர் காலையில் எடுக்கச்சொல்லியிருந்த பரிசோதனைக்கான அறிக்கை வந்துவிட்டதா என்றார் ஒரு செவிலியரிடம். அவர் இன்னும் வரவில்லை என்றார். பிறகு, யமுனாவிற்கு அளிக்கவேண்டிய

மருந்துகள் குறித்து அவர்களுக்குப் புரியும்படி சொல்லிவிட்டுப் போனார்.

அவர் சென்ற சற்றுநேரத்திற்கெல்லாம் யமுனா, தற்போது தலைவலி இல்லை என்றாள். காய்ச்சலும் குறைந்துவிடும் என்று நம்பிக்கையுடன் சொன்னாள். மறுபடியும் நான் ரொசாரியோவிற்கு ஆறுதல் சொல்லவேண்டியிருந்தது. அதைத் தவிர்த்துவிட்டு, அவரிடம் போதுமான அளவிற்குத் தூங்கினீர்களா என்றேன். ஆமாம் என்று தலையைத் தொங்கப்போட்டுக் கொண்டவர், வீட்டில் கீற்று வேயும் வேலை முடிந்ததா என்று தெரியவில்லை. செண்பகத்தின் மருமகளுக்கு மதியமாக ஃபோன் செய்தபோது, இன்னும் கொஞ்சத்தில் இருக்கிறது. ஒருமணி நேரத்திற்குள் முடிந்துவிடும் என்றாள். மேற்கொண்டு என்ன நிலைமை என்று தெரியவில்லை என்று வருத்தப்பட்டார். பிறகு இன்றைக்கு இரவில் தன் மகளுடன் தங்குவதற்கு ஒருவருமில்லை என்றார். நான் அவரை, இன்றைக்கு விடுப்புச் சொல்லிவிட்டுத் தங்கிக் கொள்ளுங்கள் என்றேன்.

அப்படித் திடீரென விடுப்புக்கேட்டு நின்றால் என் முதலாளி என்ன சொல்வார் தெரியுமா? என்றார். நான் அவரது கண்களை பார்த்துக்கொண்டு நின்றேன். அதை அவர் சொல்லிக்காட்டினார். ஒரு ஓரங்க நாடகம்போல நடித்தபடி சொல்லிக்காட்டினார். “இப்படித் திடீரென்று வந்து சொன்னால் என்ன செய்வது...? இனி நீ சரியா வரமாட்ட. வடிவேலுவையே என் கடையையும் சேர்த்துப் பார்த்துக்கொள் என்று சொல்லிவிடுவேன்” என்று பூச்சாண்டி காட்டுவார் என்றார். அப்போது அவரது வேகத்தையும் உடல்மொழியையும் கண்டு நான் ரசிக்கவும் சிரிக்கவும் செய்தேன்.

மறுபடியும் அவர், அதே நடிப்புத் தொனியில், அடேய். நகைக்கடை முதலாளி. ரொம்பக் குதிக்காதய்யா... இன்னும் கொஞ்ச நாள்தான். என் பெண்ணிற்குத் திருமணம் முடித்துவைத்துவிட்டால் அப்புறம் நீயே வந்து காலில் விழுந்தாலும் நான் வரப்போவதில்லை என்றார்.

நான் அவரிடம் சொன்னேன். வேறுவழியில்லை நீங்கள் விடுப்புச் சொல்லிவிட்டுத் தங்கித்தான் ஆகவேண்டும்.

நிலைமையைப் புரிந்துகொண்டவர் முதலாளியைப் பார்த்துவிட்டு வருகிறேன். அதுவரையில் தன் மகளுக்குத் துணையாக இருங்கள் என்றுவிட்டுக் கிளம்பிவிட்டார்.

அவர் போனதும் யமுனா என்னிடம், யாராவது பெண் துணை இருந்தால் தேவலாம் என்றாள். அப்போது ஏழு மணியைத் தாண்டி யிருந்தது. கல்பனா ஏஜென்ஸியிலிருந்து கிளம்பியிருப்பாளா? என்றேன். மாட்டாள் என்றாள். அவளிடம் கேட்டுப்பார் என்றேன். முதலில் யோசித்தவள் பிறகு அவளுக்கு அழைத்துப் பார்த்துவிட்டு எடுக்கவில்லை என்றாள்.

ஆனால் கல்பனா அடுத்தசில நிமிடங்களில் எங்களுக்கு முன் நின்றாள். அவர்களுக்குள் பேசிக்கொள்ளட்டுமென நான் வெளியில் வந்தேன்.

பத்து நிமிடத்திற்குப் பிறகு நான் உள்ளே வந்தபோது கல்பனா கிளம்பிவிட்டாள். நான் யமுனாவிடம் கேட்டாயா? என்ன சொன்னாள். இல்லை இல்லை. என்ன சொன்னார்கள் என்றேன்.

கேட்டேன். அவளும் தன் வீட்டிற்கு ஃபோனில் கேட்டாள். எட்டரைக்குக் கடைசிப் பேருந்து. அதைப்பிடித்து வந்துசேர் என்று விட்டனராம் என்றாள். அப்போது யமுனாவின் முகம் மிகவும் உடைந்து போயிருந்தது. இது ஒரு நிர்க்கதியான நிலை. இந்தக் கடினமான நிலைக்கு ஆட்படக்கூடியவர்களுக்குத்தான் அந்த வலி புரியும். இந்த இடத்திற்கு நான் பொருத்தமற்றவன் என்றாலும் என்னால் யமுனாவின் வலியை உணரமுடிந்தது. ஆனாலும்கூட என்னால் எதுவும் செய்வதற்கில்லாத நேரமாக இருப்பதை நினைத்து நொந்துகொண்டேன்.

நான் யமுனாவிடம், உன் அப்பாவிற்கு உறவினர்கள் யாரும் உள்ளூரில் உண்டா என்றேன். அவருடைய அண்ணனும் தங்கையும் இருக்கிறார்கள். ஆனால் வெளியூரில். சரியானபடி தொடர்பில்லை. வருடத்தில் ஒருமுறையோ இருமுறையோ வந்து போவார்கள். ஆனால் அந்தத் தொடர்பு அறுந்துபோனதற்குத் தான்தான் முக்கியக் காரணமென்று வருத்தப்பட்டாள்.

அது என்ன காரணம் என்றேன். அப்பாவினுடைய அண்ணனும் தங்கையும் என்னையும் என் எதிர்காலத்தையும் கருத்தில்கொண்டு சில முடிவுகள் எடுக்க அப்பாவினுடைய சம்மதத்தைக் கேட்டனர். அவர் அதுகுறித்து என் விருப்பத்தைக் கேட்டார். அப்போது நான் என் புரியா வயதில் பெருங்கோபம் கொண்டு அப்பாவிடம் ஒரு மிரட்டல் விடுத்தேன் என்றாள்.

எனக்கு அவள் சொல்லக்கூடிய விசயம் புரியவில்லை. புரியும்படி சொல் என்றேன். அவள் சொன்னாள். என் அப்பாவிற்கு இன்னொரு

திருமணம் செய்துவைப்பதற்கு அவர்கள் மிகவும் விரும்பினர். அதுகுறித்து அப்பா என்னிடம் அனுமதி கேட்டார். நான் அதற்கு முடியாது என்றும், மீறினால் காணாமல் போய்விடுவதாகவும் மிரட்டினேன் என்றவள், அந்த ஏற்பாடு முற்றிலும் என் அப்பாவின் நலன் குறித்ததாக இல்லையென்றும், முழுக்கமுழுக்க என்னுடைய பாதுகாப்புக் கருதிதான் என்பதையும் இப்போது என்னால் உணர முடிகிறது என்றாள். அவளது இந்தக் கருத்தை நான் முழுமையாக ஏற்றேன்.

# 09

## (i)

தினமும் வேலைக்குக் கிளம்பும்போது அலுப்புத்தட்டுவது ஒருவிதமென்றால், கொண்டாட்டத்திற்குப் பிந்தைய நாட்களிலும் அப்படியான எண்ணம் தோன்றுவது இன்னொரு விதமாக இருக்கிறது. நான் இந்த வினோத எண்ணங்களை நினைத்து சிரித்துக்கொண்டபடி வேலைக்குக் கிளம்பிக்கொண்டிருந்தேன்.

யமுனா குறித்த நிலைப்பாட்டினை நான் முடிவாகச் சொல்லி விட்ட பிறகு, என் அம்மாவும் அப்பாவும் என்னிடம் வழக்கமாக நடந்து கொள்வதைப்போல அல்லாது இடைவெளியுடனோ விரோத மனநிலையுடனோ நடந்துகொள்வதாக நினைத்தேன். நான் இப்படி நினைப்பதற்கான காரணம், எங்களுக்குள் சிறிய கலந்துரையாடலோ, நீண்ட உரையாடலோ சமீபநாட்களாகவே கிடையாது. கேள்வி ஒன்றெஎன்றால் பதிலும் ஒன்றுக்குமேல் போகாமல் முற்றிலும் சுருங்கிவிட்டிருக்கிறது. இப்போதுகூட நான் வெளியில் வரும்போது யாரிடமும் சொல்லிக்கொள்ளவில்லை. இது எனக்கு மனவேதனையை அளிக்கக்கூடியதுதான் என்றாலும் இப்படி ஒருவரையொருவர் தவிர்த்துக்கொள்வதை நாங்கள் தெரிந்தே செய்துகொண்டிருந்தோம்.

நான் அரண்மனைக்கு எதிரேயுள்ள கடையில் தேநீர் அருந்தி விட்டுச் சிகரெட் ஒன்றைக் கொளுத்தி ஊதிக்கொண்டே என்னுடைய ஏ.எஸ்.எம்.மிற்கு அழைத்தேன். அவர் எனக்கான பதவி உயர்வு குறித்த உத்தரவு விரைவில் வரும் என்கிற தகவலைச் சொல்லிக்கொண்டிருந்தார். அப்போது இன்னொரு

எண்ணிலிருந்து எனக்கு யாரோ அழைத்துக்கொண்டிருந்தனர். காத்திருப்பில் வந்த அந்த எண்ணைப் பார்த்தேன். அது யமுனாவாக இருந்தது. அதன்பிறகு நான் என் ஏ.எஸ்.எம்.மிடமிருந்து சீக்கிரமே கழன்றுகொள்ளக்கூடிய வகையில் பேசிவிட்டு யமுனாவிற்கு அழைத்துக் கேட்டேன். நேற்றைக்கு இரவு நான் வந்ததற்குப் பிற்பாடு மருத்துவர் தன் அறைக்கு வந்ததாகச் சொன்னாள். ஓ... உடல் நிலையைப் பரிசோதித்தாரா? என்ன சொன்னார் என்றேன். அவர் வந்திருந்தபோது தனக்கு எடுக்கப்பட்ட பரிசோதனைக்கான அறிக்கை வந்திருந்ததாகவும், அதை உன்னிப்பாக ஆய்வு செய்தவர், தற்போதைய தலைவலி, காய்ச்சல் நீங்கலாக அடிக்கடி சோர்வு, திடீரென வியர்த்தல், குமட்டல், வயிற்றுப்போக்கெனச் சில தொந்தரவுகள் குறித்துக்கேட்டார். நான், அவர் கேட்டவைகளில் சிலது தவிர்த்து மற்றவற்றை உறுதிப்படுத்தினேன் என்றாள். பிறகு மருத்துவர், போனமுறை எடுக்கப்பட்டிருந்த பரிசோதனை அறிக்கையைக் கேட்டதாகச் சொன்னாள். நான் அவளிடம், அதை நீ பத்திரமாக வைத்திருக்கிறாயா என்றேன். ஆமாம் என்றவள், அது தற்போது வீட்டிலிருப்பதாகச் சொன்னாள். அப்படியானால் உன் அப்பாவை எடுத்து வரச்சொல் என்றேன். அவரது கையில் சைக்கிள் இல்லாத காரணத்தைச் சொன்னவள், என் உதவி அவசியம் தேவையெனச் சொன்னாள். கண்டிப்பாக. நான் அங்கேதான் வந்துகொண்டிருப்பதாகச் சொல்லிவிட்டுக் கிளம்பினேன்.

நான் ரொசாரியோவை அழைப்பதற்காக மருத்துவமனைக்குச் சென்ற ஐந்து நிமிடங்களுக்குள்ளாகவே அவருக்கு ஐந்தாறு அழைப்புகள் வந்தன. அவர் மிகவும் பரபரப்புடன் அவர்களுடன் கிசுகிசுத்த குரலில் பேசிக்கொண்டிருந்தார். நான் அவரை அழைத்துப் போவதற்காகக் காத்திருப்பதை யமுனாவிற்கு நினைவூட்டினேன்.

அவள் தன் அப்பாவிடம், "யார்ட்டப்பா பேசிக்கிட்டுருக்க? வீட்டுக்குப் போயி அந்த ரிசல்ட்ட எடுத்துட்டு வா. ஒனக்காக வேலய உட்டுட்டு உக்காந்துருக்காங்க. நீ பாட்டுக்கு பேசிக்கிட்டே இருக்க?" என்றாள்.

இப்படி யமுனா சொல்லிக்கொண்டிருந்தபோது அவருக்கு மற்றொரு அழைப்பு வந்தது. மறுபடியும் அவர், சைகையால் அவகாசம் கேட்டுவிட்டு வெளியில் நடந்தார்.

நான் அலுத்துக்கொண்டபடி யமுனாவிடம், "யார்ட்ட பேசிட்டு இருக்கார்? காலையிலேயே இவ்ளோ பிஸியா?" என்றேன்.

தனக்கும் தெரியவில்லை என்றவள், "அவருக்கு ஃபோன் செய்யக்கூடியவர்கள் இரண்டே பேர்தான். ஒண்ணு... நகைக்கடை முதலாளியிடமிருந்து இருக்கவேண்டும். இல்லை... நான் செய்தால் உண்டு. நகைக்கடை முதலாளி இப்படி ஓயாமல் பேசுவதற்கு அவசியமில்லை!" என்றாள்.

நான், அவருடைய கையிலிருக்கும் மொபைல் குறித்துக் கேட்டேன். ஆமாம். புதிதாக இருக்கிறது. நேற்றிரவு கேட்டேன். யாரோ நண்பர் வாங்கித் தந்ததாகச் சொன்னார். மேற்கொண்டு நான் அவரைக் குடையவில்லை என்றாள். அந்த நேரத்திற்கு வார்டுக்குள் நுழைந்த ரொசாரியோ, யமுனாவிடம், பரிசோதனை அறிக்கை இருக்கக்கூடிய இடத்தைக் கேட்டார். யமுனா அதைச் சொன்னதும் அவளுக்கும் எனக்கும் சொல்லிக்கொண்டு புறப்பட்டார். நானும் அவளுக்குச் சொல்லிக்கொண்டேன்.

## (ii)

அன்றைக்கு எனக்கு உள்ளூரில்தான் வேலை. என்றாலும்கூட நான்கு நாட்கள் விடுமுறைக்குப் பின்னதான மொத்த வேலையும் சேர்ந்துகொண்டதால் என்னால் யமுனாவை ஒருமுறைகூடப் பார்க்க முடியவில்லை. இடையில் ஒருமுறை ஃபோனில் அழைத்துப்பேசியதோடு சரி. அப்போது அவளிடம் உடல்நிலை குறித்தும் மருத்துவரின் அன்றைய வருகை குறித்தும் கேட்டேன். வழக்கம்போலவே அவர் வந்ததாகவும், பழைய பரிசோதனை அறிக்கையை ஆய்வுசெய்துவிட்டு வேறொரு ஆய்வுக்குப் பரிந்துரைப்புச் செய்திருந்தாரென்றும், அது எடுக்கப்பட்டு, அறிக்கை வந்ததும் மாலையில் வந்து பார்ப்பதாகச் சொல்லியிருக்கிறாரென்றும் சொன்னாள். அது என்ன பரிசோதனை என்றேன். தெரியவில்லை என்றாள்.

பிறகு நான் மாலையில் வருவதாகச் சொல்லியிருந்தேன். ஆனால் ஐந்து மணி வரையிலும் என்னால் நகரமுடியவில்லை. மேலும், இன்னும் சிலமணி நேரங்களுக்கு வேலை இருப்பதாக வேறு தெரிந்தது.

மறுபடியும் நான் யமுனாவிற்கு அழைத்தேன். அவளிடம் நான் வருவதற்குச் சிலமணி நேரங்களாகுமென என் நிலையை எடுத்துச் சொன்னேன். பரவாயில்லை என்றவள், மருத்துவர் வந்ததாகச் சொன்னாள். என்ன சொன்னார் என்றேன். இன்றைய பரிசோதனை அறிக்கையையும் பழைய அறிக்கையையும் ஒப்பிட்டு ஆழமாகப் படித்துப் பார்த்தார் என்றாள். வேறு என்ன சொன்னார் என்றேன். வாய் வார்த்தையாக எதுவுமில்லை. ஆனால் இரண்டு அறிக்கைத் தாள்களையும் ஒப்பிட்டுப் பார்த்தபிறகு, கையிலிருந்த மொட மொடத்த அந்தத் தாளை சுண்டியதாகச் சொன்னாள். நான் புரியவில்லை என்றேன். அதாவது அவர் அப்படிச் சுண்டியது தன் தீர்மானம் சரிதானென்கிற தொனியில் இருப்பதாக நான் உணர்கிறேன் என்றாள். நான் தீர்மானங்களற்ற குழப்பத்துடன் பிறகு பேசுகிறேன் அல்லது வருகிறேன் என்றேன்.

அன்றைக்கு என்னால் நேற்றைய நேரத்தை ஒட்டியாவது மருத்துவமனைக்குச் செல்ல நேரம் வாய்த்தது. அதாவது ஆறு மணியைக் கடந்த ஒரு நேரத்திற்குச்செல்ல முடிந்தது. யமுனா என்னைப் பார்த்துத் தெளிந்த முகமாக வரவேற்றாள். இந்த இரண்டு நாட்களில் அவள் இப்போதுதான் கொஞ்சமாகச் சிரித்தாள். என் நினைவில் ஆழமாக ஊடுருவித் தங்கிவிட்ட இந்தப் புன்னகையை முதன்முதலாகப் பார்த்த நாளை என்னால் இப்போதும் மறக்கமுடியாது.

என்னை வரவேற்ற அடுத்த நொடியிலிருந்து ரொசாரியோ, மொபைலும் கையுமாக யாருடனோ பேசிக்கொண்டே திரிந்தார். நான் யமுனாவிடம் அன்றைய நிலவரங்கள் சிலவற்றைக் கேட்டுக்கொண்டிருந்தேன். அப்படி நாங்கள் சகலமும் பேசிக்கொண்டிருந்த அரைமணி நேரத்திற்குள்ளாக மருத்துவர் ரவுண்டஸ் வந்தார். அவரிடம் யமுனா தன் உண்மை நிலையைச் சொன்னாள். மருத்துவர் யமுனாவை உற்றுநோக்கியபடி ஒன்றிரெண்டு கேள்விகளைக்கேட்டார். அதில் குடும்ப வரலாறு பற்றிய விசாரிப்புகளும் இருந்தன. பிறகு, புதிய மருந்துகளைக் குறிப்பிட்ட சில நாட்களுக்குத் தொடர்ந்து எடுக்கவேண்டுமெனச் சொன்னவர், இன்றிரவு பார்த்துக்கொண்டுவிட்டு நாளை நீங்கள் வீட்டிற்குச் செல்லலாம் என்றுவிட்டுப் போனார்.

அதன்பிறகு நான் யமுனாவிடம் எனக்கு மிகவும் சோர்வாக இருப்பதாகச் சொன்னேன். அவள் என்னை வீட்டிற்குக் கிளம்பச் சொன்னாள். உன் அப்பா இன்றைக்கும் சேர்த்து விடுப்பு

சொல்லிவிட்டாரா? இல்லை. இன்றைக்கும் கடைக்குப்போய்ச் சொல்லிவிட்டு வரவேண்டுமா? என்றேன். தெரியவில்லை என்றாள்.

### (iii)

நான் என்னுடைய மாடியறையில் எனக்கு முன்னே தொலைக்காட்சியை ஓடவிட்டிருந்தேன். அதில் சர்வதேச அளவில் நடைபெறக்கூடிய கிளப்புகளுக்கு இடையிலான கால்பந்தாட்டப் போட்டி நடந்துகொண்டிருந்தது. ஆட்டத்தின் பெனால்டி கிக்கிற்கான பரபரப்பான அந்தச் சூழலில்கூட நான் கவனம் குவிக்க முடியாமல் வேறு எதையோ யோசித்துக்கொண்டிருந்தேன். என் யோசனையானது மருத்துவர், யமுனாவிற்கு இந்தமுறை பரிந்துரைத்திருந்த மருந்துகள் குறித்ததாகவும், அவளது குடும்ப வரலாறுகள் குறித்து ஏன் விசாரித்தார் என்பதாகவுமே இருந்தன. போகவும் அவர், பயப்படுவதற்கு எதுவுமில்லை என்கிற வார்த்தையை மிகுந்த தயக்கத்துடன்தான் சொன்னார். யாரிடமும் ஆலோசனை கேட்கத் தக்கதல்லாத இதுகுறித்து நான் பல கோணத்திலும் யோசித்துவிட்டேன். அத்தனைச் சோர்விலும் எனக்குத் தூக்கம் வராததற்கு இதுதான் பிரதான காரணமாக இருந்தது. நான் மருத்துவமனையை விட்டுக்கிளம்பும்போது யமுனா, இரவு முடிந்தால் கூப்பிடு. விழித்திருந்தால் பேசுகிறேன் என்றிருந்தாள். இப்போது நேரம் பத்தரை ஆனது. அவளுக்கு ஒருமுறை அழைத்துவிட்டு இணைப்பைத் துண்டித்தேன். அடுத்த நொடியில் அவள் எனக்கு அழைத்தாள்.

# பகுதி 5

# 01

பெங்களூரில் பேசப்பட்டதைப்போல எனக்கான பதவி உயர்வு அத்தனை எளிதில் கிடைக்கவில்லை. எங்களது மேலதிகாரிகளின் தலையீடுகளால் அது சில வாரங்களுக்குத் தள்ளிப்போய்க்கொண்டே இருந்தது. நான் எதிர்பாராத ஒரு நாளில் ஏ.எஸ்.எம். எனது பதவி உயர்வுக்கான தகவலை உறுதிப்படுத்தினார். என்னளவில் நான் அதிகாரப்பூர்வமாகத் தெரிந்துகொள்ளும் பொருட்டு, மின்னஞ்சலை ஆராய்ந்து பார்த்தேன். அதில் எனக்கான அறிவுறுத்தல் வந்திருந்தது. இந்தச் செய்தியை நான் என் அம்மா அப்பாவிடம் தெரிவித்தேன். அவர்கள் மிகச் சாதாரணமாகக் கேட்டுக் கொண்டனர். மகிழ்ச்சியடையக்கூடிய இந்தச் செய்தியை என்னுடைய காதல் விவகாரம் கபளீகரம் செய்துவிட்டதாக நினைத்தேன். ஒருகால் யமுனாவை விட்டுவிட்டதாக நான் என் உறுதியான நிலைப்பாட்டிலிருந்து இப்போது பின்வாங்கினால் கூட என்னைத் தலையில் வைத்துக் கொண்டாடக் கூடியவர்கள் இவர்கள். ஆனால் அந்த விசயத்தில் எனது நிலைப்பாடும், மௌனமும் அவர்களுக்குச் சாதகமாகுமென்ற நம்பிக்கையை நான் ஒருபோதும் தருவதற்கில்லை. எங்களது உறவுகளுக்கு மத்தியில் தலைகாட்ட முடியாதபடி செய்யப்போகிறேன் என்கிற அச்சத்திலேயே இருந்தனர். யாரைக்கொண்டு பேசினால் நான் வழிக்கு வருவேன் என்கிற குழப்பத்தில்வேறு இருந்திருக்கவேண்டும். எத்தனை சிக்கலான காரியத்தையும் லாவகமாகத் தீர்த்து வைக்கக்கூடிய என் அம்மாவிற்கே என்னுடைய விவகாரத்தைக் கையாள்வது சவாலாக இருந்திருக்க வேண்டும். ஆனாலும் அம்மா, என்னை விட்டுப்பிடிக்கலாம் என்றுகூடக் காத்திருக்கக்கூடும்.

அடுத்ததாக இந்தச் செய்தியை நான் யமுனாவிடம் தெரிவிக்க வேண்டும். நேற்றைய இரவில் நான் யமுனாவிடம் அரைமணி நேரத்திற்குள்தான் பேசிக் கொண்டிருந்திருப்பேன். அதற்கு முன்னதாக நான் தூக்கமில்லாமல் சிந்தித்தது குறித்த விசயங்களில்

சிலவற்றை நான் உறுதிப்படுத்திக்கொள்ளும் விதமாக அவள் முன்னுக்குப் பின் முரணாகப் பேசினாள். என் கருத்துப்படி நான் சந்தேகத்திற்குட்படுத்தியிருந்ததை அவள் மருத்துவரின் மூலமாக அறிந்திருக்கவும்கூடும். இவை எல்லாமே என் அனுமானங்கள்தான். என் சந்தேகத்தைக் காலம் தீர்மானிக்கட்டுமென நான் அவளுக்கு,

"குட்-டே. ஐ.வில் டெல் யூ சம் சர்ப்பரைஸ் நியூஸ்" என்று அனுப்பினேன்.

"வாட் சர்ப்பரைஸ்...?"

"ஆர்.யூ. ஃப்ரீ நவ்? கேன் ஐ கால் யூ...?"

"நோ... ஆம் கோயிங் டூ வொர்க்" என்று பதிலளித்தாள்.

"ஓகே. ஐ வில் டெல் யூ. டு-நைட்" என்று அனுப்பிவிட்டு பதிலுக்காகக் காத்திருந்தேன். வரவில்லை.

காலில் போடப்பட்டிருந்த மாவுக்கட்டைப் பிரித்திருந்த என் அப்பா, வீட்டிற்குள்ளிருந்த சன்னலைப் பிடித்துக்கொண்டவாறு காலை மடக்கி நீட்டிக் கொண்டிருந்தார். அம்மா, பூஜையறையில் பூ வைத்துக் கொண்டிருந்தார். நான் பதவி உயர்வு பெற்றிருக்கக் கூடிய இந்த விசேசமான நாளில் அவர்களிடம் ஆசீர்வாதம் வாங்கிக் கொள்ளாமல் போவதை நான் ஒருபோதும் செய்யமாட்டேன். எங்களுக்குள் எத்தனை பிணக்குகள் வந்தாலும் அது தற்காலிகமானதுதான். அதற்காக நாங்கள் வழக்கமான எதையும் செய்யாமல் விடுவதற்கில்லை. அம்மாவையும் அப்பாவையும் ஆசீர்வதிக்க அழைத்தேன். மகிழ்ச்சியாக வந்தவர்கள், "மகராசனா இருக்கணும். நல்ல புத்திய கொடு கடவுளே..." என்று நெற்றியில் பூசி அனுப்பினர். 'நல்ல புத்தி' என்றவர்களின் நோக்கம் எதுவென எனக்குப் புரிந்தது.

பண மதிப்பிழப்பு அமல்படுத்தப்பட்டதற்குப் பிறகு ஒட்டுமொத்த தேசத்து மக்களும் தங்களது பணத்தைப் பயன்படுத்துவதற்கே முடியாத காரியமாக மாறிவிட்டிருக்கிறது. அன்றைக்கு என் கையில் சுத்தமாகப் பணமில்லை. இருந்த புதிய நோட்டுகளையெல்லாம் காலிசெய்துவிட்டிருந்தேன். இன்றைக்கு நாள் முழுக்க என்னால் ஏ.டி.எம். வாசலில் நிற்க முடியாது. அம்மாவிடம் கேட்டேன். புதிய நோட்டுகள் தன்னிடம் இல்லை என்றவர், ஐநூறு ஆயிரமென மதிப்பிழந்த நோட்டுகள் நாலாயிரத்தைக் கொடுத்து என்னிடம் மாற்றிக்கொள்ளச் சொன்னார். என் அம்மா பண விசயத்தில்

கறாரானவர். ஆகையால் நான் சம்பளம் வாங்கிய பிறகோ, வங்கி அட்டையிலிருந்து எடுத்தாலோ அவருக்குத் தந்துவிடுவதாகச் சொல்லிவிட்டு முதுகுப் பையை மாட்டிக்கொண்டு கிளம்பினேன். பைக்கை நகர்த்தியபோது பின்புற டயரில் காற்றில்லாமல் அடிபட்டது. மெக்கானிக் கடைக்குச் செய்தியைச் சொன்னேன். அவன் இருபது நிமிடத்தில் என் பைக்கை தயாராக்கித் தந்தான்.

நான் என்னுடைய இடத்திற்கு ஒரு மருந்துப் பிரதிநிதியை நியமிக்கவேண்டும். அது நிர்வாகத்தரப்பின் வேலைதான் என்றாலும் நானும் செய்யக்கூடிய ஒன்றுதான். இந்த விசயத்தில் நாட்களைக் கடத்தினால் நான்தான் பலமடங்கு வேலையைச் சுமக்க வேண்டிவரும். என் ஏ.எஸ்.எம். நாங்கள் பெங்களூரில் இருந்தபோதே இதுகுறித்த சில யோசனைகளை எனக்குச் சொல்லியிருந்தார். அதாவது, இந்த வேலையை நீ இப்பொழுதிலிருந்தே தொடங்கிவிடு என்று. நான் என் வட்டத்திலும் வட்டத்தைத் தாண்டியும் சுற்றி வளைத்துச் சொல்லியிருந்தேன். அதுநிமித்தம் நான் காலையில் மின்னஞ்சலை பார்த்துக் கொண்டிருந்தபோது எக்கச்சக்கமான ரெஸ்யூம் வந்து குவிந்திருந்தன. அதிகபட்சம் இந்த வாரத்திற்குள் யாராவது ஒருவரை நியமிக்கக்கூடிய கூறுகள் எனக்குத் தென்பட்டன.

நான் பெட்ரோல் பேங்கில் பைக்கை நிறுத்தியபோது, நேற்றுவரையில் எனக்கு ஏ.எஸ்.எம்-ஆக இருந்தவரிடமிருந்து அழைப்பு வந்தது. அவருக்குப் பதவி உயர்வு இல்லை. புதுக்கோட்டைக்கு மாற்றப் பட்டிருந்தார். அவரின் விருப்பமும் சொந்த ஊரில் வேலை செய்யவேண்டும் என்பதாகத்தான் இருந்தது. என்னிடம் சில பொறுப்புகளை ஒப்படைக்கும் பொருட்டும், சிலபல நெளிவு சுழிவுகளைச் சொல்லித் தருவதற்காகவும் என்னை அவரது வீட்டிற்கு வரச்சொன்னார்.

அவருடைய வீட்டிற்கு வல்லம் தாண்டிப் போகவேண்டுமே... என்று யோசித்தேன். பிறகு, நான் அவருக்கு வருவதாகச் சொல்லி விட்டு, ஐநூறு ரூபாய்த் தாளை எடுத்து நீட்டி இருநூறுக்கு பெட்ரோல் ஊற்றச்சொன்னேன். பேங்குக்காரன், சில்லரைத் தட்டுப்பாடென ஐநூறுக்கும் ஊற்றுகிறேன் என்றான். நான் முடியாது என்றேன். அவன் தற்போதைய பணத்தட்டுப்பாட்டைக் காரணமாகச் சொன்னான். என்றாலும்கூட என் நிலைமையும் அவனது நிலைமைக்கு ஒத்ததுதான் என்பதை நான் அவனுக்குச் சொன்னேன். எங்கள் இருவருக்குள்ளும் வார்த்தைகள் தடித்துக் கலவர நிலைக்குப் போய்விட்டது. அந்த பேங்கிற்கு பெட்ரோல்

நிரப்ப வந்த அத்தனை பேரும் என் தரப்பு நியாயத்தையே பிரதானமாகப் பேசினர். வேறு வழியின்றி அவன், இருநூறுக்கு பெட்ரோல் ஊற்றுவதாக ஒப்புக்கொண்டபடி அரசாங்கத்தைத் திட்டினான். பேங்கின் உரிமையாளரும் எனக்கு மீதி பணத்தைக் கொடுத்தபடி அரசாங்கத்தைத் திட்டிக்கொண்டிருந்தார்.

இனி அவர்களிடம் நான் அனாவசிய உரையாடலுக்குப் போகவேண்டிய அவசியமில்லை. நான் மீதியை வாங்கிக்கொண்டு கிக்கரை மிதித்தேன். அந்தபோது என்மீது மோதுவதுபோலக் கடுமையான வேகத்தில் வந்த ஒரு பைக்-காரன், சட்டென எனக்குப் பக்கவாட்டில் வந்ததும் பிரேக்கை அழுத்தினான். எனக்குத் தூக்கிவாரிப் போட்டது. குலுங்கி நின்றவனை நோக்கி நான் ஆவேசமாகக் கையை நீட்டி, நறநறவெனப் பல்லைக் கடித்தேன்.

“என்ன மச்சான்... எப்டி இருக்க?” மோதுவதுபோல வந்தவன் என்னைப் பார்த்துக் கேட்டுவிட்டுப் பெட்ரோல் பேங்க்காரனிடம் ஐநூறு ரூபாய் தாளைக் கொடுத்துத் தலையாட்டினான். எனக்கு வார்த்தைகள் நொறுங்கி தொண்டைக்குள்ளேயே இறங்கிவிட்டன. ஆபிரஹாம் பண்டிதர் ரோடு தேநீர்க் கடையில் பார்த்துக்கொண்ட நண்பரில் ஒருவன்தான் அவன். அவனது நல விசாரிப்புக்கு நான், “எனக்கென்ன... நல்லாருக்கேன்” என்றேன்.

“கொஞ்ச நாளைக்கு முன்னாடி ஃபோன் பண்ணேன். நாட் ரீச்சபிள் வந்தது. அதே நம்பர் தானே வச்சிருக்க?” என்றான்.

“அதே நம்பர் தான். ஆனா பெங்களூர் போயிருந்தேன்” என்றேன்.

“ஓ... அதானா” என்றான்.

“ஆமாப்பா... என்ன விசயமா கூப்பிட்ருந்த?”

“வேல விசயமாத்தான். ரெஸ்யூம் அனுப்பியிருந்தியே...?” என்றான்.

“அதுக்கு அவசியமில்லைப்பா இப்போ” என்றேன்.

“என்ன சொல்ற நீ? வேறெங்கேயும் ஜாயின் பண்ணிட்டியா?”

“கழுத கெட்டா குட்டிச் செவுரு. அதே கம்பெனில தான்” என்றேன்.

“அடப்பாவி...! அன்னிக்கு அவ்ளோ திட்டின உங்க கம்பெனிய?”

“என்ன பண்றது. கால்ல விழாத கொறையா கூப்டானுங்க. நம்ம பர்ஃபாமன்ஸ் அப்டில்ல... ஏ.எஸ்.எம். ஆகிட்டேன் இப்போ” என்றேன்.

“அட்ரா... சக்க. சூப்பர்யா. கங்கிராட்ஸ்” என்றபடி என் கையைப் பற்றிக் குலுக்கியவன், கிளம்புகிறேன் என்றுவிட்டுப் பறந்தான்.

நான் என்னுடைய பதவி உயர்வு விசயத்தை ஊருக்கே டமாரம் அடித்துச் சொல்லிவிட்டு, சஸ்பென்ஸ் என்கிற உதவாத காரணத்தை வைத்துக்கொண்டு யமுனாவிடம் இறுதியாகச் சொல்லலாமென்று நினைத்திருந்தது இப்போது எனக்குப் பிடிக்கவில்லை. கண்ட நேரத்திலும் அவளுக்கு அழைத்துப்பேச முடியாது. அவளும் எடுக்க மாட்டாள். என்னுடைய பதவி உயர்வு விசயத்தைச் செய்தியாக அவளுக்கு அனுப்பினேன்.

# 02

## (i)

நான் ஏ.எஸ்.எம். வீட்டு வாசலில் பைக்கை நிறுத்தியதும், அவரும் அவரது மனைவியும் என்னை மிகவும் அன்பாக வரவேற்றனர். அவரது மனைவி எனக்கு, தன்னுடைய தயாரிப்பில் சுவையான சர்பத் கொண்டுவந்து கொடுத்தார். நான் அதை உறிஞ்சிக் குடித்தபடி யமுனாவிடமிருந்து பாராட்டுக்கான அழைப்போ செய்தியோ வந்திருக்கிறதா வென்று பார்த்தேன். அப்படியேதும் இல்லை. யமுனாவைப் பொறுத்த அளவில் எதிர்பார்ப்பும் ஏமாற்றமும் எனக்குப் பழகிப்போன ஒன்று.

என் பழைய அதிகாரியானவர் தன்னுடைய வேலை நுணுக்கங்களை எனக்கு ஒழிவு மறைவின்றிச் சொல்லிக்கொடுத்துக் கொண்டிருந்தார். அந்த நுணுக்கங்களை அவர் கடந்த காலங்களில் என்னிடம் எப்பொழுதெல்லாம் பயன்படுத்தியிருந்தார் என்கிற சிந்தனை எனக்கு இடையிடையே ஓடியதை கட்டுப்படுத்த முடியவில்லை. சிலபோது நான் அவரிடம் குறுக்கிட்டு அதுகுறித்த என் அனுபவங்களைப் பகிர்ந்து கொண்டேன். அப்பொழுது அந்த அனுபவங்களுக்குள் நிலவிய நகைச்சுவையுணர்வை நாங்கள் தயக்கமின்றி வெளிப்படுத்திக்கொண்டோம்.

நான் என்னுடைய புதிய பணிக்கான பொறுப்புகளை அவரிடமிருந்து பெற்றுக்கொள்ளவும், வேலைசார்ந்த பல நுணுக்கங்களைக் கற்றுக்கொள்ளவும் எனக்குச் சிலமணி நேரங்களே போதுமானதாயிருந்தது. நான் என் முதுகுப் பையை மாட்டிக்கொண்டு கிளம்பினேன். ஏ.எஸ்.எம். என்னை மதியம் சாப்பிட்டுவிட்டுப் போகலாமென மல்லுக்கட்டினார். ஒருமுறை அவர் என்னைத் திட்டி அனுப்பியிருந்த வார்த்தைகள் என் கபாலத்தில் இடித்தது. எனக்குக் கொஞ்சம் வேலையிருப்பதாகச் சொல்லிவிட்டுக் கிளம்பினேன்.

அவர் என்னிடம், "வேலை சார்ந்த மன வருத்தத்தையெல்லாம் மனதில் வைத்துக்கொள்ள வேண்டாம். அதையெல்லாம் மறந்துவிடு" என்றார்.

நான், "அதெல்லாம் ஒன்றுமில்லை சார். உண்மையிலேயே கொஞ்சம் வேலை இருக்கிறது" என்றேன்.

சமையல்கட்டிலிருந்து வந்த அவரது மனைவி, டீப்பாயிலிருந்த என்னுடைய பைக் சாவியை எடுத்துத் தன் இடுப்பில் செருகிக் கொண்டு, "சாப்பிட்டுத்தான் போறீங்க" என்று என்னிடம் கண்டிப்பான குரலில் சொல்லிவிட்டுத் தன் வேலையைப் பார்க்கத் தொடங்கினார்.

மதியம்போல யமுனாவிடமிருந்து 'வாவ்...! கங்கிராட்ஸ்' என்கிற செய்தி வந்திருந்தது. கூடவே, மகிழ்ச்சியைக் குறிக்கக்கூடிய எமோட்டிக்கான்ஸ் போட்டு அனுப்பியிருந்தாள்.

பிறகு நாங்கள் சாப்பாட்டு மேசையின் முன்னதாக அமரும் வரை தொலைக்காட்சியைப் பார்த்துக்கொண்டே சகலமும் பேசிக் கொண்டிருந்தோம்.

இடுப்பில் சாவியைச் செருகிக்கொண்டு போனவர், குடல் குழம்பும், இரத்தக் கூட்டும், கோழி வறுவலும் செய்திருந்தார். அட்டகாசமான சுவையெனச் சொல்லிக்கொண்டே, கூச்சமின்றி மறுபடி மறுபடி வாங்கிச் சாப்பிட்டேன். பிறகு நான் கிளம்புவதற்குத் தயாரானேன். வெயில் வெள்ளிக் குழம்புபோலத் தகதகத்தது. பேசிக்கொண்டிருந்துவிட்டு நாலுமணி வாக்கில் கிளம்பினேன்.

சிந்தாமணியை நெருங்கியதும் அந்தச் சாலையோரமாக ஒரு பைக்குடன் போராடிக்கொண்டிருந்த பெண்ணொருத்தி என்னை வழிமறித்தாள். நான் தூரத்தில் வந்துகொண்டிருந்தபோதே அந்தப்

பெண் ரேவாதான் என்பதைக் கண்டுபிடித்துவிட்டேன். காலையில் இந்த நிறத்தில்தான் உடையணிந்து கிளம்பிப்போனாள். நான் பைக்கை ஓரங்கட்டினேன்.

“என்னாச்சிங்க...?” என்றுகொண்டே தலைக் கவசத்தை உருவினேன்.

“சார்...! நீங்க தானா! பெட்ரோல் ட்ரைன்னு நெனக்கிறேன் சார்” என்றாள்.

“அப்டியா... எங்கே இவ்ளோ தூரம்?”

“காலேஜ் போயிட்டு வாரேன் சார்!”

“சரி. சரி. என்னோடதுலேருந்து கொஞ்சம் எடுத்துக்கலாம்” என்றேன். அவளிடமிருந்து மறுப்பில்லை. நான் என் பைக்கில் பாட்டிலைத் தேடினேன். அது எப்போதோ காணாமல் போனதிற்குப் பிற்பாடு மாற்று ஏற்பாட்டிற்கு நான் கவனம் செலுத்தியிருக்கவில்லை. சலித்துக்கொண்டவாறு,

“உங்கள்ட்ட பாட்டில் இருக்கா...?” என்றேன்.

“இல்லையே சார்...” தலையைச் சொரிந்தாள்.

“சரி. உங்க வண்டியிலேயே உக்காருங்க. பேங்க் வரை ‘டோ’ பண்ணிவிடறேன்” என்றேன்.

சரியென்று உட்கார்ந்துவிட்டவளுக்கு நான் எப்படி ‘டோ’ செய்யப்போகிறேன் என்றெல்லாம் தெரியவில்லை. நான் என் பைக்கை ஸ்டார்ட் செய்துவிட்டு என் வலது காலால் அவள் வண்டியின் பின் பக்கத்தை உதைத்துக்கொண்டு ஆக்ஸிலெட்டரைத் திருகினேன். அவளுடைய ஸ்கூட்டி நகர்ந்தபோது குலுங்கியவளிடம், “பயப்படாம பிரேக்கை மட்டும் கண்ட்ரோல்ல வச்சிக்கோங்க” என்றேன்.

நான் அவளை ரஹ்மான் நகர் பெட்ரோல் பேங்கில் விட்டேன்.

“தேங்ஸ் சார்” என்று மட்டும் சொன்னாள்.

நான் அவளிடம் இரண்டொரு வார்த்தைகளாவது பேசிவிட வேண்டுமெனத் துடித்தேன். அதுநிமித்தம் நான் காரணங்களை உருவாக்கிக்கொள்ள அவசியமில்லை.

“உங்க மாடித் தோட்டத்த நல்லா பராமரிக்கிறீங்க” என்றேன்.

“தேங்ஸ் சார்” என்றாள்.

“ஏங்க... அந்த ஆட்டுக்குட்டி மேல அன்னிக்கு பூத்தொட்டிய போட்டிங்க?”

“அட போங்கசார்... நீங்கவேற. ரொம்பக் கஷ்டமாகிடுச்சி அன்னிக்கு ஃபுல்லா. நீங்க பார்த்திங்களோ...” என்றாள்.

“ஆமாங்க. அன்னைக்கு ஒரு முக்கியமான வேலையா வெளில போகவேண்டி இருந்துச்சி. நல்லா தூங்கிட்டேன். ஆட்டுக்குட்டிதான் எழுப்பி விட்டுச்சி” என்றேன்.

நமட்டுத்தனமான சிரிப்பொன்றை வெளிப்படுத்தியவள், “ஓ... அப்படியா...!” என்றுகொண்டே வண்டியின் ஆக்ஸிலேட்டரை விட்டு விட்டுத் திருகினாள்.

## (ii)

நான் அங்கே இங்கேயெனச் சுற்றிவிட்டு மிகநீண்ட நாட்களுக்குப் பிறகு முன்னேரத்திலேயே வீட்டிற்குத் திரும்பியிருந்தேன். எங்கள் பகுதியின் இந்த நேரத்து அசைவுகளை நான் அமைதியின் குறியீடாகக் கருதினேன். முதியவர்களுக்கு அனுபவிக்கத் தகுந்த மிக நிம்மதியான நேரமாக இருந்தது.

நான் வீட்டிற்கு வந்து வெகு நேரமாகியும் எனக்கு ரேவாவின் நினைவு மனதைவிட்டு வெளியேற மறுத்தன. இத்தனை நாளில் இல்லாத ஈர்ப்பு இன்றைக்குப் புதிதாய் வந்து என்னைப் படுத்தியது. நான் என் வீட்டிற்கு வெளியே நின்றவாறு மொபைலை துழாவிக் கொண்டிருந்தேன். என் யோகம் எதற்காகவோ வெளியே வந்தவள், தெருவின் இரண்டு எல்லைக்குமாகத் திரும்பிப்பார்த்துக்கொண்டே எனக்குப் புன்னகைத்துவிட்டு உள்ளே ஓடினாள். அவள் இன்னொரு முறை வருவாளென நான் பார்த்துக்கொண்டிருந்தேன். ஏழரை மணியிலிருந்து எட்டுமணி வரையிலும் காத்திருந்தேன். எனக்கு ஏமாற்றம் தான் மிஞ்சியது.

பிறகு நான் இரவு உணவையெல்லாம் முடித்துக்கொண்டுவிட்டு மாடிக்கு ஏறினேன். வழக்கமாக நான் யமுனாவிடம் பேசக்கூடிய இரவுகளிலெல்லாம் அவள்தான் ஒரு மிஸ்டுகால் கொடுப்பாள். பிறகு நான் அழைத்துப் பேசுவேன். ஆனால் இன்றைக்கு எனக்கு அந்த நினைவு வேறுபக்கமாகத் திரும்பியிருந்தது. ஆகையால்

நான் யமுனாவை அழைக்கக்கூடிய நேரத்தைத் தவறவிட்டுவிட்டு ஏதேதோ கற்பனையில் மிதந்துகொண்டிருந்தேன்.

அப்போது திடீரென அவளிடமிருந்து வந்த அழைப்பானது, என்னைத் திக்குமுக்காடச் செய்தது. மன்னிக்க முடியாத ஒரு துரோகப் பாங்கு எனக்குள் ஊடுருவிவிட்டதைப் பொட்டில் அடித்து உணர்த்தியது. இந்தக் குரங்கு புத்தியைத் தாண்டாமல் யாரால்தான் வாழ்ந்துவிட முடியும்? என்கிற சமாதானம் இப்போதைக்கு எனக்குப் போதுமானதாக இருந்தன. நான் உற்சாகக் குறைவான தொனியில் "ஹலோ" என்றேன். யமுனா என்னுடைய ஊக்கம் கம்மியான குரலைக் கேட்டால் உடனே அதற்கான காரணத்தைக் கேட்பாள். இன்றைக்கு அவள் கேட்பாளென்று நான் எதிர்பார்த்தேன். ஆனால் இல்லை. என்னைப் பொறுத்தளவில் அவளது உதாசீனங்கள்கூட எனக்குப் பொருட்டாக இருந்ததில்லை என்பதால் நான் இயல்பாகப் பேசத் தொடங்கினேன். அன்றைக்கு எங்களுக்குள் உரையாடலை முடிப்பதற்கு உகந்ததான நேரத்தை யமுனாவே முடிவெடுத்தாள். காரணம், பத்து நிமிட உரையாடலுக்கு மத்தியில் அவளொன்று கேட்க, நான் சம்பந்தமே இல்லாத வேறொரு பதிலைச் சொல்லித் தடுமாறினேன். அன்றைக்கு அவள் எனக்கு 'குட் நைட்' சொன்னதற்குப் பிறகு, நான் எங்களுக்குள்ளாகக் குறுகிப்போய்விட்ட உரையாடலைப் பற்றியோ, இடைவெளி விழுந்திருப்பதாக நான் எண்ணிக்கொண்டதைப் பற்றியோ தன்னிச்சையான ஆய்வுக்குள் இறங்கினேன்.

## 03

இன்ஃபினிட்டி மேலும் நான்கைந்து தயாரிப்புகளைச் சந்தைப்படுத்துவதற்குத் திட்டமிட்டிருந்தது. பெங்களூரில் நடைபெற்றிருந்த ஆண்டு இறுதிக் கூட்டத்தில் இதுகுறித்து முடிவெடுக்கப்பட்டுக் கோப்புகள் கையெழுத்தாகியிருந்தன. குழந்தைகளுக்கான பால் பவுடரும், சுகர் ஃப்ரீ புரோட்டீன் பவுடரும் இதில் முக்கியமானது. இப்படியான ஃபாஸ்ட் மூவிங் தயாரிப்புகளை இன்ஃபினிட்டி இப்பொழுதுதான் பரிச்சார்த்த முயற்சியாகக் கையிலெடுத்திருக்கிறது. சந்தையில் நிற்பதற்கென இப்படியான சிறுத்தைப் பாய்ச்சலுக்குக் கம்பெனி தயாரானதில் எனக்கு வேலைச்சுமை அதிகரித்திருந்தது.

போகவும், காலாவதியான மருந்துகள், சேதமானவையென ஸ்டாக்கிஸ்ட்டுகளிடமிருந்து பெற்று கம்பெனிக்கு அனுப்புமாறு பணிக்கப்பட்டிருந்தேன். அதுநிமித்தம் நான் அன்றைக்கு உள்ளூர் முழுக்க அலைந்து கொண்டிருந்தேன். வண்டிக்காரத் தெருவிலிருந்து கீழவாசல் பகுதியை நோக்கிப் போய்க்கொண்டிருந்தபோது, குமார் தன் மனைவியுடன் கண்டிராஜ அரண்மனைக்கு எதிரேயுள்ள பிளேக் தேவாலயத்திலிருந்து வெளியே வந்தான். முதலில் நான், யாரோ வழிப்போக்கன் என்றுதான் அவனை நினைத்தேன். குமார் கைதட்டிக் கூப்பிட்டதும், நான் பைக்கை நிறுத்திவிட்டு அவன் பக்கம் என் பார்வையைக் கூர்மையாக்கினேன். அது குமார் என்று என்னால் நம்பவே முடியாத தோற்றமாக இருந்தது. சில மாதங்களுக்கு முன்னதாக, பழைய சிண்டிகேட் வங்கியின் வாசலில் பார்த்திருந்தபோது இருந்ததைக் காட்டிலும் இப்போது ஆளே அடையாளம் தெரியாத அளவிற்குப் பாதி உடம்பாகியிருந்தான். முகமெல்லாம் கறுத்து, கன்னமெல்லாம் ஒட்டிப் போயிருந்தன. பல் ஈறுகள் வெளிறிப் போயிருந்தன. அவன் மனைவியும்கூட இவனளவிற்கு இல்லாவிட்டாலும் இறுதியாக நான் பார்த்தபோது இருந்ததைக் காட்டிலும் கொஞ்சம் உடைந்தும் வெளிறியுமிருந்தார். வறுமையோ நோய்மையோ வஞ்சனையில்லாமல் தாக்கியது போலிருந்தனர். இரண்டில் எதுவென என்னால் உறுதியான முடிவிற்கு வரமுடியவில்லை. குமார் தன் கையில் சாவிக்கொத்தைச் சுழற்றிக் கொண்டிருந்தான். தேவாலயத்தின் வெளிச்சுவரை ஒட்டி அவனுடைய அதே கறுப்புநிற அப்பாச்சி பைக் நின்றது. அவனது சட்டை பாக்கெட்டுக்கும் வெளியே ஐந்து இஞ்சிற்குக் கம்மியில்லாத ஆண்ட்ராய்ட் மொபைல் நீட்டிக் கொண்டிருந்தது. இருவரின் உடையிலும் பகட்டுத் தனத்திற்குக் குறைவில்லை. ஆக... வறுமை தாக்கியிருக்காது என்கிற முடிவிற்கு வந்த நான், அவர்களை எதிரேயுள்ள காபி கடைக்கு அழைத்தேன். குமாரின் மனைவி, 'இல்லிங்க... அதெல்லாம் ஒண்ணும் வேண்டாம்' என்று நயந்தார். நான் அவரை மறுமுறை வலியுறுத்தி அழைத்தேன். மறுக்காமல் வந்தார். குமாருடன் அவனது மனைவியும் இருந்ததால் எதனால் இப்படி உருக்குலைந்தான் என்றும், அவனது குடும்பச்சூழல் குறித்தும் என்னால் சுதந்திரமான விசாரிப்புகளை மேற்கொள்ள முடியவில்லை. நாங்கள் அந்தத் தேநீர்க் கடையிலிருந்து வெளியில் வந்ததும், குமார், தன் மனைவியிடம், என்னிடம் தொழில்சார்ந்த விசயங்கள் சிலவற்றைப் பேசிக்கொண்டிருந்துவிட்டு பிறகு வருவதாகச்சொல்லி வழியில் வந்த ஒரு ஆட்டோவை நிறுத்தி அவரை வீட்டிற்கு அனுப்பிவைத்தான்.

அவர் போனதும் நான் குமாரிடம் இப்பொழுது எங்கே இருக்கிறாய் என்றேன். ஏன்? என்றான். அவன் ஆட்டோக்காரனிடம் தத்தோஜியப்பா சந்துக்கு வாடகை பேசியதை குறிப்பிட்டேன். பிள்ளையார்ப்பட்டியிலிருந்து தத்தோஜியப்பா சந்திற்குக் குடிமாறி விட்டதாகச் சொன்னான்.

நான் என் இடத்திற்கு ஒரு பையனை நியமித்திருந்தேன். சரபோஜி காலேஜில் ஒற்றை டிகிரி முடித்தவன். அவனுக்கு வீடு கீழவாசல், பூமால் இராவுத்தர்கோவில் தெருவில்தான். மிகவும் வறுமையான குடும்பம். துடிப்பான இளைஞன். உறவுக்காரரிடமிருந்த பழைய கவாசாகி பஜாஜ் பைக்கை வாங்கிக்கொண்டு வேலைக்குச் சேர்ந்திருந்தான். வாய் பார்ப்பது அவனுக்குப் பிடித்த ஒன்று. குமாருடன் தனியாக உரையாடக்கூடிய இந்த நேரத்தில் எனக்கு அவனது இருப்புச் சுமையாகத் தெரிந்தது.

“பரத்... இங்க வாப்பா” என்றேன்.

தோள்பட்டையைக் குலுக்கி முதுகுப்பையைச் சரிசெய்து கொண்டவாறு, “சார்...?” என்றான்.

“ம்ம்ம்... உனக்கு சிவப்பிரியா தெரியும்ல...?”

“தெரியாதே... யார் சார்?”

“ஹ ஹா... பரத். சாரி. சிவப்பிரியா ஏஜென்ஸிப்பா. இதுமாதிரி ப்ரொஃபசனா பேசறப்போ கன்சர்ன்னு புரிஞ்சிக்க ட்ரை பண்ணு இனி. சரியா?”

“ஆமா சார். சொல்லுங்க. தெற்கு வீதியில இருக்கே? அதானே?”

“ஆமாம்” என்றுவிட்டு என் முதுகுப்பையிலிருந்த ஒரு கவரை அவனிடம் நீட்டினேன்.

“என்ன சார் இது?” என்றான்.

என்னுடைய பழைய மேலதிகாரியின் சொந்த வேலையொன்று அங்கே இருக்கிறது. எனக்காக அதை செய்து தருகிறாயா என்றேன். தயக்கமின்றி சம்மதித்தான். நன்றி என்றேன். இதிலென்ன சார் இருக்கிறது? என்றான்.

“கம்பி நீட்டிடாத பரத்” என்றேன்.

“சார்... என்னா சார்...? லீவு கேட்டு குடுக்கலேன்னா வேலையில கொற வச்சுடுவேன்னு நெனச்சிங்களா? முடிச்சுட்டு ஃபோன் பண்றேன் சார். நீங்களும் அங்கே சொல்லிடுங்க” என்றான் பரத்.

“தேங்க்ஸ் பரத். நா சார்ட்ட சொல்லிடறேன். சார் வீட்டுக்கு சொல்லிடுவாங்க. நீ கெளம்பு”

பரத்தின் கவாசாகி பறந்ததும், நான் குமாரிடம் மெல்ல விசாரிப்புகளைத் தொடங்கினேன்.

அவன் தான் பார்த்த பழைய தொழில்களையெல்லாம் அறவே விட்டுவிட்டதாகச் சொன்னான். அவனிடம் ஏன் என்று கேட்பது அனாவசியம். நான் அந்தக் கேள்வியைத் தவிர்த்தேன்.

பிறகு பேசத்தொடங்கிய குமார், எடுத்த எடுப்பிலேயே என்னில் ஈட்டியை ஆழமாக இறக்கினான். எனக்குப் பக்கென்று அடைத்து விட்டது. அப்போதைக்கு நான் வேறெதுவும் நினைக்கவில்லை. குமாரின் மருத்துவக்கழிவு தொழில் குறித்து நான் யமுனாவிடம் ஒருபோது சொல்லியிருந்தேன். அப்போது அவள் என்னிடம் கேட்டாள். ‘இவனிடமிருந்தா எனக்கு உயிர் பிச்சை வாங்கிப் போட்ட...?’ என்று. அந்தக் கேள்விதான் இப்போது ஈனஸ்வரத்தில் எனக்கு ஒலித்தது.

குமார் பணத்திற்காகக் கொலையைத் தவிர முறையற்ற வகையிலும், சட்ட விரோத நடவடிக்கைகளிலும் ஈடுபடுவானே ஒழிய, அவனுடைய ஒழுக்கத்தில் ஒரு புகாரும் இருக்காது. என் காதில் அப்படி எதுவும் விழுந்ததில்லை. அவனுடைய இந்த ஒழுக்க நடவடிக்கையை விரும்பியே பஞ்சு மில்லுக்கு வேலைக்கு வந்திருந்த ஒரு நாளில், தன் வீட்டிற்குத் திரும்பாமல் குமாருடனேயே தங்கிவிட்டிருந்தார் அவனுடைய மனைவி.

ஆனாலும் குமார் தற்போது எனக்குள் இறக்கியிருக்கும் ஈட்டிக்குப் பின்னால் அவனுடைய ஒழுக்கத்தில் யாருக்கும் சந்தேகம் வராமல் இருக்க முடியாது! எனக்கு இதுகுறித்து அவனிடம் எப்படிக் கேட்பதென்றும் தெரியவில்லை. அவனுக்கோ என்னிடம் எப்போதும் எதையும் மறைப்பதற்கில்லை. நாங்கள் அமைதியாக இருந்தோம். சற்றுநேரத்திற்கெல்லாம் குமார், அடுத்தடுத்த ஈட்டிகளை இறக்கிக்கொண்டே இருந்தான். அவனது காரியத்திற்காக நான் அவனை அப்படியே தேவாலய வெளிச்சுவற்றிலேயே சிலுவையாக அறைந்துவிடக்கூடிய அளவிற்கு ஆத்திரமடைந்தேன்.

அவனது ஒழுக்கத்தை நான் சந்தேகிப்பேன் என்று தெரிந்து, என்னிடம், அவனறிந்த வகையிலான உண்மையை எனக்குச் சொன்னான். அதாவது, தனக்கு இந்த நோய் பாதிப்புத் தொற்றியதற்கான காரணத்தைச் சொன்னான். அதாவது, தான் மருத்துவக் கழிவுகளைக் கையாளக்கூடிய பல தருணங்களிலும், மடக்கி வீசப்பட்டிருந்த நீடில் கூர், தன் கைகளில் சுருக்கென்று ஏறியதையும், அதை இலட்சியம் செய்யாமல் இருந்து விட்டதால்தான் தனக்கு இப்படி நேர்ந்ததாக அவனுக்குத் தெரிந்த கம்பவுண்டர் யாரோ சொன்னதாகச் சொன்னான்.

அந்தக் கம்பவுண்டருக்கு உன்னுடைய இந்தக் கேவலமான தொழில் இரகசியத்தைச் சொன்னாயா என்றேன். ஆமாம். ஆரம்பத்தில் எனக்குத் தயக்கம் இருந்தது. ஆனால் இந்த நோய்க்கிருமிகள் எனக்குப் பரவிய வழியை நான் தெரிந்துகொள்ளும் பொருட்டும், எனக்கே இருந்த சந்தேகத்தின் அடிப்படையிலும் அதை உறுதிசெய்துகொள்ளும் வகையிலும் சொல்லவேண்டிய கட்டாயம் இருந்தது என்றான். பிறகு எதையோ யோசித்தபடி நின்றவன், இந்த உண்மையை என்னை ஆய்வு செய்த மருத்துவரிடம் நான் எப்படிச் சொல்லமுடியும்? என்றான்.

கம்பவுண்டர், குமாருக்குச் சொல்லியிருந்த காரணத்தை நான் நூறு சதவிகிதம் ஏற்றுக்கொண்டேன். நான் அவன் வீட்டிற்குச் சென்றிருந்தபோதுகூட இப்படியொரு அபாயம் இருப்பதை நான் உணராமல் இல்லை. இதையெல்லாம் சொல்லப்போனால் பதிலுக்கு, குமார், 'வேறெப்படி பிழைக்கிறதாம்...?' என்று வழக்கம்போல இரண்டே வார்த்தையில் அடைத்து விடுவானென இருந்து விட்டிருந்தேன்.

மேலும் அவனிடம் நான், உனக்கு வந்துவிட்டதை மருத்துவப் பரிசோதனைக்குப் பிறகு அறிந்திருந்தபோது எப்படி இருந்தது என்றேன். நமட்டுத்தனமாகச் சிரித்தவன், ஒரு சத்தம் மிகுந்த இடி இறங்கியதைப்போல உணர்ந்ததாகச் சொன்னான். எனக்குள் இறங்கிய அதே ஈட்டிக் கூரின் வலி அவனுக்கும் இல்லாமல் இருப்பதற்கில்லை. என்னைப் பொறுத்தவரையில் எப்படி அது நேரடியாக எனக்கான வலி மட்டும் இல்லையோ அவனுக்கும் அப்படித்தான்.

குமாருக்கு திருமணமாகி நான்கு வருடங்களாகிவிட்டது. இருபத்து நான்கு வயதில் அவனுக்குத் திருமணம் என்றதும் நான் உட்பட அத்தனை பேரும் அப்போது அவனைக் கிண்டல் செய்தோம்.

ஆனால் இப்போது வரையில் அவனுக்குக் குழந்தையில்லை. இதற்காக அவர்கள் எடுத்துக்கொள்ளாத வைத்தியம் கிடையாது. நான்கூட பூண்டிமாதாகோவில் சென்றபோது வழியில் இளநீர் கடையில் கேள்விப்பட்டதை அவனுக்குச் சொல்லியிருந்தேன். அதிலும் அவனுக்குப் பலனில்லை. அதுகுறித்துத் தற்போது அவன் வேதனையடைந்தான்.

அவனது குற்றத்தைச் சுட்டிக்காட்டக்கூடிய உரிமை எனக்கு இருந்ததைப்போல அவனுடைய சிரமத்திலும் பங்கெடுக்க உரிமையுண்டு. ஆனால் குற்றத்தையே வாழ்க்கையாக வாழக்கூடியவனுக்கு நான் என்ன மாதிரியான ஆறுதலைச் சொல்லமுடியும்? இன்னும் சொல்லப்போனால் எனக்கு இப்போது அவன்மீது ஆத்திரம்தான் வந்தது.

பிறகு அவன், தன் மனைவிக்குக் குழந்தையைக் கொடுக்க முடியாவிட்டாலும், அழிக்க முடியாத நோய்க்கிருமிகளைக் கொடுத்துவிட்டதில்தான் தனக்கு ஆறவில்லை என்றான். அதுவரையில் எனக்கு அவனது மனைவியை இதில் சம்பந்தப்படுத்திப் பார்க்கக்கூடிய மனநிலை இல்லை. இப்போது எனக்குள் இன்னொரு ஈட்டியை அவன் இறக்கியதும் சற்றுமுன்னர் பார்த்த அவனது மனைவியின் உடல் மெலிந்த காரணத்தை நான் உணர்ந்தேன். அவன் தன் மனைவிக்கும் உறுதியாகிவிட்டதைச் சொல்லும்போது சுக்குநூறாக உடைந்துவிட்டான். உதடுகள் நடுங்கின. மாநகரத்தின் இந்த முக்கியச்சாலையில் குமார் என்னைக் கட்டிப்பிடித்துக் குமுறத் தொடங்கினான். எப்படித் தான் வாழ்வதோ... எப்படித்தான் வாழ்வதோ... என்று புலம்பிக்கொண்டே இருந்தான். அவனைத் தேற்றுவதற்கு நான் பெரும்பாடு பட்டேன். அப்படியே அவனை அணைத்துக்கொண்டு தேவாலயத்திற்குள் நுழைந்தேன். அங்கே அரை வட்டச் சுற்றளவு கட்டமைப்புடனிருந்த ஆலயத்தின் நுழைவுப் படிக்கட்டில் அமர்ந்தோம்.

இரவு பன்னிரண்டு மணியைத் தாண்டிய புதுவருடப் பிறப்பிற்கான விழிப்பு ஜெபத்திற்குத் தேவாலயம் தயாராகிக் கொண்டிருந்தது. பக்தர்களின் வருகை பெருமளவில் இல்லையென்றாலும் சன்னமான அளவில் இருந்ததுதான்.

நான் குமாரை ஊடுருவிப்பார்த்தேன். அவனுடைய கண்கள், கலங்கிய நிலையில் தேவாலய கோபுரத்திலிருந்த புறாக்கூட்டத்தின் ஒட்டுத் திண்ணை வாழ்க்கையை வெறித்துப் பார்த்துக்கொண்டிருந்தது. எப்படித்தான் வாழ்வதாம்...? என்கிற அவனது பிரதான கூற்றிற்கு,

கோலாகலமான அலங்கரிப்புகளுக்கு மத்தியில் தன்னால் ஓர் எளிய வாழ்க்கையை நிம்மதியாக வாழமுடியும் என்பதை அந்தப் புறாக்களின் சிறகடிப்பு உணர்த்தக்கூடுமெனக் கம்மென்றிருந்தேன்.

மருத்துவக் கழிவுகளை அள்ளிக்கொண்டு வரும்போதும் சரி, தொழில் செய்யக்கூடிய இடத்தில் இறக்கிய பின்பும் சரி, ரன்னிங் வாட்டரில் முதற்கட்ட சுத்திகரிப்பிற்கு உட்படுத்தும்போதும் சரி... குமாரின் உழைப்பிற்கு, அசோக்கும், முருகனும் எந்த வகையிலும் கம்மியானவர்கள் அல்ல. குமாரிடம் நான், அவர்கள் குறித்துக் கேட்டேன். அவன் தனக்குண்டான விபரீதம் ஏனைய இருவருக்கும் இல்லை என்றான். ஆனால் அவர்கள் வேறுவேறு விதத்தில் கடுமையான ஒவ்வாமையினால் அவதிப்படுவதாகச் சொன்னான். உனக்கு எடுக்கப்பட்ட பரிசோதனையை அவர்களுக்கும் எடுத்துப் பார்ப்பதற்கான முயற்சியை எடுத்தாயா என்றேன். ஆமாம். என்னுடைய மருத்துவப் பரிசோதனைக்குப்பிறகு அவர்களுக்கும் எடுத்துப்பார்த்தாகிவிட்டது. இப்போதுகூட மூன்று மாதங்களுக்கு ஒருமுறை அது எடுத்துப்பார்க்கப்படுகிறது. இதுநாள் வரையிலும் தன்னைத் தாக்கிய கிருமி அவர்களைத் தாக்கியதாகப் பரிசோதனை முடிவுகளில் இல்லை என்றான். நான் அவர்களது தற்போதைய வேலை குறித்தும், பொருளாதாரநிலை குறித்தும் கேட்டேன். எங்களது கூட்டணி இன்னமும் தொடர்கிறது. நாங்கள் எங்களது பழைய தொழில்களைத்தான் கைவிட்டோமேதவிர புதிய தொழில்களில் நாங்கள் இணைந்தே இருக்கிறோம் என்றான். நீங்கள் இப்போது செய்துகொண்டிருக்கும் தொழில் என்ன என்றேன். தற்சமயம் நாங்கள் கட்டிடம் கட்டித்தரக்கூடிய ஒப்பந்த வேலையைச் செய்து கொண்டிருக்கிறோம் என்றான்.

# 04

மேற்கொண்டு நான் கேட்பதற்கோ, குமார் சொல்வதற்கோ செய்திகளற்ற இறுக்கமான சூழல் எங்களுக்குள் நிலவியது. பிளேக் தேவாலய படிக்கட்டுகளைவிட்டு எழுந்த நாங்கள், வெளியே வந்ததும் அவரவர் பாதைக்குத் திரும்புவதற்காகத் தயாரானோம். குமார், எதிரேயுள்ள கடையில் தேநீர் அருந்தலாம் என்றான். எனக்கு அவசியப்படவில்லை என்றாலும் நான் மறுக்கவில்லை. அந்தக் கடையில் நாங்கள் போன வேலையை முடித்துக்கொண்டு

வெளியே வந்தபோது பரத் என்னை அழைத்தான். நான் அவனிடம் பேசுவதற்கு எத்தனித்த நேரத்தில் குமார் எனக்குத் தலையாட்டிவிட்டுக் கிளம்பினான்.

நான் பரத்திடம், வேலையை முடித்துவிட்டாயா என்றேன். மிகக் கச்சிதமாக முடித்துவிட்டதாகச் சொன்னான். பிறகு, நான் அன்றைக்குப் பார்க்கவேண்டிய வேலையில் பெரும்பகுதியை அவன் தலையில் கட்டினேன். சிறிதுகூட அலுத்துக் கொள்ளாமலும் சளைக்காமலும் கேட்டுக்கொண்டே வேலையை முடித்ததும் அழைப்பதாகச் சொன்னான். அவனுடைய ஈடுபாட்டைக்கண்டு நான் நெகிழ்வானதொரு நன்றியைத் தெரிவித்தேன். மிக விருப்பமாகவும், உரிமையுடனும் அதை அலட்சியப்படுத்தியபடி வேறு வேலைகளெதுவும் இருக்கிறதா என்று கேட்டுவிட்டு இணைப்பைத் துண்டித்தான்.

அங்கிருந்து கிளம்பிய நான், வழக்கமாக மது அருந்தக்கூடிய பேம்பூ-பார் நோக்கிச்சென்றேன். அந்த மதுக்கூடத்தின் அத்தனை மேசைகளின் முன்பாகவும் ஆட்கள் இருந்தனர். தயங்கியவாறு நின்ற நான், வெளியேறுவதற்கு ஆயத்தமானேன்.

நானும் என் நண்பர்களும் எங்களது குடி விருந்துகளை இந்த மேல்தட்டு மதுக்கூடத்தில்தான் கொண்டாடியிருக்கிறோம். அந்த வகையில் எனக்குப் பரிச்சயமான ஒரு பரிசாரகன் என்னைப் பார்த்ததும் அங்குள்ள சூழலைப்புரிந்தபடி எனக்கு விசேச இடமளிப்பதாகச் சொன்னான். கல்லூரியில் படிக்கக்கூடிய அவன், மாலை நேரத்தில் இங்கே வேலையில் இருக்கிறான். நம்பத்தகுந்த, மிகவும் அன்பான அவன், ஒரு மேசைக்குக் கொண்டுவந்திருந்ததை இறக்கி வைத்துவிட்டு என்னை அந்த அகண்ட கூடத்தை ஒட்டிய பத்துக்குப் பத்து அறையில் உட்காரவைத்தான். இப்போதைய மன அழுத்தத்திற்கு எனக்கு இந்த அமைதியான இடம் பொருத்தமென நினைத்தேன்.

பிறகு அவன், எனக்கு வேண்டியதைக் கேட்டான். நான் வழக்கம்போல்தான் என்றேன். அவனொரு குளுமை இல்லாத பீரும், காய்கறி கலவைகளும், பருப்பு வகைகள்கொண்ட பீங்கான் கிண்ணங்களையும் கொண்டுவந்தான். நான் பாட்டிலின் முதல் மிடறை உறிஞ்சுவதற்கு முன்னதாகப் பீங்கான் பாத்திரத்திலுள்ளதை ஒவ்வொன்றாகக் கொறித்தபடி யோசித்தேன். என் யோசனை திசைகளற்றுப் பரவிக்கொண்டிருந்தன.

இறுதியாக, யமுனா மருத்துவமனையிலிருந்தபோது அவளுக்குப் பரிந்துரைக்கப்பட்டிருந்த மருந்துகளை நான் ஆராய்ந்த வகையிலும், அப்போது மருத்துவர் யமுனாவிற்குச் சொல்லியிருந்த ஆறுதல் வார்த்தைகளையும், இன்றைக்குக் குமார் எனக்குள் இறக்கிய ஈட்டியையும் ஒப்பிட்டுப் பார்த்தேன். என் சந்தேகத்தின் வலு அதிகரித்தது.

அப்போதுதான், சமீபமாக எனக்கும் யமுனாவிற்குமாக இடைவெளி விழுந்திருப்பதை நான் உணரவோ சந்தேகிக்கவோ செய்தேன். அதுகுறித்து அப்போது நான் ஆழமாக யோசித்தேன். நாங்கள் அவரவர் வேலைசார்ந்து பரபரப்புடன் இருந்துவிட்டதாலோ, எனக்குள்ளான ரேவாவின் ஊடுருவல் இருந்ததாலோதான் இந்த இடைவெளியென நினைத்தேன்.

ஆனால் இப்போது எனக்கு, யமுனா என்னைக் காரணத்துடன் தவிர்த்திருக்கக் கூடும் என்கிற சந்தேகம் எழுந்தது. அவளது நோயை அவள் அறிந்திருப்பாள் என்று சந்தேகித்தேன். அவளுக்குத் தெரிய வந்திருக்குமா? ஆமாம். தெரியவந்திருக்கும். மருத்துவர் அவளிடம் இதை மறைப்பதற்கு அவசியமில்லை. தனிப்பட்ட முறையில் அவளிடம் சொல்லியிருக்கக்கூடும். இது வெளிப்படையான விசயமல்ல என்பதால், அவளது ரகசியங்களுக்கு விலக்களிக்கப்பட்டிருக்கும் எனக்கும்கூட இந்த விசயத்தில் இடஒதுக்கீட்டிற்கு வாய்ப்புகள் இருக்க முடியாது.

நான் முழுக்க முழுக்க யமுனாவை நம்புகிறேன். அவளுடைய நடத்தையில் நான் மதிக்கக்கூடிய அத்தனை பேரையும் ஒப்பிட்டுச் சொல்லமுடியும். என் அச்சமும் கணிப்பும் குமாரிடமிருந்து இரத்தம் பெறப்பட்ட வகையில் அவளுக்குப் பரவியிருக்கவேண்டும் என்பது தான். ஆனால் இன்னொன்றையும் நான் யோசிக்கிறேன். தீவிர பரிசோதனைக்குப் பிறகு இரத்தம் கொடுக்கப்பட்டபோது அப்படிப் பரவுவதற்கும் வாய்ப்புகள் இருப்பதாக நான் அறிந்தவரையில் கிடையாது என்றும் நம்புகிறேன்.

நான் இப்படி அதீதமாக யோசிப்பதுகூடப் பொய்யாவதற்கான சந்தர்ப்பங்கள் உண்டு.

யமுனா மருத்துவமனையிலிருந்து வந்ததன் பிற்பாடு, அவளும் அவளது அப்பாவும் நான் உளவு பார்ப்பதற்கு இடமளிப்பவர்களாகத் தங்களது நடவடிக்கையில் வித்தியாசம் காட்டிக்கொண்டிருந்தனர்.

இப்போது யமுனாவின் விசயம் எனக்குத் தீவிரத்தைக் கொடுத்திருக்கிறது.

## 05

மூன்று நாட்கள் வெளியூர் மார்க்கெட்டைப் பார்த்த நான், அன்றைக்கு யமுனாவை உளவு பார்ப்பதற்காகவேண்டி, என் வேலையை உள்ளூரில் பார்க்கக்கூடிய வாய்ப்புகளை உருவாக்கினேன். ஆனால் அந்தத் திட்டம் என்னுடைய ஆர்.எஸ்.எம். மால் (*Regional Sales Manager*) இறுதி நேரத்தில் மாறிப்போனது. மறுபடியும் நான் இரண்டு நாட்கள் வெளியூரை முடித்ததும் நாளை வழக்கமான உள்ளூர் வேலையைப் பார்க்கவேண்டும்.

கடந்த இந்த நாட்களில் எனக்கும் யமுனாவிற்குமான உறவானது குழப்பத்தில் நிலவியதாகவே நான் நினைத்தேன். ஏனென்றால், இரவு வேளைகளில் நாங்கள் பிடிப்பின்றியே பேசிக்கொண்டிருந்தோம். அவளது உடல்நிலை குறித்த என் சந்தேகம் சரியாகுமானால், அவள் இந்தக் காதலை நீடிக்க விடுவதற்கான வாய்ப்புகள் இல்லை. எப்படியும் அறுத்துவிடுவதற்கான வேலையைச் செய்யாமல் இருக்கமாட்டாள். அவள் இந்தக் காரியத்தைச் செய்யத் துணிவதற்கு முன்பாக மனதளவில் எப்படியான வலிகளைத் தாங்கிக்கொண்டு தயாராகியிருக்கக்கூடும் என்பதை என்னால் நினைத்துப் பார்ப்பதற்கில்லை. அவள் பட்ட வலியை எனக்குத் தரக் கூடாதென்கிற தீர்மானத்தில்கூட என்னைக் கொஞ்சம் கொஞ்சமாக அறுத்துவிட முடிவெடுத்திருப்பாள். இத்தனை நாள் பழகிவிட்ட என்னை ஒரு நட்பு எல்லைக்குள் நிறுத்திவைத்து அவள் காலத்தைக் கடத்திவிடமுடியும். அந்த வேலையின் ஒத்திகையைத்தான் இப்போது அவள் செய்துகொண்டிருப்பதாகக் கருதினேன். எங்களுக்குள் அத்தனையும் பேசப்பட்டுவிட்டதாகக்கூடச் சமயங்களில் நான் என்னைச் சமாதானப் படுத்திக்கொள்வதுண்டு.

என்னைத் தொடர்பு எல்லைக்கு அப்பால் நிறுத்துவதற்காக அவள் மேற்கொள்ளும் இன்னொரு சாதூர்யத்தையும் நான் கடந்த சில நாட்களாகக் கவனித்துக்கொண்டுதான் வருகிறேன். தினமும் அழைத்துக்கொண்டிருந்தவள், இரண்டு நாட்களுக்கு ஒரு முறையோ,

வாரத்தில் இருமுறையோ அழைத்துப் பேசுகிறாள். இன்றைக்கு இந்தப் பத்தரை மணியைக் கடந்தும் அவளிடமிருந்து அழைப்புகள் இல்லாததை என்னால் நேற்றைப்போலக் கடக்கமுடியாது. காரணம், நாளைய தினம் நான் அவளை உளவு பார்க்கப்போகிறேன். அந்த நாளின் அவளது பொழுதுகளின் உத்தேசத் திட்டங்களாவது எனக்குத் தெரியவேண்டும். குறைந்தபட்சம் அவள் நாளைக்கு வேலைக்குச் செல்வாளா என்பதாவது எனக்குத் தெரியவேண்டும்.

நான் பரபரத்தபடி அவளுக்கொரு மிஸ்டு கால் கொடுத்துவிட்டு மாடியறையை ஒட்டிய, மொட்டை மாடிக்கு ஏறக்கூடிய படிக்கட்டில் அமர்ந்தேன். யமுனா உடனே என்னை அழைத்தாள். இப்படி உடனடியாகப் பதில் மரியாதை செய்யக்கூடிய இந்த நேரத்தில் அவளுடைய நிராகரிப்பு குறித்தான, இன்னும் சொல்லப்போனால் அவளது உடல்நிலை குறித்தான என்னுடைய கற்பனை எண்ணமெல்லாம் சுக்கு நூறாகத் தெறித்தது. மனிதர்களின் வாழ்க்கை ஓட்டத்தில் இடைக்கால இடைவெளி என்கிற வெடிப்பு குறுக்கீடு செய்யும். அதை நான் என் கடந்தகால அனுபவத்தில் கொஞ்சம் உணர்ந்திருக்கிறேன். எங்களுக்குள்ளான கடந்தகால இடைவெளி அப்படியானதாக இருக்குமென்கிற புதிய சமாதானம் எனக்கு இப்பொழுது.

யமுனாவிடம் நான் எப்பொழுதுமே சம்பிரதாயக் கேள்விகளைக் கேட்பதில்லை. 'சாப்ட்டாச்சா, என்ன சாப்பாடு, உடம்பு எப்படி இருக்கு...' போன்ற கேள்விகள் எனக்கு அலுப்பூட்டக்கூடியது என்றாலும், அவளும் இப்படியான கேள்விகளை இலட்சியம் செய்ய மாட்டாள். அதிலும் இப்பொழுது அவள், பழைய தொந்தரவுகள் எதுவுமின்றி ஆரோக்கியமாக இருக்கக்கூடிய இந்த நேரத்தில் அவளது உடல்நிலை குறித்தெல்லாம் கேட்டால் என்னை மனநோயாளி அளவிற்கு நடத்துவாள். எனக்கு இப்போது அவளது அப்பாவின் நலம் குறித்தோ அவர் வேலைக்குச் சென்றுவிட்டாரா என்பது குறித்தோ கேட்பது முடியாது. அவர் வீட்டிலிருந்தால் யமுனா என்னை அழைத்திருக்கவே மாட்டாள். வேலைக்குச் செல்லக்கூடியவரின் உடல்நலம் குறித்து என் கருத்து என்னவாக இருக்கமுடியும்? ஆக... நான் இந்த நேரத்தை எங்களது முதல் சந்திப்பைப்போலப் பேசுவதற்கு வார்த்தைகளின்றித் தடுமாறினேன். இந்த நிலை இப்படியே நீடித்தால் வழக்கம்போல அவளே இப்போதைய உரையாடல்களற்ற இணைப்பைத் துண்டிக்க முடிவெடுக்கக்கூடும். சட்டெனச் சுதாரித்த நான், நாச்சியக்கா நிச்சயத்திற்குப் பிறகு வேலைக்கு வருகிறாரா

என்றேன். இல்லை என்றாள். ஏ.எஸ்.எம். ஆனதற்குப் பிறகு கடுமையான என் வேலைகள் குறித்துச் சொன்னேன். அவளது வேலைச் சுமையையும் என்னிடம் பகிர்ந்தாள். பட்டைக் கிருதா மேனேஜர் தற்போது வேலைக்கு வராதது குறித்துக் கேட்டேன். முதலாளியின் உறவினரான அவர், அவர்களது குடும்பங்களுக்குள் ஏற்பட்ட மனக்கசப்பால் இருக்கலாமெனப் பேசிக்கொண்டதாகச் சொன்னாள். பிறகு அவள், எனக்கு நிறையப் பணம் தரவேண்டி யதையும், விரைவில் தரப்பார்க்கிறேன் என்றும் சொன்னாள். நான் பதில் பேசவில்லை. நாங்கள் ஊர்சுற்றிய நாட்களின் இனிய சம்பவங்களில் எதையேனும் கிளறி எடுத்து அவளுடன் பகிர்ந்துகொள்ள நினைத்தேன். ஆனால் இந்த நேரத்திற்கு அது பொருத்தமாக இருக்காதென, நம் விசயம் உன் அப்பாவிற்குத் தெரிய வந்திருக்குமோ என்றேன். என்ன விசயம்? என்றாள். எனக்குத் தூக்கிவாரிப் போட்டது. என்றாலும் நான், நாம் ஊர் சுற்றியது என்றேன். ஏன்? யாரும் எதுவும் சொல்லக் கேள்விப்பட்டாயா? என்றாள். நீ முன்பைப்போல் என்னிடம் பேசுவதில்லை. அதனால் கேட்டேன் என்றேன். அதெல்லாம் இல்லப்பா... வேலை. அசதி. கூடவும், பேச ஏதுமில்லை என்கிற உணர்வு. என்றாள். அவளது அத்தனைக் காரணத்திலும் நானும் நூறு சதவீதம் ஒத்துப்போனேன் என்பதால், மறுபடியும் அவள் புறக்கணிக்கிறாள். வெட்டிவிடப் பார்க்கிறாள். என்பதையெல்லாம் நான் பிதற்றலாக நினைத்தேன். அப்போது யமுனா தனக்குத் தூக்கம் வருவதாகச் சொன்னாள்.

## 06

நேற்றைய இரவில் யமுனா தனக்குத் தூக்கம் வருவதாகச் சொன்னதற்குப் பிறகு, நான் ஒரு வார்த்தையும் பேசியிருக்கவில்லை. அவளிடம் பேசி முடித்ததும் நான் அமர்ந்திருந்த படிக்கட்டிலிருந்து இறங்கி என் அறையில் வந்து படுத்தேன். என்னைச் சுற்றிலும் பிரச்சினைகள் சூழ்ந்துகொண்ட உணர்வில் எனக்குத் தூக்கம் அறவே இல்லை. நான் எதை எதையோ யோசித்தவாறு புரண்டு புரண்டு படுத்துப் பார்த்துவிட்டு எழுந்து லைட்டைப் போட்டு புத்தக அலமாரியைத் துழாவினேன். நான் புத்தகம் வாசித்து நாட்களாகி விட்டிருந்தது. இந்த நேரத்துகென என் தேர்வு குறிப்பிட்ட எந்தப் புத்தகமும் இல்லை. கையில் கிடைத்த 'ஹாருகி முரகாமி' எழுதிய 'நோர்வீஜியன்-வுட்' நாவலை எடுத்தது மேய ஆரம்பித்தேன்.

என்னைக் கவரக்கூடிய வகையிலிருந்த அந்தப் புத்தகத்தின் சுமார் நாற்பது பக்கங்களை நெருங்கிக்கொண்டிருந்தபோது தூக்கம் அழுத்தியது.

இன்றைக்குக் காலையில் எழுந்ததிலிருந்தே நோர்வீஜியன்-வுட் நாவலிலிருந்த ஒரு வரியை மட்டும் நான் முணுமுணுத்தபடியே கிளம்பிக் கொண்டிருந்தேன்.

‘ஆனா உன்னோட பிரச்சினைகள் உன் மிச்சமிருக்கிற வாழ்க்கை முழுக்கத் தொடரப்போவதில்லையே?’

இந்த வரியை எப்படியான அர்த்தமாகவும் நான் எடுத்துக்கொள்ள முடியும். என்னால் முடியாத ஒன்றை நான் மறுபடிமறுபடி செய்துபார்த்துவிட நினைப்பேன். அதுநிமித்தம் நான் அதன் அத்தனை கோணங்களையும் அலசிப்பார்க்க முயற்சித்தேன். ஒன்பது மணிக்கு பரத் அழைத்து ஒருமணிநேரம் தாமதமாக வருவதாகச் சொன்னான். அவனை அனுமதித்த நானும் மதமதவெனக் கிளம்பினேன்.

யமுனாவின் ஏஜென்ஸியில் காலாவதியான மருந்துகளை எடுத்துக்கொள்ளும் வேலை மிச்சமிருந்ததால் ஏறத்தாழ அங்கே எனக்கு அரை நாள் வேலை இருந்தன. அல்லது அப்படி இருக்கும் வகையில் நான் பார்த்துக்கொண்டேன். பரத் அவன் சொல்லியிருந்த நேரத்திற்கு வந்திருந்தான். அவனுக்கு நான் வேறுவேறு வேலைகளைக் கொடுத்தனுப்பிவிட்டு யமுனாவின் ஏஜென்ஸிக்குச் சென்றேன்.

முன்னாள் மேனேஜரின் இருக்கையில் இளவயது பையன் ஒருவனை அமர்த்தியிருந்தனர். அவனுக்கு முப்பது வயதுக்குள்தான் இருக்கும். தொன்னைபோல முன்பக்கம் மடங்கிய காதுமடல்களும், மாம்பழ நிறமும், ஆளைப்பார்க்க சிறுவயது ஆமிர்கான் போல இருந்தான். ஓடியாடி வேலை செய்யக்கூடிய வயதில் இப்படிப் பிள்ளையார் கணக்காக உட்கார்ந்த இடத்திலேயே பார்க்கும் வேலையை எதற்காகத் தேர்ந்தெடுத்தான் என்று நினைத்துக் கொண்டேன். பிறகு அது அவரவர் பாடெனு நான் போன வேலையைப் பார்க்க ஆரம்பித்தேன். அதாவது எனக்கு ஆமிர்கானிடம்தான் அநேக வேலையும் ஆகவேண்டியிருந்தது. அனுபவமில்லாத அவன் எனக்கு ஈடுகொடுக்க முடியாமல் தடுமாறினான். நான் சில தரவுகளை அவனுக்குச் சொல்லித்தந்தேன். என்னிடமிருந்து தெரிந்துகொண்டதையெல்லாம் அடுத்தடுத்த நொடிகளில் தனக்குத்

தெரிந்ததைப்போலக் காட்டிக்கொண்டான். அந்த நன்றிகெட்ட குணத்தை நான் பொருட்படுத்தவில்லை. என் வேலையைப் பார்த்துக்கொண்டிருந்தேன்.

நான் அங்கே சென்று அரைமணி நேரமாக என் வேலை ஓடிக் கொண்டிருந்தன. யமுனா அங்கும் இங்குமாக நடந்தபடித் தன் வேலையைப் பார்த்துக் கொண்டிருந்தாள். ஏஜென்ஸியில் வேலை பார்க்கக்கூடியவர்களுக்குப் பன்னிரண்டு மணி சுமாருக்கு தேநீர் வந்தது. எதிரேயுள்ள மாமி கடைதான் இவர்களது வாடிக்கை. இன்றைக்கு உபரியாகக் கீரை போண்டாவும் பரிமாறிக் கொண்டிருந்தனர். அவர்கள் தேநீருக்காக ஒதுங்கிய அந்தக் கட்டுக்கும், நான் அமர்ந்திருந்த இடத்திற்கும் அரைச் சுவர்தான் குறுக்கே நின்றது.

ஆமீர்கான் ரீடெய்லர்களிடமிருந்து வந்த ஆர்டர் சிலிப்பை வாங்கிக்கொண்டு ஐந்து நிமிடம் காத்திருக்கவும், இல்லையேல் வெளி வேலைகளைப் பார்த்துவிட்டு வரவும் சொன்னான்.

வெளியிலிருந்து 'உர்... உர்'ரென்ற இயந்திர மூச்சிரைப்பு அந்தக் கூடத்தில் நிலவிய அமைதிக்குள் ஊடுருவியது. அந்தச் சத்தத்தைக் கேட்ட சர்க்யூட், லோடு லாரி வந்திருப்பதாகச் சொல்லிக்கொண்டே கையிலிருந்த டம்ளரை வைத்துவிட்டு வாசலை நோக்கி நடந்தான். புது மாப்பிள்ளை சொன்னால் சரியாகத்தான் இருக்குமென அவனுக்கு நெருக்கமான சிலர் கிண்டலடித்தனர்.

சர்க்யூட், வெளியில் சென்ற சற்று நேரத்திற்கெல்லாம் அபாயத்தை முன்னறிவிக்க முடியாத கூட்டுக்கூச்சல் கேட்டது. அது அங்கிருந்த அத்தனை பேரின் கவனத்தையும் வாசல் பக்கமாகத் திருப்பியது. முகப்பிலுள்ள அலுவலக இருக்கையிலிருந்தவர்கள் வாசலை நோக்கி விரைந்தனர். அடுத்தடுத்த நிமிடத்தில் ஏஜென்ஸி ஆட்களெல்லாம் வாசலில் நின்றனர். நான் என் மடியிலிருந்த கோப்புகளை இறக்கி வைத்துவிட்டுச் சென்றபோது, அங்கே சரக்கு லாரியொன்று நின்றது. அதன் பின்பக்க கதவு திறக்கப்பட்டிருந்த இடத்தில் சர்க்யூட், இரத்தக் காயமாக நின்றான். லாரியின் கதவு திறக்கப்பட்டபோது சர்க்யூட்டின் மண்டையில் பொதியொன்று சரிந்து காயம் ஏற்படுத்திவிட்டதாகவும், அதொரு எடை அதிகமற்ற நாப்கின் மூட்டை என்பதால் சற்றே ஆழமான சிராய்ப்புதான் என்றும் பேசிக் கொண்டனர்.

நான் யமுனாவை ஓரக்கண்ணால் ஊடுருவிப்பார்த்துக் கொண்டிருந்தேன். அவளது கண்கள் நிலையற்றதாகத் தடுமாறியது. சட்டென அவள் தன்னுடலை பின்னோக்கி நகர்த்திக்கொண்டே உள்ளே நழுவிக்கொண்டிருந்தாள். நானும் என் வேலையைப் பார்க்கும் சாக்கில் உள்ளே நுழைந்தேன். நான் அந்த அரைச் சுவற்றிற்கும் இந்தப் பக்கம் உட்கார்ந்திருந்ததைக் கவனிக்காத யமுனா, வெளியே நோட்டமிட்டவாறு தன்னுடைய தோள் பைக்குள்ளிருந்த சாப்பாட்டு அடுக்கை எடுத்துத் திறந்தாள். அங்கே என் இருப்பை அவள் கவனித்துவிடாத வகையில் நான் அவளது நடவடிக்கையைக் கவனித்தேன். தன் இரண்டடுக்குப் பாத்திரத்திலுள்ள சாப்பாட்டை அவள், கைகழுவும் பேஷனில் கொட்டிவிட்டுப் பாத்திரத்தைக் கழுவி, அவசர அவசரமாகத் தன் துப்பட்டாவால் ஈரத்தைத் துடைத்தாள். நான் அவள் செய்யும் வேலையைக்கண்டு குழம்பினேன். சட்டென ஒரு மருந்து அலமாரித் தட்டிலிருந்த மூன்று நான்குவகை மாத்திரை அட்டைகளை அள்ளிப் போட்டுக்கொண்டு சாப்பாட்டு அடுக்கைத் தன் பைக்குள் வைத்துக் கொண்டாள். இந்த வேலையை அவள் இரண்டு நிமிடத்திற்குள் செய்துமுடித்துவிட்டிருந்தாள். அவளுக்கு இப்படியொரு முகமிருப்பதை அறிந்த நான் அதிலிருந்து மீளமுடியாமல் உட்கார்ந்திருந்தேன்.

வராண்டாவில் நின்ற ஏஜென்ஸி ஆட்களெல்லாம் சர்க்யூட்டுக்கு அடிபட்டதைப் பற்றிப் பேசிக்கொண்டபடி உள்ளே வந்தனர்.

பிறகு நான் என் வேலை விசயமாக ஆமீர்கானின் அனுமதியுடன் அலமாரியிலுள்ள மருந்துகள் சிலவற்றின் காலாவதி நிலையை ஆய்வு செய்யவேண்டும் என்றேன். அவன் அங்கிருந்தவர்களை அழைத்து எனக்கு உதவி செய்யப்பணித்தான். நான் என் தயாரிப்பிலுள்ள பட்டியல்படி சில நிமிடங்களுக்குள் அங்கே ஆய்வை முடித்துவிட்டாலும், யமுனா எடுத்துவைத்துக்கொண்ட மருந்து எதுவென அந்த இடத்தைப் பார்வையிட்டேன். அவள் எடுத்தபோது நான் கூர்மையாகப் பார்த்திருந்ததால் இப்போது அந்த மருந்துகளை நான் மிகச்சரியாக அடையாளம் கண்டுகொண்டேன். இப்போது என் முந்தைய கருத்துப்படி சந்தேகத்திற்கு இடமின்றிச் சில விசயங்களைத் தீர்மானிக்க முடிந்தது. அதாவது அவளது உடல்நிலை குறித்து நான் ஒரு முடிவிற்கு வந்தேன்.

மேலும் நான், அவளது களவாணித்தனத்திற்காக அதிர்ச்சியடைவதா, அவளுக்கு வந்துவிட்டிருப்பதை நினைத்து அதிர்ச்சியோ

வேதனையோ கொள்வதா, அல்லது பரிதாபப்படுவதா என்று தெரியாத குழப்பத்தில் இருந்தேன்.

பிறகு அவள் மாத்திரையை எடுத்தது குறித்து யோசித்தேன். அவளுக்கு வந்துவிட்டதற்கான மாத்திரைக்கு ஆகக்கூடிய பெருஞ் செலவு ஒரு பக்கமென்பதைத் தவிர்த்துவிட்டும், இந்தத் தகவலை அவளது அப்பாவிற்குக்கூடத் தெரியப்படுத்தியிருக்க வாய்ப்பில்லை என்பதையும் வைத்து, நான் இதை அணுகினேன். இந்த மருந்துகளை எப்படிக் கடையில் நின்று அவளால் வாங்கமுடியும்?

# 07

## (i)

அன்றைக்கு மதியம் ஒருமணி முப்பத்தைந்து நிமிடத்திற்கெல்லாம் யமுனாவின் ஏஜென்சியில் என் வேலையை முடித்துவிட்டு வீட்டிற்கு வந்துவிட்ட எனக்கு, உணவு மேசையின் முன் அமர்ந்தபோது அவள் சாப்பாட்டிற்கு என்ன செய்வாளென்ற யோசனை.

தேவைகருதி உதவி செய்யக்கூடிய ஏஜென்ஸியின் ஒரே அடிமையான சர்க்யூட்டை அவன் அடிபட்டதற்குப் பிற்பாடு பின்னாலுள்ள கிட்டங்கியில் ஏஜென்ஸி முதலாளி ஓய்வெடுக்கச் சொல்லி யிருந்தார். ஆக... யமுனா அவனது உதவியை நாடுவதற்கான வாய்ப்புகள் குறைவு.

நான் அவளுக்கு வாட்ஸ்-ஆப் செய்தியாக ‘சாப்ட்டாச்சா’ என அனுப்பினேன். அவள் அந்த நேரத்திற்கு ஆன்லைனில் இருந்தாள். என் செய்தியையும் அவள் படித்ததற்கான நீல நிற டிக் மார்க் இருந்தன.

இதுநான் வழக்கமாகக் கேட்கக்கூடிய கேள்வியல்ல. இன்றைக்குக் கேட்காமல் இருக்கமுடியாது. அக்கறையில் கேட்டேன் என்றாலும், ஏஜென்ஸியில் அவளது செயலை நான் கவனித்தேன் என்பதை உணர்த்தக்கூடிய வகையிலும் கேட்டேன். அவளிடமிருந்து பதில் இல்லை. என் கேள்வியின் நோக்கத்தை அவள் புரிந்து கொண்டிருக்கக்கூடும்.

நான் உணவு மேசைக்கு முன்னதாக என் வேலையை முடித்ததும் ஒருமணி நேர ஓய்விற்குப் பின்னர் மறுபடியும் கிளம்பினேன். பரத் எனக்கு அழைத்து, மாநகர விரைவுப்பேருந்துநிலைய வளாகத்திலுள்ள கேண்டீனில் காத்திருப்பதாகச் சொல்லியிருந்தான். அவனை அழைத்துக்கொண்டு அன்றைய நாளின் இறுதிக்குள் அத்தனை வேலைகளையும் முடித்த பிறகு விடுவித்தேன்.

யமுனா சாப்பாட்டு அடுக்கில் வைத்துக்கொண்டிருந்த மாத்திரை, வியாபார நோக்கில் வேறெங்கேயும் கைமாறுகிறதா என்கிற சந்தேகம் எனக்கு இருந்தது. ஆக... என் உளவுவேலை இன்னமும் மிச்சமிருந்ததால் அவள் வேலை முடிந்து வரக்கூடிய பாதையில் காத்திருந்தேன். அன்றைக்கு அவள் வழக்கமாகப் பேருந்து நிலையத்தை நோக்கி நடக்கவில்லை. அப்போது என் சந்தேகத்தின் வலு கூடியது. நான் அந்த எட்டுமணி இரவில் நடைபயணமாக அவளைப் பின்தொடர்ந்தேன். அவள் கூட்டம் நிறைந்த சாயங்காலச் சந்தைக்குள் நுழைந்தாள். நான் அவளை மிக நெருக்கமாகக் கவனித்தேன். ஒன்றிரண்டு காய்கறிக் கடைகளிலும் பழக்கடைகளிலும், இவள் அளவு சொல்லாமலோ, பணப் பேரம் செய்யாமலோ கை நிறைய வாங்கிக்கொண்டு வெளியேறினாள். பிறகு, அவள் பேருந்தில் ஏறியது வரை நான் பின்தொடர்ந்தேன். அவளது சாப்பாட்டு அடுக்கிலுள்ள மருந்துகள் எங்கேயும் கை மாறியிருக்கவில்லை. ஆக... அவை அவளுக்கான மருந்துதான்.

(ii)

சதவீதக் கணக்கில் நூறுக்கும் மேற்பட்ட எண்ணிக்கையைக் கணக்கிடக் கூடியவர்கள் அநேகமானோரை எனக்குத் தெரியும். என்னையே ஒருவர், உங்களை நான் முன்னூறு சதவீதம் நம்புகிறேன் என்றெல்லாம் சொல்வார். இப்போது நானும்கூட யமுனாவை நூறுக்கும் மேற்பட்ட சதவீதம் நம்பக்கூடியவன்தான். அந்த வகையில் யமுனாவின் நோய் குறித்த எனது சந்தேகம், என் உளவுப் பணியின் அடிப்படையில் தீர்மானமாகிறது என்றாலும், ஆதாரப்பூர்வமாக நான் அதை உறுதி செய்வதற்கில்லை.

இதுகுறித்த தெளிவிற்காக நான் எனக்குத் தெரிந்த மருத்துவர், ஆரோனிடம் கேட்பதென முடிவெடுத்து அவரைச் சந்திக்க அனுமதி கேட்டேன். அவர் என்னை அந்த இரவு ஒன்பது மணிக்குப் பிறகு வரச்சொல்லியிருந்தார். நான் சென்ற அந்த நேரம்

மிகவும் அமைதியாக, உட்கார்ந்து பேசுவதற்கு உகந்ததாக இருந்தது. மருத்துவர் ஆரோனிடம் முதலில் நான், குமார் குறித்தும் அவனது தொழில் குறித்தும் ஒழிவுமறைவின்றி அத்தனையும் சொன்னேன். அவர் அதிர்ச்சியடைந்தார். அதன் தொடர்ச்சியாக யமுனா குறித்துச் சொன்னேன். வேதனைப்பட்டார்.

பிறகு, டோனர், அதாவது இரத்தக் கொடையாளியானவர் குறிப்பிட்ட நோய்க் கிருமிகளுடன் விண்டோ பீரியடில் இருந்திருந்தால் என் சந்தேகத்திற்குண்டான சாத்தியங்கள் உண்டென்றார். நான் இரத்தக் கொடையளிப்பதற்கு முன்னதாக எடுக்கக்கூடிய ஆய்வுகள் குறித்துக்கேட்டேன். அதற்கெனத் தற்போது நடைமுறையில் உள்ள ஆய்வில் தெரியவாய்ப்பில்லை என்றவர், அப்படிப் பரவியிருந்தால் அதைத் தடுப்பதற்குக் கொஞ்சமும் வாய்ப்பில்லை. என்று அவர் பங்குக்கு ஒரு ஈட்டியை இறக்கினார். சரி... குறிப்பிட்ட கிருமி பாதிப்பு வந்துவிட்டால் அதற்கான அறிகுறிகள் என்னென்ன? என்றபோது, யமுனாவிற்கு ஏற்பட்ட ஆரம்பகாலத் தொந்தரவுகள் சிலவற்றைச் சொன்னார். நான் என் சந்தேகத்தை மேலும் உறுதிப்படுத்திக் கொள்வதற்காக யமுனா அவளது ஏஜென்சியிலிருந்து எடுத்துக் கொண்டுபோயிருந்த மருந்துகளின் பெயரைச்சொல்லி, சம்பந்தப்பட்ட நோய்க்கானதுதானா? என்றேன். அவர் என்னிடம், இதிலென்ன சந்தேகம் உங்களுக்கு? என்றார். நான் அவருக்கு நன்றி தெரிவித்துவிட்டுக் கிளம்பினேன்.

அந்த இரவில் நான் மிகவும் தாமதமாக வீடு நோக்கி விரைந்தேன். அப்போது எனக்கு யோசனை பலவாறாக ஓடியது. இறுதியாக மருத்துவமனையிலிருந்து வந்திருந்த இந்த இரண்டு மூன்று மாதங்களாக யமுனாவிற்கு, அதுவரையிலிருந்த முன்னறிவிப்புத் தொந்தரவுகள் எதுவுமில்லை. மருத்துவரின் ஆலோசனையின்படி தக்க மருந்துகளை உட்கொள்கிறாள். அவள் தற்போது சராசரி வாழ்க்கைக்குத் திரும்பியிருப்பதாகவே நினைத்தேன். இதற்கு முதலில் அவளது அசாத்திய தைரியம்தான் காரணமாக இருக்கமுடியும். அந்தத் தைரியத்தையும் வலிகளின்றி வாழ்வதற்கான நம்பிக்கையையும் கொடுத்ததில் அவளது மருத்துவருக்குப் பெரும்பங்கு இருந்திருக்க வேண்டும். எனக்குத் தெரிந்தவரையில் யமுனா, இவ்வளவு காய்கறியும், பழங்களும் வாங்கியதில்லை. அவள் தன்னை ஆரோக்கியமாக வைத்துக்கொண்டு நம்பிக்கையுடன் வாழ்வதற்கு ஆயத்தப்படுத்திக் கொண்டுவிட்டிருப்பதாகவே நினைத்தேன். முதலில் அவள், நாம் யாருக்காக வாழப்போகிறோம்

என்கிற முடிவிற்கெல்லாம் வந்திருப்பாள். அப்போதெல்லாம் என்னைக் காட்டிலும் அவளது அப்பாவின் முகம்தான் பிரதான பிம்பமாகத் தெரிந்திருக்கும்.

நான் குழப்பத்துடனும், கவலையுடனும் தூங்குவதற்கான ஏற்பாட்டிலிருந்தபோது, ஒரேயொரு விநாடிதான்! என் மொபைல் சிணுங்குவதுபோல கேட்டது. நான் மெத்தை விரிப்பை சரிசெய்து கொண்டபடி, மேசையைப் பார்த்தேன். டிஸ்ப்ளேயில் வெளிச்சம் ஏறியிருந்தது. இந்த நேரத்திற்கு யாராக இருக்குமென எடுத்துப் பார்த்தேன். யமுனா!

இன்றைக்கு நான் அவளிடம் பேசக்கூடிய யோசனையே இல்லாமலிருந்தேன். இப்போது அவள் என்ன பேசவிருக்கிறாளென்ற யோசனை ஒரு பக்கம். எதையும் காட்டிக்கொள்ளாமல் வழக்கம் போலவே பேசவேண்டுமென அழைத்தேன்.

"எப்டி இருக்க?" என்றாள்.

"இருக்கேன்"

"ம்ம்... இன்னிக்கு ஏஜென்ஸி வந்த போலருக்கு?"

"ஆமாம்"

"நேத்து நைட் பேசினப்போகூட சொல்லல?"

"உனக்குத் தெரிஞ்சதுதானே. அதனால நா அதை அத்தனை முக்கியமா கருதல" என்றேன்.

"ம்ம்"

"நான் வந்ததின் பிறகு சர்க்யூட் நல்லாகிட்டாரா" என்றேன்.

"ம்ம். பாவம். அவர் வாழ்க்கையிலதான் எத்தனை புயல்" என்றாள்.

"என்னாச்சி"

"நேத்தே நீ கேட்டப்போ சொல்லணும்னு நெனச்சேன்"

"என்ன"

"நிச்சயத்துக்கு அப்புறம் நாச்சியக்கா வேலைக்கு வர்றாங்களான்னு கேட்டேல"

"ஆமா. அதான் இல்லேன்னு சொல்லிட்டியே அதுக்கென்ன"

"சொல்றேன். சத்தியத்தின் மேல உனக்கு நம்பிக்கை உண்டா?"

"ஏன் கேக்கற? நம்பிக்கை கிடையாது. ஆனா மீறமாட்டேன்"

"யார் மேல சத்தியம் பண்ணினா மீறமாட்ட"

"திரௌபதி அம்மன் கோவில் படிக்கட்டுல தாடியும் முடியுமா அழுக்கா உக்காந்துருப்பாரே அவர பார்த்துருக்கியா"

"ஆமா"

"அவர் மேல பண்ணினா மீறமாட்டேன்"

"அப்போ பண்ணு"

"என்னன்னு"

"இப்போ நா சொல்றத யாருக்கும் சொல்ல மாட்டேன்னு"

"சரி. சொல்லல. சொல்லு"

"அவங்க கல்யாணம் நடக்காது"

"என்ன சொல்ற நீ. மதியம்கூட நீங்க கிண்டல் பண்ணினப்போ சர்க்யூட் சந்தோசமாத்தானே ஓடினாரு வெளியில!"

"நிஜம்தான். நடக்காது"

"என்ன சொல்ற நீ? நாச்சியக்கா எதையோ நிறைய பர்ச்சேஸ் பண்ணிட்டு குடும்பத்தோட போனத எப்பவோ பார்த்தனே. இந்த வாரத்துக்குள்ளதான். சொல்லு. என்ன பிரச்சன. ஜாதியா?"

"இல்ல"

"வேற"

"மெடிக்கல் ப்ராப்ளம். குழந்தை பிறக்காது"

"யாருக்கு"

"நாச்சியக்காவுக்குத்தான்"

"உனக்கு எப்டி தெரியும்?"

"ஏதோ வயிறு வலின்னு ஆஸ்பத்திரி போனாங்களாம். ரெண்டு நாள் அட்மிசன்ல இருந்தப்போ சொன்னாங்களாம். ஒரு வாரத்துக்கு

முன்னாடி நாச்சியக்கா ஃபோன் பண்ணி ஒரே அழுகை. நா வேற ஒண்ணும் கேக்கல"

"ஓ... ஒண்ணும் சொல்றதுக்கு இல்ல. ப்ச். சர்க்யூட்டும் நாச்சியக்காவும் அதுக்கப்புறம் பேசிக்கலயா?"

"பேசினாங்களாம்"

"என்ன சொல்றாராம்"

"ஒண்ணும் சொல்ல மாட்டேங்கறாராம்"

"நாச்சியக்கா வீட்ல?"

"எல்லாம் கவலையில இருப்பாங்க தானே. இவ்ளோ நாள் கழிச்சு நிச்சயம் ஆகி இப்டி ஆகிட்டா?"

"சர்க்யூட் முன்னாடியே தெரிஞ்சது நல்லதாப் போச்சின்னு வேணாம்னு நினைக்கிறாரோ? அதான் ஆள் முகத்துல பெரிய கவலை தெரியல"

"இருக்கலாம். அவர் நெனைக்கிறதுல என்ன தப்பு?"

"என்ன தப்பா? கல்யாணத்துக்கு அப்புறம் இப்டி தெரிஞ்சிருந்தா?"

"விதின்னு போகவேண்டியதான்" என்றாள்.

"அப்புறம் என்ன அந்த நாலஞ்சி வருஷ காதலுக்கு மரியாத?"

"நீ சொல்றதும் சரிதான். ஆனா யதார்த்தம்னு ஒண்ணு இருக்கே"

"என்ன பெரிய யதார்த்தம்...?"

"ஒண்ணு கேக்கட்டுமா இப்போ உன்ட்ட?"

"என்ன"

"சர்க்யூட் இருக்க இடத்துல நீ இருந்தா என்ன பண்ணுவ?"

நான் சுதாரித்தேன். யமுனா எதை மனதில் வைத்து எங்கே வருகிறாளென்று எனக்குப் புரிந்துவிட்டது. தனக்கு வந்துவிட்டது எனக்குத் தெரியவருமானால் நான் என்ன முடிவெடுப்பேன் என்பதாகவே இப்போது இதை அணுகுவாளாக இருக்கும். அவளுக்குத் தன் சிரமத்தை, வலியை, நிரந்தரமாக நான் தாங்கினால்கூட பரவாயில்லை. என்னோடு வாழ்ந்து மடிந்துபோ என்கிற காதல் என் மீது அவளுக்கு உண்டு. எனக்கும் அப்படித்தான்

என்பதால் நான் என் உறுதியான முடிவை ஆணித்தரமாக சொன்னேன். அதாவது, சர்க்யூட்டின் இடத்தில் நான் இருந்தால் நாச்சியக்காவை ஏற்றுக்கொள்வேன் என்று.

ப்ச். என்றவள், தூக்கம் வருதுப்பா. குட்நைட் என்று வைத்துவிட்டாள்.

# 08

வார ஓய்வு நாளன்று நான், காலை உணவிற்காக மேசையின் முன் அமர்ந்திருந்தேன். எனக்கு உணவு பரிமாறக்கூடிய அம்மா, சமையலறைக்கும் கூடத்திற்குமாக நடந்துகொண்டிருந்தார். அவர் இரண்டாவது தோசையை எனக்கு வைத்தபோது, கசங்கல் நீக்க முடியாத, நான்கு மடிப்புகளாக ஓர் காகிதத்தை என் தட்டுக்கு அடியில் வைத்துவிட்டுப்போனார். நான் காகிதத்திலிருந்த பார்வையை என் அம்மாவை நோக்கி, முக்கால் வானவில் நீளத்திற்கு அளந்தேன். பிறகு, அதைப் பிரித்து நான்கு மூலைகளையும் மேலோட்டமாக மேய்ந்துவிட்டு உள்ளே நுழைந்தேன்.

*14/02/17* தேதியிடப்பட்டிருந்த அந்தக் கடிதத்தின் ஆரம்பமே இப்படி இருந்தது. 'மைடியர் மேன்' நமட்டுத்தனமான சிரிப்பொன்றை வெளிப்படுத்திவிட்டு வாசித்துக்கொண்டே போனேன். மிக விரிவான, உணர்ச்சிப்பூர்வமான அன்பை வெளிப்படுத்தி எழுதப்பட்டிருந்த இந்தக் கடிதத்தை எனக்கு ரேவா எழுதியிருந்தாள் என்பதை நான் கடிதத்தின் இறுதியில்தான் தெரிந்துகொண்டேன். ஒரு கவிதையைப் போன்ற கடிதம் அது. அவள் கடிதத்தை இப்படி முடித்திருந்தாள். 'இப்படிக்கு... எதிர் வீட்டு பூச்செடி' நான் மென்மையாகச் சிரித்துக்கொண்டேன். கடிதத்தின் தேதியானது மிக முக்கியமாகக் கவனிக்கப்படவேண்டிய ஒன்று. ரேவா, தன் விருப்பம் நான்தான் என்பதற்கான குறியீடு அல்லது வாக்குமூலம் அது. நான் அந்தத் தாளை மடித்துப் பாக்கெட்டில் திணித்துக்கொண்டவாறு, அவள் எழுதியிருந்த வரிகளின் உணர்வுகளை அசைபோட்டபடி சாப்பிட்டு எழுந்தேன்.

என் அப்பா மற்றும் அம்மாவின் கண்கள் என் நடவடிக்கையை ஆழமாக மேய்ந்தன. நான் அன்றைக்கு வெளியில் செல்வதில்லை

என்கிற முடிவில் இருந்தேன். ஆனால் இப்போதைய சூழல் என் முடிவை பரிசீலனைக்கு உட்படுத்தியது.

என் அப்பா, "என்ன இதெல்லாம்?" என்று கையை விரித்தார்.

நான், "எதெல்லாம்...?" என்றேன்.

குற்றவாளியைப் பார்க்கக்கூடிய கண்ணால் என்னை மேலும் கீழுமாக அளவெடுத்தவர், "உன் பாக்கெட்டில் உள்ள எதிர்வீட்டு பூச்செடி" என்றார்.

அவரது இலக்கிய நயத்தைக்கண்டு நான் மறுபடியும் மென்மையாகச் சிரித்தபடி, "இது எங்கிருந்து... எப்போது கிடைத்தது?" என்றேன்.

"எதிர்வீட்டு பூச்செடி என்றால்... மாடிப்படியில்தான்" என்றார்.

நான் பதில் பேசவில்லை.

அம்மா ஆரம்பித்தார். அதாவது, என்னுடைய காதலை ஏற்றுக் கொள்ளக்கூடிய வார்த்தைகளாகச் சொல்லிக்கொண்டே வந்தார். ஆனால் யமுனா இடத்தில் ரேவாவை வைத்து முடித்தார். அம்மாவின் பேச்சை அப்பாவும் ஆமோதித்தார்.

நான் அவர்களுடன் வாக்குவாதத்திற்கு இறங்கினேன். அதாவது, யமுனாவின் தரப்பில் நின்று அவளுடைய நற்பண்புகளையும், பழக்க வழக்கங்களையும், ஒழுக்க நடவடிக்கைகளையும் மென்மையாக எடுத்துச் சொன்னேன். இரக்க குணம் கொண்டு அனுமதிக்கவோ பரிசீலனை செய்வார்களென்றோ அவளது துயரமான வரலாறையெல்லாம் ஒப்பித்தேன். அம்மாவும், அப்பாவும் அலுத்துக்கொண்டவாறு, "ம்ம்... ம்ம்... எல்லாம் எங்களுக்குத் தெரியும்" என்றனர். இதில் எனக்கு வியப்பில்லை. என் அம்மா இருபது வருடங்களுக்கும் மேலாக ஏலச்சீட்டு நடத்துகிறார். அவரது வாடிக்கையாளர்களில் யாரிடம் செய்தியைக் கறக்கவேண்டுமென்று அவருக்குத் தெரியும்.

யமுனா குறித்து அம்மாவிற்கும் அப்பாவிற்கும் நான் உறுதியான பதிலைச் சொன்னேன். அம்மா ஒரு செய்தியை எனக்குச் சொல்லி அந்தக் காரணத்தால் நீ தலைகீழாக நின்றாலும் நீ நினைப்பது நடக்காது என்றார். அந்தச் செய்தியானது, யமுனா மருந்து எடுத்துக் கொண்டிருப்பதற்கானது. இதைக் கேட்டதும் எனக்கு அதிர்ச்சியும் வியப்புமாக இருந்தது. ஆனாலும், சுதாரித்துக்கொண்டவனாய், பொய்யான ஞாயத்தை அவர்கள் பக்கமாகத் திருப்பினேன். என்

அம்மா அதை நிரூபிப்பேன் என்று எனக்குச் சவால் விட்டார். நான் சற்று பின்வாங்கியவாறு "எங்கே... நிரூபியுங்கள்...?" என்றேன்.

"அவளுக்கு இல்லையென்று உன்னால் நிரூபிக்க முடியுமா?" என்றார்.

இது அவதூறான, அர்த்தமற்ற, பாவம் நிறைந்த பேச்சென அவர்களை நான் வேறுபக்கம திருப்பினேன். "அவளுக்கு இல்லையென்று உன்னால் நிரூபிக்க முடியுமா? அவளுக்கு இல்லையென்று உன்னால் நிரூபிக்க முடியுமா?" என்று அம்மா தன் பேச்சில் உறுதி காட்டினார்.

நானும், "உங்களுக்குச் சொன்னது யார்? உங்களுக்குச் சொன்னது யார்?" என்று குறுக்குவாதம் செய்தேன்.

"அது உனக்குத் தேவையற்றது" என்றார்.

"கண்டவர்கள் சொன்னதையும் கேட்டுக்கொண்டு உங்களது முடிவிற்கு வலு கூட்டாதீர்கள்" என்றேன்.

"யாரெல்லாம்ப்பா கண்டவர்கள்? ஊரே சொல்லுதே...? அவ அப்பா ஜெயிலுக்குப் போனவன்னு" என்றார்.

"இப்போது நீங்கள் வேறு கதைக்குத் திரும்புகிறீர்கள். சரி. அவளது அப்பா ஜெயிலுக்குப் போனவர்தான். முதலில் அது ஜோடிக்கப்பட்ட வழக்கு. அவர் குற்றவாளிகள் சிலரது சூது எண்ணத்தில் தெரியாத்தனமாக மாட்டிக்கொண்டு விட்டார். அந்தத் திருட்டு வழக்கில் உண்மைக் குற்றவாளிகள் சிக்கிக்கொண்டனர்" என்றேன்.

"அதுபோகட்டும்... அவர் இரண்டாவது முறையும் ஜெயிலுக்குச் சென்றாரே...? அதற்கும் ஏதாவது காரணம் வச்சிருக்கியா?" என்றார்.

நான், "அது ஜோடிக்கப்பட்ட வழக்கு" என்றேன்.

"சரி... அதுவும் போகட்டும். அவர் திருப்பூரில் வேலையிலிருந்த போது அவர் மீது திருட்டு வழக்கு ஒண்ணு உண்டு. அது உனக்குத் தெரியுமா?" என்றார்.

நான் அப்படியே அடைத்துப்போய் நின்றேன். ரொசாரியோவை இரண்டாவது முறையாகக் கைது செய்திருந்தபோது, அந்தக் காவல் நிலையத்தின் உயரதிகாரியிடம் வழக்கறிஞர் நீதியின் ஞாயத்தைப் பேசியபோது, அந்த அதிகாரி எங்களுக்கு இந்தத் தகவலைச்

சொல்லியிருந்தார். அதாவது ரொசாரியோவை சந்தேகத்தின் அடிப்படையில் நாங்கள் கைது செய்வதற்கு அதிகாரமுண்டு என்பதற்காக இந்தத் தகவலை எங்களுக்குச் சொன்னார். நான் ரொசாரியோவை உளவு பார்ப்பதற்காக முடிவெடுக்க இதுவும்கூடக் காரணம். இந்த இரகசியத்தை என் அம்மா யாரிடமிருந்து வாங்கியிருப்பாரென்றுதான் அடைத்துப்போய் நின்றேன்.

மறுபடியும் சுதாரித்த நான், அதெல்லாம் ஆதாரமில்லாமல் யார் யாரோ சொல்வது. அதில் உண்மை இருக்கமுடியாது. உங்களுக்கு உங்கள் விருப்பப்படி நான் நடக்கவேண்டும் என்பதற்காக அடுத்தக் குடும்பத்தைப் பற்றி இப்படி அவதூறு பேசாதீர்கள். என்றுவிட்டு, என்னளவில் எங்களது வீட்டிற்கு வரக்கூடிய அம்மாவின் உளவுத் தகவலாளி யாராயிருக்குமென நினைவுபடுத்திப்பார்த்தேன். அது யாரென்ற தீர்மானத்திற்கு என்னால் வரமுடியவில்லை.

என் அம்மா யமுனாவிடமிருந்து ரொசாரியோவின் கதைக்குத் திரும்பியதைப் போலவே நான், ரேவாவின் கதைக்குத் திரும்பினேன். அதாவது, எனக்கும் ரேவாவிற்கும் ஒத்துவராததையும், அவளுடனான மிகக்குறைந்த அந்த நாட்களின் ஈர்ப்பு, தற்போது இல்லையென்றும் சொன்னேன். ஏன் வராது...? என்ற அம்மாவும் அப்பாவும், கடிதத்தில் எழுதப்பட்டிருந்த அன்பான வரிகளை மேற்கோள் காட்டினர். அந்த அன்பின் உண்மையை ஒப்புக்கொண்ட நான், கடிதத்திலிருக்கக்கூடிய தேதியிலிருந்து சுமார் நான்கைந்து நாட்களில் எங்களது உறவில் பிணைக்கமுடியாத விரிசல் விழுந்துவிட்டதைச் சொன்னேன். அம்மாவும், அப்பாவும் ஒத்த குரலாக, அதையெல்லாம் பெரியவர்கள் தாங்கள் பார்த்துப் பேசிக்கொள்வதாக என்னிடம் சொன்னார்கள். நான் வசமாக மாட்டிக்கொண்ட உணர்வில் பேசுவதற்குத் தடுமாறினேன். அதைக் காட்டிக்கொள்ளாத நான், அம்மாவிடம், நீங்கள் சொன்ன அந்த அவதூறான செய்தியை முதலில் நிரூபியுங்கள். பிறகு பாரககலாம் என்றுவிட்டு வாசலை நோக்கி நடந்தேன்.

## 09

யமுனா குறித்த விவாதம் ஒரு தீவிரமான கொரில்லாத் தாக்குதலுக்கு இணையான அமைதிக் குலைவை என் வீட்டில் ஏற்படுத்தியிருந்தது. என் அம்மா வலுவான காரணங்களையெல்லாம்

திரட்டிக்கொண்டு தாக்குதல் நடத்தியதில், நான் எதிர் தாக்குதலுக்குத் தாக்குப் பிடிக்கமுடியாமல் தடுமாறிப்போயிருந்தேன். என் பக்க பலவீனங்களை நான் உணர்ந்திருந்தாலும் யமுனா எனும் ஆதரவற்ற நிரபராதியை நான் கைவிட முடியாது. அவள் என் பாதுகாப்பில் இருக்கவேண்டியவள். அவள் தற்போது அனுபவித்துக்கொண்டிருக்கும் தண்டனைக்குக் குமாரும் நானும் சரிபாதி காரணங்கள். இதிலே குமார், யமுனாவிற்கு என்ன நிவாரணம் செய்யமுடியும்? முழு உரிமையும் எனக்கானது. நான்தான் செய்யவேண்டும். என் அம்மாவும், அப்பாவும் உணர்ச்சிப்பூர்வமான உயிர் மிரட்டல் விடுத்து என்னை அவர்கள் வழிக்குக் கொண்டுவந்துவிடாத வகையில் நான் கவனமாகச் செய்யவேண்டும்.

போர்க்களத்தில் பலமிழந்தவன் பின்வாங்குவது தந்திரம். ஆகவே அம்மாவை நான் தாக்குதலுக்குத் தூண்டாத வகையில் பதுங்கிக்கொண்டேன். ஆமாம். கடந்த மூன்று மாதங்களாக எங்களது உறவுமுறைகளுக்குள் வழக்கமாகப் பேசிக்கொள்ளும் நடைமுறை வார்த்தைகளும் வழக்கொழிந்துவிட்டன. என் அம்மாவின் உளவுப் பிரிவு என்னைத் தீவிரமாகக் கண்காணிப்பது தெரிந்து, யமுனாவிற்கும் எனக்குமான உறவையும் அவளுக்குப் பாதிப்பில்லாத வகையில் பராமரிக்கவேண்டிய நிலையைப் புரிந்தபடி நடந்தேன்.

அந்த நாட்களில் என் நெருக்கடியான வேலையிலும் நான் கவனம் செலுத்தவேண்டியிருந்தது. அதனால் நான் ரொசாரியோவை உளவு பார்க்கக்கூடிய வேலையையும் உருப்படியாகச் செய்யவில்லை. அது இரண்டுமுறையோ மூன்றுமுறையோ கைநழுவிப்போனது. ஆனால் அந்த முயற்சியின் போதெல்லாம் எனக்குக் கிடைத்த சில தகவல்களை வைத்துப் பார்த்தால், அவர் கண்டிப்பாக உளவுபார்க்கப்பட வேண்டியவர்தான். என் முந்தைய இரண்டு மூன்று காரணங்களுக்குத் தற்போது கிடைத்திருக்கும் சில தகவல்கள் வலுசேர்த்தன. அந்தக் காரணங்களில் ஒன்று, எஸ்.ஐ.யும், என் அம்மாவும் சொல்லியிருந்த திருப்பூர் சம்பவம். இரண்டு, சந்தேகப்படும்படி அவர் மொபைலில் பேசிக்கொண்டே திரிந்தது. இன்னொன்று... யமுனா மருத்துவமனையிலிருந்தபோது, அவளுக்குத் துணையாக இருக்கவேண்டிய சூழலில் விடுப்பெடுத்து விட்டுத் தங்குங்கள் என்றதற்கு அவர் சொல்லியிருந்த வார்த்தைகளான, 'அடேய். நகைக்கடை முதலாளி. ரொம்பக் குதிக்காதய்யா... இன்னும் கொஞ்சநாள்தான். என் பெண்ணிற்குத்

திருமணம் முடித்து வைத்துவிட்டால் அப்புறம் நீயே வந்து காலில் விழுந்தாலும் நான் வரப்போவதில்லை' அவர் மிகவும் மதித்த முதலாளியை ஒருமையில் பேசியதை நான் அன்றைக்கு அலட்சியப்படுத்தியிருக்கவில்லை. இந்த இரண்டுமூன்று காரணிகளும் ஒன்றுக்கொன்று தொடர்புடையதென்றே நினைத்தேன். அது இப்போது உறுதியாகிவிட்டிருக்கிறது.

நான் கவனித்த வகையில் ரொசாரியோவின் சிறை நாட்களில் அவருக்கு, தழும்பு கணேசன் மற்றும் தடி தர்மனுடன் இரகசிய உறவு இருந்தது. இது எப்படியான திட்டத்திற்கென்று அன்றைக்கு நான் கணிப்பதற்கற்றதாக இருந்தது. இதுவும் மேலேயுள்ள இரண்டு மூன்று காரணிகளோடு தொடர்புடையதுதான். ஆமாம்.

நான் ஏப்ரல் மாதத்தின் இறுதியில் வெளியூர் மார்க்கெட்டை முடித்துத் திரும்பியபோது எங்களது மாநகரத்திற்கு வெளியிலுள்ள வட்டச்சாலை வழியாக இன்னொரு முக்கியச் சாலையைப் பிடிப் பதற்குப் போய்க்கொண்டிருந்தேன். அப்போது இடையிலுள்ள ரயில்வேகேட் சாத்தப்பட்டிருந்ததால் காத்திருக்கவேண்டிய காரணத்திற்காக முனகிக்கொண்டே போனேன்.

அங்கே குமார் தன் பைக்கில் அமர்ந்திருந்தான். பிளேக் தேவாலயத்தில் பார்த்ததற்கும் தற்போதைக்கும் மோசமான மாற்றமில்லை. முகம் ஆரோக்கியத்தை வெளிப்படுத்தியது. நான் அவனது தவறுகளையும் குறைகளையும் ஒதுக்கி வைத்துவிட்டுத்தான் பழகவேண்டியிருந்தது. என்னை உற்சாகமாகவும் வியப்பாகவும் வரவேற்றவன், எங்கே இந்தப் பக்கம்? என்றான். நான் என் வேலை குறித்து அலைவதுதானே பிழைப்பு? என்றேன். பிறகு, அவனது உடல்நிலை குறித்தும் அவனது மனைவி குறித்தும் விசாரித்தேன். ஏதோ கர்லம் போகிறதென அலுத்துக்கொண்டான்.

அவனது பைக்கின் பின்னால் உட்கார்ந்திருந்த ஆள், கட்டிட வேலையின் இறுதிகட்டத்தை முடிக்கக்கூடிய பொருட்கள் சிலவற்றுடன் உட்கார்ந்திருந்தார். எங்கே வேலை நடக்கிறது இப்போது? என்றேன். ரயில்வே தண்டவாளத்தைக் கடந்த ஓரிடத்தை நோக்கி கை நீட்டினான். அப்போது எங்களது பாதையில் குறுக்கிட்டிருந்த ரயில், தனக்கே உரிய வேகத்துடன் கடந்ததும் கதவு திறக்கப்பட்டது.

குமார், தான் தொடங்கியிருக்கும் கட்டுமானத் தொழிலின் முதல் கட்டிடம் தற்போது முடிவுறும் தருவாயிலிருப்பதாகச்

சொல்லி என்னை அழைத்தான். எனக்கு அவசர வேலைகள் எதுவுமில்லாததால் நான் மறுக்கவில்லை.

தொழிலில் முன் அனுபவமில்லாதவனுக்கு இத்தனை பெரிய வேலையை யார் கொடுத்திருக்கக்கூடுமென்கிற யோசனையில், அந்த இரண்டடுக்குக் குடியிருப்பு வளாகத்தின் கீழ்தளத்தின் ஐந்து வீடுகளையும் பார்த்துமுடித்தேன்.

குமார், மேல்தளத்திற்கு என்னை அழைத்தவாறு, எப்படி...? எங்களது வேலை? என்றான். நான் அவனிடம், உன் வழக்கமான கைவரிசையை இதிலேயும் காட்டியிருக்கிறாயா? என்றபடி மாடிப்படியின் கைப்பிடி சுவற்றை வேகமாகக் குத்தினேன். அது நங்...கென்று அதிர்ந்தது. அவன், பழைய விசயங்களை மறக்க நினைப்பதாகச் சொன்னான். நான் அவனது உணர்வுகளுக்கு மதிப்பளிப்பதென முடிவெடுத்தபடி, குமாரின் ஏனைய கூட்டாளிகளான அசோக் மற்றும் முருகனை விசாரித்தேன். அவர்களிருவரும் பாண்டிச்சேரிக்கு கட்டிட சாமான் கொள்முதலுக்குப் போயிருப்பதாகச் சொன்னான். நாங்கள் நின்ற இடத்திலிருந்து தூரத்தில், போர்டிக்கோ தரையில் பாலீஷ் மெஷின் ஓட்டிக்கொண்டிருந்தவனை நான் ஊடுருவிப்பார்த்தேன். எனக்கு அவன், சிறையில் ரொசாரியோவுடன் மிகவும் சிநேகமாயிருந்த தழும்பு கணேசன் போலவே தெரிந்தான். அவன் தனக்கே உரிய, மற்றவரை அச்சுறுத்தும் நடையுடன் அந்த மெஷினை ஓட்டிக்கொண்டிருந்தான். நாங்கள் பேசிக்கொண்டே அவனை நெருங்கியதும் என் கணிப்பு சரியானதைப் புரிந்துகொண்டேன்.

அவனைப் பற்றி குமாரிடம் கேட்டேன். அவன் தனக்குப் பழைய தொழில்முறையில் மிகவும் பழக்கப்பட்டவன் என்றான். நீ பழசையெல்லாம் மறக்க நினைப்பதாகச் சொன்னாயே...? இப்போது இவனைக் கொண்டுவந்து வேலை செய்யவிட்டிருக்கிறாயே? என்றேன் குமாரிடம்.

அதற்கு குமார், முதலில் அவன் என்னைத் தொடர்புகொண்ட போது நான் முற்றிலுமாக அவனை நிராகரித்து, இனி எனக்கு அழைக்காதே என்றேன். ஆனால் அடுத்தசில நிமிடங்களில் மறுபடியும் அழைத்தவன், நான் மனமிறங்கக்கூடிய வகையில் சில செய்திகளைச் சொன்னான். அதாவது, காவல் நிலையம், நீதி மன்றம், வழக்குகளென நிம்மதியற்ற வாழ்க்கையிலிருந்து முற்றிலும் விடுதலையாக நினைப்பதாகவும், அதனால் தனது பழைய தொழில்களையெல்லாம் விட்டுவிட்டதாகவும் சொன்னான். அதற்கு

நான் என்ன செய்யவேண்டுமெனக் கேட்டேன். தன்னுடன் ஐந்து கூட்டாளிகளும் தன்னைப் போலவே முடிவெடுத்திருப்பதாகவும், உன்னுடைய கட்டுமானத் தொழிலில் எங்களை வேலைக்குச் சேர்த்துக்கொண்டால் நாங்கள் 'புதிய வழியில் எங்களது சொச்ச நாட்களையும் நிம்மதியாகக் கடத்த உதவும் என்றான். என்னுடைய தொழில் விபரங்கள் உனக்கு எப்படித் தெரியும் என்றேன் அவனிடம். அவன் தனது கூட்டாளிகள் மூலமாக அறிந்ததாகச் சொன்னான்.

நீயே சொல். அவனது மனமாற்றத்திற்கு நான் ஊக்கமளிக்க வேண்டுமா? கூடாதா? அதை நிராகரிப்பது முறையா? எனது மனமாற்றத்தை இன்னொருவர் ஊக்கமளித்துச் சில வாய்ப்புகளைக் கொடுத்ததுபோல அவனுக்கு நான் வாய்ப்புகளை வழங்கியிருக்கிறேன் என்றான் குமார்.

நான் தீர்மானங்களற்ற தலையசைப்புடன் குமாரிடம், அவனது சொந்த ஊர் குறித்துக்கேட்டேன். அவன் வெளியூர்க்காரன்தான். அவனுடனிருக்கும் ஏனைய அத்தனை பேரும் இந்தக் கட்டிடத்திலேயே தங்கி எனக்கு உதவி செய்துகொண்டு இருக்கின்றனர் என்றான்.

நான் அன்றைக்கே தழும்பு கணேசனின் உள்ளூர் இருப்பை ரொசாரியோவின் செயல்பாடுகளுடன் சம்பந்தப்படுத்திக்கொண்டி ருந்தேன். காரணம், இவர் முதன்முறையாகச் சிறைக்குச் சென்றபோதே இவருடன் தடி தர்மனும் தழும்பு கணேசனும் அளவுக்கு மீறி உதவி செய்ததுதான். அந்த உதவிக்கு விசுவாசமாக இப்பொழுது ரொசாரியோ இருவரில் யாருடைய தூண்டிலையாவது கவ்வித்தான் ஆகவேண்டும்.

என்னைப் பொருத்தவரையில் ரொசாரியோ, தடி தர்மனுக்குத் தான் விசுவாசம் செய்வாரென்று நினைத்தேன். ஆனால் அவரது முடிவு, தழும்பு கணேசனாக இருக்கிறது. ஒருவேளை தடி தர்மனது பகட்டான வார்த்தைகளும், பக்குவமானச் செயல்பாடுகளும் ரொசாரியோவிற்குச் சந்தேகத்தைக் கிளப்பியிருக்கவேண்டும். அவனது அணுகுமுறையில் சன்னமாக உயிரைக் குடிக்கக்கூடிய பேராயுதங்கள் ஒழிந்திருப்பதாகக்கூட இவர் நினைத்திருக்கலாம். எப்போதுமே தடாலடியாகப் பேசக் கூடியவர்களிடம் ஒரு நேர்மை இருப்பதாக நினைத்து, தழும்பு கணேசன்தான் தன் தேர்வென முடிவெடுத்திருக்கக்கூடும்.

ஆக... எனக்குத் தழும்பு கணேசனின் திட்டம் ஏறக்குறைய தயாராகிவிட்டதாகவே தோன்றியது. குறி எங்கே, எதுவென்றும் என் அனுமானத்திற்கு உட்பட்டதாக இருந்தாலும், தற்போது நான் எந்த முடிவிற்கும் வரமுடியாது. ஆனால் திட்டம் உறுதி. ஆகையால் நான் ரொசாரியோவின் இரவுகளைத் தீவிரமாகக் கண்காணித்தேன். குமார் எடுத்திருக்கும் கட்டிடவேலை முடியப்போகும் இந்த ஜூன் மாதத்தின் முதல் வார இரவுகள் அத்தனையிலும் கண்காணித்திருந்தேன்.

## 10

நேற்றைய பின்னிரவில் பிடித்த மழை தற்போது வரையிலும் நசநசவெனத் தூறிக்கொண்டே இருந்தன. செய்தி கேள்விப்பட்டு நான் போன நேரத்திற்கு, பகல் வேளை முழுவதிலும் மிகவும் பரபரப்பாக இயங்கக்கூடிய அந்தக் கடைத்தெருவில் ஓர் அசாதாரண சூழல் நிலவியது. பல்வேறு வீதிகளை இணைக்கக்கூடிய முக்கியமான அந்த நீண்ட வீதியானது, என் பார்வைக்கு எட்டிய தூரம் வரையிலும் காவலர்களின் கட்டுப்பாட்டிற்குள் வந்திருந்தன. பெரும்பாலும் போக்குவரத்திற்குக் கட்டுப்பாடு விதிக்கப்பட்டு, அன்றாடவாசிகளும், இன்னபிற வழிப்போக்கர்களும் நடைபயணமாகச் செல்வதற்கே அனுமதிக்கப்பட்டிருந்தனர். காவலர்களின் இந்தக் கட்டுப்பாட்டு எல்லைக்கு வெளியிலிருந்து சம்பவ இடத்திற்கு, நான், அரைப் பர்லாங்கு நடக்கவேண்டும். யோசிக்காமல் பைக்கை நிறுத்திவிட்டு நடந்தேன்.

அங்கே ரொசாரியோ, காவல்துறையால் வரையப்பட்ட கோடாகக்கிடந்தார். நான் நின்ற இடத்திலிருந்த சிலர், அவரது உடலை பிரேதப் பரிசோதனைக்காகக் கொண்டுபோயிருப்பதாகப் பேசிக்கொண்டனர். காவல்துறைக்குச் சொந்தமான நாய்கள், அந்த நகைக் கடையின் படிக்கட்டுகள் முழுவதிலும் பரவிக்கிடந்த இரத்தப் படலத்தையும் பூட்டுகள் உடைக்கப்பட்ட கொண்டியையும், நகைக் கடையின் உள்ளேயும் மோப்பம் பிடித்தபடி அங்கும் இங்குமாக அலைந்துகொண்டிருந்தன.

அந்த வீதியின் பெரும்பாலான கடைகளில் அப்போது மின்சாரம் இல்லை. நகைக் கடையை ஒட்டிய மின் கம்பத்திலிருந்து பிரியக்கூடிய கம்பியில் சைக்கிள் செயின் ஒன்று

தொங்கிக்கொண்டிருந்தது. அதைப் பார்த்துக்கொண்டிருந்த மின்ஊழியர்கள் சிலர், இது கொள்ளையர்களின் தந்திர வேலையென்று பேசிக் கொண்டிருந்தனர்.

யமுனாவும் செண்பகத்தம்மாவும் இங்கே இருப்பார்களென்று தான் நான் வந்தேன். அவர்கள் இல்லாததால், மருத்துவமனைக்குச் சென்றிருக்கக்கூடுமெனத் தாமதமின்றி அங்கிருந்து கிளம்பினேன்.

மருத்துவக்கல்லூரி மருத்துவமனையின் பிரேதப் பரிசோதனைக்கு உட்பட்ட ஒதுக்குப்புறமான கட்டிடத்திற்கு வெளியே, காவல், ஆம்புலன்ஸ், உள்ளிட்ட எக்கச்சக்க வாகனங்கள் நின்றன. சுமார் இருபதுக்கும் மேற்பட்ட ஆட்கள், கவலையும் கண்ணீரும், கதறலுமாக ஆங்காங்கே நின்றனர்.

நான் பைக்கை நிறுத்திவிட்டு என்னைச் சுற்றி மேய்ந்தேன். ரொசாரியோ வளர்த்த மணி, அங்கும் இங்குமாக அலைந்தது. செண்பகத்தின் மகன், ஒரு தடித்த அடிப்பாகத்தைக்கொண்ட தைல மரத்தில் சாய்ந்தபடி நின்றுகொண்டிருந்தார். யமுனாவும் செண்பகமும், அந்த மரத்தடியில் அமர்ந்திருந்தனர். நான் தயக்கத்துடன் அவர்களை நோக்கி நடந்தேன். செண்பகம் என்னைப் பார்த்ததும், ‘முடிச்சிட்டானுவ தம்பி. மொத்தமா முடிச்சிட்டானுவ. தொண்டக் குழிக்குள்ள கம்பிய எறக்கி முடிச்சிட்டானுவ. இந்த ஒத்தப்புள்ளைய தனியா வுட்டுட்டுப் போயிட்டாருய்யா அந்த நல்ல மனுசன்’ என்று அலறினார். குத்துக்காலிட்டவாறு கால்களுக்குள் தலையைத் தொங்கப் போட்டிருந்த யமுனா, ஒருமுறை என்னைப் பார்த்துவிட்டு மறுபடியும் தலையைத் தொங்கப்போட்டுக்கொண்டு குலுங்கி குலுங்கி தேம்பிக் கொண்டிருந்தாள். நான் வார்த்தைகளின்றி நின்றுகொண்டிருந்தேன்.

பிறகு, செண்பகத்தின் மகனை அங்கிருந்து நகர்த்திக்கொண்டு போனபடி, எத்தனை மணிக்கு உங்களுக்குத் தெரியும் என்றேன். ஆறு மணி. அல்லது ஆறரைக்குள் இருக்குமென்றார். யார் செய்தது. எத்தனை மணிக்கு நடந்தது என்கிற விபரமெதுவும் தெரியவந்ததா என்றேன். அவர் உதட்டைப் பிதுக்கினார். ரொசாரியோவின் அண்ணனுக்கும் தங்கைக்கும் தகவல் தெரியப்படுத்திவிட்டீர்களா என்றேன். ஆமாம். என்றவர், அவர்கள் இருவருமே இன்றைய மாலைக்குள் வந்துவிடுவதாகச் சொல்லியிருக்கிறார்கள் என்றார். பிரேதப் பரிசோதனை முடிந்து எப்போது கிடைக்குமென்கிற

உத்தேச நேரமெதுவும் தெரியுமா என்றேன். மதியத்திற்கு மேல் ஆகிவிடும் என்றார்.

அன்றைக்கு எனக்கு நாகப்பட்டினம் மார்க்கெட் பார்க்க வேண்டியிருந்ததாலும், முதல்நாள் கும்பகோணமும், மயிலாடுதுறையும் பார்த்திருந்ததாலும், பின்னிரவில் பெய்த மழையின் காரணமாகவும், நான், நேற்றைய ரொசாரியோவின் முன்னிரவை கண்காணிக்க முடியவில்லை. அப்படிக் கண்காணித்திருந்தாலும் இப்போது நடந்த எம் மாறி நடந்திருக்காது. இந்தக் கொடூரத்தை உள்ளிட்டும்கூட என் அனுமானம் நூறு சதவீதம் சரியாயிருந்ததில் எனக்கு வியப்பில்லை. ஆதாரங்களின்றித் தற்காப்பு நடவடிக்கைகளுக்கு முயற்சிக்க முடியாத நான், ரொசாரியோவிற்காகவும், யமுனாவிற்காகவும், மேலும் மேலும் இப்போது அனுதாபப்பட மட்டுமே முடியும். என் சந்தேகத்தை நிவர்த்தி செய்துகொள்ளும் பொருட்டு நான் குமாருக்கு அழைத்துத் தழும்பு கணேசன் குறித்து இப்போது விசாரிப்பதுகூட அனாவசியம். கூடிய சீக்கிரத்திலேயே அவனும் விசாரணை வளையத்திற்குள் வரக்கூடும். இப்போது நான் அவனை அழைத்தேனென்றால் காவல்துறையின் கண், என்மீது ஆழமாகப் பதியக்கூடும். அதன்பின்னர் காவல்துறையின் சார்பில் ஒரு நார்கோ பரிசோதனைக்கு என்னை உட்படுத்த நேரிட்டால் முதல் குற்றவாளி நான் என்பதை என்னிடமிருந்தே அவர்கள் உருவிக்கொள்ள நேரிடும். இவ்வாறு நான் ஆழமாக யோசித்துக் கொண்டிருந்தபோது பரத் என்னை அழைத்து, எனக்காக டி.டி. சி.யில் பத்து நிமிடங்களுக்கும் மேலாகக் காத்திருப்பதாகச் சொன்னான். நான் அவனுடன் இன்றைக்கு வரமுடியாதது குறித்துச் சொல்லிவிட்டு அவனை மாத்திரம் இன்றைக்கு மார்க்கெட் பார்க்கச் சொன்னேன். அவன் சரி என்றுவிட்டு வைத்தான்.

நான் செண்பகத்தின் மகனிடம், யமுனாவும் உங்கள் அம்மாவும் இங்கே இருக்கத் தேவையில்லையே... அவர்களை வீட்டிற்கு அனுப்புவது நல்லது. எதுவாயிருந்தாலும் நாம் பார்த்துக்கொள்ளலாம் என்றேன். அங்கே வந்திருந்த யமுனாவின் வீட்டைச் சுற்றிலுமுள்ள ஏனைய சிலரும் என் கருத்தை ஆமோதித்தனர். செண்பகத்தின் மகனும் ஆமோதித்தார் என்றாலும், தற்போதைய நடைமுறைகள் சிலவற்றிற்கு யமுனா இங்கே இருக்கவேண்டியிருக்கலாம். குறிப்பாக அவளது கையெழுத்து இங்கே அவசியப்படலாம் என்றார். அவர் சொன்னது பொருத்தமான காரணமாக இருந்தது.

நாங்கள் காத்திருந்தோம். பலமணிநேர காத்திருப்பிற்காக எங்களது மனதை தயார்படுத்திக்கொண்டவாறு காத்திருந்தோம். நாங்கள் எதிர்பார்த்த நேரத்திலிருந்து சிலமணி நேரத்திற்கு முன்னதாகவே ரொசாரியோவின் உடல் ஒப்படைக்கப்படுவதற்கான நடைமுறைகளைப் பிணவறை ஊழியர் மேற்கொண்டார். அதாவது, கோப்புகளில் யமுனாவிடம் வேண்டிய இடங்களில் கையொப்பம் வாங்கினார். அதன் பின்னர் யமுனாவின் இருப்பு அங்கே தேவையில்லை என்றதும் முதல் வேலையாக நாங்கள் அவளையும் செண்பகத்தையும் வீட்டிற்கு அனுப்பிவைத்தோம்.

ரொசாரியோவின் உடலை அவரது வீட்டிற்குக் கொண்டுவந்தபோது மதியம் இரண்டு மணியை நெருங்கியிருந்தது. அப்போதிலிருந்து அடுத்த ஒருமணி நேரம் வரையிலும் இறுதி ஊர்வலத்தை அன்றைக்கு மாலையோ இரவிற்குள்ளோ நடத்தி முடிப்பதற்கான பெரும்பாலான வேலைகளும் அருகிலிருந்த தேவாலய நிர்வாகத்தின் சார்பாக நடந்து கொண்டிருந்தன. ஆனால் மாலை ஐந்து மணிக்குப் பின்னர் மறுநாள் காலையில் என்று முடிவானது. காரணம், அன்றைக்குள் வந்துவிடுவதாகச் சொல்லியிருந்த ரொசாரியோவின் அண்ணன் மற்றும் தங்கையின் வருகை பின்னிரவுவரை ஆகலாம் என்பதை அவர்கள் உறுதிப்படுத்தியிருந்ததால்தான்.

ஆறுமணிக்குப் பிறகு என் அம்மா என்னை அழைத்தார். அவரது இந்த அழைப்பின் நோக்கம் எனக்குப் புரிந்தது. என்றாலும், இது வழக்கமான அழைப்பு இல்லை என்பதால் நான் தவிர்ப்பதற்கும் முடியாது. சாதாரண உடையுடன் காலையில் எட்டு மணிக்குக் கிளம்பிய நான், இதுவரையில் வீடு திரும்பாதது குறித்துக் கேட்டார். ரொசாரியோவின் இறப்பு என் அம்மாவின் காதுக்குப் போயிருக்கும். நான் மறைத்துச்சொல்ல எதுவுமில்லாததால் உள்ள நிலவரத்தைச் சொன்னேன். என்னை நேரத்தோடு வரச்சொல்லிவிட்டு வைத்தார். பிறகு நான் பரத்-தை அழைத்து அன்றைய அவனது வேலை குறித்து விசாரித்துக்கொண்டேன்.

ஏழு மணிக்குப் பிறகு, அன்றைக்கு ரொச்சாரியோவுடனிருந்த ஏனைய காவலாளிகளும். நகைக்கடை முதலாளியும், நகைக்கடையின் இன்னும்சில ஊழியர்களும் ஒவ்வொருவராகக் கண்ணாடிப் பெட்டியிலிருந்தவரைப் பார்த்துவிட்டுப் போனதற்குப் பிற்பாடு, அவரது புனித நாட்களின்மீது கல்லெறி சம்பவங்கள் சன்னமாக நடந்தேறத் தொடங்கின.

குற்றவாளிகளுக்குத் திட்டம் வகுத்துக்கொடுத்ததில் ரொசாரியோவிற்கு முழுமையான பங்கு இருந்திருக்க வேண்டுமென ஆணித்தரமாகப் பேசப்பட்டன. இந்தச் செய்தியின் அடிப்படையில் இன்னொரு ஆதாரம் அங்கே கசிந்தது. வழக்கமாக இரவு ஒன்பது மணிக்கு வேலைக்குச் செல்லக்கூடிய ரொசாரியோ, அன்றைக்கு ஒருமணி நேரம் முன்னதாகவே புறப்பட்டது ஏன்? என்பதும், மேலும் அன்றைய இரவில் அவர் கொண்டு சென்றிருந்த ப்ளாஸ்க் தேநீரைத் தான் அன்றைய இரவில் அவருடனிருந்த ஏனைய காவலாளிகளும் பங்குபோட்டுக்கொண்டிருந்தனர். அதை அருந்திய அனைவரும் விடிந்துதான் கண் விழித்திருக்கின்றனர் என்பதும் பேசப்பட்டன.

குற்றவாளிகள் பிடிபட்டு, அவர்களது வாக்குமூலமானது, இப்போதுவரை கசியும் வதந்தியின் உண்மைத் தன்மையை நிரூபிக்கும்வரை எனக்குமே இது வதந்திதான். பரவிய செய்திகள் உண்மையாக இருந்தால் இந்தத் திட்டத்திற்காக ரொசாரியோவின் பேரம் என்னவென்பதுவரை எனக்குத் தெரியும். அதிகப்பட்சம் ஐம்பது சவரன் நகையாக இருக்கலாம். அது யமுனாவின் திருமண ஏற்பாட்டிற்காக இருக்கலாம். இதுவும் என் அனுமானம்தான் என்றாலும், அவர் மருத்துவமனையில் பேசிய வார்த்தைகளை வைத்துத்தான் என்னால் கணிக்கமுடிகிறது. ஒருகால் அவர் நேர்மையற்ற இந்த வழியைத் தேர்ந்தெடுத்தது உண்மையென்றால், செய்யாத குற்றத்திற்காக இப்படி ஓயாமல் சிறைக்குச்செல்ல நேர்வதினால் உண்டான மன நெருக்கடியாகத்தான் இருக்கமுடியும். இந்தக் காரணத்தை நான் உறுதியாகச் சொல்வேன்.

# 11

அன்றைக்கு மாலையிலிருந்தே அம்மாவின் அழைப்பு என்னை வகையாகத் தொந்தரவு செய்தது. பதினைந்து நிமிடத்திற்கொருமுறை என்னை அழைத்துக்கொண்டே இருந்தார். எனக்கும் இந்த இரவில், கண் விழித்துக்கொண்டு அங்கே இருப்பது அநாவசியம் என்றே தோன்றியது. ஆகையால் நான் முன்னிரவிலேயே வீடு திரும்பினேன்.

வீட்டில் ஒரு தாராளமான குளியலுக்குப் பிற்பாடு இரவு உணவை முடித்ததும் மாடிக்குச் செல்லத்தயாரானேன். அப்போது என் அம்மா

மற்றும் அப்பாவின் உரையாடல்கள் என்னையும் யமுனாவையும் பற்றியதாக இருந்தது. அது நேரடியான வார்த்தைகளில்லாமலும், என் காதில் விழக்கூடிய வகையிலும், என் நிம்மதியைக் குலைத்து என்னைச் சீண்டக்கூடிய வகையிலும் இருந்தது.

யமுனாவிடமிருந்து என்னைப் பிரிப்பதற்கான வலுவான காரணங்களையெல்லாம் என் அம்மா திரட்டிவிட்டதைக் குறித்த யோசனையில் நான் கம்மென்று மாடிக்கு ஏறினேன். நான் யமுனாவை விடுவது முடியாது. இப்போதுகூட நான், அவள் மீதான காதலை சமரசம் செய்துகொண்டு முறித்துக்கொண்டுவிடமுடியும். ஆனால் அவளுக்கு வந்துவிட்டதற்கு நான்தான் நிவாரணம் செய்யவேண்டும். என் அம்மா பின்னாளில் எடுக்கக்கூடிய தந்திரத்தையெல்லாம் முறியடிக்கக்கூடிய வகையில் நான் யோசித்தேன்.

எனக்குப் பாதி இரவைக் கடந்தும் தூக்கமில்லை. ரொசாரியோ மற்றும் யமுனாவின் கடந்தகால நிம்மதியற்ற நாட்களை நினைத்து நான் வருந்தினேன். பிறப்புமுதல் இறப்புவரை மனித உயிர் நிம்மதியற்றதாகவே வாழ்ந்து முடிக்கக்கூடிய நிலைக்கு, பிறப்பு, விதி, கர்மா, இன்னும் என்னென்னவோ சமாதானங்களை நான் மறுதலிக்கக்கூடிய இடத்தில்தான் இருந்தேன்.

என் கருத்தை ஆழமாக உறுதிசெய்யும் வகையில் நிகழ்ந்துவிட்ட இந்த மரணத்தின் பொருட்டுக் கண்ணாடிப் பெட்டியில் உள்ளவருக் காகவோ, வெளியிலுள்ள அவரது உறவினர்களுக்காகவோ அனுதாபமான வார்த்தைகள் அங்கே ஒப்பாரிக் குரலாக ஒலிக்கவில்லை. மாறாக, அந்தப் பாடிப்பரதேசிகளின் குரலானது, அவரைச் சவமாகக் கிடத்திய, இரக்கமற்ற, பேராசை பிடித்த, அதிகாரத்தைச் சூரையாடக்கூடிய வார்த்தைகளின் ஒத்தக் குரலாக ஒலித்தது.

என்னைப் பொறுத்தவரையில் எனக்கும் யமுனாவிற்கும் இன்றைக்கு மிக முக்கிய முடிவுகளை எடுக்கக்கூடிய இரவாக இதை நினைக்கிறேன். நான் என் முடிவில் தெளிவாய் இருந்தாலும், சில நாட்களாக யமுனா என்மீது பிடிப்பற்ற போக்கை நீடிக்கவிட்டிருப் பதிலிருந்து இனி எப்படியான முடிவுகளையெல்லாம் அவள் யோசிப்பாளென்று யோசிக்கத் தொடங்கினேன். அது எங்கெங்கோ என்னை அச்சுறுத்தக்கூடிய, நிம்மதியற்ற திசைக்கு இழுத்துக்கொண்டுபோனது. இன்னொரு வகையில் பார்த்தால் என் முடிவிலிருந்து நான் மாறுவதற்கு

வாய்ப்பற்ற அல்லது என்னைப் பக்குவப்படுத்தக்கூடிய சூழல்தான் இது என்பதாகவும் நினைத்தேன்.

## 12

என்னுடைய மொபைல் தினமும் காலையில் ஏழு பதினைந்திற்கெல்லாம் என்னை எழுப்பும். நான் வேலைக்குக் கிளம்புவதற்கு அந்த நேரத்திலிருந்து தயாரானால் போதுமானது. அந்தக் கருவி எழுப்பக்கூடிய நேரத்திற்கு முன்னதாகவே எழுவதும், அந்தச் சத்தத்தை அலட்சியப்படுத்துவதும் எனக்குத் தெரிந்த சிலரது இந்தப் பழக்கத்தைப் போல எனக்கும் அது இயல்புதான். ஆனால் இன்றைக்கு நான் அலாரம் அடித்த நேரத்திற்கு எழுந்தேன். இன்றைக்கு எனக்கு உள்ளூர் மார்க்கெட். நான் நேற்றைப் போலவே பரத்தை பார்க்கச் சொல்லிவிட்டு, காலையின் அத்தியாவசிய வேலைகளையெல்லாம் முடித்தேன். பிறகு, அம்மா போட்டுத்தந்த தேநீரை மட்டும் குடித்துவிட்டு சாதாரண உடையிலேயே பைக்கை நகர்த்தினேன். இன்றைக்கும் நான் வேலைக்குக் கிளம்பாமல் யமுனாவின் வீட்டிற்குச் செல்வது குறித்த அம்மா மற்றும் அப்பாவின் முணுமுணுப்பை என்னுடைய இன்னொரு காது வழியாக வெளியேற்றிக்கொண்டவாறு விரைந்தேன்.

நான் எதிர்பார்த்ததைக் காட்டிலும் ரொசாரியோவிற்கென நிறையபேர் வந்திருந்தனர். வரவேண்டிய அவரது அண்ணனும், தங்கையும் இந்நேரத்திற்கு வந்திருக்கக்கூடுமென நினைத்துக் கொண்டேன். யமுனாவின் முதலாளியையும், அந்த ஏஜென்ஸியின் ஏனைய ஊழியர்களையும் அங்கே பார்க்கமுடிந்தது. அங்கே காவலர் இருவரையும் பார்த்தேன். அவர்கள் எதற்காக? என்று எனக்குப் புரியவில்லை. ஒருகால் ஃப்ளாஸ்க் தேநீர் விசயத்திற்கான விசாரணையை யமுனாவிடம் நடத்துவதற்காக இருக்கலாமென நினைத்தேன். அப்போது நேரம் எட்டைக் கடந்திருந்தது. இந்தச் சடங்குக் கூட்டத்தில் கலந்து கொண்டிருந்தவர்கள் பேசிக்கொண்ட வகையில், பத்து மணிக்கு வழியனுப்புதலுக்கான நேரமென்று புரிந்தது.

ஒன்பதரை மணி வாக்கில் தேவாலய பாதிரியார்கள் சிலர், மத முறைப்படி சடங்குகளைச் செய்யத் தொடங்கினர்.

நான் நேற்றைக்குக் கேட்டிருந்த அதே வாசகத்திலான ஒப்பாரி வார்த்தைகள் மறுபடி மறுபடி அங்கே ஒலித்தது.

நேற்றைய முன்தினம் வரையிலும் ரொசாரியோவின் கையிலிருந்து வீசப்பட்ட ரொட்டித் துண்டுகளைக் காற்றில் கவ்விப் பிடித்துக் கொண்டிருந்த மணி, ஒரு ஓரமாகச் சுருட்டிக்கொண்டு படுத்திருந்தது.

பிறகு அங்கே பேசிக்கொள்ளப்பட்ட சரியான நேரத்திற்கு ரொசாரியோவின் பயணம் கிளம்பியது. அந்தப் பயணமானது பல தப்படிகளில் எண்ணிக் கடக்கக்கூடிய தூரத்திற்குள் முடிவுற்றது.

# 13

ஆழ்ந்த உறக்கத்திலிருந்த என்னை ஒரு ஆட்டுக் குட்டியொன்றின் அச்சமூட்டக்கூடிய கனைப்பொலி இடம்மாற்றிப் போட்டது. திடுக்கிட்டு எழுந்த எனக்கு, இது கனவாக இருக்கக்கூடுமோ என்கிற சிந்தனைதான் ஓடியது.

யமுனா தனக்கு வந்துவிட்டதை எதிர்த்து நெஞ்சுரத்துடன் வாழ்ந்து கொண்டிருக்கிறாள். இனி அவளுக்கு எந்தப் பிடிமானமும் கிடையாது. தனி மனுசியாக வாழவேண்டியிருக்கிறது. முந்தைய அதே நெஞ்சுரம் இனி இருக்குமா என்பது எனக்குத் தெரியாது. அவள் நம்பிக்கை இழந்திருப்பாள்.

நம்பிக்கையிழக்கும் தருவாயில் பேராயுதங்கள் வெற்றியை ருசிக்கத்தான் காத்திருக்கும். ரொசாரியோவின் நாட்கள் முடிவிற்கு வந்ததற்குப் பிற்பாடு, யமுனாவை அவை கோரப்பசியுடன் சூழ்ந்திருக்கக்கூடும். தன் உடலில் ஊறிப்பெருக் கெடுத்துவிட்ட அழிக்கவியலாத நோய் கிருமிகளை மொத்தமாக அந்தப் பேராயுதங்களில் எதுவோ ஒன்றிற்கு இரையாகக் கொடுப்பதில் அவளுக்குத் தயக்கமிருக்கப் போவதில்லை.

ரொசாரியோவை அனுப்பிய பிறகு, யமுனாவின் வீட்டிலிருந்து மதியம் பன்னிரண்டு மணி வாக்கில் நான் கிளம்பும்போது செண்பகத்தம்மாவிடம் அவள் குறித்த சில விசயங்களைப் பேசினேன். அதாவது, எனக்கும் அவளுக்குமானது குறித்துச் சுற்றி வளைத்துப் பேசுவதற்கு முயற்சித்தேன். ஆனால் செண்பகத்தம்மாள் என் கருத்தைக் கச்சிதமாக உள்வாங்கவில்லை. அவர் யமுனாவிற்கு

அமையக்கூடிய வேறொரு அரண் குறித்து நம்பிக்கையுடன் கூறினார். அதாவது, ரொசாரியோவின் அண்ணனும் தங்கையும் யமுனாவை தன்னுடன் அழைத்துப் போவதாக முடிவெடுத்திருக்கிறார்கள் என்றார். அவளுக்கு மிகவும் பாதுகாப்பான இடமது. அந்த வகையில் அந்த முடிவை நான் யோசனையின்றி ஆமோதித்தேன். அப்படி நடந்தால் செய்வதற்கு ஒன்றுமில்லையென நான் யமுனாவிடமே காரணம் சொல்லமுடியும். இன்னொரு பக்கம் என் வீடும் நிம்மதியான சூழலுக்குத் திரும்பும். எனக்கு நம்பிக்கையில்லாத அந்த விதிப்படி நடக்கட்டுமென இருந்தேன். யமுனாவின் சம்மதத்தையும் சூழலையும் கருத்தில் கொண்டுதான் நான் திடீரென என் முந்தைய முடிவிலிருந்து விலகிநின்றேன்.

நான் இப்படி நினைக்கையில் எதிர்வீட்டு ரேவாவுடன் ஒரு சமரசப் போக்கிற்கு முயன்றால் என்ன என்றும், இல்லையேல் வீட்டில் தெரிவித்துப் பெரியவர்கள் நீங்கள் பேசி முடிவெடுப்பதில் எனக்கு எந்த மறுப்பும் இல்லையென்றும் சொல்வதற்கான யோசனை வேறு. நான் சன்னல் வழியே எதிர்வீட்டு மாடியைப் பார்த்தேன். அரை நிலா வெளிச்சத்தில் எதுவும் தெளிவில்லை.

பத்து மணிக்குள் அழைப்பதாகச் சொல்லியிருந்த பரத் அழைத்தான். அன்றைக்கு அவன் மார்க்கெட் பார்த்தது குறித்து விசாரித்து முடித்தேன்.

என் மொபைல் இரண்டு நாட்களாக வேகம் கம்மியாகியிருந்தது. ஆகவே அதிலுள்ள ஒவ்வொரு அப்ளிகேஷன்களிலிருந்த அநாவசிய மற்றும் பழைய செய்திகளையெல்லாம் கடாசித் தள்ளிக் கொண்டிருந்தேன். அப்போது நான் கொஞ்சமும் எதிர்பாராத வகையில் யமுனாவிடமிருந்து வந்திருந்த, நான் திறந்து படிக்கப்படாத வாட்ஸ்-ஆப் செய்தியொன்று என் கண்ணில் சிக்கியது. என் கவனத்திற்கு வந்திராத அதைத் திறந்து எப்போது வந்ததென ஆராய்ந்தேன். அது தற்சமயம் அனுப்பப்பட்டிருந்தது. அதாவது, நான் பரத்திடம் பேசிக்கொண்டிருந்த நேரத்திற்கு வந்திருந்தது. அந்தச் செய்தியில் அவள் கேட்டிருந்தது. 'எப்டி இருக்க' அவளுக்கான ஆறுதல் வார்த்தைகளற்றிருந்த நான், என் வருத்தத்தை ஒரு எமோஜியாக அனுப்பினேன். பதிலுக்கு அவள் ஸ்மைலி எமோஜி அனுப்பினாள். குழப்பத்தில் நான் அதை உற்றுப்பார்த்ததும் அதுபோலவே சிரித்துக்கொண்டேன். அவளது அப்பா இல்லாமலான அன்றே, அதிலும் அவளது வீட்டில் உறவினர்கள் இருக்கக்கூடிய இந்த இரவில் அவள் பேச

அழைத்திருப்பதை நான் எவ்வாறு எடுத்துக்கொள்வதென்று தெரியாத குழப்பத்தில் இருந்தேன். பிறகு, என் கணிப்பிற்கு அப்பாற்பட்ட உள்நோக்கம் இருக்கக்கூடுமெனச் சந்தேகித்தேன். மறுபடியும் அவளிடமிருந்து செய்தியில்லை. எனக்குக் கேட்க நிறைய இருந்தன. என்றாலும் இப்போது,

“செண்பகத்தம்மா சொன்னாங்க” என்றேன்.

“என்ன?” என்றாள்.

“உன் அப்பாவின் அண்ணனுடனோ, தங்கையுடனோ நீ போகப் போவதாக...” என்றேன்.

ஸ்மைலி அனுப்பினாள். எப்போதுமே அவளது ஸ்மைலிக்கு நான் காரணம் கேட்டதில்லை. மணியை விசாரித்தேன். அது சாப்பிட மறுப்பதாகவும் கல்லறைக்கும் வீட்டிற்கும் சத்தில்லாத ஓட்டத்தை நிறுத்தவில்லை என்றும் சொன்னாள். மறுபடியும் அவள் ஊருக்குச் செல்லப்போவதைக் குறித்துக் கேட்டேன். மறுபடியும் ஸ்மைலி அனுப்பினாள். இந்தமுறை நான், என்னதான் முடிவு என்றேன். அவளது பதிலில் மாற்றமில்லை.

அவளது செய்தி வந்துகொண்டிருக்கக்கூடிய இப்போது, காலை நேரத்தில் என்னை எழுப்பக்கூடிய அலாரத்தின் ஒரு நிமிட இனிய இசையே நினைவிற்கு வந்தது. காரணம், பிரத்தியேகமான இந்தச் சத்தமானது, நான் அலாரத்திற்கென வைத்திருக்கக்கூடிய பாடலின் முதல் விநாடியின் துண்டிப்பைத்தான் மெசேஜ் அலர்ட் டோனாக வைத்திருந்தேன். இந்தச் சத்தம் இப்போது என்னை எரிச்சலூட்டிக் கொண்டிருந்தது. இந்த உணர்வு எனக்குப் பல தருணங்களிலும் நிகழாமலில்லை. அப்போதெல்லாம் நான் வாட்ஸ்-ஆப் அலர்ட் டோனை மாற்றுவது குறித்து யோசிப்பேன். இதைக்காட்டிலும் சுமையான வேலைகள் எனக்குண்டு என்பதால் இதை அத்தனை பொருட்டாகக் கருதாமல் விட்டிருக்கிறேன். இப்போதும் இதைப் பொருட்படுத்த அவசியமற்ற முக்கியக் கேள்வியை நான் யமுனாவிடம் கேட்கவேண்டியிருக்கிறது. அதைக் கேட்கக்கூடிய நேரமோ, சூழலோ இது இல்லையென்று சொல்வதற்கு முடியாது. மெல்ல நான் அதை நோக்கி அவளை அழைத்துச்சென்றேன். அப்போதைய என் முயற்சியில் எங்களுக்குள் வேறுவேறு பாதையில் சிறிய உரையாடல்கள் போனது. அந்த உரையாடலின் நீட்சியில் என் இடத்திற்கு அவளைக் கொண்டுவந்து நிறுத்தி, “நாம் சேர்ந்து வாழ்வதில் உனக்கென்ன சிக்கல்?” என்றேன்.

அவள் தனக்கானதை ஒழிவுமறைவின்றி என்னிடம் போட்டு உடைத்தாள். இந்தச் செய்தி என்னைக் கொஞ்சம் கொஞ்சமாக உடைத்திருந்ததுதான் என்பதால் நான் இன்னும் சுக்குநூறாகத் தெரிப்பதற்கில்லை.

அவள் அனுமதிக்கப்பட்டிருந்த மருத்துவமனையில் எனக்குத் தெரிந்த ஊழியர்களின் உதவியுடன் நான் அவளது டிஸ்சார்ஜ் சம்மரியை வாங்கிப்படித்து அவளுக்கு வந்துவிட்டதை ஆதாரப் பூர்வமாகத் தெரிந்துகொண்டிருக்க முடியும். ஆனால் அதில் எனக்கு விருப்பமில்லை. இப்போது அவளது வாக்குமூலத்தை நான் உறுதிசெய்துகொள்ள வேண்டியிருக்கிறது. எதையோ யோசித்தவாறு சிறிது நேரம் அப்படியே உட்கார்ந்திருந்தேன். பிறகு,

"அதனாலென்ன உனக்கானது எனக்குத் தெரியும். எனக்கும் அப்படித்தான்" என்றேன்.